महाराष्ट्रातील सर्व सामाजिक संस्था, व्यावसायिक सामाजिक कार्य प्रशिक्षण संस्था
तसेच सामाजिक कार्यकर्त्यांसाठी उपयुक्त

एक व्यावसायिक सामाजिक कार्यपद्धती

सामाजिक गटकार्य

Social Group Work

रुमा बावीकर विद्या वैद्य

डायमंड पब्लिकेशन्स

सामाजिक गटकार्य

रुमा बावीकर, विद्या वैद्य

Samajik Gatkarya

Ruma Bavikar, Vidya Vaidya

ISBN : 978-81-8483-660-8

प्रथम आवृत्ती : जानेवारी २०१६

© डायमंड पब्लिकेशन्स

मुखपृष्ठ
शाम भालेकर

प्रकाशक
डायमंड पब्लिकेशन्स
२६४/३ शनिवार पेठ, ३०२ अनुग्रह अपार्टमेंट
ओंकारेश्वर मंदिराजवळ, पुणे–४११ ०३०
☎ ०२०–२४४५२३८७, २४४६६६४२

info@diamondbookspune.com

ऑनलाईन पुस्तक खरेदीसाठी भेट द्या
www.diamondbookspune.com

प्रमुख वितरक
डायमंड बुक डेपो
६६१ नारायण पेठ, अप्पा बळवंत चौक
पुणे–४११ ०३० ☎ ०२०–२४४८०६७७

ऋणनिर्देश

सामाजिक गटकार्यावर पुस्तक लिहिण्यासाठी प्रथम चालना कर्वे समाजसेवा संस्थेच्या निवृत्त संचालिका डॉ. सुनंदा कौशिक यांनी दिली. सामाजिक कार्याच्या विद्यार्थ्यांच्या अहवालांवर आधारित गटकार्याचे पुस्तक लिहावे अशी त्यांची कल्पना होती. त्यामुळे या पुस्तकात गटकार्याची अनेक जिवंत उदाहरणे वापरून सैद्धांतिक मांडणी करण्याचा प्रयत्न आम्ही केला आहे. त्यामुळे त्यांचे आभार सर्वप्रथम मानणे महत्त्वाचे आहे.

अनेक विद्यार्थ्यांचे गटकार्य अहवाल उत्साहाने उपलब्ध करून दिल्याबद्दल कर्वे समाजसेवा संस्थेतील सर्व शिक्षकांचे आम्ही ऋणी आहोत.

पुस्तक लिहिण्याची कल्पना प्रत्यक्षात येण्यात यशवंतराव चव्हाण महाराष्ट्र मुक्त विद्यापीठाचा सामाजिक कार्याचा पदव्युत्तर दूरशिक्षण अभ्यासक्रम कारणीभूत ठरला. प्राध्यापक अंबादास मोहिते यांनी या अभ्यासक्रमातील गटकार्य पद्धतीविषयी हस्तपुस्तिका लिहिण्याची जबाबदारी आम्हा दोघींवर सोपवली. त्याबद्दल विद्यापीठाचे आणि प्रा. अंबादास मोहिते यांचे मन:पूर्वक आभार.

त्या हस्तपुस्तिकेला विद्यार्थ्यांकडून खूपच चांगला प्रतिसाद व फीडबॅक मिळाला. या विषयासंबंधी पुनर्विचार करून व काही मुद्द्यांचे पुनर्लेखन करून हे पुस्तक तयार झाले आहे.

या पुस्तकाचे सहाध्यायांकरवी परिशीलन (पिअर रिव्ह्यू) करण्यासाठी डॉ. भौमिक देशमुख, प्राध्यापक, सावित्रीबाई फुले पुणे विद्यापीठ, निरंतर शिक्षण विभाग व प्रा. उज्ज्वला मसदेकर, सह-प्राध्यापिका, कर्वे समाजसेवा संस्था, पुणे या दोघांनी परिश्रम घेऊन मोलाच्या सूचना केल्या. या दोघांनाही स्नेहपूर्वक धन्यवाद.

श्रीमती हेमलता मोरे यांनी पुस्तकाच्या टंकलेखनात व आकृत्या तयार करण्यात बहुमोल मदत केली; त्यांचे अनेक आभार.

अखेरीला परंतु महत्त्वाचे म्हणजे डायमंड पब्लिकेशन्स यांनी हे पुस्तक प्रकाशित करण्याचे मनावर घेतले आणि त्यासाठी काही महत्त्वाच्या सूचनाही केल्या त्याबद्दल पब्लिकेशन्सचे श्री. दत्तात्रेय पाष्टे व श्री. नीलेश पाष्टे यांचे आम्ही आभारी आहोत.

रुमा बावीकर
विद्या वैद्य

मनोगत

सामाजिक कार्य कुठल्या ना कुठल्या स्वरूपात समाजात वर्षानुवर्षे चालू आहे. परंतु, 'व्यावसायिक सामाजिक कार्य' ही संकल्पना गेल्या शतकाच्या पूर्वार्धात पाश्चात्त्य देशांमध्ये उदयाला आली. औद्योगिक क्रांतीचे सामाजिक-आर्थिक परिणाम, दोन्ही महायुद्धांनंतर विकसित झालेली मानवी हक्कांविषयीची जाणीव-जागृती आणि लोकशाही तत्त्वे या सर्वांच्या संयुक्त परिणामातून, 'सामाजिक कार्य म्हणजे समाजासाठी परोपकार बुद्धीने केलेले कार्य' ही संकल्पना बदलली. तिची जागा चांगले, तणावमुक्त जीवन जगणे हा प्रत्येक व्यक्तीचा हक्क आहे; व तसे ते मिळविण्याची क्षमता प्रत्येकामध्ये विकसित होऊ शकते, त्यासाठी गरजेप्रमाणे मदत करणे, तसेच त्यात समस्याग्रस्त व्यक्तीला सहभागी करून घेणे म्हणजे सामाजिक कार्य, ही संकल्पना पुढे आली. याचाच अर्थ सामाजिक कार्य म्हणजे समाजाच्या (व्यक्ती, गट, समुदाय) सहभागातून सक्षमीकरणाच्या दृष्टिकोनातून केलेले कार्य. यात व्यक्तीचा व समुदायाचा विकासाचा हक्क व विकासक्षमता हे कळीचे मुद्दे होते.

खऱ्या अर्थाने व्यावसायिकता येण्यासाठी शास्त्रोक्त ज्ञानाची आवश्यकता असते. व्यावसायिक सामाजिक कार्याने मानवी व्यवहार शास्त्रांमधून म्हणजे समाजशास्त्र, मानसशास्त्र, अर्थशास्त्र, मानववंशशास्त्र इत्यादींमधून आपल्यासाठी शास्त्रीय ज्ञानाची बैठक तयार केली. व्यक्ती-व्यक्ती, व्यक्ती-समुदाय आणि समुदाय-समुदाय यांच्यातील परस्पर संबंध, त्यांचे एकमेकांवर होणारे परिणाम, त्यातून निर्माण होणारी चलनशक्ती या सर्वांच्या अभ्यासाचा पाया सामाजिक कार्याला आहे.

समस्या निवारण हा सामाजिक कार्याचा हेतू सर्वमान्य आहे. व्यावसायिक सामाजिक कार्यामध्ये, समस्याग्रस्त व्यक्तींना त्यांच्या समस्यांचे स्वरूप व त्यामागची कारणे यांचे सर्वांगीण आकलन होण्यासाठी मदत करणे, समस्यांना तोंड देण्यासाठी त्यांची क्षमतावृद्धी करणे, व त्यांच्याच सहभागातून समस्यांचे निराकरण करता येण्यासाठी त्यांचे सबलीकरण करणे, हे प्रधान हेतू असतात. यासाठी मानवी परस्परसंबंधांविषयीची तत्त्वे व मूल्ये यांचा स्वीकार व्यावसायिक सामाजिक कार्यामध्ये गृहीत धरलेला असतो. व्यक्ती स्वत:च्या क्षमतांचा विचार करून बदलू शकते हा विचार त्यात मूलभूत आहे.

व्यावसायिक सामाजिक कार्य शिक्षण व कार्याला भारतामध्ये ७०-८० वर्षे झाली. व्यावसायिक सामाजिक कार्य ही संकल्पनाच पाश्चिमात्यांकडून घेतली गेल्यामुळे सामाजिक कार्यातील पद्धती, सिद्धान्त व सर्व ज्ञानच भारतातील सामाजिक कार्य प्रशिक्षणाचा गाभा होता. गेल्या चार-पाच दशकांमध्ये भारतातही काही लिखाण झाले आहे. भारतामध्ये व्यावसायिक सामाजिक कार्यासंबंधी साहित्य काही प्रमाणात लिहिले गेले ते बरेचसे इंग्रजी भाषेत प्रसिद्ध झाले. मुंबई, दिल्ली किंवा मोठ्या शहरात स्थापन झालेल्या सामाजिक कार्य महाविद्यालयातून लिखाण झाले परंतु इंग्रजीमध्ये. भारतातील अनेक राज्यात मोठ्या शहरांच्या बरोबरीने अनेक छोट्या शहरांमध्ये, तालुक्यांमध्ये समाजकार्य महाविद्यालये सुरू झाली. आज व्यावसायिक सामाजिक कार्याच्या पदवीपूर्व व पदव्युत्तर अभ्यासक्रमाचे विद्यार्थी शहरी तसेच अर्धशहरी किंवा ग्रामीण पार्श्वभूमीमधून येतात. इंग्रजी पुस्तके वाचणे त्यांच्यासाठी कष्टप्रद असू शकते. त्या राज्यात अनेक शिक्षण मातृभाषेतून देणारी महाविद्यालये

देखील उदयाला आली. काही ठिकाणी शिकवण्याचे माध्यम जरी इंग्रजी असले तरी परदेशातील तज्ज्ञांनी लिहिलेली पुस्तके विद्यार्थ्यांना वाचायला अवघड जातात. त्याचप्रमाणे सर्व संदर्भ/उदाहरणे पाश्चिमात्य सामाजिक, सांस्कृतिक परिस्थितीतील असल्यामुळे अनेकदा भारतीय विद्यार्थ्यांना त्यांची भारतीय परिस्थितीशी सांगड घालणे खरोखरच कठीण जाते. यासाठी मराठीतून पुस्तके लिहिली जाणे गरजेचे आहे.

गेल्या २०-२५ वर्षांत अनेक राज्यातून सामाजिक कार्य शिक्षक, क्षेत्रतज्ज्ञ राज्यभाषेतून/मातृभाषेतून पुस्तके लिहित आहेत असे दिसते. महाराष्ट्रात जवळजवळ ६० समाजकार्य शिक्षण (पदवी व पदव्युतर) देणारी महाविद्यालये आहेत. परंतु, मराठीमध्ये पुस्तके मात्र फारच कमी प्रमाणात उपलब्ध आहेत. त्यामुळे मराठीतच सामाजिक कार्य विषयातील काही विषयांवर पुस्तक लिहिण्याचा संकल्प सोडला.

व्यावसायिक सामाजिक कार्याचा गाभा किंवा वैशिष्ट्य म्हणजे सामाजिक कार्याच्या पद्धती. व्यावसायिक सामाजिक कार्यकर्त्याला प्रत्यक्ष प्रभावी कार्य करण्यासाठी या पद्धती आत्मसात केलेल्या असणे आवश्यक आहे. या सर्व पद्धतींमध्ये सामाजिक गटकार्यावरच पुस्तक लिहिण्याची गरज जाणवली. प्रत्यक्ष सामाजिक कार्याच्या विविध क्षेत्रांमध्ये ही पद्धती आवश्यक आहे असे जाणवते परंतु व्यावसायिक समाज कार्यकर्ते फार थोड्या प्रमाणात ही पद्धत वापरताना दिसतात.

भारतीय संदर्भात दोन परस्पर विरोधी विचार दिसतात. आपला समाज व्यक्तिकेंद्रित (Individualistic) समाज नाही. व्यक्ती केंद्रित व्यक्ती स्वातंत्र्य आपल्याकडे नाही. शिवाय जात, धर्म, आर्थिक दर्जा यांच्या बेड्या आपल्या समाजात इतक्या पक्क्या आहेत की, आपण खऱ्या अर्थाने समाजाभिमुख देखील नाही. कुटुंब/ नातेवाईक किंवा फार तर जात पंचायत या परिघामध्ये आपण सीमित आहोत. आपले प्रश्न कुटुंबाबाहेर जाता कामा नयेत परंतु सामाजिक रूढी परंपरांना धरूनच जीवनाचे निर्णय व्हावेत अशा आपल्या अपेक्षा असतात. या मर्यादांमुळे व्यावसायिक सामाजिक कार्यात व्यक्तिकार्य पद्धती अधिक रुजली.

समुदाय संघटनांवर आधारित कार्यात लहान गटातूनच काम सुरू होते. परंतु, त्या पद्धतीत देखील गटकार्यपद्धतींचा जाणीवपूर्वक वापर होताना दिसत नाही.

गटकार्याचा विकास खरे तर बचतगट, स्वयंसाहाय्यता गट किंवा गाव-शहरी पातळींवरील विविध समित्या (सामाजिक सहभागावर आधारित) यातून व्यावसायिक सामाजिक कार्यकर्ते करू शकतील. परंतु, भारतात अजूनही प्रत्यक्ष क्षेत्र अनुभवावर आधारित सामाजिक कार्यपद्धतींचा सैद्धांतिक विकास ही संकल्पनाच रुजली नाही.

सामाजिक गटकार्य ही बरीचशी दुर्लक्षित कार्यपद्धती राहिली आहे. सामाजिक कार्य अभ्यासक्रमातील एक विषय म्हणून त्याकडे पाहिले जाते व क्षेत्रकार्यात गटकार्य करणे आवश्यक आहे म्हणून ते केले जाते. त्यामुळे या पद्धतीचा वापर होताना अनेक गोंधळ झालेले दिसतात. गट हे माध्यम सामाजिक कार्यात अनेकदा उपयोगात आणले जाते; उदाहरणार्थ, पालकसभा, एड्स जाणीव जागृती वर्ग, अनौपचारिक शिक्षणाचे वर्ग, कुटुंबजीवन कौशल्ये प्रशिक्षण, आरोग्य शिक्षण, हे कार्यक्रम घेत असताना गटकार्यातील अनेक सिद्धान्तांचा निश्चित उपयोग होत असतो परंतु हे गटकार्य नाही.

अनेक निवासी संस्थांमधून किंवा विशेष मुलांच्या शाळांमधून छोटे छोटे सांस्कृतिक, मूल्य शिक्षणाचे कार्यक्रम गटातूनच घेतले जातात.

या पुस्तकातील सात प्रकरणांमधून गटकार्याच्या सर्व पैलूंविषयी विवेचन आहे. पहिल्या प्रकरणात सामाजिक कार्याच्या सर्व पद्धतींविषयी विचार मांडले आहेत व या पद्धतींच्या ध्येय व उद्दिष्टांमध्ये फरक नसून,

कामाच्या व्याप्तीमध्ये आणि सामाजिक कार्यकर्त्यांच्या जबाबदाऱ्यांमध्ये फरक आहे, हे दाखवले आहे. गट-गटकार्य यांच्या व्याख्या दिल्या आहेत. या व्याख्यांचे स्पष्टीकरण सविस्तरपणे दिलेले आहे. तसेच गटकार्य पद्धतीची वैशिष्ट्ये व उद्दिष्टांवर चर्चा आहे. गटकार्याचे मूलभूत घटक म्हणजे आंतर्क्रियांवर आधारित प्रक्रिया, गटामध्ये सदस्यांना वर्तमानकाळातून येणाऱ्या जिवंत अनुभवांचे महत्त्व, परस्पर सहकार्य/सहानुभव याविषयी सविस्तर विवेचन आहे तसेच मूल्यांचाही ऊहापोह केलेला आहे.

दुसऱ्या प्रकरणात गटकार्यपद्धतीच्या दहा तत्त्वांचे विवरण केलेले आहे. ही तत्त्वे म्हणजे गटकार्य कृतीसाठी मार्गदर्शनपर अशी विशिष्ट ठोस विधाने आहेत. ही तत्त्वे समाजशास्त्र, मानसशास्त्र, मानववंशशास्त्र, तत्त्वज्ञान इत्यादी ज्ञानशाखांच्या काही सिद्धान्तांवर आधारित आहेत. त्याच बरोबर शिक्षण, मनोरंजन-करमणूक यांतील अनुभवांचा उपयोगही गटकार्य तत्त्वाधिष्ठित होण्यासाठी लागणाऱ्या क्षमतांचा आणि कौशल्यांचा विकास करण्यासाठी केला जातो. ही तत्त्वे ज्ञान, प्रत्यक्षानुभव व मूल्ये यांच्या संगमातून विकसित झाली आहेत. नियोजन, विशिष्ट उद्दिष्टे, हेतूपूर्ण नातेसंबंध, वैयक्तिकरण, आंतर्क्रियांसाठी मार्गदर्शन, स्वयंनिर्णय, बदलती गट संरचना, प्रगतिशील कार्यक्रम, गट विकासासाठी उपलब्ध संसाधनांचा वापर आणि सततचे मूल्यमापन हे मुख्य मुद्दे आहेत.

याच प्रकरणात गटकार्याची प्रारूपे यासंबंधी, सामाजिक उपचारात्मक प्रारूप, सामाजिक उद्दिष्टप्रधान प्रारूप व परस्पर देवाणघेवाणीचे प्रारूप या तीन प्रारूपांविषयी, तसेच गटांचे विविध प्रकारांनी केले जाणारे वर्गीकरण याविषयी चर्चा केलेली आहे.

तिसरे प्रकरण गटबांधणी व गटविकासाचे टप्पे याबद्दल आहे. गटकार्य पद्धतीत पूर्वतयारी या टप्प्याला महत्त्व आहे. ही पूर्वतयारी करताना सर्वांत प्रथम गटकार्यकर्त्याला ज्या दोन गोष्टींचा विचार करणे गरजेचे असते, म्हणजेच, ज्या सामाजिक संस्थेच्यावतीने गटकार्यकर्ता काम करीत असतो, त्या संस्थेची उद्दिष्टे व ज्या समाजघटकांतील व्यक्तींचा गटामध्ये समावेश करायचा आहे त्यांच्या गरजा, यांचा उल्लेख केला आहे. सुरुवातीचा ओळखीचा टप्पा, गट कार्यरत असण्याचा टप्पा, आणि गटकार्यसमाप्तीचा टप्पा यांची वैशिष्ट्ये, येणाऱ्या अडचणी व त्यांचे निराकरण याविषयी येथे चर्चा केली आहे. त्याचप्रमाणे सामाजिक गटकार्यकर्त्याच्या विविध भूमिका, नेतृत्वशैली-हुकूमशाही, एकाधिकारशाही, लोकशाही आणि सदस्यांना अनिर्बंध स्वातंत्र्य देणारी अशा चार, गटकार्यकर्त्याच्या जबाबदाऱ्या, गुणवैशिष्ट्ये, त्याला आवश्यक असणारी कौशल्ये व तंत्रे याविषयीचे विवेचनही या प्रकरणात आहे.

प्रकरण चार हे सामाजिक कार्याच्या विविध क्षेत्रात गटकार्य कशा रीतीने केले जाते याविषयी आहे. व्यावसायिक सामाजिक कार्य प्रामुख्याने ग्रामीण व शहरी समुदाय केंद्रे, रुग्णालये व बाह्यरुग्ण विभाग, स्त्रिया-मुले-अपंग-ज्येष्ठ नागरिक इत्यादींसाठींच्या निवासी संस्था, सर्वसाधारण व विशेष गरजा असलेल्या मुलांसाठीच्या शाळा, औद्योगिक क्षेत्र आदींमध्ये केले जाते. प्रत्येक क्षेत्राची आपापली वैशिष्ट्ये असतात व त्यानुसार उद्दिष्टे वेगवेगळी असतात. त्या त्या क्षेत्रातील गटांच्या गरजा व उद्दिष्टेही वेगवेगळी असतात. गटबांधणी करताना क्षेत्राची वैशिष्ट्ये असतात व गटांच्या गरजा व उद्दिष्टे लक्षात घ्यावी लागतात. गटकार्याचा आराखडा सर्वसाधारणपणे सारखा असला तरी क्षेत्राप्रमाणे त्यातही काही बदल करावे लागतात. या सगळ्याविषयीची चर्चा या प्रकरणात आहे.

गटकार्यातील कार्यक्रम, संकल्पना व नियोजन हा प्रकरण पाचचा विषय आहे. कार्यक्रमांचे महत्त्व गटकार्याचे माध्यम म्हणून आहे व केवळ कृती-कार्यक्रम घेणे म्हणजे गटकार्य नव्हे यावर यात भर दिलेला

आहे. कार्यक्रमांची उद्दिष्टे, तत्त्वे, कार्यक्रम निवडीचे निकष यांविषयीचे विवेचन यात असून त्यानंतर कार्यक्रमांची आखणी करताना लक्षात घ्यायच्या बाबींवर चर्चा आहे. तसेच, विविध प्रकारच्या कार्यक्रमांचे महत्त्व व उद्दिष्टे आणि गटविकासाचे टप्पे व गटप्रकार यांच्या संदर्भात कार्यक्रमांचा विचार केला आहे. त्या अनुषंगाने गटकार्यकर्त्याच्या जबाबदाऱ्या व कौशल्ये यांचेही विवेचन आहे.

प्रकरण सहामध्ये गटकार्याचा गटप्रक्रियेच्या दृष्टीने विचार केलेला आहे. गटाची चलनशक्ती/गतिशीलता हे यातील प्रमुख मुद्दे आहेत. गटप्रक्रिया व गटाची गतिशीलता यांचा परस्परसंबंध सविस्तरपणे विशद केला आहे. गटाच्या गतिशीलतेचे मुख्य घटक म्हणजे उपगट निर्मिती, संघर्ष व उदासीनता यांचा ऊहापोह या प्रकरणात आहे, तसेच, त्या अनुषंगाने गटकार्यकर्त्याच्या जबाबदाऱ्या, सदस्य वर्तन व गट प्रकार यांच्या संदर्भात चलनशक्तीचा विचार केला आहे. गटातून होणाऱ्या सकारात्मक चलनशक्ती आणि सदस्यवर्तन यांवर या प्रकरणात सविस्तर मांडणी आहे.

शेवटचे प्रकरण सात म्हणजे गटकार्यातील नोंदी व मूल्यमापन. गटकार्य करताना पद्धती व प्रक्रिया या दोन्हींच्या व्यवस्थित नोंदी ठेवणे आवश्यक असते. गटकार्यातील नोंदी म्हणजे गट प्रक्रियेचे कायमस्वरूपी स्मरण ठेवणे असते. नोंदींचा उपयोग संस्थेला, कार्यकर्त्याला आणि सदस्यांनाही होतो. यात नोंदींचा हेतू व महत्त्व विशद केले आहे. तसेच, नोंदींचे विविध प्रकारही दिले आहेत. गटविकासाच्या वेगवेगळ्या टप्प्यांवर नोंदी कशा ठेवायला हव्यात याविषयी चर्चा येथे आहे. नोंदी ठेवण्याची तंत्रे स्पष्ट केली आहेत. गटकार्यातील नोंदींचा गटकार्याच्या मूल्यमापनासाठी कसा वापर करता येतो हेही सांगितले आहे. नोंदींच्या विहित नमुन्यांमधून नोंदी करण्यासाठी मार्गदर्शन केले आहे.

वरीलप्रमाणे सात प्रकरणांमधून गटकार्य पद्धती व प्रक्रिया यांची मीमांसा केली आहे.

हे पुस्तक लिहिताना आलेली सर्वांत मोठी महत्त्वाची अडचण म्हणजे व्यावसायिक तांत्रिक शब्दांसाठी मराठी प्रतिशब्द वापरणे. महाराष्ट्रातील अनेक विद्यार्थी व सामाजिक कार्य शिक्षकांच्या संपर्कात असल्यामुळे दोन मुद्दे पुढे आले. पहिला म्हणजे-काही शब्द मराठीत करण्यापेक्षा इंग्रजीतच ठेवावेत. सर्व व्यावसायिक सामाजिक क्षेत्रात ते शब्द (शिक्षक, विद्यार्थी, क्षेत्रकार्यकर्ते यांच्यामध्ये) प्रचलित झाले आहेत. त्यामुळे जरी मराठी शब्द तयार करता आला तरी इंग्रजी तसेच ठेवले आहेत (Feed back, Confrontation वगैरे).

दुसरा मुद्दा असा की, मराठी भाषेत अनेक सामाजिक कार्य संकल्पनांना प्रमाणित सर्वमान्य शब्द नाहीत. उदा. समाजकार्य-सामाजिक कार्य, व्यक्ती सहयोगकार्य-व्यक्ती कार्य/व्यष्टीकार्य. त्यामुळे आम्ही जे मराठी शब्द वापरले आहेत, त्यांची इंग्रजी व मराठी रूपे अशी सूची परिशिष्ट ३ मध्ये दिली आहे.

त्याचप्रमाणे हे पुस्तक मराठीत असल्यामुळे महाराष्ट्रातील सामाजिक कार्य शिक्षण घेणाऱ्या विद्यार्थ्यांना डोळ्यांसमोर ठेवून हे पुस्तक लिहिले आहे. गटकार्याच्या सैद्धांतिक बैठकीला प्रत्यक्ष अनेक उदाहरणे देऊन हे पुस्तक वाचनीयच नाही तर क्षेत्र कार्य करताना मार्गदर्शक होऊ शकेल, अशा पद्धतीने हे लिहिले आहे.

सामाजिक कार्य शिक्षण क्षेत्रात आम्ही दोघींनी अनेक वर्षे काम केले. अनेक विद्यार्थ्यांनी खऱ्या अर्थाने मन लावून गटकार्य केलेले आम्ही अनुभवले आहे. त्याचप्रमाणे प्रत्यक्ष सामाजिक कार्य करण्याचा अनेक वर्षं अनुभव आहे. या दोन्ही अनुभवांची सांगड घालून गटकार्याचे हे पुस्तक लिहिण्याचा प्रयत्न केला आहे.

हे पुस्तक सामाजिक कार्याच्या केवळ विद्यार्थ्यांनाच नाही तर शिक्षकांना आणि सामाजिक क्षेत्रांमध्ये प्रत्यक्ष कार्य करणाऱ्या संस्थांच्या कार्यकर्त्यांनाही उपयोगी पडेल, असा आम्हाला विश्वास आहे.

रुमा बावीकर

विद्या वैद्य

प्रस्तावना

भारतात व्यावसायिक समाजकार्याची सुरुवात होऊन आज जवळपास आठ दशके पूर्ण झाली आहेत. १९९० पर्यंत भारतात समाजकार्य महाविद्यालयांची संख्या विशेष नव्हती. मात्र, गेल्या २५ वर्षांत ही संख्या झपाट्याने वाढली. महाराष्ट्र राज्याचा विचार केल्यास या अडीच दशकांत समाजकार्य महाविद्यालयांची संख्या ४ ते ५ पटीने वाढली. आजमितीला व्यावसायिक समाजकार्याचे शिक्षण देणाऱ्या अनुदानित/विनाअनुदानित समाजकार्य महाविद्यालये व विद्यापीठाचे विभाग यांची मिळून संख्या जवळपास ७० आहे. बहुतेक महाविद्यालयांतील ९०% पेक्षा अधिक विद्यार्थी मराठी माध्यमातून परीक्षा देतात. अनेक महाविद्यालयांमध्ये अध्यापनाचे कार्यसुद्धा मराठी माध्यमातून केले जाते. त्यामुळे अध्ययन-अध्यापनाकरिता मराठी भाषेतील समाजकार्याच्या विविध विषयांवरील पुस्तकांची गरज निर्माण झाली. गेल्या काही वर्षात व्यावसायिक समाजकार्याच्या पद्धतींवरील मराठी भाषेतील काही मोजकीच पुस्तके प्रकाशित झाली असली, तरी दर्जेदार अभ्यास साहित्याची आजही नितांत गरज भासत आहे. या पार्श्वभूमीवर प्रा. श्रीमती रुमा बावीकर व श्रीमती विद्या वैद्य यांचे 'सामाजिक गटकार्य' या विषयावरील मराठी भाषेतील प्रस्तुत पुस्तक निश्चितच दिलासा देणारे व मराठी भाषेतील अभ्यास साहित्यात मोलाची भर घालणारे आहे.

प्रा. रुमा बावीकर यांनी ३० वर्षांपेक्षा अधिक काळ कर्वे समाजसेवा संस्था, पुणे येथे अध्यापनाचे कार्य केले आहे. अध्यापनाच्या प्रदीर्घ अनुभवासोबतच प्रशासनाचा अनुभवसुद्धा त्यांच्या पाठीशी आहे. एक चिकित्सक अभ्यासक आणि उत्तम शिक्षक तसेच सतत काहीतरी नवीन करण्याची धडपड असणाऱ्या श्रीमती बावीकर यांचा गेल्या २० वर्षांपासून माझा परिचय आहे. त्यांनी व त्यांच्या सहकाऱ्यांनी समाजकार्यकर्त्यांकरिता आवश्यक असलेल्या कौशल्यांच्या प्रशिक्षणासंदर्भात अत्यंत उपयुक्त अशी मार्गदर्शिका प्रकाशित केली आहे. त्या बालहक्क संदर्भातील कार्यजाळ्याशी सबंधित असून त्यांनी युनिसेफ व महाराष्ट्र शासनाच्या सामाजिक न्यायविभागातर्फे पुरस्कृत अनेक संशोधने केली आहेत. तसेच ग्रामीण पाणीपुरवठा व इतर प्रश्नांबाबत त्यांनी प्रशिक्षक व सल्लागार म्हणूनसुद्धा काम केले आहे. सेवानिवृत्त झाल्यावरही त्यांची धडपडी वृत्ती तसूभरही कमी झालेली नाही.

श्रीमती विद्या वैद्य यांची नवी दिल्ली येथे 'प्रिया' व 'आस्वी'द्वारा आयोजित 'सहभागी संशोधन व सहभागी विकास' या विषयावरील कार्यशाळेत ओळख झाली. आम्ही आठ दिवस सोबत होतो. शांतपणे परंतु ठामपणे मुद्दे मांडण्याची हातोटी व विश्लेषण करण्याचे कौशल्य तसेच प्रत्यक्ष क्षेत्रामध्ये काम करण्याचा व विद्यार्थ्यांना प्रशिक्षण देण्याचा दांडगा अनुभव त्यांच्याजवळ आहे. कर्वे समाजसेवा संस्थेत त्यांनी संशोधन समन्वयक म्हणून जवळपास एक तप सेवा दिलेली असून समाजकार्य संशोधनातील एक तज्ज्ञ तसेच सामाजिक विकास संदर्भातील एक सल्लागार म्हणून त्यांची ख्याती आहे.

दोन्ही लेखिका अनुभवी आहेत. त्यांना महाराष्ट्रातील सामाजिक वास्तविकतेचे व विद्यार्थ्यांच्या गरजांचे भान आहे. दोघींचाही पिंड खऱ्या शिक्षकाचा आहे. ही बाब पुस्तकाचे अवलोकन केल्याबरोबर लगेच लक्षात येते.

खरे तर, व्यावसायिक समाजकार्याची संकल्पना मुळातच पाश्चिमात्य. त्यामुळे पाश्चात्त्य समाजामधून जो विषय संकल्पना व स्पष्टीकरणदृष्ट्याही समृद्ध झालेला आहे, त्याला मराठी पेहराव चढविण्याचे शिवधनुष्य लेखिकांनी समर्थरीत्या पेलले आहे. 'सामाजिक गटकार्य' या विषयाचे क्लिष्ट व तांत्रिक स्वरूप तसेच सोप्या अशा पारिभाषिक संज्ञांचा अभाव ही अडचण असतानासुद्धा त्यांनी विद्यार्थ्यांना समजेल व उमजेल अशा सुलभ आणि सोप्या भाषेत विषयाची मांडणी करण्याचा प्रयत्न केला आहे. या पुस्तकात ७ विविध प्रकरणांच्या माध्यमातून सामाजिक गटकार्याची संकल्पना, उद्दिष्टे, वैशिष्ट्ये, मूल्ये व तत्त्वे, गटबांधणी आणि गटविकासाचे टप्पे, सामाजिक गटकार्यकर्त्याची भूमिका व जबाबदारी, गटकार्यकर्त्याची कौशल्ये, विविध क्षेत्रातील गटकार्य, गट प्रक्रिया व गटाची गतिशीलता, गटांचे प्रकार, गटसदस्यांचा व गटाचा विकास आदी मुद्दे विस्तृत स्वरूपात मांडण्यात आलेले आहेत. विविध संकल्पनांचा अर्थ सुटसुटीतपणे व सोप्या शब्दांत स्पष्ट करण्यात आला आहे. भारतीय समाज व्यवस्थेशी निगडित व विद्यार्थ्यांना परिचित अशी उदाहरणे दिल्यामुळे सर्व मुद्दे समजून घेण्यास सुलभ झाले आहेत. इंग्रजी–मराठी शब्दकोश, पारिभाषिक शब्द, अधिक वाचनासाठी संदर्भसूची इत्यादींमुळे पुस्तक ज्ञान समृद्ध झाले आहे. पुस्तकाची एकूणच मांडणी व रचना विद्यार्थ्यांना डोळ्यांसमोर ठेवून केल्यामुळे सामाजिक गटकार्य नेमकेपणाने समजून घेणे शक्य होते. सामाजिक गटकार्य या विषयास लेखिकांनी न्याय देण्याचा सर्वतोपरी प्रयत्न केलेला आहे.

मातृभाषेतील अध्ययन–अध्यापन प्रक्रिया अधिक प्रभावी आणि उपयुक्त असते. त्यादृष्टीनेसुद्धा प्रादेशिक भाषांतील पुस्तकाचे महत्त्व अधोरेखित होते. प्रादेशिक भाषांमध्ये व भारतीय समाजव्यवस्थेला अनुसरून व्यावसायिक समाजकार्याशी संबंधित विविध विषयांवरील, विशेषत: समाजकार्याच्या पद्धतींविषयी दर्जेदार अभ्यास साहित्याची निर्मिती व्हावी अशी माझी अनेक वर्षांपासून इच्छा आहे व ही इच्छा मी वेळोवेळी महाराष्ट्र असोसिएशन ऑफ सोशल वर्क एज्युकेटर्स (मास्वे)च्या बैठकींमध्ये व्यक्त केली आहे. श्रीमती रुमा बावीकर व श्रीमती विद्या वैद्य सामाजिक गटकार्य या विषयावर मराठीमध्ये पुस्तक प्रकाशित करणार असल्याचे कळले व मनस्वी आनंद झाला. त्यामुळे श्रीमती रुमा बावीकर यांनी 'या पुस्तकाकरिता मी प्रस्तावना लिहावी' हा केलेला आग्रह मला मोडता आला नाही. व्यावसायिक समाजकार्य शिक्षणाकरिता दोन्ही लेखिकांनी दिलेल्या महत्त्वपूर्ण योगदानाबद्दल त्यांचे मन:पूर्वक अभिनंदन. प्रस्तुत पुस्तक समाजकार्याचे विद्यार्थी, प्राध्यापक व समाज कार्यकर्त्यांकरिता निश्चितच उपयोगी ठरेल, असा मला विश्वास आहे. लेखिकांच्या हातून समाजकार्य अभ्यासक्रमाच्या विविध विषयांवरील पुस्तकांची अशाच प्रकारे निर्मिती होवो, ही हार्दिक शुभेच्छा!

सोमवार दि. १५ जून २०१५
अमरावती

प्रा. अंबादास ये. मोहिते
अध्यक्ष, मास्वे व
सीनेट सदस्य, मुंबई विद्यापीठ

लेखक–परिचय

प्रा. रुमा बावीकर

टाटा इन्स्टिट्यूट ऑफ सोशल सायन्सेस, मुंबई या अभिमत विश्वविद्यालयामधून सामाजिक कार्यात पदव्युत्तर पदवी (कुटुंब व बालकल्याण या विशेष शाखेत).

कर्वे समाजसेवा संस्था, पुणे या महाविद्यालयात ३४ वर्षे सामाजिक कार्यातील विविध विषयांवर अध्यापन करून २०१२मध्ये निवृत्त.

१५ वर्षे सामाजिक गटकार्य पद्धतीचे अध्यापन. ३४ वर्षे अनेक विद्यार्थ्यांना क्षेत्रकार्यात सामाजिक कार्यपद्धतींचे मार्गदर्शन.

कर्वे समाजसेवा संस्थेत सामाजिक कार्य विद्यार्थ्यांच्या कौशल्य विकासासाठी कार्यशाळा विकसित करून त्यावर महाराष्ट्रातील सामाजिक कार्य महाविद्यालयांसाठी अनेक कार्यशाळा घेतल्या.

सामाजिक कार्यासाठी कौशल्य विकसित करण्यासाठी कशाप्रकारे कार्यशाळा घेता येतील यासंबंधातील 'स्किल ट्रेनिंग फॉर सोशल वर्कर्स' (सेज प्रकाशन) या पुस्तकाचे लेखन व संपादन.

विद्या वैद्य

मुंबई विद्यापीठातून समाजशास्त्र या विषयात पदव्युत्तर पदवी.

टाटा इन्स्टिट्यूट ऑफ सोशल सायन्सेस, मुंबई या अभिमत विश्वविद्यालयामधून सामाजिक कार्यात पदव्युत्तर पदवी (वैद्यकीय व मानसोपचारीय सामाजिक कार्य या विशेष शाखेत).

गेल्या चार दशकांहून अधिक काळ व्यावसायिक सामाजिक कार्याच्या विविध क्षेत्रात (अपंग पुनर्वसन, कामगार कल्याण, ग्रामीण पाणीपुरवठा योजना, सामाजिक संशोधन इ.) कार्यरत.

२५ वर्षे कर्वे समाजसेवा संस्थे(पुणे)च्या अनेक विद्यार्थ्यांना क्षेत्रकार्यात सामाजिक कार्य पद्धतींचे मार्गदर्शन. सामाजिक कार्यासाठी, कौशल्य विकास प्रशिक्षणासाठी कर्वे समाजसेवा संस्था, यशदा तसेच अनेक शासकीय प्रशिक्षण केंद्रांमध्ये विविध कार्यशाळांमध्ये मार्गदर्शन.

ऑल इंडिया इन्स्टिट्यूट ऑफ लोकल सेल्फ गव्हर्नमेंट या संस्थेच्या विविध प्रशिक्षण कार्यक्रमांमध्ये सामाजिक संशोधन तज्ज्ञ म्हणून काम करत आहे.

कर्वे समाजसेवा संस्था, पुणे व यशदा यांच्या विविध संशोधन प्रकल्पांमध्ये सक्रिय योगदान.

इंदिरा गांधी नॅशनल युनिव्हर्सिटीच्या दूरशिक्षण कार्यक्रमासाठी सामाजिक कार्य विषयतज्ज्ञ म्हणून कार्यरत.

सिम्बॉयसिस संस्थेच्या दूरशिक्षण कार्यक्रमासाठी 'समुदायविकास व शिक्षण' या मार्गदर्शक पुस्तकाचे लेखन.

'स्किल ट्रेनिंग फॉर सोशल वर्कर्स' या पुस्तकाचे मराठी भाषांतर 'सामाजिक कार्यकर्त्यांसाठी कौशल्य प्रशिक्षण' (डायमंड पब्लिकेशन्स).

सामाजिक विषयांवर वृत्तपत्रीय स्फुटलेखन.

अनुक्रम

<table>
<tr><td>प्रकरण
१</td><td>## सामाजिक गटकार्य : संकल्पना, वैशिष्ट्ये व मूल्ये
Social Group Work : Concept, Characteristics and Values</td></tr>
</table>

प्रस्तावना

१) गटाची व्याख्या, वैशिष्ट्ये व महत्त्व (Definition, Characteristics and Importance of Groups)

२) गटकार्याची व्याख्या व व्याप्ती (Definition and Scope of Group Work)

३) गटकार्य पद्धतीची वैशिष्ट्ये (Characteristics of the Group Work Method)

४) गटकार्याची उद्दिष्टे व महत्त्व (Objectives and Importance of Group Work)

५) गटकार्याचे पायाभूत घटक (Basic Elements of Group Work)

६) गटकार्य पद्धतीची मूलभूत मूल्ये (Basic Values of the Group Work Method)

७) गटकार्य पद्धती आणि गटातून घेतलेले उपक्रम यांतील फरक (The Difference between the Group Work Method and Group Activities)

सारांश

प्रस्तावना

सामाजिक कार्याचा उद्देश वैयक्तिक क्षमतावृद्धी, त्यातून सामाजिक विकास व सामाजिक विकासातून सामाजिक बदल घडवून आणणे असा आहे. त्यामुळे त्यात अनेक सामाजिक कार्य पद्धती विकसित झालेल्या आहेत. काही प्रमाणात या सर्व पद्धती काही समान ज्ञान, मूल्ये आणि कौशल्यांवर आधारित आहेत. एका विशिष्ट सामाजिक समस्येचा विचार केला तर असे लक्षात येते की तिच्या निवारणासाठी सामाजिक कार्याची प्रत्येक पद्धत वापरता येईल.

कुठली पद्धत वापरायची हे कार्यकर्त्याने ठरवलेली उद्दिष्टे व प्रश्न सोडवणुकीची व्याप्ती यांवर अवलंबून राहील.

उदाहरणार्थ, गरिबी ही एक सामाजिक समस्या आहे. तिच्यावर सामाजिक कार्याच्या तीन स्तरांवर काम करता येते–

– एक गरीब व्यक्ती आणि तिचे कुटुंब

– अनेक गरीब कुटुंबांचा समुदाय

– मोठ्या प्रमाणावर गरिबी असणारा एक समाज, राज्य किंवा राष्ट्र

या तीन स्तरांवर काम करताना सामाजिक कार्याच्या खालील सगळ्या पद्धती वापरता येतात.

• गरिबीचा प्रश्न एका गरिबाची किंवा कुटुंबाची समस्या असा विचार करून वैयक्तिक पातळीवर सोडवता येतो. रोजगार करण्यासाठी लागणाऱ्या सर्व सुविधा त्याला उपलब्ध करून देऊन किंवा व्यवसाय कौशल्ये, पैशांचे नियोजन कसे करायचे, अशा प्रकारच्या कौशल्यांसाठी त्याच्या वैयक्तिक क्षमतांच्या वृद्धींवर भर देऊन कार्यकर्ता काम करतो. त्यामुळे त्या व्यक्तीचा व त्याच्या कुटुंबाचा विकास होऊन त्यांचे जीवनमान सुधारू शकते. ही सामाजिक व्यक्तिकार्य पद्धती आहे.

• अनेक गरीब कुटुंबांतील स्त्रियांचा गट निर्माण करून त्यातून त्यांची क्षमतावृद्धी करण्यासाठी व त्याचे स्वयंसहाय्यता गटांत रूपांतर करण्यासाठी गटकार्य पद्धती वापरता येते. त्याद्वारे बचत, कर्जातून विकास व परत बचत अशा प्रक्रियांतून ते गट जाऊन अनेक कुटुंबांचे गरिबीचे प्रश्न गटांच्या माध्यमातून हाताळता येतात. ही मदतीची पद्धत म्हणजे सामाजिक गटकार्य पद्धती आहे.

• परंतु, फक्त वैयक्तिक आणि गट स्तरावर काम केल्याने गरिबीचा सार्वत्रिक प्रश्न कमी होणार नाही; तर शासनाच्या, गरिबी कमी करण्यासाठी असणाऱ्या सर्व योजनांचा फायदा घेणे, शासन धोरण अधिक लोकाभिमुख करण्यासाठी समुदाय संघटन करून दबाव गट तयार करणे व सामाजिक कृतीतून समाज परिवर्तनाच्या प्रक्रियांना चालना देण्याचे काम सामाजिक कार्यकर्त्याला करावे लागेल. या पद्धतीला 'समुदाय संघटन पद्धती' म्हणतात.

• याच पद्धतीची पुढील पायरी म्हणजे सामाजिक कृती. गरिबांचे हक्क, त्यांच्यावर होणारे अन्याय व शासन धोरणातील त्रुटी यासाठी जनजागृती अभियान राबविणे, सार्वत्रिक आंदोलन उभे करणे आणि प्रस्थापित समाजपद्धतींमध्ये मोठ्या प्रमाणावर बदल होण्यासाठी चळवळ उभी करणे हे सगळे सामाजिक कृती पद्धतीत अपेक्षित आहे.

• व्यावसायिक सामाजिक कार्य हे इतर कुठल्याही व्यवसायाप्रमाणे हेतुपूर्वक केले जाते. हे कार्य विविध प्रकारच्या संस्थांमधून केले जाते. या संस्था स्वयंसेवी किंवा शासनाने चालवलेल्या असतात. त्याचप्रमाणे समाजातील विविध समस्या सोडविण्यासाठी शासनाची धोरणे, योजना असतात. त्या राबविण्यासाठी संपूर्ण शासकीय यंत्रणा निर्माण केलेली असते. या संस्था व शासकीय यंत्रणा यांचे जे प्रशासन आहे त्यासाठी सामाजिक कार्याची 'सामाजिक कल्याण प्रशासन' ही पद्धती विकसित झाली आहे. सामाजिक प्रश्नांवर काम करणाऱ्या स्वयंसेवी व शासकीय संस्था तसेच, शासनाची संपूर्ण सामाजिक कल्याण/ विकास यंत्रणा याचा विचार या पद्धतीत केलेला आहे. या पद्धतीत, अंमलबजावणीसाठी लागणाऱ्या मनुष्यबळाचा विकास, आर्थिक नियोजन व कामाचे नियोजन याबद्दची सैद्धांतिक मांडणी आहे. वरील उदाहरणात गरिबीवर काम करणाऱ्या स्वयंसेवी संस्था किंवा शासकीय यंत्रणा या पद्धतीच्या आधारे जेव्हा कार्य करतात तेव्हा ते सामाजिक कार्य आखणीबद्ध व सुव्यवस्थित होऊ शकते.

- सामाजिक कार्य संशोधन पद्धती ही इतर संशोधन पद्धतींपेक्षा थोडी वेगळी आहे. यात केवळ गरिबीचे स्वरूप, त्याचे व्यक्तीपासून राष्ट्रापर्यंत होणारे परिणाम व कारणमीमांसा एवढ्याचाच अभ्यास केला जात नाही, तर गरिबीचा प्रश्न सोडविण्यासाठी केल्या जाणाऱ्या विविध उपक्रमांचा विश्लेषणात्मक अभ्यास केला जातो; आणि विविध पातळ्यांवर काम करताना वापरल्या जाणाऱ्या रणनीती व त्यांचा परिणाम यांवर सखोल संशोधन करून पुढील कार्याला दिशा दिली जाते. याचा अर्थ वरील पाचही पद्धतींची परिणामकारकता वाढविण्यासाठी या पद्धतीचा उपयोग होतो.

गरिबी या एका समस्येचा विचार सामाजिक कार्याच्या ज्या सहा पद्धती प्रचलित आहेत त्यांमध्ये थोड्याथोड्या फरकाने कसा केला जातो, हे समजण्यासाठी वरील ऊहापोह केला आहे. सामाजिक कार्याच्या या सर्व पद्धती स्वतंत्रपणे विकसित झाल्या आहेत. या पद्धतींच्या ध्येय व उद्दिष्टांमध्ये फरक नसून, कामाच्या व्याप्तीमध्ये आणि सामाजिक कार्यकर्त्यांच्या जबाबदाऱ्यांमध्ये फरक आहे.

सामाजिक समस्यांचे स्वरूप व त्याचे परिणाम समजण्यासाठी ज्ञानाची गरज असते. या प्रश्नांकडे पाहण्याचा एक वस्तुनिष्ठ दृष्टिकोन तयार होणे आवश्यक असते. त्याचप्रमाणे, कार्यकर्त्याला लोकांबरोबर काम करण्यासाठी अनेक क्षमता व कौशल्ये स्वत:मध्ये विकसित करावी लागतात. त्यामुळे कुठल्याही सामाजिक कार्यकर्त्याला ज्ञान, दृष्टिकोन व कौशल्ये या तीन घटकांवर आधारित प्रशिक्षण घेणे गरजेचे आहे. त्याचप्रमाणे, लोकांबरोबर काम करण्याच्या ज्या सामाजिक कार्य पद्धती आहेत, त्यांचा प्रत्यक्ष वापर करण्यासाठी अभ्यास करणे आवश्यक आहे. या पद्धती अनेक देशांतील सामाजिक कार्यकर्त्यांच्या कित्येक वर्षांच्या अनुभवांवर आधारित आहेत. प्रत्येक पद्धतीची वैशिष्ट्ये, तत्त्वे, मूल्ये, तंत्रे व कौशल्ये यांचा स्वतंत्र ज्ञानविस्तार झालेला आहे. त्यामुळे प्रत्येक पद्धतीचा स्वतंत्र अभ्यास करणे गरजेचे असते.

गटकार्य ही सामाजिक कार्याची स्वतंत्र पद्धत आहे. पद्धत म्हणण्याचा अर्थ असा की,

- समाजशास्त्र आणि मानसशास्त्र या दोन्ही शास्त्रांमध्ये गटांचा विविध प्रकारे शास्त्रशुद्ध अभ्यास झाला आहे. गटाचे समाजात त्याचप्रमाणे, व्यक्ती जीवनात असणारे अनन्यसाधारण महत्त्व विशद केले गेले आहे व त्यावरील सिद्धान्त मांडले गेले आहेत. त्या ज्ञानाचा, गटकार्यपद्धतीचा शास्त्रशुद्धरीत्या विकास करण्यासाठी उपयोग झाला आहे. उदाहरणार्थ, समाजशास्त्र आणि मानसशास्त्रातील अनेक सिद्धान्त गटकार्य पद्धतीत पायाभूत ज्ञान म्हणून स्वीकारले गेले आहेत.
- गटकार्याच्या पायऱ्या किंवा टप्पे मूल्ये व तत्त्वांवर आधारित आहेत. गटकार्यकर्त्याच्या भूमिका आणि जबाबदाऱ्यादेखील याच मूल्य-तत्त्वांना धरून आहेत. त्यामुळे प्रत्यक्ष काम करताना त्यांचा आधार घेतल्यास अपेक्षित बदल आपल्याला दिसतात.
- गटकार्यकर्त्याला ही पद्धत प्रत्यक्ष वापरण्यासाठी अनेक कौशल्ये लागतात. त्या कौशल्यांचा वापर कसा करावा याची सविस्तर मांडणी या पद्धतीमध्ये केलेली आहे.

गटकार्य म्हणजे, गटातून, गटासमवेत, गटाचा त्याचप्रमाणे व्यक्तीचा विकास करण्याच्या उद्दिष्टाने करण्याचे कार्य असल्याने, या प्रकरणात गट म्हणजे नेमके काय, गटाचे व्यक्तीच्या जीवनातील महत्त्व, वैशिष्ट्ये व परस्पर संबंधांच्या समस्या किंवा वर्तणूक समस्या या गटजीवनाशी कशा निगडित आहेत, याचा विचार प्रथम केला आहे.

त्यानंतर गटकार्याची व्याख्या व इतर सामाजिक कार्यपद्धतींपेक्षा वेगळी असणारी गटकार्याची वैशिष्ट्ये

यावर चर्चा केली आहे. गटसदस्य व गटकार्यकर्ता यांचे परस्परसंबंध व गटप्रक्रिया हे ज्या घटकांवर आधारित आहेत, त्यांचा विचार केला आहे. सामाजिक कार्य ज्या मूल्यांवर आधारित आहे ती मूल्ये गटकार्यासाठी महत्त्वाची आहेतच. परंतु, गटकार्याच्या वैशिष्ट्यांमुळे काही विशिष्ट मूल्यांचा या पद्धतीमध्ये समावेश आहे. त्यावरही या प्रकरणात चर्चा केली आहे.

१) गटाची व्याख्या व वैशिष्ट्ये (Definition and Characteristics of a Group)

गटकार्याच्या व्याख्येचा गर्भितार्थ समजण्यासाठी गट म्हणजे काय, हे आधी स्पष्ट होणे गरजेचे आहे. समाजात अनेक प्रकारचे गट दिसतात. कुटुंब, मित्रमंडळ, कर्मचारी, कार्यकर्त्यांचा गट इत्यादी. या एकत्रित समूहाला गट म्हणताना पुढील व्याख्या लक्षात येते–

१.१ गटाची व्याख्या (Definition of a Group)

- दोनपेक्षा अधिक व्यक्ती जेव्हा एकत्र येतात व परस्परसंबंध प्रस्थापित करून सहजीवनाचा आनंद घेतात, तेव्हा त्याला 'गट' म्हणतात.
- सामाजिक मानसशास्त्रज्ञांनी खालील व्याख्याही दिली आहे–ज्यांची ध्येये एक आहेत, ज्यांचे परस्पर संबंध स्थिर आहेत, जे काही प्रमाणात परस्परांवर अवलंबून आहेत व आपल्याला एकाच गटाचा भाग समजतात, अशा एकमेकांत आंतर्क्रिया करणाऱ्या दोन किंवा अधिक व्यक्तींचा गट तयार होतो. पौलस : (Paulus) (१९८९)

समाजात अशा प्रकारचे अनेक गट असतात व प्रत्येक व्यक्ती कुठल्या ना कुठल्या तरी गटाची सदस्य असते. हे सदस्यत्व मिळविण्यासाठी किंवा टिकविण्यासाठी सर्वसामान्य व्यक्ती प्रयत्नशील असते. 'गट' हा जीवनाचा अविभाज्य भाग आहे.

१.२ गटाची वैशिष्ट्ये (Characteristics of a Group)

क) **प्रत्येक गटाला काही हेतू असतात :** हेतूचा स्वीकार केल्यास सदस्यत्व मिळते व त्यामुळे, हेतूपूर्तता हा गटाचा गाभा आहे. उदाहरणार्थ, भक्ती साधना करण्यासाठी भजनी मंडळ, कुटुंबाच्या आर्थिक गरजा भागविण्यासाठी, बचत करण्यासाठी भिशी मंडळ किंवा बचत गट. गटाचे हेतू व्यक्तीने स्वीकारले तरच त्याला गटसदस्यत्व मिळू शकते किंवा मिळालेले टिकू शकते. त्याचप्रमाणे गटाचे अस्तित्व हेतूमुळेच टिकते. गटाला जर हेतू नसतील तर गट फार काळ टिकणार नाही. या हेतूंना धरून गटाचे नियम तयार केलेले असतात.

ख) **सदस्यत्व वेगवेगळ्या प्रकारचे असू शकते :** गटसदस्यत्व ऐच्छिक असू शकते. उदाहरणार्थ, मित्रांचा गट किंवा जन्मामुळेदेखील मिळू शकते. उदाहरणार्थ, मुलांचे कुटुंबातील सदस्यत्व; ज्याप्रमाणे जन्मामुळे सदस्यत्व मिळते त्याचप्रमाणे विवाहामुळे कुटुंबाचे सदस्यत्व मिळू शकते. कधी कधी सदस्यत्व लादलेसुद्धा जाऊ शकते. उदाहरणार्थ, कारागृहात असणारे कैदी विविध गटांत विभागले जातात. तिथल्या कडक नियमांमुळे हे सदस्यत्व स्वीकारावे लागते. कधी कधी एखाद्या गटाचे सदस्यत्व व्यक्ती केवळ उद्दिष्टांमुळे स्वीकारते. त्या गटातील सदस्यांबद्दल तिला काहीही माहिती नसते. उदाहरणार्थ, सहल कंपनीबरोबर गटातून सहलीला जाणे. उद्दिष्टपूर्ती झाल्याबरोबर ते गट समाप्त होतात.

ग) गटाच्या हेतूंची सर्व सदस्यांना स्पष्ट कल्पना असते व बऱ्याच प्रमाणात ते सर्वांना मान्य असतात : त्यामुळे हेतुपूर्ततेसाठी प्रत्येक सदस्याने काही जबाबदाऱ्या घेतलेल्या असतात. या जबाबदाऱ्यांमुळे प्रत्येक सदस्याची त्याच्या भूमिकेला धरून ओळख निर्माण होते. उदाहरणार्थ, भजनी मंडळात गायन, वाद्यव्यवस्था, चहापान व्यवस्था, वर्गणीचे हिशेब ठेवणे अशी कामे विभागलेली असतात व प्रत्येक सदस्याला त्यामुळे महत्त्व प्राप्त झालेले असते.

घ) भूमिकांमुळे गटाची एक संरचना तयार होते : ही रचनादेखील गरजेनुसार व काळानुसार बदलत असते. उदाहरणार्थ, तरुण मंडळात गणेश मंडळासाठी विशिष्ट उपगट असू शकतो; किंवा कुटुंबात पालक जसजसे वृद्ध होत जातात तसतशा त्यांच्या भूमिका बदलतात. मुलगा कर्ता होतो व त्याच्या जबाबदाऱ्या बदलत जातात.

च) गटसदस्यांमध्ये संवाद असतो व त्यांच्यातील आंतर्क्रियांमुळे त्यांचे परस्परसंबंध प्रस्थापित होतात : त्यामुळे गटात असण्याचे व या स्नेहसंबंधांचे मोल प्रत्येक सदस्याला वाटत असते. गटातून सदस्यांची ओळख तयार होते आणि समाधान मिळते. संवाद जर नसेल किंवा तो घातक असेल तर गट विस्कळीत होईल. 'परस्परसंबंध' ही गटाची शक्ती असते. प्रत्येकाच्या प्रयत्नांमुळे व सहकार्यामुळेच गटाचे हेतू साध्य होऊ शकतात. नातेसंबंधांचे मूल्य स्वीकारल्यामुळे गट टिकतात.

छ) गट कार्यपूर्तीनंतर समाप्त होऊ शकतात किंवा जुने सदस्य गट सोडतात आणि नवे सदस्य गटात सामील होतात : त्यामुळे गटाचे अस्तित्व विशिष्ट काळापुरते अथवा अनेक वर्षेदेखील असू शकते. उदाहरणार्थ, गणेश मंडळ फक्त गणेशोत्सव साजरा करण्यापुरते कार्यरत असते तर तालीम किंवा तरुण मंडळ सतत चालू राहून त्यातील सदस्य बदलत राहतात.

ही सर्व वैशिष्ट्ये समाजात असणाऱ्या सर्व गटांना लागू पडतात. अशा प्रकारच्या अनेक गटांचे आपण सदस्य असतो.

समाजशास्त्रामध्ये गटांचे दोन प्रकार सांगितले आहेत. प्राथमिक व दुय्यम गट.

प्राथमिक गट (Primary Group)

प्राथमिक गटांमध्ये भावनिक जवळीक अधिक असते. उदाहरणार्थ, कुटुंब हा प्राथमिक गट आहे. अनेक प्रकारच्या भावनिक, शारीरिक व सामाजिक गरजा या गटांमधून पूर्ण केल्या जातात. सातत्यपूर्ण संवाद, देवाणघेवाण ही या प्रकारच्या गटांची वैशिष्ट्ये आहेत.

व्यक्ती अनेक प्राथमिक गटांचे सदस्यत्व विविध कारणांनी घेत असते, किंवा ते आपोआप मिळत असते. उदाहरणार्थ, नोकरीच्या ठिकाणी एका विभागात काम करणाऱ्या सर्व कर्मचाऱ्यांचा एक गट निर्माण होतो. गटाची सर्व वैशिष्ट्ये इथे असतात. सदस्यत्व ऐच्छिक असल्याने एखादी व्यक्ती गट सोडू शकते. परंतु, सदस्य होणे, किंवा सदस्यत्व संपुष्टात येणे किंवा रद्द होणे याला काही नियम असतात. प्राथमिक गटांचा व्यक्तीच्या जीवनावर अधिक परिणाम होतो.

दुय्यम गट (Secondary Group)

दुय्यम गट म्हणजे राष्ट्र, कारखाना, कॉलेज, वगैरे. या गटांमध्ये प्रत्यक्ष समोरासमोर जरी संवाद नसला तरी या गटांमुळे व्यक्तीची एक विशिष्ट ओळख निर्माण होते.

एक व्यक्ती एकाच वेळी अनेक गटांची सदस्य असते. या गटांचे सदस्यत्व, त्या त्या गटातील सर्व

सदस्यांचा स्वविकास, सामाजिक योगदान आणि सकारात्मक प्रतिमेसाठी कमी-जास्त प्रमाणात महत्त्वाचे असते. गटसदस्यत्व ही मूलभूत गरज आहे. गटामुळे व्यक्तीला अस्तित्व प्राप्त होते. प्रत्येक गटाची वैशिष्ट्ये जरी वेगळी असली तरी गटांमध्ये साम्यही असते.

गटसदस्यांचे परस्परसंबंध महत्त्वाचे असतात. या परस्परसंबंधात किंवा दोन गटांतील परस्परसंबंधात वैमनस्य निर्माण होऊ शकते. त्यातून गटजीवन विस्कळीत होऊ शकते. सदस्य असमाधानी होतात व त्यामुळे ध्येयपूर्ती होण्यात अडथळे येतात; अथवा, ध्येयपूर्ती होऊनसुद्धा एकमेकांवरील विश्वास उडणे, संवाद दुरावणे इ. प्रक्रिया घडतात.

एक व्यक्ती एकाच वेळी अनेक गटांची सदस्य असल्याने प्रत्येक गटाच्या उद्दिष्टांप्रमाणे वेगवेगळ्या भूमिका वठवत असते. त्यामुळेही ताणतणाव निर्माण होऊ शकतात.

सदस्यत्व संपुष्टात येण्याचे अनुभव व्यक्तीला धक्कादायक आणि क्लेशकारक होतात. उदाहरणार्थ, पती-पत्नीचा घटस्फोट झाल्यास त्या पत्नीचे/पतीचे त्या कुटुंबातील सदस्यत्व संपुष्टात येते व अनेक समस्या निर्माण होऊ शकतात.

व्यक्तीला गट जीवनाचे सुखद अनुभव आलेले असतात. त्याचप्रमाणे गट जीवन विस्कळीत झाल्यामुळे त्याचे विपरीत परिणामही व्यक्तीने अनुभवलेले असतात. गटाची वैशिष्ट्ये व अनेक प्रकारच्या गटांचे समाजातील स्थान यांचे परिणाम गटातील वातावरण, गटसदस्य संबंध यांवर होत असतात. अशा गटांमध्ये सहभागी झाल्यामुळे प्रत्येक व्यक्तीच्या जीवनात पुढील गोष्टी घडतात-

- सामाजिक प्रगल्भता येते.
- सकारात्मक सामाजिक दृष्टिकोन तयार होतो.
- व्यक्ती समाजोन्मुख होते.
- सामाजिक कौशल्यांचा विकास होतो.
- स्वप्रतिमा सकारात्मक होऊन व्यक्तिमत्त्व विकास होतो.
- भावनिक संतुलन निर्माण होते.

स्वत:च्या भूमिका वठवताना मिळणाऱ्या समाधानामुळे व्यक्ती इतरांच्या विकासाला मदत करते आणि त्यातून सामाजिक स्थैर्य व सुरक्षित सामाजिक वातावरण निर्माण होण्यास मदत होते. गट जीवनाचे विपरीत अनुभव आल्यास त्याचे व्यक्ती विकासावर परिणाम तर होतातच, परंतु समाज जीवनातही त्याचे विघातक परिणाम दिसतात.

या सर्व गट अनुभवांचा अभ्यास केल्यावर आणि गटामुळे काय साध्य होऊ शकते याचे प्रत्यंतर सामाजिक कार्यात दिसल्यामुळे सामाजिक गटकार्य ही पद्धती विकसित झाली.

२) गटकार्याची व्याख्या व व्याप्ती (Definition and Scope of Group Work)

२.१ गटकार्याची व्याख्या (Definition of Group Work)

१९३५ साली गटकार्य ही सामाजिक कार्य मध्यस्थीतील एक महत्त्वाची पद्धत म्हणून औपचारिकरीत्या स्वीकारली गेली. त्याच वर्षी 'नॅशनल कॉन्फरन्स ऑफ सोशल वर्क'ने सर्वानुमते एक ठोस व्याख्या तयार केली. त्या इंग्रजी व्याख्येचे शब्दश: भाषांतर न करता, त्या व्याख्येतील महत्त्वाचे मुद्दे घेऊन संकल्पना स्पष्ट केली आहे.

या व्याख्येत गटकार्य ही एक शैक्षणिक प्रक्रिया आहे, असे म्हटले आहे व या प्रक्रियेचा भर व्यक्तिविकास व सामाजिक समायोजन यांवर आहे. त्याचप्रमाणे सदस्यत्व ऐच्छिक असणे महत्त्वाचे आहे. गट जीवनाचा अनुभव व्यक्तीसाठी केवळ स्वत:च्या विकासापुरता मर्यादित न राहता या सदस्यांच्या गट संपर्कामुळे सामाजिक ध्येयपूर्ती व्हायला हवी, असे या व्याख्येत म्हटले आहे. म्हणजेच, सदस्यत्वामुळे निर्माण झालेली सामाजिक कौशल्ये गटाबाहेर वापरली जाऊन समाज बदलाची प्रक्रिया सुरू व्हायला हवी.

ग्रेस कॉयल (Grace Coyle) (१९३७) यांनी केलेली गटकार्याची व्याख्या आजही प्रमाण म्हणून स्वीकारली गेलेली आहे. त्यांच्या मते, गटातून अनेक व्यक्तींना एकत्र आणून, त्यांचा एकमेकांशी संवाद निर्माण करून, व्यक्तीचा विकास साधण्याचा प्रयत्न गटकार्यात केलेला असतो. गटातील अनेक अनुभव गटकार्यकर्ता हेतुपूर्वक निर्माण करतो. त्यामुळे सदस्यांमध्ये एकी व सहकार्य निर्माण होऊन कृती करण्याची प्रेरणा निर्माण होते. ही कृती सर्वांना हितावह होऊन सामाईक उद्दिष्टे सफल होतात.

ट्रेकर (Trecker) (१९७०) या गटकार्य तज्ज्ञाने गटकार्याची विस्ताराने केलेली व्याख्या नवीन सामाजिक कार्यकर्त्याला अधिक मार्गदर्शक आहे. त्या व्याख्येतील महत्त्वाचे मुद्दे पुढीलप्रमाणे आहेत–

- गटकार्य ही सामाजिक संस्थेच्या पाठिंब्याने चालणारी एक सामाजिक कार्य पद्धती आहे. संस्थेच्या कामाच्या व्याप्ती व हेतूंवर गटाची उद्दिष्टे आधारित असतात. सदस्यांमध्ये आंतर्संबंध व आंतर्क्रिया निर्माण होण्यासाठी विविध कार्यक्रम गटातून राबवले जातात. हे कार्यक्रमदेखील संस्थेच्या कार्यकक्षेतील असणे गरजेचे असते.
- या गट अनुभवांमुळे परस्परसंबंध प्रस्थापित करण्याची व स्व-विकासाची संधी उपलब्ध होते. गटातील सर्व अनुभव प्रत्येक सदस्याच्या गरजा, क्षमता यांचा विचार करूनच गटकार्यकर्ता निर्माण करत असतो.
- गटकार्याच्या संपूर्ण प्रक्रियेचे अंतिम उद्दिष्ट व्यक्ती, गट आणि समुदाय विकास या तिनहीवर आधारित आहे.

व्याख्येतील प्रत्येक मुद्दा विचारात घेताना काय अपेक्षित आहे किंवा तो मुद्दा नेमका कुठल्या घटकांवर आधारित आहे, हे त्याने स्पष्ट केलेले आहे. ते घटक समजून घेणे महत्त्वाचे आहे–

- गटकार्य ही शास्त्रीय तत्त्वांवर आधारित पद्धती आहे. याचा अर्थ असा की ज्ञान, नियम, तत्त्वे व कौशल्ये या पद्धतींचा पाया आहेत.
- गटकार्याच्या ध्येयांमध्ये समुदाय (समाज), गट व व्यक्ती या सर्वांच्या गरजांचा विचार केलेला असतो. ज्या संस्थेतर्फे सामाजिक कार्यकर्ता काम करत असतो त्या संस्थेची ध्येये व गटाची ध्येये यात नाते असते. उदाहरणार्थ, आरोग्याच्या समस्या कमी करण्याच्या दृष्टीने काम करणाऱ्या सामाजिक संस्थेचे सर्व गट 'आरोग्य संवर्धन' हे उद्दिष्ट धरूनच घेतले जातील.
- प्रत्येक गटाचे वेगळेपण लक्षात घेणे व गटाची उद्दिष्टे त्या दृष्टीने ठरवणे गरजेचे असते.
- उद्दिष्टांचा विचार करून त्याप्रमाणे कार्यक्रम घेण्यास गटाला मदत करून, गटकार्यकर्ता गटसदस्यांना मार्गदर्शन करत प्रोत्साहित करतो. त्यातून आंतर्क्रिया निर्माण होतात. त्यामुळे गट सुसंघटित होण्याच्या दृष्टीने गटप्रक्रियेला चालना देणे सोपे जाते.
- प्रत्येक सदस्याचा गटातील सहभाग महत्त्वाचा आहे. याचा अर्थ, प्रत्येक सदस्यामध्ये तो गटाचा अविभाज्य भाग आहे, अशी भावना निर्माण व्हायला हवी. सदस्यांमध्ये स्वप्रेरणा, सहकार्याची भावना

जागृत होऊन जबाबदाऱ्यांचे वाटप झाल्यास प्रत्येकजण घेतलेल्या जबाबदाऱ्या पार पाडण्याचा प्रयत्न करतो. निर्णय प्रक्रियेत सहभागी होऊन सदस्य एकमेकांबरोबर समायोजन करतात व त्यातून परस्परसंबंध प्रस्थापित होतात.

- वर्तणूक बदल हेच गटाचे प्रमुख उद्दिष्ट असते. याचा अर्थ सदस्यांच्या वर्तणुकीत तसेच गटाच्या कार्यपद्धतीत बदल करण्यासाठी गटप्रक्रियेतून प्रयत्न केले जातात. लोकशाही तत्त्व हा आपल्या समाजाचा आधार आहे. त्यामुळे या बदलाच्या प्रक्रियादेखील लोकशाही तत्त्वांवर आधारलेल्या आहेत. सर्वानुमते आणि सर्वांच्या सहभागातूनच हा बदल करण्याचा प्रयत्न असतो. लोकशाही तत्त्व म्हणजे सर्वांच्या विचाराने, सर्वांचा सहभाग घेऊन निर्णय घेणे, कार्य करणे. गटातून याचे अनुभव आल्यास, त्या तत्त्वांचा प्रत्यक्ष स्वत:च्या जीवनात वापर करण्यास सदस्य प्रेरित होतात.

गिजेला कनोप्का (Giesela Konopka) (१९५४) या गटकार्य पद्धतीच्या तज्ज्ञ, सामाजिक कार्यकर्त्या व सामाजिक कार्य शिक्षण तज्ज्ञ होत्या. त्यांनी गटकार्याची व्याख्या पुढीलप्रमाणे मांडली आहे–

'गटकार्य ही समाजकार्याची एक पद्धत आहे, जिच्यामध्ये, व्यक्तीला स्वत:च्या सामाजिक वर्तणुकीत बदल करण्यास किंवा आंतर्क्रियांमध्ये सुयोग्य वृद्धी होण्यास मदत केली जाते. हेतुपूर्वक निर्माण केलेल्या गट अनुभवांतून वैयक्तिक, गट व समुदायाच्या पातळीवरील अनेक समस्यांना प्रभावीपणे सामोरे जाण्यासाठी लागणाऱ्या क्षमता वृद्धिंगत करण्याचा प्रयत्न केला जातो.'

वरील सर्व व्याख्यांचा एकत्रितपणे सर्वंकष विचार केल्यास पुढील मुद्दे गटकार्यासाठी महत्त्वाचे आहेत, हे लक्षात येते–

- **गटकार्यात सदस्यांची समोरासमोर आंतर्क्रिया होणे गरजेचे असते :** आंतर्क्रिया व परस्परसंबंध स्वप्रकटीकरणास चालना देतात, यांमुळे बदलाची प्रेरणा निर्माण होते. स्व-विकासाबरोबरच गट विकासाबद्दल बांधिलकी निर्माण होते. व्यक्तिबदल आणि गटविकास हे परस्परांवर अवलंबून आहेत. ते एकमेकांवर परिणाम करतात हे लक्षात ठेवणे गरजेचे आहे. विविध समस्या सोडवणुकीची कौशल्ये व समायोजन क्षमता एकमेकांच्या अनुभवांतून सदस्यांना शिकता येतात.
- **गट हे माध्यम आहे :** गटकार्यकर्ता सदस्यांना बरोबर घेऊन, एक सुरक्षित वातावरण तयार करून, नवीन अनुभव आणि संवादाची संधी निर्माण करतो. त्यातून सदस्यांमध्ये, 'माझ्यासारखेच इतर अनेक आहेत व देवाणघेवाणीची क्षमता सर्वांमध्ये आहे,' असा विश्वास निर्माण होऊन वर्तन बदलाची प्रक्रिया सुरू होते. ज्याप्रमाणे स्वत:ची वर्तणूक बदलण्याचे प्रयत्न सदस्य करतो, त्याचप्रमाणे इतर सदस्यांनादेखील बदलण्याच्या प्रक्रियेत सदस्य मदत करतो.
- **सामाजिक संस्थांची उद्दिष्टे केंद्रस्थानी धरणे गरजेचे असते :** उदाहरणार्थ, मुलांचे मनोरंजन केंद्र चालविणाऱ्या संस्थेने पालकांचे गट बांधताना बचत गट हे उद्दिष्ट ठेवणे इष्ट होणार नाही. मुलांबरोबर ज्या उद्दिष्टाने काम चालते त्याला पालकांच्या गटांची उद्दिष्टे संलग्न असणे गरजेचे असते. संस्थेचे उद्दिष्ट मुलांचा सर्वांगीण विकास हे असेल, तर पालकांचा गट हा जबाबदार पालकत्व निर्माण करण्याच्या उद्दिष्टाने घ्यावा लागेल.
- **गटकार्यकर्त्याची भूमिका गटकार्यात महत्त्वाची आहे :** गटातून प्रत्येक व्यक्तीचा विकास व्हावा यासाठी गटकार्यकर्ता प्रयत्नशील असतो. गटाबाहेरील संस्थांतील किंवा समाजातील इतर सुविधांशी तो

गटाचा संपर्क निर्माण करतो व गटप्रक्रिया प्रभावी करण्यासाठी या संसाधनांचा सुयोग्य वापर करण्यास मदत करतो. समाजाशी सदस्यांचे वैयक्तिक व गटाचे एकत्रित नाते निर्माण होण्यासाठी त्याचे योगदान असते. उदाहरणार्थ, वस्ती पातळीवर किशोरवयीन मुलींच्या सक्षमीकरणाचा गट जर घ्यायचा असेल, तर त्यात आरोग्य हा घटक धरून मुलींचे आरोग्य सुधारण्यासाठी जवळच्या प्राथमिक आरोग्य केंद्राची मदत गटकार्यकर्ता घेऊ शकतो. त्यामुळे तिथल्या कर्मचाऱ्यांची मुलींशी ओळख होऊन भविष्यकाळात संपर्क वाढू शकतो. आरोग्य संवर्धनासाठी आरोग्य सेवांचा वापर करण्याची सवय मुलींमध्ये निर्माण होते.

- **व्यक्तिविकास आणि गट विकासातून समाजजीवन समृद्ध होणे अपेक्षित आहे :** गट समाज जीवनात सक्रिय होणे किंवा गटातून, प्रत्येक सदस्यामध्ये, जीवनातील इतर भूमिका पार पाडण्यासाठीही उपयोगी पडतील अशी कौशल्ये निर्माण होणे, हे अपेक्षित आहे. त्यामुळे गटसदस्यांचे खऱ्या अर्थाने सक्षमीकरण होईल. गटप्रक्रिया लोकशाही तत्त्वांवर आधारित असल्याने ती मूल्ये अंगीकारून व्यक्तीने रोजच्या जीवनात त्यांच्या आधारे वर्तणूक ठेवणे हे अपेक्षित आहे. हे घडले तरच समाजाचा एक सक्रिय घटक म्हणून व्यक्तीची क्षमता वृद्धी झाली व त्यातून खऱ्या अर्थाने गटकार्याची उद्दिष्टे पूर्ण झाली, असे म्हणता येईल.

व्याख्या समजून घेतली की, असे लक्षात येते की, गटकार्य ही एक पद्धतशीर प्रक्रिया आहे. गटप्रक्रिया म्हणजे, गटाची सुरुवात आणि शेवट या दोन टोकांमध्ये अनेक घटना घडतात, नातेसंबंध निर्माण होतात, सतत बदल घडत असतात; आणि त्या घटनाक्रमातून वैयक्तिक विकास व गटविकास होतो. गटातून जेव्हा सदस्य विविध अनुभवांत सहभागी होतात, तेव्हा त्यांची सामाजिक कौशल्ये वाढीस लागतात. या कौशल्यांमुळे त्यांच्यामध्ये व गटकार्यकर्त्यामध्ये नातेसंबंध निर्माण होऊ लागतात. सामाजिक कार्यकर्ता या नातेसंबंधांचा योग्य उपयोग करून गटकार्याच्या अनेक सत्रांची साखळी गुंफत जातो. त्यातून नवनवीन अनुभव निर्माण होतात; आणि ज्या उद्दिष्टांनी गटकार्य सुरू केले असेल ती उद्दिष्टे साध्य होतात. गटकार्यातील अनुभव सदस्य दुसऱ्या गटात वापरतात व त्या संदर्भात फीडबॅक (पुनर्भरण) देतात. या सर्वांमुळे गटकार्य ही प्रक्रिया आहे, असे म्हटले जाते.

२.२ गटकार्याची व्याप्ती व महत्त्व (Scope and Importance of Group Work)

गटकार्य सर्व वयोगटांच्या व्यक्तींसाठी उपयोगी आहे. तसेच, वैयक्तिक समस्या किंवा गरजांच्या विचारांबरोबरच, गटाच्या गरजा आणि वैशिष्ट्ये यांचाही विचार त्यात होतो. त्यामुळे, गटकार्यात व्यक्तिविकास आणि गटविकास यांची सांगड घातली जाते. उदाहरणार्थ, अनाथ किशोरवयीन मुलांबरोबर गटकार्य करताना प्रत्येक मुलावर अनाथपणाचे झालेले परिणाम समजणे जसे महत्त्वाचे असते, त्याचप्रमाणे किशोरवयीन मुलांचा गट म्हणून त्यांच्यात मनोसामाजिक प्रगल्भता निर्माण होण्याची गरजदेखील लक्षात घेतली जाणे महत्त्वाचे असते. यातून सदस्यांच्या एकमेकांशी होणाऱ्या मैत्रीतून आणि काही चांगली कामगिरी करून दाखविल्याने गट म्हणून त्यांची ओळख निर्माण होण्यासाठी प्रयत्न करणे अपेक्षित आहे.

स्त्री-पुरुष दोघांनाही गट आधाराची गरज असते. त्यासाठी त्यांच्या सर्वसाधारण गरजा आणि विशिष्ट गरजा यांचा विचार गटातून करता येतो. मनोसामाजिक समस्या, परस्परसंबंधांचे प्रश्न, स्व-प्रतिमेशी निगडित समस्या, या सर्वांसाठी गटकार्य उपयोगी पडते.

जन्मापासून मृत्यूपर्यंत व्यक्तिजीवन ज्या टप्प्यांमधून जात असते त्याला 'मानवी वैकासिक टप्पे' म्हणतात. प्रत्येक व्यक्ती विकासाच्या विविध टप्प्यातून पुढे जात असते, हे टप्पे ढोबळपणे बालपण, किशोरावस्था, तारुण्यावस्था व वृद्धावस्था असे असतात. प्रत्येक टप्प्यात काही गरजा, समस्या व वर्तणूक

अपेक्षा असतात. त्या त्या टप्प्यात त्यांना सामोरे जाण्यासाठी काही विशिष्ट क्षमतांची गरज असते. त्या क्षमतांची वृद्धी होण्यासाठीही गटकार्याचा उपयोग होतो.

भावनिक आधाराचे महत्त्व : जीवनात देखील पदोपदी आपल्याला गटातून मिळणाऱ्या भावनिक आधाराचे अनुभव येतात. मी एकटा नाही, ही भावना उभारी निर्माण करते. माझ्यासारखे अनुभव किंवा समस्या असणारे अनेक आहेत, याचे प्रत्यक्ष अनुभव केवळ गटातूनच येऊ शकतात. या सूत्राचा गटकार्यात नेमकेपणाने उपयोग केलेला आहे. उदाहरणार्थ, मतिमंद मुलांच्या पालकांचा गट घेताना पालकांवर या भावनिक आधाराचे सकारात्मक परिणाम गटकार्यकर्त्याला दिसतात.

परंतु, खूप गंभीर स्वरूपाचे मानसिक आजार असलेल्या व्यक्ती किंवा बुद्ध्यंक खूप कमी असलेल्या व्यक्ती यांना गटकार्याचा फारसा उपयोग होणार नाही. किंवा, ४-५ वर्षांखालील मुलांना सामाजिकीकरणासाठी गट अनुभवांची गरज असली तरी त्यांच्यासाठी घेतलेल्या गट कार्यक्रमांना खऱ्या अर्थाने गटकार्य म्हणता येणार नाही.

३) गटकार्याची वैशिष्ट्ये (Characteristics of the Group Work)

- गटकार्याचे सर्वांत महत्त्वाचे वैशिष्ट्य म्हणजे गटातील सदस्यांचे परस्पर संबंध. हे परस्पर संबंध एक माध्यम म्हणून वापरले जातात. गटकार्यकर्ता जाणीवपूर्वक संबंध प्रस्थापित करण्यासाठी प्रयत्न करतो. असे संबंध प्रस्थापित झाले तरच गट कार्यरत होऊ शकतो अन्यथा तो विस्कळीत होऊ शकतो.
- सदस्यांची सामाजिक कौशल्ये विकसित करणे हा गटकार्याचा केंद्रबिंदू आहे. सामाजिक कौशल्यवृद्धीसाठी गटातून घेतलेल्या विविध कार्यक्रमांतून आणि अनुभवांतून यासाठी संधी उपलब्ध होते. ही सामाजिक कौशल्ये फक्त गटप्रक्रियेसाठी उपयोगी नसतात, तर सदस्यांना दैनंदिन जीवनातही ती उपयोगी पडतात.
- गटकार्य सुरू करण्यापूर्वी पूर्वतयारी आणि नियोजन हे दोन महत्त्वाचे टप्पे आहेत; कारण गटकार्य करताना सदस्यांच्या गरजा व क्षमतांचा विचार करून ते करणे अपेक्षित असते. तसेच, गटकार्य हे हेतुपूर्वक करायचे असल्याने नियोजन महत्त्वाचे असते.
- गटकार्यकर्ता गटात सामील झाला असला तरी तो सर्व सदस्यांची वर्तणूक व आंतर्क्रिया सखोल अभ्यासत असतो. हा अभ्यास वस्तुनिष्ठ निरीक्षण व विश्लेषणावर आधारित असतो. हे निरीक्षण तो सदस्यांना योग्य वेळी योग्य मार्गदर्शन करण्यासाठी वापरतो.
- प्रत्येक सदस्याला गटप्रक्रियेचा सदुपयोग करता यावा यासाठी गटकार्यकर्त्याला पुढाकार घ्यावा लागतो; कारण अनेकदा व्यक्तींना एकमेकांना मदत करण्याची सवय किंवा आत्मविश्वास नसतो. गट अनुभवांचा स्वविकासासाठी कसा उपयोग होईल याचेही मार्गदर्शन करावे लागते.

गटातील व्यक्तीला 'अशील' न म्हणता 'सदस्य' म्हटले आहे; कारण गटकार्यात सर्व जण एका पातळीवर असतात व गटकार्यकर्ता देखील 'सहभागी कार्यकर्ता' असतो. सर्वांचे योगदान गटासाठी महत्त्वाचे आहे. समानता हे तत्त्व गटकार्यात फार महत्त्वाचे आहे.

- केवळ समस्या निराकरणासाठी गटकार्य नसून, समस्या निराकरणाच्या प्रक्रियेतून व्यक्ती व गटाचे सक्षमीकरण होते; कारण समस्या सोडविताना निर्णयक्षमतेची वृद्धी होते. विचारपूर्वक काम करण्याची सवय लागते, विश्लेषण क्षमतावृद्धी होते. अशा प्रकारे गटसदस्याचा वैयक्तिक विकास गटातून होतो.

- गटकार्याच्या उद्दिष्टपूर्तींचा संबंध समाज विकासाशी आहे. गटाचे अस्तित्व समाजाच्या संदर्भात आहे. उदाहरणार्थ, महिला मंडळाचा गट घेताना महिलांमध्ये हळूहळू स्वतःच्या प्रश्नांच्या पलीकडे पाहण्याची क्षमता निर्माण होते व महिला वस्तीच्या प्रश्नांवर काम करण्यासाठी तयार होतात.

- गटाची निर्णय प्रक्रिया योग्य होण्यासाठी विविध प्रकारची आवश्यक माहिती सदस्यांपर्यंत योग्यप्रकारे व वेळेत पोहोचणे गरजेचे आहे. ही गटकार्यकर्त्याची जबाबदारी महत्त्वाची आहे. सविस्तर माहिती मिळाल्यामुळे निर्णयप्रक्रिया अधिक शास्त्रशुद्ध व सर्वांचा विकास विचारात घेऊन होते.

या मुद्यांवरून हे स्पष्ट होते की, गटकार्यकर्ता व सदस्य हे दोघेही गट विकासासाठी जबाबदार आहेत. दोघांनी एकत्रित प्रयत्न करणे अपेक्षित आहे. त्यामुळे संपूर्ण गट प्रक्रिया ही लोकशाही तत्त्वावर आधारित आहे. प्रत्येक सदस्याला स्वतःच्या क्षमतेप्रमाणे सहभागाची संधी तर मिळतेच परंतु क्षमतावृद्धी होण्यासाठी इतरांचा आधार व प्रोत्साहन मिळते. एकमेकांचा आदर व एकमेकांच्या मतांची कदर केल्याशिवाय स्नेहसंबंध प्रस्थापित होणे शक्य नाही. विचारांची, कल्पनांची देवाणघेवाण, एकमेकांकडून शिकण्याचा मोकळेपणा या सर्व लोकशाही प्रक्रिया गटातून निर्माण होतात.

४) गटकार्याची उद्दिष्टे व महत्त्व (Objectives and Importance of Group Work)

या वैशिष्ट्यांवर आधारित गटकार्याची सर्वसाधारण उद्दिष्टे पुढीलप्रमाणे आहेत. ही उद्दिष्टे कुठल्याही गटाबरोबर काम करताना मूलभूत असतात–

४.१ उद्दिष्टे

- गटाच्या मदतीने प्रत्येक व्यक्तीला संपूर्ण स्व-विकासाची जास्तीत जास्त संधी उपलब्ध करून देणे.

- जबाबदार व अर्थपूर्ण नातेसंबंध प्रस्थापित करण्याची सदस्यांची क्षमता वाढविणे.

- गटजीवनातील सहकार व सहभागावर आधारित लोकशाही तत्त्वांचा स्वीकार सदस्यांकडून व गटाकडून होण्यास प्रेरणा देणे.

- गटातील सकारात्मक अनुभवांवर आधारित समाजातील अनेक प्रक्रियांमध्ये जबाबदार नागरिक म्हणून सहभागी होण्याचे मूल्य रुजविणे, हे गटकार्याचे दूरगामी अंतिम ध्येय आहे.

हेलन फिलिप्सने (Helen Phillips) (१९६२) गटकार्याची पायाभूत उद्दिष्टे मांडली आहेत–

- गटसदस्यांना वास्तव 'स्व'चे स्वरूप व त्याचे मूल्य कळण्यास मदत करणे.

- सदस्यांना स्वतःच्या बलस्थानांचा शोध लागण्यास व त्याचा उपयोग करून विकास करण्यास मदत करणे.

- गट अनुभवांतून, बाहेरील विविध गटांमध्ये अधिक जबाबदारपणे सहभागी होण्यास व्यक्ती प्रेरित होणे.

- संपूर्ण गटामध्ये सामाजिक परिस्थितीबद्दल जाण निर्माण करणे.

- लोकशाही तत्त्वांवर आधारित समाजरचना व त्यातील प्रक्रिया यातील बदलांच्या प्रक्रियांमध्ये गटाचे योगदान वाढविणे.

गटकार्याची व्याप्ती व उद्दिष्टे समजून घेण्यासाठी पुढील उदाहरणाचा उपयोग होईल.

शहरी वस्तीमध्ये काम करणाऱ्या एका सामाजिक संस्थेच्या कार्यक्रमांचा हेतू एच.आय.व्ही. संदर्भात जनजागृती निर्माण करणे हा होता. समाज कार्यकर्त्याला वस्तीमध्ये हिंडताना किंवा गृहभेट करताना अनेक तरुण मुले भेटत. ही तरुण मुले अर्धवट शाळा सोडलेली, अधूनमधून काम मिळाले तर करणारी अशी होती व ती वस्तीत कोपऱ्यांवर उभे राहून गप्पा किंवा टवाळ्या करताना दिसत. या संस्थेचा व्यवसाय प्रशिक्षण कार्यक्रमदेखील होता व त्यातून स्वयंरोजगारासाठी कर्ज देण्याचीही संस्थेची योजना होती. वैयक्तिक पातळीवर ४ ते ५ युवकांना कार्यकर्त्याने व्यवसाय प्रशिक्षणास येण्यास उद्युक्त केले. तीन महिन्यांच्या प्रशिक्षणामुळे कार्यकर्त्यांचा युवकांबरोबर संपर्क वाढला. त्यांच्याशी गप्पा मारताना एच.आय.व्ही. जनजागरण कार्यक्रमाबद्दल माहिती कार्यकर्त्याने त्यांना दिली. ही मुले त्यांच्या इतर तरुण मित्रांबरोबर एच.आय.व्ही.ची माहिती घेण्यासाठी, त्यावर चर्चा करण्यासाठी संस्थेत यायला तयार झाली. सर्वांच्या विचारानुसार ४ ते ५ सत्रांचे नियोजन झाले. विविध कार्यक्रम व त्यावर होणाऱ्या चर्चेमुळे तरुणांना या क्षेत्रात आपण काहीतरी केले पाहिजे, असे वाटू लागले. गटसंख्या ४ ते ५ वरून १५ ते २० झाली.

प्रेरक म्हणून काम करण्यासाठी लागणाऱ्या क्षमतावृद्धीसाठी गटकार्य सुरू झाले. स्वत:च्या वर्तणुकीची तपासणी, गट म्हणून एक अस्तित्व निर्माण होण्याची प्रक्रिया व सामाजिक समस्येबद्दल सखोल जाण निर्माण होऊ लागली. तीन महिने आठवड्यातून दोन दिवस सदस्य भेटत होते व त्यानंतर वस्ती पातळीवर त्यांनी कामाला सुरुवात केली. गटकार्यकर्त्याने गटाच्या नियोजन व आयोजनातून हळूहळू अंग काढून घेतले. तरुणांनी एकत्रितपणे वस्तीमध्ये जनजागरणाचे त्याचप्रमाणे आरोग्य तपासणीसाठी अनेक कार्यक्रम राबवायला सुरुवात केली. अर्थात, सामाजिक संस्थेकडून सर्व तांत्रिक मदत व संसाधने त्यांना उपलब्ध झाली. अशा रीतीने वस्तीतील या युवकांची वस्तीमधील ओळख बदलली व इतर अनेक सामाजिक उपक्रमांमध्ये या युवकांनी नेतृत्व केले.

युवकांच्या गट विकासाच्या या उदाहरणाआधारे गटकार्यामुळे नेमके काय बदल युवकांच्या जीवनात झाले, ते सारांशरूपाने पुढीलाप्रमाणे मांडता येतील–

- गट अनुभवांमुळे सदस्यांचा आत्मविश्वास वाढला. सामाजिक कौशल्यांचा विकास झाला.
- एकमेकांचा आधार मिळाल्यामुळे बदलाची प्रक्रिया जलद झाली.
- वस्तीमध्ये जाणीव-जागृतीचे काम करण्याची जबाबदारी गटाने घेतल्यामुळे त्यांनी स्वत:च्या वर्तणुकीची तपासणी केली. स्वत:च्या लैंगिक वर्तनाबद्दल जबाबदारीची जाणीव निर्माण झाली. सखोल विचार करण्याची वृत्ती वाढीला लागली.
- या गटाची समाजामध्ये वेगळी ओळख निर्माण झाल्यामुळे प्रत्येक सदस्याचा सामाजिक दर्जा वाढला.
- समाजाशी एक वेगळे नाते गट म्हणून निर्माण झाले.

४.२ गटकार्याचे महत्त्व (Importance of Group Work)

• **गट ज्याप्रमाणे आधार आहे त्याचप्रमाणे गट हे एक शक्तिशाली माध्यम आहे :** एका व्यक्तीच्या कृतीतून जे साधता येणार नाही ते एकत्रित कृतीतून साधले जाते.

उदाहरणार्थ, काही वर्षांपूर्वी रेल्वे स्थानकावर भटकणाऱ्या मुलांबरोबर काम करणाऱ्या एका संघटनेने त्या १५ ते २० मुलांचा गट तयार केला. त्यांना त्यांचे प्रश्न मांडण्यासाठी पथनाट्य या माध्यमाचे प्रशिक्षण दिले. या पथनाट्यासाठी मुले एकत्र आली. स्वतःच्या जीवनाकडे नव्याने बघायला लागली. वेगवेगळ्या घटकांसमोर त्यांनी पथनाट्य सादर केले. रेल्वे पोलिसांचा दृष्टिकोन त्यांच्या मांडणीमुळे बदलला. मुलांना ओळखपत्र देण्यापर्यंत साध्य पूर्ण होऊ शकले. हे केवळ गटकार्यामुळे घडले.

• **गटसदस्यत्वाबद्दल समाधान वाटू लागल्यास, सदस्यांना गटाचे नियम पाळण्याची इच्छा निर्माण होते :** गटसदस्य स्वतःच गटाचा अलिखित करारनामा तयार करतात व त्याप्रमाणे वागण्याचा प्रयत्न करतात. इतर सदस्यांना प्रेरित करतात. प्रत्येकाने सहभाग घेतलेला असतो, त्यामुळे बांधिलकी सहज निर्माण होते. गटाने मला स्वीकारले आहे परंतु त्याचबरोबर माझ्याकडून गटाच्या काही अपेक्षा आहेत याचे अनुभव सदस्यांना येतात. त्यामुळे नवीन काही करून बघण्याची इच्छा निर्माण होते. परस्पर संबंधांमुळे एकमेकांना फीडबॅक दिला जातो. कधी उत्तेजन मिळते तर कधी सूचना मिळतात. त्यामुळे समस्यांवर मात करण्याची प्रेरणा मिळते. आपुलकी व विश्वास या अनुभवामुळे व्यक्तीच्या मनाला उभारी मिळते. इतर सदस्यांकडून होणारा स्वीकार व विश्वास यामुळे स्वतःच्या रोजच्या जीवनात काही वेगळे घडू शकेल, ही आशा सदस्यांमध्ये निर्माण होते.

• **गटाबाहेरील जीवनातील संघर्ष किंवा समस्या वेगळ्या प्रकारे हाताळण्याची मानसिक तयारी होते :** गट हा समाज जीवनाचे प्रतिबिंब आहे. त्यामुळे त्यात अनेक नकारात्मक घटनादेखील घडू शकतात. त्यासाठी गटकार्यकर्त्याची जबाबदारी मोठी आहे. तो गट प्रक्रियेला योग्य दिशा देण्यासाठी सजग राहतो व गट अनुभवाचे फायदे सर्व सदस्यांना होतील या दृष्टीने तो प्रयत्नशील असतो. गटातील संघर्ष कमी कसे करायचे याचे सदस्यांना प्रशिक्षण प्रत्यक्ष मिळते व त्यामुळे गटाबाहेरील जीवनातील अनेक अडथळे किंवा अडचणी सोडवण्याची क्षमता निर्माण होते.

• **गटकार्याचे सर्वांत मोठे योगदान म्हणजे लोकशाही तत्त्वावर आधारित गटप्रक्रिया :** सर्व सदस्यांचे परस्परसंबंध समानता व विश्वासावर आधारित होण्यासाठी गटकार्यकर्ता विविध कार्यक्रमांतून प्रयत्न करतो. लोकशाही तत्त्वावर आधारित वर्तणुकीचे धडे गटप्रक्रियेतील प्रत्येक टप्प्यावर सदस्यांना मिळतात. ही तत्त्वे अंगीकारली गेल्यास इतर सामाजिक प्रसंगातही गटसदस्य त्याच पद्धतीने वागतात. लोकशाहीची जी मूल्ये आहेत, ती प्रत्यक्ष आचरणात आणण्याची व त्यामुळे होणारे फायदे अनुभवण्याची संधी गटकार्यातून मिळते.

५) गटकार्याचे पायाभूत घटक (Basic Elements of Group Work)

गटकार्य तीन मूलभूत घटकांच्या पायावर आधारित आहे. ते घटक सविस्तरपणे समजून घेणे गटकार्यकर्त्यासाठी महत्त्वाचे आहे. हे घटक गट बांधणीपासून ते गट समाप्तीपर्यंत सर्व टप्प्यांमध्ये महत्त्वाचे आहेत. त्यामुळे त्याचे सतत भान गटकार्यकर्त्याला ठेवावे लागते.

५.१ परस्पर आंतर्क्रियांवर आधारित गटप्रक्रिया (Group Process based on Mutual Interaction)

गटकार्यकर्ता गटात सुरक्षित वातावरण निर्माण करतो व गटसदस्यांना एकमेकांशी संवाद साधण्याच्या अधिकाधिक संधी निर्माण करतो. गटाचे प्रवाहीपण हे सर्वस्वी आंतर्क्रियांवर अवलंबून आहे. आंतर्क्रिया झाल्या तरच परस्पर संबंध प्रस्थापित होतील. याचाच अर्थ, गटकार्याची सुरुवात आंतर्क्रियांमुळेच होते. स्वत:ची ओळख इतरांना करून देण्यासाठी, इतरांना समजून घेण्यासाठी, समस्या निराकरणासाठी, काही कार्यक्रम ठरविण्यासाठी अशा प्रत्येक गोष्टींसाठी आंतर्क्रिया होणे गरजेचे आहे. गटाला व सदस्यांना गट अनुभवातून काय लाभ झाला हे समजण्यासाठी देखील आंतर्क्रिया होणे गरजेचे आहे. विचारांची, भावनांची देवाणघेवाण योग्यप्रकारे करण्याच्या क्षमता देखील आंतर्क्रियांमुळे विकसित होऊ शकतात. एकमेकांना आधार देणे, मदत करणे, विश्वास व आदर निर्माण होणे हे सर्व केवळ आंतर्क्रियांमुळे शक्य आहे. त्यामुळे आंतर्क्रिया हा गटकार्याचा गाभा आहे असेच आपल्याला म्हणावे लागेल.

उदाहरणार्थ, शाळेत इतरांमध्ये न मिसळणाऱ्या शांत, लाजाळू, मुलांचा गट जर गटकार्यकर्त्याने त्यांच्यातील आत्मविश्वास वाढविण्याच्या हेतूने घेतला तर आंतर्क्रिया घडण्यासाठी फक्त गटकार्यकर्ता व सदस्य यांच्यामधील संवाद पुरेसा नाही. त्याने सदस्यांचा लाजाळूपणा कमी होण्यास फारशी मदत होणार नाही. परंतु, गटकार्यकर्त्याने जर कळसूत्री बाहुल्या वापरून त्या मुलांबरोबर नाट्यरूपाने संवाद साधला तर ती मुले खुलतील व एकमेकांशी बोलण्याचा प्रयत्न करतील. या प्रगटीकरणामुळे त्यांना मिळणारा आनंद व गटकार्यकर्त्याने सहृदयतेने त्यांना दिलेले प्रोत्साहन यामुळे ती मुले एकमेकांशी बोलू लागतील व हे सहसंबंध जेव्हा अर्थपूर्ण व आनंददायी होतील तेव्हा गटातून वर्तणूक बदलाच्या प्रक्रिया सुरू होतील. या मुलांना अशा संधी उपलब्ध झाल्या तर त्यातून आत्मविश्वास वाढेल. ते एकमेकांना कळत नकळत आधार देतील व त्यांची सामाजिक कौशल्ये वाढण्यास मदत होईल. त्यांच्या या बदलाची दखल जर शिक्षिकेनेही घेतली व कौतुक केले तर हळूहळू रोजच्या जीवनातील त्यांचा लाजाळूपणा कमी होईल.

गट विकासाच्या प्रत्येक टप्प्यावर आंतर्क्रिया महत्त्वाच्या आहेत. आंतर्क्रियांचे प्रमाण प्रत्येक टप्प्यावर कमी-जास्त असते. त्याचप्रमाणे परिणामदेखील प्रत्येक टप्प्यावर वेगळा होऊ शकतो. परंतु, अर्थपूर्ण आंतर्क्रिया घडवून आणण्यामध्ये गटकार्यकर्त्याला जर यश आले नाही तर गटसदस्यांना गटात कंटाळा येऊ शकेल. सदस्यांचे गटाबद्दल आकर्षणदेखील कमी होईल व गट विस्कळीत होईल. सतत बोलणे म्हणजेच आंतर्क्रिया नाही. सहकार्याने एकत्रित कृती करणे, एकमेकांच्या सहवासाचा शांत बसून आनंद घेणे, देहबोलीतून विचार-भावना व्यक्त करणे, हादेखील आंतर्क्रियांचा अविभाज्य भाग आहे.

५.२ गटाचा वर्तमानकाळ सर्वांत महत्त्वाचा (Here and Now)

आता या क्षणी गटात काय झाले, याचा सदस्यांवर लगेच होणारा सकारात्मक किंवा नकारात्मक परिणाम गटकार्यकर्त्याला दिसतो. विशिष्ट हेतूने गटात कार्यक्रम ठरविलेले असतात. कार्यक्रमात सहभागी होताना त्या क्षणी गटात जे घडत असते त्यात प्रत्येक सदस्याचा हातभार लागत असतो. सदस्य सतत

एकमेकांना प्रतिसाद किंवा फीडबॅक देतात. गटकार्यकर्ता देखील प्रक्रियेचा आढावा घेतो. प्रत्यक्ष समोर घडणाऱ्या घटनांवर प्रतिक्रिया मिळाल्यामुळे किंवा दिल्यामुळे त्याचा स्वीकार करायला सदस्य तयार होतात. वर्तमानकाळ गटासाठी जिवंत अनुभव असतो व त्यामुळे त्यातून सदस्यांनी शिकणे यावर गटकार्यात भर असतो. हे शिकणे कळत व नकळत अशा दोन्ही पातळ्यांवर होत असते. या घटकाला इंग्रजीत 'हिअर अॅन्ड नाऊ' असे म्हटले आहे. मराठीत आपल्याला 'इथे व आता' असे म्हणता येईल. उदाहरणार्थ, एखाद्या प्रसंगी गटसदस्य एकमेकांना टोचून बोलले किंवा अविश्वास दाखविला किंवा एखादा सदस्य खूप चिडला तर या वागण्यावर लगेच इतरांकडून प्रतिक्रिया मिळते, चर्चा होते. सकारात्मक वर्तणुकीचे सर्वांनी कौतुक केले तर तशी वर्तणूक वाढीस लागते. सदस्यांकडून टीका किंवा अस्वीकार झाला तर सदस्य इतरांचा सल्ला घेऊन काय बदल करण्याची गरज आहे यावर त्याचवेळी विचार करतो व वर्तणूक बदलण्यास चालना मिळते.

यालोम (Yalom) (१९९५) या गटकार्य तज्ज्ञाने 'इथे व आता' याचे महत्त्व विशद केले आहे. तो म्हणतो की, बाहेरच्या जगाची माहिती व संदर्भ गटात वापरले गेले पाहिजेत. काहीतरी वरवर किंवा गोंधळ उडविणारी चर्चा कमी करून अधिक स्पष्ट घटनांवर गटाचे लक्ष केंद्रित करण्याची जबाबदारी गटकार्यत्यांची असते. काय असावे, कसे वागावे अशी वाक्ये किंवा स्पष्टता नसणारी वाक्ये कमी करून, त्याऐवजी, स्वत:बद्दल किंवा इतर सदस्यांबद्दल वैयक्तिकरीत्या आता मला काय वाटतेय, ते सुस्पष्ट मांडण्यासाठी सदस्यांना मदत करावी लागते. उदाहरणार्थ, एखादा सदस्य स्वत:बद्दल बोलताना जर पुढील वाक्य म्हणाला– ''कोणीही मला घाबरवू शकते किंवा मला चटकन दुसऱ्यांची भीती वाटते'' तर या वाक्याचा गटाच्या वर्तमानाशी संबंध जोडून गटकार्यकर्ता विचारू शकतो की, ''या क्षणी गटातील कोणाची तुला भीती वाटते?'' तसेच कोणी असे म्हटले की, दुसऱ्याचा अपमान करू नये, तर गटकार्यकर्ता विचारू शकतो की, तुला कोणी तसे काही बोलले आहे काय? अशा प्रकारे बाहेरच्या जगातील आयुष्याचा किंवा अनुभवांचा गटाशी संदर्भ जोडता येतो.

त्याचप्रमाणे देहबोलीचे निरीक्षण हे गटातील इथे व आता समजण्यासाठी उपयोगी पडू शकते. इथे म्हणजे गटात व आता म्हणजे त्या त्या वेळी गटात घडणाऱ्या घटनेत व्यक्तीचे चेहऱ्यावरील भाव, शारीरिक हालचाली किंवा वाक्य उच्चारणाच्या पद्धती या सर्वांतून प्रत्येकाला काय वाटतेय, एकमेकांबद्दल त्यांना काय वाटतेय हे समजण्यास मदत होते व त्यावर चर्चा केल्यास योग्य ते बदल होण्यास मदत होते. गैरसमज किंवा गोंधळ कमी होतात. दुरावा कमी होतो.

५.३ सहयोग/सहकार्य (Mutual Aid)

परस्परांवर अवलंबून असणे ही सामाजिक गरज व वास्तव आहे, त्यामुळे परस्परांना समजून घेऊन एकमेकांना मदत करण्याची सदस्यांची तयारी होणे, मदत देणे व मदत घेणे अशा दोन बाजू या संकल्पनेत अध्याहृत आहेत. अशा दोन्ही संधी गटात उपलब्ध होतात. जाणीवपूर्वक या संधींचा उपयोग होण्यासाठी गटकार्यकर्त्याला सुरुवातीला पुढाकार घ्यावा लागतो. परंतु, जसजशी गटसदस्यांची एकमेकांशी ओळख वाढायला लागते तसतसा गटातील विश्वास व सुरक्षित वातावरण दृढ व्हायला लागते. त्यामुळे गटसदस्य सहजपणे एकमेकांची मदत घेऊ शकतात किंवा दुसऱ्यांना मदत करण्याचा प्रयत्न करू शकतात. 'एकमेका साहाय्य करू' हे वचन मराठीतही आहे. एकमेकांना मदत करणे, हे मूल्य रुजले तर व्यक्तीचा स्वकेंद्रीपणा कमी होतो. स्वत:च्या पलीकडे बघायला व्यक्ती शिकते. मदत घेताना, इतर आपला विचार सहानुभूतीपूर्वक करतात ही जाणीव आपल्याला इतरांबद्दल विचार करण्याची प्रेरणा देणारी असते.

अनेकदा गटसदस्यांना त्यांच्या जीवनातील समस्या किंवा अडचणींमुळे असाहाय्य वाटत असते. आपण अधिकारहीन आहोत, असे वाटून न्यूनगंड देखील निर्माण होऊ शकतो किंवा स्व-मूल्य कमी होते. जर सदस्याला जीवनात सतत मदत घेणाऱ्याची भूमिकाच करावी लागली तर त्याची स्वसंकल्पना आक्रसली जाते. स्वतःवर किंवा इतरांवर चिडचिड करण्याची प्रवृत्ती वाढते. परंतु, जेव्हा एखाद्या सदस्याला वाटते की, मी कोणालातरी मदत करू शकतो व माझ्या या क्षमतेची इतर सदस्य कदर करतात, त्यांना त्याची किंमत वाटते तेव्हा त्या सदस्याला इतरांशी नाते जोडणे अधिक सोपे जाते. सदस्यांची कमेकांशी जवळीक वाढते. 'स्व-प्रतिमेत' त्यामुळे सकारात्मक बदल होतो.

बऱ्याचदा व्यक्तीमध्ये काही करण्याची क्षमता असते. परंतु, त्या क्षमतांचा वापर करण्याची संधी त्याला उपलब्ध होत नाही; तर काही व्यक्तींना इतरांना मदत करण्याची किंवा इतरांकडून मदत घेण्याची क्षमता वाढविण्याची गरज असते, असे प्रत्येक सदस्याचे वेगळेपण ओळखून त्याप्रमाणे उत्तेजन देणे ही कार्यकर्त्यांची जबाबदारी असते. अशा प्रकारचे अनुभव रोजच्या जीवनात उपयोगी पडतात.

५.४ 'परस्पर मदत' ही संकल्पनाच मूलतः लोकशाही तत्त्वांवर आधारित आहे.

एकमेकांसमोर मोकळेपणाने स्वतःविषयी बोलणे, एकमेकांचे लक्षपूर्वक ऐकणे त्याचप्रमाणे कशा प्रकारचे साहाय्य देण्याची किंवा घेण्याची गरज आहे हे एकमताने ठरविणे, या सर्व लोकशाही प्रक्रिया आहेत. त्यामुळेच गटकार्यात प्रत्येक व्यक्तीचा उल्लेख सदस्य म्हणून केलेला आहे. 'अशील' हा व्यक्तिकार्यातील शब्द गटकार्यात वापरला जात नाही. सर्व सदस्य समान पातळीवर आहेत. सदस्यांना गटातून काही फायदे मिळणे हे जसे अपेक्षित आहे त्याचप्रमाणे प्रत्येक सदस्याची गटाला व इतर सदस्यांना मदत होणे, हे देखील अपेक्षित आहे. ही मदत वस्तूरूपाने नसून, योग्य प्रतिक्रिया, योग्य उत्तेजन व आधार, एकमेकांना मार्गदर्शन या स्वरूपात आहे. या लोकशाही तत्त्वांचा उपयोग व्यक्तीला समाजात नागरिक म्हणून भूमिका करताना होतो.

६) गटकार्य पद्धतीची मूलभूत मूल्ये (Basic Values of the Group Work Method)

गटकार्य ही सामाजिक कार्यातील महत्त्वाची कार्यपद्धती आहे. सामाजिक व वैयक्तिक बदल व विकास या ध्येयांवर सामाजिक कार्य आधारित आहे. वंचित किंवा समस्याग्रस्त व्यक्तीला किंवा गटाला दिली जाणारी मदत ही दयेपोटी नसून विशिष्ट मूल्यांवर आधारित मध्यस्थी आहे. सामाजिक कार्याची जी मूलभूत मूल्ये आहेत त्यांचे महत्त्व गट कार्य पद्धतीसाठी निश्चितच आहे.

सामाजिक कार्याची काही महत्त्वाची मूल्ये पुढीलप्रमाणे आहेत-

मानवतावादी दृष्टिकोन व लोकशाही दृष्टिकोन या दोन्हींमधील मूल्ये सामाजिक कार्यात स्वीकारली गेली आहेत.

– प्रत्येक व्यक्ती वेगळी आहे हे समजून प्रत्येक व्यक्तीचा स्वीकार व आदर करणे, ती व्यक्ती जशी आहे तशी स्वीकारणे हे सामाजिक कार्याचे मूल्य आहे. स्वीकार व आदर हा प्रत्येक व्यक्तीचा मूलभूत अधिकार आहे.

– प्रत्येक व्यक्तीला विकासाची संधी मिळण्याचा अधिकार आहे. त्याचबरोबर त्या व्यक्तीचे स्वयंनिर्णयाचे स्वातंत्र्यदेखील जपणे हे एक महत्त्वाचे मूल्य आहे.

- लोकशाही तत्त्वे ज्या मूल्यांवर आधारित आहेत ती म्हणजे समता, समानता, स्वातंत्र्य व बंधुता. ही सर्व मूल्ये समाजकार्याची देखील अविभाज्य मूल्ये आहेत.

गटकार्याचे माध्यम गट आहे. गटाचे दूरगामी व सर्वांत महत्त्वाचे ध्येय म्हणजे व्यक्तीचा सामाजिक विकास. त्यामुळे गटकार्यकर्त्याने वरील मूल्यांच्या बरोबरीने गटकार्य प्रभावी होण्यासाठी गटकार्याची काही विशेष मूल्येही स्वीकारायला हवीत.

गटकार्याची विशेष मूल्ये पुढीलप्रमाणे आहेत–

- सहकार्याचे मूल्य
- प्रत्येक सदस्याला सहभागाची समान संधी मिळण्याचे मूल्य
- प्रत्येक सदस्याच्या स्व-व्यक्तीकरणासाठी उत्तेजन व स्वातंत्र्याचे मूल्य
- गटसदस्यांचे गट तादात्म्याचे मूल्य
- स्वविकास व गट विकासासाठी जबाबदारी घेण्याचे मूल्य
- गोपनीयतेचे मूल्य

गटकार्यातील मूल्यांचे वेगळेपण असे आहे की, ही मूल्ये केवळ गटकार्यकर्त्याने अंगीकारून चालत नाहीत तर या मूल्यांची जाणीव गटकार्य सुरू करण्याआधी सदस्यांना करून द्यावी लागते. गट प्रक्रियेत सतत सदस्यांना या मूल्यांचे महत्त्व विविध कार्यक्रमांतून समजावून सांगून जाणीवपूर्वक ही मूल्ये सदस्यांनी स्वीकारावी म्हणून गटकार्यकर्त्याला खूप प्रयत्न करावे लागतात. सर्व सदस्यांनी ही मूल्ये स्वीकारली तरच गट प्रक्रिया ध्येयपूर्तीसाठी उपयोगी पडणारी होते.

ही मूल्ये गटसदस्यांच्या वर्तणुकीमध्ये, त्यांच्या परस्पर संवाद व संबंधांमध्ये परावर्तित होत आहेत का, हे सदस्यांच्या मदतीने गटकार्यकर्त्याने परत परत पडताळून बघणे गरजेचे असते. गटकार्यकर्त्याच्या स्वत:च्या वर्तणुकीतूनदेखील ही मूल्ये दिसणे गरजेचे आहे. अनुकरणातून सदस्य मूल्याधारित वर्तणूक शिकतात. मूल्ये ही केवळ बौद्धिक पातळीवर समजण्यासाठी नसतात; जर ती मूल्ये कृतीत उतरली तरच मूल्ये खऱ्या अर्थाने समजली असे म्हणता येते.

६.१ सहकार्याचे मूल्य (Co-Operation)

एखाद्या विशिष्ट गटाबरोबर काम करत असताना जी उद्दिष्टे सदस्यांच्या संमतीने ठरविलेली असतात, ती दोन प्रकारची असतात. काही उद्दिष्टे संपूर्ण गटासाठी असतात तर काही उद्दिष्टे व्यक्तींसाठी असतात. उदाहरणार्थ, वस्ती पातळीवर बालभवनात येणाऱ्या मुलांचा गट गटकार्यकर्ता घेत असल्यास मुलांना निखळ करमणुकीच्या सवयी लागाव्यात हे संपूर्ण गटासाठी उद्दिष्ट असू शकेल, तर वैयक्तिक पातळीवर प्रत्येक सदस्याला स्वत:चे कलागुण दाखवण्यासाठी संधी मिळावी, हे उद्दिष्ट असू शकेल. करमणुकीच्या योग्य सवयी कोणत्या, यावर सर्वांची मान्यता हवी व गटात सर्वांना करमणुकीचा आनंद मिळावा म्हणून सर्वांचा विचार करून कार्यक्रमाचे नियोजन करण्याची सर्व मुलांची तयारी असायला हवी. इथे सर्वांचे सहकार्य असल्यास हे अनुभव सर्व सदस्यांना आनंददायी ठरतील.

त्याचप्रमाणे एखाद्या सदस्याला काही विशिष्ट कला येत असतात, त्या गुणांचा सर्व सदस्यांना फायदा होऊ शकतो. परंतु, जर इतर सदस्यांनी त्याचा आदर केला, स्वीकार केला व त्यातून सहकार्य केले तरच ते

शक्य आहे. एखादा सदस्य निरुत्साही किंवा निराशावादी असतो. त्याच्या वृत्तीत बदल करण्यासाठी केवळ गटकार्यकर्त्याने प्रयत्न करून चालणार नाही. इतर सदस्यांचीदेखील त्याला प्रोत्साहन देण्याची, योग्य संधी देण्याची तयारी हवी.

काही सत्रांमध्ये एखाद्या सदस्याला महत्त्व मिळते तर काही सत्रांत दुसऱ्या सदस्यांना महत्त्व मिळू शकते. या परिस्थितीचा स्वीकार सदस्यांना करता आला तर ते एकमेकांना सहकार्य करू शकतील. दुसऱ्यांना मदत देण्यात व घेण्यात अनेक सदस्यांना मानसिक अडथळे येऊ शकतात. त्यावर चर्चा होऊन सहकार्याची वृत्ती वाढवणे हेच काम आधी गटकार्यकर्त्याला करावे लागते.

स्वतःच्या कल्पना/विचारांची इतरांबरोबर देवाणघेवाण करणे हेदेखील सदस्यांना शिकावे लागते. या सर्व चर्चेतून सहकार्य हे मूल्य सदस्यांनी स्वीकारून आत्मसात करणे महत्त्वाचे आहे. सहकार्य हा गटजीवनाचा गाभा आहे. सहकार्य नसेल तर तंटे सुरू होतील, दुरावा निर्माण होईल आणि ध्येयपूर्तीमध्ये अडथळे येतील.

६.२ प्रत्येक सदस्याला सहभागाची समान संधी मिळण्याचे मूल्य (Equal Opportunity for Participation for All Memebers)

हे मूल्य व्यक्ती विकासासाठी फारच महत्त्वाचे आहे. प्रत्येक सत्रात प्रत्येकाचा समान सहभाग असला पाहिजे असा दुराग्रह नसावा. परंतु, प्रत्येकाच्या क्षमता लक्षात घेऊन वेगवगळ्या कार्यक्रमांचे आयोजन करावे लागते, ज्यायोगे प्रत्येकाच्या क्षमतांना वाव मिळू शकेल. कधी कधी नुसती संधी आहे म्हणून सदस्य ती घेतातच असे नाही तर त्यासाठी प्रोत्साहन देणे, योग्य वातावरण निर्माण करणे, इतर सदस्यांमध्ये दुसऱ्याच्या क्षमतावृद्धी करण्याची क्षमता निर्माण करणे या सर्वांतून सर्वांना सहभागाची समान संधी मिळू शकते. कधी कधी ठरवून, एखाद्या सदस्यावर लक्ष केंद्रित करून त्याला सहभागी होण्यास उद्युक्त करावे लागते. कुठल्याही कारणास्तव गटकार्यकर्त्याने शिक्षकाची भूमिका घेऊ नये व अटींवर आधारित सहभागाची पद्धत वापरू नये. उदाहरणार्थ, सदस्यांना आमिष दाखवून सहभाग मिळविणे. सहभाग घ्यावासा वाटण्यासारखे वातावरण निर्माण करणे, ही गटकार्यकर्त्याची मुख्य जबाबदारी ठरते. स्वनिर्णय व स्वयंप्रेरणा यावर आधारित सहभाग अधिक उपयोगी असतो.

सहभागामुळे मिळणारा आनंद व गटाचा फायदा, त्याचप्रमाणे स्वतःत होणारा बदल हे जर सदस्यांना अनुभवायला मिळाले, तर सहभागाची संधी इतरांना मिळू देणे व स्वतःही त्या संधीचा उपयोग करून घेणे हे मूल्य रुजते. समान संधीचे अनुभव मिळणे हे लोकशाही तत्त्वावर आधारित आहे. कोणी किती बोलावे, हे गटकार्यकर्ता स्वतः एकतर्फीपणे ठरवू शकत नाही. कुठल्याही अनुभव प्रक्रियेतून जाताना प्रत्येक सदस्याचा प्रतिसाद वेगळा असेल, हे समजून त्याचा स्वीकार व्हायला हवा. स्वतःचे किंवा दुसऱ्याचे नुकसान करणारा सहभाग असल्यास त्यावर नियंत्रण घालण्याची जबाबदारी गटकार्यकर्ता गटाच्या भल्यासाठी घेऊ शकतो.

६.३ प्रत्येक सदस्याच्या स्व-व्यक्तीकरणासाठी उत्तेजन व स्वातंत्र्याचे मूल्य (Freedom of and Encouragement for Self-expression of All Members)

हे जसे गटकार्यकर्त्याने पाळणे अपेक्षित आहे त्याचप्रमाणे प्रत्येक सदस्याने हे मूल्य स्वीकारणे गरजेचे आहे. त्याशिवाय सदस्य मोकळेपणाने बोलणार नाहीत किंवा इतरही मनापासून ऐकणार नाहीत. उदाहरणार्थ, गटकार्यकर्ता निवासी संस्थेतील ज्येष्ठ नागरिकांचा गट घेत असेल व त्यातील अनेक सदस्य त्यांच्या

कुटुंबीयांबद्दल कडवटपणे बोलत असतील तर इतरांनी ते सहानुभूतीपूर्वक ऐकले तरच त्यातून काही मार्ग निघू शकेल. एखाद्या सदस्याचा कुटुंबीयांबद्दल इतरांपेक्षा अगदी वेगळा अनुभव किंवा मत असेल तर ते मांडण्याचे त्याला गटात स्वांतत्र्य मिळायला हवे. अशा देवाणघेवाणीतून विश्वास निर्माण होतो. दुसऱ्याच्या अनुभवांबद्दल आदर दाखविल्याने, त्या अनुभवांची स्वत:च्या जीवनाशी तपासणी करण्याचा मोकळेपणा निर्माण होतो. स्वातंत्र्य याचा अर्थ अनिर्बंध वर्तणूक नाही. जबाबदार स्वातंत्र्य ही संकल्पना रुजवावी लागते. स्वव्यक्तीकरण हे आत्मकेंद्री नसते. काही विशिष्ट हेतूने या मूल्याचा विचार करावा लागतो. उदाहरणार्थ, महिलांचा गट घेत असताना भारतीय परंपरेच्या बंधनांमुळे स्त्रियांना त्यांच्या भावना मोकळेपणाने मांडण्याची संधी समाजात थोडी असते. अशा वेळी भावनांचा निचरा होण्यासाठी किंवा माझे मत ऐकण्यासारखे आहे, ही भावना निर्माण होण्यासाठी या मूल्याचे योगदान आहे किंवा घरातील कडक वातावरणाने कुढ्या झालेल्या मुलांच्या गटामध्ये स्वव्यक्तीकरण हे केवळ मूल्य न राहता त्याचा उपचारात्मक उपयोग होऊ शकतो.

६.४ गटसदस्यांच्या गटतादात्म्याचे मूल्य (Group Cohesion)

गटकार्यकर्त्याला गटाबद्दल बांधिलकी वाटत असते; कारण अनेकदा गटसदस्यांना एकत्र आणून गट बांधणीची बरीच जबाबदारी त्याने घेतलेली असते. परंतु, गट तादात्म्याचे किंवा बांधिलकीचे हे मूल्य गटसदस्यांमध्ये रुजविण्याचे काम गटकार्यकर्त्याला करावे लागते. ही सदस्य बांधिलकी किंवा गट हा स्वत:च्या अस्तित्वाचा एक महत्त्वाचा भाग आहे असे प्रत्येक सदस्याला वाटले तरच प्रत्येकजण ध्येयपूर्तीसाठी प्रयत्नशील होईल. नाहीतर सर्व जबाबदारी गटकार्यकर्त्याची आहे, तो गट गटकार्यकर्त्याचा आहे, असे जर प्रत्येक सदस्याला वाटत राहिले तर सदस्याची गुंतणूक/आत्मीयता खूपच वरवरची होईल व सदस्यांना समाधानदेखील कमी प्रमाणात मिळेल. गटातील गैरहजेरी वाढेल किंवा गटात असूनही नसल्यासारखे वागणे गटसदस्यांमध्ये दिसेल. हा गट आपला आहे असे प्रत्येक सदस्याला वाटले तर त्याला गटाबद्दल आत्मीयता निर्माण होईल. गट उद्दिष्टांबद्दल खात्री व विश्वास निर्माण झाला तरच गट तादात्म्य होऊ शकते, आणि गट तादात्म्य झाले तरच उद्दिष्टपूर्ती होऊ शकते.

६.५ स्वविकास व गटविकासासाठी जबाबदारी घेण्याचे मूल्य (Responsibility for Self-and Group Development)

गटकार्यकर्त्याने ही जबाबदारी घ्यावी हे अपेक्षित आहे. परंतु, प्रत्येक सदस्याला देखील ''मी गटाला काहीतरी दिले पाहिजे ही माझी जबाबदारी आहे'' असे वाटले पाहिजे. नाहीतर गटाचे यश किंवा अपयश याबद्दल कुठलीही जबाबदारी सदस्यांना वाटणार नाही. गटकार्यकर्त्यावरच सदस्य मानसिकरीत्या अवलंबून राहातील किंवा स्वत:पुरता विचार करून मर्यादित सहभाग घेतील. ''गटातून मला काही मिळण्याचा माझा अधिकार आहे त्याचप्रमाणे गटाचे अस्तित्व टिकविण्यासाठी झटणे ही माझी जबाबदारी आहे'' असे सदस्यांना वाटले पाहिजे व हे घडण्यासाठी गटकार्यकर्त्याला जागरूकपणे सतत कार्यरत रहावे लागते. हे मूल्य रुजले तर गट विकासासाठी मन:पूर्वक प्रयत्न करण्यात सातत्य टिकेल.

६.६ गोपनीयतेचे मूल्य (Confidentiality)

एक अतिशय महत्त्वाचे व आचरणात आणण्यास कठीण असे मूल्य म्हणजे 'गोपनीयतेचे मूल्य.' हे मूल्य गटसदस्यांमध्ये खऱ्या अर्थाने रुजण्याची गरज असते; कारण गट प्रक्रियेत सदस्य स्वत:बद्दल, त्यांच्या जीवनातील अनुभवांबद्दल मोकळेपणाने बोलतात किंवा गटातील विविध कार्यक्रमांमध्ये त्यांच्या सवयी,

दृष्टिकोन स्पष्टपणे इतरांना दिसतात. कधीकधी हे वर्तन अयोग्य असू शकते. अर्थात, गट प्रक्रियेतून सदस्य स्वत: बदलण्याचा प्रयत्न करत असतो. परंतु, गटसदस्यांमध्ये जर गोपनीयतेचे मूल्य रुजलेले नसेल तर गटाच्या बाहेर एकमेकांविरुद्ध या गोष्टींचा वापर होण्याची शक्यता निर्माण होते. उदाहरणार्थ, एखाद्या मुलींच्या निवासी संस्थेत प्रेमप्रकरणामुळे घरातून पळून गेल्यानंतर पोलिसांनी संस्थेत आणलेल्या १८ वर्षांखालील मुलींचा गट. गटकार्यकर्ता हा गट मुलींना भविष्यकालीन निर्णय घेण्यास सक्षम करण्यासाठी घेतो, तेव्हा मुली मोकळेपणाने स्वतःच्या प्रेमप्रकरणामुळे आलेल्या अनुभवांबद्दल बोलतात. ही माहिती गटाबाहेर एकमेकींच्या भांडणाच्या वेळी सदस्यांनी वापरली तर यामुळे गटप्रक्रियेवर फारच नकारात्मक परिणाम होईल. सदस्य गटकार्याला येण्यास नकार देतील. गट बंद करण्याची वेळ तर येईलच; परंतु, सदस्यांच्या मनात इतरांबद्दल हळूहळू विश्वास निर्माण करण्याचे जे प्रयत्न गटकार्यकर्ता गट अनुभवातून करत असेल त्याला एकदम खीळ बसेल.

एकमेकांच्या उखाळ्यापाखाळ्या काढण्यात सर्वांनाच आनंद मिळत असतो. दुसऱ्याच्या मागे त्यांच्याबद्दल वाईट बोलणे किंवा त्यांच्याबद्दल वाढवून बोलणे ही मानवी सहज प्रवृत्ती असते. हे वर्तन बदलणे गोपनीयतेसाठी गरजेचे असते. गोपनीयतेचा अर्थ दुसऱ्या व्यक्तीचा स्वीकार व आदर व त्याने दाखविलेल्या विश्वासाला पात्र ठरण्याबद्दल बांधिलकी हा आहे.

ही सर्व मूल्ये संपूर्णपणे एकमेकांवर अवलंबून आहेत व एकमेकांत गुंतलेली आहेत. एखाद्या मूल्याचा स्वीकार, तर बाकी मूल्याचा विचारच नाही असे घडले तरी गट विस्कळीत होईल व ध्येयपूर्ती होण्यात अडथळे निर्माण होतील.

गटकार्याची मूल्ये, सदस्यांना स्वेच्छानिर्णयाने स्वीकारायला मदत करून बांधिलकी निर्माण करणे हे गटकार्यकर्त्याला एक मोठे आव्हान असते. व्यावसायिक म्हणून जी मूल्ये त्याने अंगीकारलेली असतात, त्यासाठी त्याने प्रशिक्षण घेतलेले असते, ती सर्व मूल्ये सदस्यांनी थोड्याफार प्रमाणात तरी स्वीकारणे गरजेचे असते. गटकार्यकर्त्याला याबद्दल खूप जागरूक रहावे लागते; जर मूल्ये योग्यप्रकारे सदस्यांनी स्वीकारली नाहीत तर गटकार्य अयशस्वी होईल. सदस्यांना गटातून विकास करण्याची संधीच जवळ जवळ नाहीशी होईल.

७) गटकार्य आणि गटातून घेतलेले उपक्रम यातील फरक (The Difference between the Group Work Method and Group Activities)

सामाजिक कार्यकर्ता अनेकदा विविध उपक्रम गटातून राबवत असतो. काही कार्यक्रमही गटातून घेतले जातात. उदाहरणार्थ, पालक सभा किंवा संस्थेतून बाहेर पडणाऱ्या मुलांसाठी व्यवसाय मार्गदर्शन किंवा किशोरवयीन मुला-मुलींसाठी एच.आय.व्ही./एड्सबद्दल आरोग्य शिक्षण, असे छोटे छोटे उपक्रम हेतुपूर्वकच घेतलेले असतात; परंतु, हे कार्यक्रम/उपक्रम गटकार्य पद्धतीच्या ऐवजी वापरण्याचे किंवा तिला पर्याय म्हणून वापरण्याचे नसतात. सामाजिक कार्यातील सर्व कार्यक्रम/उपक्रम उद्दिष्ट समोर ठेवूनच घेतले जातात. परंतु, गटकार्य पद्धतीतील तत्त्वांचे पालन करून केलेले कार्यच गटकार्य म्हणता येते.

भारतातील सामाजिक कार्याच्या क्षेत्रात अजूनही गटकार्य पद्धती खऱ्या अर्थाने रुजलेली नाही. त्यामुळे, अनेकदा गटातून कार्यक्रम घेणे म्हणजेच गटकार्य किंवा गटाचे कार्यक्रम हा गटकार्याचाच एक पर्याय आहे असे अनेक व्यावसायिक सामाजिक कार्यकर्त्यांना किंवा सामाजिक कार्य शिक्षण क्षेत्रातील तज्ज्ञांना वाटते. भारतातील ही स्थिती म्हणजे गटकार्य पद्धतीचे अपयश आहे.

गटकार्य ही एक सलग प्रक्रिया असून ती दूरगामी व त्याचप्रमाणे विशिष्ट उद्दिष्टे समोर ठेवून सदस्यांच्या सहभागाने केली गेलेली असते. त्यामुळे त्यात अनेक सत्रे असतात; व त्या सत्रांचा एकमेकांशी संबंध असतो; तसेच, घटनांची सूत्रबद्ध साखळी असते. केवळ अनेक कार्यक्रमांचे आयोजन म्हणजे गटकार्य नाही तर, विविध कार्यक्रमांमध्ये सदस्यांचा नियोजनापासून आयोजनापर्यंत सक्रिय सहभाग, परस्पर संवाद व संबंधांना चालना, नातेसंबंधांची जवळीक, सदस्यांमधील सकारात्मक बदल, स्व-विकास किंवा गट विकासासाठी निर्णय घेण्याची क्षमता व त्यासाठी प्रत्यक्ष कृती या सर्वांवर गटकार्य आधारित असते.

अनेकदा एकाच गटाबरोबर सलग कार्यक्रम घेतले जातात, परंतु त्यांची एकमेकांशी संलग्नता नसते. छोट्या कार्यक्रमांच्या उद्दिष्टांचा तेवढ्या उपक्रमांपुरताच विचार केलेला असतो. अशा प्रकारे केलेले कार्य गटकार्य म्हणता येणार नाही; कारण या गटाला दीर्घकालीन ध्येये नसतात. परस्परसंबंध, संवाद, सहकार्य व त्यातून व्यक्तिगट विकास यांचा विचार नसून गटकार्यकर्त्याचे लक्ष फक्त उपक्रम किंवा कार्यक्रम घेण्यावरच केंद्रित झालेले असते.

त्याचप्रमाणे काही क्षेत्रांच्या, विशेषत: वैद्यकीय क्षेत्रातील गटकार्याच्या मर्यादांमुळे एक सत्र-आधारित गटकार्य ही संकल्पना पुढे आली. उदाहरणार्थ, बहुधा रुग्णालयातील बाह्यरुग्ण विभाग किंवा विशिष्ट आजारांच्या उपचारांसाठी येणारे रुग्ण यांच्यासाठी वापरले गेले आहे. परंतु, मर्यादांमुळे एखादा पर्याय निर्माण झाला म्हणून अशा प्रकारे एक सत्र गटकार्य सामाजिक कार्याच्या सगळ्या क्षेत्रांत वापरणे चुकीचे ठरेल.

सारांश

- सामाजिक कार्याच्या सर्व पद्धती काही समान ज्ञान, मूल्ये व कौशल्यांवर आधारित आहेत.
- वेगवेगळ्या सामाजिक कार्य पद्धतीतील ध्येये व उद्दिष्टे यात फरक नसून कामाच्या व्याप्तीमध्ये किंवा सामाजिक कार्यकर्त्यांच्या जबाबदाऱ्यांमध्ये फरक आहे.
- गटकार्य ही शास्त्रशुद्ध, विशिष्ट शास्त्रीय तत्त्वांवर आधारित पद्धती आहे. समाजशास्त्र व मानसशास्त्रातील सिद्धान्तांवर ही पद्धत आधारित आहे व त्यासाठी विशिष्ट दिशेने नियोजनपूर्वक कार्य करावे लागते.
- प्रत्येक व्यक्ती अनेक गटांची सदस्य असते.
- गटाचे सदस्यत्व ऐच्छिक, लादलेले किंवा जन्मामुळे असते.
- प्रत्येक गटाला विशिष्ट हेतू असतात.
- गटातील संवाद, आंतर्क्रिया व परस्परसंबंध यांमुळे हेतुपूर्ती होते.
- गटजीवनातून व्यक्तिविकास घडतो त्याचप्रमाणे समस्याही निर्माण होतात.
- गटकार्य प्रक्रियेचा भर व्यक्तिविकास व सामाजिक समायोजन यावर आहे-
    - सामाजिक संस्थेच्या पाठिंब्याने चालणारी ही सामाजिक कार्यपद्धती आहे.
    - गट अनुभवामुळे सदस्यांना परस्पर संबंध प्रस्थापित करण्याची व स्वविकासाची संधी उपलब्ध होते.
    - गटकार्याच्या संपूर्ण प्रक्रियेचे उद्दिष्ट म्हणजे व्यक्ती, गट व समुदाय विकास. हा विकास वर्तणूक बदलामुळेच शक्य आहे.
    - गटकार्य ही पूर्वनियोजित हेतूंवर आधारित पद्धती आहे.
    - प्रत्येक सदस्याचा गटातील सहभाग महत्त्वाचा आहे.

- गटकार्याचा मूलभूत पाया तीन घटकांमध्ये आहे-
  - परस्पर संबंध व आंतर्क्रियांवर आधारित गटप्रक्रिया.
  - गटात वर्तमानकाळात घडणाऱ्या घटनांचा सदस्यांना उपयोग.
  - परपस्परांना समजून घेऊन एकमेकांना मदत करण्याची सदस्यांची तयारी असणे.
- गटकार्याची मूल्ये-
  - लोकशाही तत्त्वे: समता, समानता, स्वातंत्र्य व बंधुता.
  - परस्पर सहकार्य.
  - समान सहभागाची संधी.
  - स्व-व्यक्तीकरण.
  - गटतादात्म्य.
  - गोपनीयता मूल्य.

ही मूल्ये गटकार्यकर्त्याने स्वत: स्वीकारणे जसे अपेक्षित आहे तसेच सर्व सदस्यांनी ही मूल्ये स्वीकारावीत यासाठी त्यांना मदत करणे अपेक्षित आहे.

प्रकरण २	गटकार्याची तत्त्वे व प्रकार
	Principles of Group Work and Types of Group Work

प्रस्तावना

१) गटकार्याची तत्त्वे (Group Work Principles)

२) गटकार्याची प्रारूपे (Group Work Models)

३) गटकार्याच्या विविध प्रकारांचे वर्गीकरण (Classification of Various Types of Group Work)

सारांश

प्रस्तावना

गटकार्यकर्त्याला गटबांधणीपासून जेव्हा सर्व मूलभूत घटकांच्या आधारे गटकार्य करायचे असते तेव्हा विशिष्ट मार्गदर्शक तत्त्वांचा वापर करावा लागतो. ही तत्त्वे गटकार्यकर्त्याने प्रत्यक्षात काय करायला हवे व त्यामागची तत्त्वप्रणाली स्पष्ट करणारी असतात. गटकार्यकर्त्याच्या गटकार्याविषयीच्या जबाबदाऱ्या या तत्त्वांमुळे स्पष्ट होत जातात व एक शास्त्रशुद्ध दृष्टिकोन गटकार्यकर्त्यात निर्माण होतो. त्या तत्त्वांचा या प्रकरणात सविस्तर विचार केलेला आहे.

सामाजिक मानसशास्त्रातील (सोशल सायकॉलॉजीतील) अनेक मानसशास्त्रज्ञांच्या मनोसामाजिक सिद्धान्तांचा उपयोग गटकार्य करताना होत असतो. त्या सिद्धान्तांवर आधारित अशी गटकार्याची अनेक प्रारूपे तयार केलेली आहेत. विशिष्ट प्रारूपावर आधारित गटकार्य करताना त्या प्रारूपाची स्पष्टता कार्यकर्त्याला हवी म्हणजे त्यानुसार गटकार्याचे संपूर्ण नियोजन करता येईल. गटकार्यकर्त्याची भूमिका, सदस्य वर्तणुकीचे विश्लेषण व गटकार्याची उद्दिष्टे या सर्वांचा प्रारूपांशी संबंध आहे. त्यामुळे ही प्रारूपे गटकार्यकर्त्याला गट प्रकार ठरविण्यास मदत करतात.

प्रत्येक गटाच्या गरजा, त्याचप्रमाणे सदस्यांच्या गरजा वेगळ्या असतात, गटकार्याची त्यांची गरज व अपेक्षा वेगळ्या असतात. त्यामुळे गटाची उद्दिष्टे बदलतात. या उद्दिष्टांना धरून तो गट नेमका

कशा प्रकारचा आहे, हे आपल्याला ठरविता येते. उदाहरणार्थ, निवासी संस्थेतील शालेय वयोगटाच्या काही मुलांना सतत दुसऱ्याचे जेवण चोरून खाण्याची सवय असते. अशावेळी गटकार्यकर्ता या वर्तणुकी मागील कारणे गटातून शोधून त्या आधारे सदस्यांच्या मूल्य व वर्तणुकीत बदल करण्याचा जेव्हा उद्देश ठरवितो तेव्हा हा गटकार्याचा प्रकार उपचारात्मक गटकार्यात मोडतो. अनेक गटकार्य तज्ज्ञांनी गटकार्याच्या प्रकारांचे विविध प्रकारे वर्गीकरण केलेले आहे. विविध गटकार्यतज्ज्ञांनी गटकार्य प्रकारांचे वेगवेगळे वर्गीकारण दिलेले आहे. या प्रकरणात टॉम डग्लसने दिलेल्या वर्गीकरणाच्या आधारे सविस्तर मांडणी केलेली आहे.

१) गटकार्याची तत्त्वे (Group Work Principles)

गटकार्य तज्ज्ञांनी अनेक वर्षांच्या अनुभवातून गटकार्य कृतीसाठी काही मार्गदर्शक तत्त्वे तयार केलेली आहेत. ही विशिष्ट ठोस विधाने आहेत. गिसेला कनोपका (Gisela Konopka) (१९८३) व टॉम डग्लस् (Tom Douglas) (१९७७) यांनी २० तत्त्वे मांडली आहेत. त्या सर्वांचा एकत्रित विचार करून ट्रेकरने (H. B. Trecker) (१९७०) १० तत्त्वे मांडली आहेत. ती भारतातील व्यावसायिक सामाजिक कार्यकर्त्यांनी स्वीकारलेली आहेत.

ज्ञान, प्रत्यक्ष अनुभव (प्रॅक्टिस) व मूल्ये या तीन घटकांच्या आधारे तत्त्वे विकसित झाली. समाजकार्याची मूलभूत तत्त्वे गटकार्यातील तत्त्वांमध्ये अध्याहृत आहेत. परंतु, गटकार्याची तत्त्वे, गटकार्याच्या वैशिष्ट्यपूर्ण प्रक्रिया व मूलभूत घटकांमुळे वेगळी तयार झालेली आहेत. ही तत्त्वे वेगवेगळी समजून घेऊन ती एकमेकांमध्ये कशी गुंफलेली आहेत, हे जाणून घेणे आवश्यक आहे.

तत्त्व समजण्यासाठी, प्रत्येक तत्त्वाचा स्वतंत्र विचार करणे आवश्यक आहे. परंतु, ही तत्त्वे परस्परावलंबी आहेत, हे ध्यानात ठेवायला हवे. तत्त्वे ही संपूर्ण प्रक्रियेचा अविभाज्य भाग आहेत. गटकार्यकर्त्याला नियोजन, अंमलबजावणी व ध्येयपूर्ती या प्रत्येक टप्प्यावर ही तत्त्वे वापरावी लागतात. तत्त्वे केवळ विधाने नसतात, त्यामागे शास्त्रीय ज्ञान, मूल्ये व प्रत्यक्ष अनुभव यांचे योगदान असते. ट्रेकरने तत्त्व विकासाची प्रक्रिया मांडली आहे, ती पुढील मांडणीतून स्पष्ट केलेली आहे.

गटकार्य तत्त्वांचा विकास (Development of Group Work Principles)

- व्यक्ती, गट, समाज इत्यादी संकल्पना स्पष्टपणे समजण्यास, सामाजिक शास्त्र, तत्त्वज्ञान, मानसशास्त्र, मानववंशशास्त्र, या ज्ञानशाखा उपयोगी पडतात. त्यातील काही सिद्धान्त गटकार्याच्या तत्त्वांमध्ये परावर्तित होतात.
- मानवी जीवनाचा अभ्यास करणाऱ्या या सर्व शास्त्रांच्या आधाराबरोबरच, सामाजिक कार्यातील तसेच समाज शिक्षण क्षेत्रातील अनुभव आणि मनोरंजन व करमणूक क्षेत्रातील अनुभवांचा उपयोग या तत्त्वांचा वापर करण्यासाठी लागणाऱ्या क्षमता व कौशल्ये विकसित करताना केला गेला आहे.
- त्याचप्रमाणे ही सर्व तत्त्वे, सामाजिक कार्याच्या मूलभूत तत्त्वांवर पूर्णपणे आधारित आहेत. प्रत्येक व्यक्तीमध्ये वाढ व विकासाच्या क्षमता असतात व व्यक्ती बदलू शकतात, हा दृढ विश्वास प्रत्येक तत्त्वाचा अभ्यास करताना पदोपदी जाणवतो. सर्व तत्त्वांमध्ये समाज जीवनामधील सकारात्मक बदलाची बांधिलकी दिसते.

गट विकासाच्या प्रत्येक टप्प्यात सर्व तत्त्वे महत्त्वाची असतात. परंतु, प्रत्येक टप्प्याच्या वैशिष्ट्यांप्रमाणे थोड्याफार कमीअधिक प्राधान्याने ही तत्त्वे गटकार्यकर्ता वापरत असतो. हे टप्पे प्रकरण तीनमध्ये आहेत. तेव्हा हा मुद्दा तिथे अधिक स्पष्ट होईल.

ज्याप्रमाणे मूल्यांचा विचार करताना हे लक्षात येते की, मूल्ये केवळ गटकार्यकर्त्याने स्वीकारून चालणार नाहीत. त्याचप्रमाणे ही तत्त्वे गटसदस्यांनीदेखील समजून उमजून स्वत: अंगीकारणे गरजेचे आहे. ही तत्त्वे गटकार्यकर्ता व सदस्यांच्या कृतीतून, वर्तनातून प्रकट व्हायला हवीत. गटसदस्यांचा सहभाग व आंतर्क्रिया या तत्त्वांवर आधारित असणे महत्त्वाचे आहे. ही तत्त्वे संपूर्ण प्रक्रियेचा अविभाज्य भाग आहेत. त्यामुळे गटप्रक्रिया, गट कार्यक्रम, गटकार्य नोंदी या सर्व प्रकरणांत या तत्त्वांचा संदर्भ परत परत घेणे अपरिहार्य आहे.

१.१ नियोजनबद्ध गटबांधणीचे तत्त्व (Principle of Planned Group Formation)

गटकार्य हे सर्वस्वी सदस्यांच्या गरजांवर किंवा समस्यांवर आधारित असल्यामुळे, नेमक्या कुठल्या प्रकारच्या समस्या/कुठल्या व्यक्तींच्या समस्या याचा विचार करून गटाचे ध्येय व उद्दिष्ट काय असावे, याचा गटकार्यकर्त्याला सखोल विचार करावा लागतो. गट एकत्र आणण्यामध्ये पुढाकार गटकार्यकर्त्याचा असतो. त्यामुळे ज्या समस्याग्रस्त व्यक्तींसाठी त्याला काम करायचे असते, त्यासाठी गट हेच माध्यम योग्य आहे का, याचाही त्याला विचार करावा लागतो. उदाहरणार्थ, बौद्धिकदृष्ट्या विकलांग असणाऱ्या व्यक्तींची सामाजिक कौशल्यवृद्धी करण्याचा हेतू असेल तर यासाठी कमी प्रमाणात मतिमंदत्व असलेल्यांचा गट घ्यावा लागेल. त्यांनाच गटकार्याचा उपयोग होईल, किंवा अनेक लोकांनी बलात्कार केलेल्या मुलीला वैयक्तिक पातळीवर मदत करणेच योग्य ठरेल. परंतु, अनैतिक व्यापारामुळे वेश्या व्यवसायात अडकलेल्या व त्यातून सुटका केल्या गेलेल्या मुलींना गटातून मदत केल्यास त्यांना अधिक फायदा होईल. समस्येचे स्वरूप, त्याचे व्यक्तीवर झालेले परिणाम व त्यामुळे सामाजिक संपर्काची त्या व्यक्तीची कमी-अधिक क्षमता या सर्वांचा विचार गटकार्यकर्त्याला करावा लागतो. त्याचप्रमाणे केवळ करमणूक किंवा सामाजिक शिक्षण या हेतूने गटकार्य घ्यायचे असले तरी सदस्यांचे वय, त्यांच्या वयानुसार असणाऱ्या गरजांचा विचार केल्याशिवाय सदस्य निवड करता येणार नाही.

हे नियोजन अधिक अर्थपूर्ण होण्यासाठी सदस्य होऊ इच्छिणाऱ्या किंवा गटकार्यासाठी निवडण्यात येणाऱ्या व्यक्तींचा सहभाग नियोजनाच्या टप्प्यातदेखील महत्त्वाचा आहे. उदाहरणार्थ, वैवाहिक बेबनावामुळे एखाद्या स्त्रियांच्या निवासी संस्थेत प्रवेश घेतलेल्या स्त्रियांना एकत्र आणल्यास गटआधारामुळे त्यांच्या वैयक्तिक क्षमता विकसित होतील असे गटकार्यकर्त्याला वाटले तर या स्त्रियांशी वैयक्तिक पातळीवर किंवा गटातून भेटून अशा प्रकारच्या गट अनुभवांचा उपयोग त्यांना वाटतो का, याची पडताळणी करणे प्रथम गरजेचे आहे. स्त्रियांचा दुजोरा मिळाल्यावर त्यांच्यावर नियोजनाच्या काही जबाबदाऱ्या गटकार्यकर्त्याला देता येतील. गटभेटीची वेळ, जागा ठरविणे, गट वर्तणुकीचे नियम ठरविणे, गटकार्य सुरू करण्यापूर्वी त्यांच्या संमतीची परवानगी घेणे आवश्यक आहे, त्यांना कळविणे ही सर्व कामे सदस्यांवर सोपवता येतील. गट अनुभवातून असणाऱ्या अपेक्षा व कशाप्रकारचे कार्यक्रम गटातून घेता येतील या सर्व नियोजनांमध्ये सदस्यांना सहभाग घेता येईल. या सहभागामुळे गटसदस्य स्वत:च्या स्वयंकेंद्रित भावना व विचारातून थोडे बाहेर येतील. याचा अर्थ, नियोजनाच्या टप्प्यातूनच बदलाची प्रक्रिया सुरू होईल.

नियोजन करताना गटाचा आकार, गटरचना, गटकार्याच्या वेळा, भेटण्याची वारंवारता, कालावधी, गटाचा प्रकार, सदस्यत्वाचे नियम, गटसदस्यांकडून वर्तनासंबंधी अपेक्षा व गरजांवर आधारित उद्दिष्ट या सर्व मुद्द्यांचा विचार करावा लागतो. केवळ एका प्रकारच्या समस्या किंवा गरजा असणाऱ्या अनेक व्यक्ती आहेत

म्हणून त्यांना गटातून मदत होईलच, असे म्हणणे योग्य होणार नाही. उदाहरणार्थ, मुलांच्या निवासी संस्थेत रात्री बिछाना ओला करणे या समस्येने पीडित तीन-चार मुले आहेत. या मुलांचे गटकार्य घेणे योग्य होईल का, याचा निर्णय गटकार्यकर्त्याने या मुलांचा बारकाईने अभ्यास केल्यावरच घेता येईल. ही मुले १२ ते १३ वर्षाची असतील व त्यांना संस्थेतील इतर मुले खूप चिडवत असतील व प्रत्येकाच्या समस्येची कारणे अगदी भिन्न असतील तर त्यांना व्यक्तिकार्य पद्धतीमुळे जास्त मदत होईल. वैयक्तिक कामामुळे जसजसा त्यांचा प्रश्न कमी होईल तेव्हा आत्मविश्वास उंचावण्यासाठी व सामाजिक कौशल्ये वाढण्यासाठी गटकार्याचा उपयोग कार्यकर्त्याने केल्यास अधिक उचित होईल.

सर्व सत्रांची आखणी, त्यासाठी लागणाऱ्या संसाधनांची जमवाजमव हे सर्व नियोजनात अपेक्षित आहे. गटकार्य प्रत्यक्ष सुरू करण्यापूर्वी गटकार्याचा संपूर्ण आराखडा तयार करणे महत्त्वाचे आहे. परंतु, नियोजन म्हणजे काळ्या दगडावरची रेघ नाही. लवचिकतेचे तत्त्व यात अभिप्रेत आहे; कारण सदस्यांची गटाबाहेरील परिस्थिती बदलत असते, गट विकासाचा वेगही अपेक्षेपेक्षा वेगळा होऊ शकतो. उदाहरणार्थ, गटकार्यकर्त्याने उद्दिष्टे लक्षात घेऊन १० सत्रांचे नियोजन केले असता, कधी कधी गट उद्दिष्टपूर्तीत येणारे अडथळे त्याच्या नंतर लक्षात येऊन, १०ची १५ सत्रे ठरून नियोजन बदलू शकते.

गटकार्याच्या सत्रांतील आंतर्क्रियांमधून नवीन गरजा किंवा समस्या उघड झाल्यास उद्दिष्टांची दिशा किंवा कार्यक्रमांची आखणीदेखील बदलावी लागेल. संपूर्ण प्रक्रियेत वेळोवेळी आढावा घेऊन नियोजनात बदल करण्याची गरज भासू शकते.

परंतु, लवचिकता ही तत्त्वाची एक बाजू आहे. हे तत्त्व गटाच्या हितासाठी वापरले गेले पाहिजे, गट नियोजनातील बदल कार्यकर्त्याच्या सोयीसाठी नाही. गटकार्य सुरू करण्यापूर्वी नियोजनाचे तत्त्व सगळ्यात महत्त्वाचे आहे.

१.२ गटाची विशिष्ट उद्दिष्टे असण्याचे तत्त्व (Principle of Specific Objectives)

सामाजिक कार्य हे मूलत: हेतुपूर्वक करण्याचे कार्य आहे. नियोजनाचा महत्त्वाचा घटक हेतू निश्चित करणे हा आहे. हेतू स्पष्ट असल्याशिवाय नियोजन नीट होणार नाही. गटकार्य पद्धतीमुळे नेमके काय साध्य करता येते, याचे गटकार्य तज्ज्ञांनी अनुभवांवर आधारित निष्कर्ष काढलेले आहेत. कुठल्याही प्रकारच्या गटाबरोबर काम करत असताना सर्वसाधारण ध्येये पुढीलप्रमाणे असतात-

- गट जीवनाचे अनुभव हेतुपूर्वक निर्माण करून परस्परसंबंध प्रस्थापित होण्यास मदत करणे व या संबंधातून व्यक्तिविकास व गटविकासाला चालना देणे.
- लोकशाही तत्त्वांवर आधारित सामाजिक, आर्थिक व राजकीय आदर्शांचा संदर्भ घेऊन सदस्यांच्या गरजेप्रमाणे, क्षमतेप्रमाणे विकासाच्या संधी निर्माण करणे व सदस्यांमध्ये सामाजिक प्रक्रियांमधील सहभागासाठी लागणारी कौशल्ये वृद्धिंगत करणे.
- ही उद्दिष्टे गृहीत धरलेली असली तरी ती केवळ गटकार्यकर्त्याच्या मनात असून चालत नाहीत. या सर्वसाधारण ध्येयांबद्दलदेखील सदस्यांबरोबर चर्चा होणे आवश्यक असते.

परंतु, त्याचबरोबर, ज्या सामाजिक संस्थेच्या वतीने गटकार्यकर्ता काम करत असतो, तिच्या ध्येयांशी गटकार्याची ध्येये जुळणारी असणे गरजेचे आहे. उदाहरणार्थ, एखादी संस्था बालमजुरी निर्मूलनासाठी काम करत असेल तर त्या संस्थेचे ध्येय हे मुलांचे हक्क त्यांना मिळवून देण्याचे असेल. अशा संस्थेत जर मजुरीमुक्त

केलेल्या मुलांच्या गटाबरोबर काम सुरू केले तर त्या गटाचे उद्दिष्ट मुलांना त्यांच्या हक्कांची जाणीव करून देणे व त्या दृष्टीने त्यांना सक्षम करणे हेच होईल. परंतु, ही ध्येये दीर्घ मुदतीची होतील. त्या मुलांचे वय, कौटुंबिक पार्श्वभूमी व मजुरीच्या अनुभवांमुळे निर्माण झालेली त्यांची भावनिक किंवा शारीरिक गरज लक्षात घेऊन या गटाची अल्प मुदतीची विशिष्ट उद्दिष्टे पुढीलप्रमाणे होतील–

- गटसदस्यांमध्ये विश्वासपूर्ण नातेसंबंध प्रस्थापित करणे.
- गटसदस्यांना स्वच्छतेच्या सवयींचे महत्त्व सांगणे/सवयी लावण्याचा प्रयत्न करणे.
- सृजनशीलतेचा विकास करणे.
- विविध माध्यमांतून स्व–व्यक्तीकरणाच्या संधी उपलब्ध करणे.

ही विशिष्ट उद्दिष्टे परस्परांशी संबंधित हवीत. त्याचप्रमाणे काही उद्दिष्टे सहजसाध्य, सदस्यांच्या आवाक्यातील हवीत. काही उद्दिष्टांमधून दृश्य फायदे होतील याची काळजी घ्यायला हवी. असे अनुभव सर्वांना गटातून येणे महत्त्वाचे आहे. वरील उद्दिष्टातील विश्वासपूर्ण संबंध या उद्दिष्टाचा जर आपण विचार केला तर हे उद्दिष्ट साध्य झाले का, हे तपासताना जाणीवपूर्वक काही दृश्य निकष ठरवावे लागतील. उदाहरणार्थ, सर्व सदस्य वेळेवर गट कार्यक्रमांना येऊ लागले, नियमितपणा वाढला, एकमेकांचे ऐकून घेण्याची तयारी दिसायला लागली किंवा एकमेकांच्या मदतीने, एकत्रितपणे काही कार्यक्रम करण्याची वृत्ती वाढली, एकमेकांबद्दलच्या तक्रारी कमी झाल्या, इत्यादी.

या निकषांच्या आधारे जेव्हा गटकार्यकर्ता सदस्यांबरोबर आढावा घेतो तेव्हा आपण उद्दिष्टपूर्ती करू शकतो हा विश्वास सदस्यांमध्ये निर्माण होतो. त्यामुळे इतर उद्दिष्टांबद्दल बांधिलकी निर्माण होते किंवा अधिक आव्हानात्मक उद्दिष्टे ठरविण्याचा आत्मविश्वास गटात निर्माण होतो.

अनेकदा काही उद्दिष्टे गटकार्यकर्ता सदस्यांच्या गरजा लक्षात घेऊन तयार करतो. उदाहरणार्थ, महिलांचा गट बांधताना त्यांच्या दृष्टिकोनात बदल करणे हे कार्यकर्त्याने ठरविलेले उद्दिष्ट असू शकते. परंतु, ते उद्दिष्ट छुपे ठेवून चालणार नाही, हे स्पष्ट करण्यासाठी या मुद्यावर कशा प्रकारे चर्चा करायची हे ठरविणे महत्त्वाचे आहे. त्याचप्रमाणे कार्यकर्त्याने उद्दिष्टांवर चर्चा करताना 'हा तुमचा गट आहे' असे म्हटल्यास सदस्यांमध्ये कमीपणाची भावना निर्माण होऊ शकते, त्यासाठी असे म्हणणे टाळण्याची काळजी घेतली पाहिजे. 'आपण सगळे मिळून याचा विचार करू या' अशा अर्थाची वाक्ये, गटकार्यकर्त्याने ठरविलेली उद्दिष्टे स्वीकारली जाण्याच्यादृष्टीने महत्त्वाची असतात.

एका गटाबरोबर काम सुरू करताना अनेक छोटी छोटी उद्दिष्टे ठरविता येतात. ही उद्दिष्टे अग्रक्रम सांगणारी असतीलच असे नाही. ती एकात एक गुंतलेली असतात. काही कार्यक्रम किंवा अनुभवातून अनेक उद्दिष्टे एकाचवेळी साध्य होतात; तर काही उद्दिष्टे साध्य झाल्याशिवाय पुढील उद्दिष्टे गट साध्य करू शकत नाही. वरील उदाहरणातील एकमेकांवरील विश्वास हे उद्दिष्ट बऱ्यापैकी साध्य झाल्याशिवाय स्वच्छतेच्या नवीन सवयी शिकण्याची प्रेरणा निर्माण होणार नाही.

त्याचप्रमाणे गट विकासाची गती लक्षात घेऊन कधी कधी उद्दिष्टे बदलणे देखील गरजेचे असते. अपेक्षा कमी करणारे किंवा वाढवणारे असे दोन्ही प्रकारचे बदल उद्दिष्टांमध्ये करावे लागतील. हे बदल सदस्यांची क्षमतावृद्धी व गट विकासावर अवलंबून आहेत.

काही वेळेस विशिष्ट सदस्यांच्या गरजांचा विचार करून त्या सदस्यांमध्ये बदल घडविणे या अगदी नेमक्या उद्दिष्टाचादेखील गटकार्यकर्ता इतर उद्दिष्टांमध्ये अंतर्भाव करू शकतो. उदाहरणार्थ, एखाद्या मुलींच्या

निवासी संस्थेमध्ये अनेक वर्षे संस्थेत राहिलेल्या २ किंवा ३ मुली अगदी नकारात्मक वर्तणूक दाखवत असतील तर गटकार्यकर्ता नव्याने दाखल झालेल्या मुलींच्या गटामध्ये त्यांना जाणीवपूर्वक सामील करून घेतो. नवीन मुलींना समायोजनासाठी मदत करण्यासाठी महत्त्वाची भूमिका त्यांच्यावर सोपवतो व त्यातून त्यांच्यात सकारात्मक दृष्टिकोन निर्माण करणे हे वैयक्तिक उद्दिष्ट तो साधू शकतो.

गटाची विशिष्ट उद्दिष्टे काही प्रमाणात जरी गटकार्यकर्त्याने नियोजनाच्या टप्प्यात ठरवलेली असली तरी त्याने, गटात सामील होणाऱ्या व्यक्तींबरोबर चर्चा करून, त्यांच्या मतांचा अंदाज घेऊन किंवा त्यांच्या अपेक्षा समजून घेऊन उद्दिष्टांना अंतिम स्वरूप देणे अपेक्षित आहे. त्यामुळे गटकार्याच्या सुरुवातीच्या सत्रांमध्ये उद्दिष्टांवर सविस्तर चर्चा होणे गरजेचे आहे. अर्थात, ही चर्चा कशी करायची हे सदस्यांचे वय, क्षमता, समस्येबद्दल किंवा गरजेबद्दल समज व स्वीकार यावर अवलंबून आहे.

सामाजिक कार्यकर्त्याने सामाजिक संस्थेचे ध्येय व त्यांच्या आधारे सदस्यांसाठी ठरवलेली उद्दिष्टे याची घातलेली सांगड सदस्यांना स्पष्टपणे उमजलेली आहे का, त्यांच्या अपेक्षांमध्ये काही बदल करण्याची गरज असल्यास त्याप्रमाणे तो झालेला आहे का, याची पडताळणी करणे महत्त्वाचे असते. उद्दिष्टे नीट उमजली तरच त्या दृष्टीने प्रत्येकाने काय प्रयत्न केले पाहिजेत, हे सदस्यांना स्पष्ट होईल. नाहीतर गट बांधणी विस्कळीत होईल. सदस्यांना गटातून मिळणारे समाधान कमी होईल. त्याचप्रमाणे उद्दिष्टे जर गटसदस्यांवर लादली गेली तर त्यांच्याबद्दल बांधिलकी निर्माण होणार नाही.

उद्दिष्टे सुस्पष्ट हवीत. काही उद्दिष्टे मोजमाप करता येण्यासारख्या निकषांवर आधारित असावीत. संपूर्ण गटकार्याच्या अंतिम टप्प्यानंतर काय साध्य व्हायला हवे, हे दर्शविणारी उद्दिष्टे तर हवीतच. उदाहरणार्थ, 'निवासी संस्थेतील मुलांचे संस्थेतील परिस्थितीशी समायोजन होणे' हे उद्दिष्ट, अंतिम टप्प्यानंतर काय साध्य व्हायला हवे हे दर्शवणारे आहे. त्याचे मोजमाप कसे करायचे हे आधी ठरवायला हवे.

परंतु, प्रत्येक सत्रासाठी छोटी छोटी उद्दिष्टे हवीत, याचा अर्थ असा नाही की, प्रत्येक सत्राला वेगळे उद्दिष्ट असायला हवे. उदाहरणार्थ, कुमारी मातांच्या गटासाठी, बाळ जन्माला आल्यानंतर ते दत्तकविधानासाठी देण्याच्या निर्णयाचे विशिष्ट उद्दिष्ट साध्य होण्यासाठी बरीच सत्रे लागतील. एकच उद्दिष्ट दोन-तीन सत्रांची सांगता असू शकते किंवा एका सत्रामधून अनेक उद्दिष्टे सहज साध्य होऊ शकतात. ही छोटी छोटी उद्दिष्टे गटकार्याच्या अंतिम उद्दिष्टाशी जोडता येणारी हवी. उद्दिष्टे जितकी स्पष्ट तितक्या अपेक्षा वास्तववादी होतात व प्रयत्न त्यानुसार केले जातात.

उद्दिष्टे ठरविताना लक्षात ठेवण्याच्या बाबी–

- मर्यादित/निवडक उद्दिष्टे असावीत.
- उद्दिष्टे अवास्तव नसावीत.
- उद्दिष्टे सर्वसमावेशक असावीत.
- उद्दिष्टे स्पष्ट शब्दांत मांडली गेलेली हवीत.
- उद्दिष्टपूर्तीचे निकष गटसदस्य व गटकार्यकर्ता यांनी मिळून ठरवायला हवेत व ते गटसदस्यांना स्पष्टपणे समजायला हवेत.

वरील सर्व बाबींची परिपूर्तता व नियोजन योग्य तऱ्हेने केल्यास गटसदस्यांमध्ये अलिखित करार आपोआप तयार होतो.

१.३ गटकार्यकर्ता व गटसदस्य यांच्यातील हेतुपूर्ण नातेसंबंधाचे तत्त्व (Principle of Purposeful Relationship between Group Worker and Group Memebers)

संपूर्ण गट प्रक्रिया अर्थपूर्ण होणे, न होणे हे बहुतांशी परस्परसंबंधांवर अवलंबून आहे. परस्परसंबंधांचा अनेक पातळ्यांवर गटकार्यात विचार केलेला आहे.

गटकार्यकर्त्याने विशिष्ट हेतूने गटसदस्यांना एकत्र आणलेले असते. त्यामुळे गटकार्य सुरू करण्याआधी त्याचा सदस्यांशी संपर्क आलेला असतो. त्याची व गटसदस्यांची तोंडओळख वैयक्तिक पातळीवर झालेली असते. परंतु, गटकार्याला सुरुवात झाल्यावर या तोंडओळखीचे रूपांतर विश्वासपूर्ण संबंधात होणे सर्वांत महत्त्वाचे आहे. प्रत्येक सदस्याला गटकार्यकर्त्याबद्दल जवळीक वाटायला हवी. प्रत्येक सदस्याला गटकार्यकर्त्याबद्दल विश्वास वाटायला हवा. गटसदस्यांच्या क्षमतेप्रमाणे किंवा गरजेप्रमाणे गटकार्यकर्ता त्यांना उत्तेजन किंवा प्रतिसाद देत असतो. जबाबदाऱ्यांचे वाटप सदस्यांमध्ये करतानादेखील गटकार्यकर्ता काही विचार करत असतो. त्याच्या हेतूंबद्दल सदस्यांच्या मनात शंका निर्माण झाली तर संबंध बिघडतील. गटकार्यकर्त्याने आपल्या कृतीने सदस्यांना आपण पक्षपाती वाटणार नाही याची काळजी घेणे गरजेचे असते. प्रत्येकाला तो समान वागणूक देणारच अशी खात्री प्रत्येक सदस्याला वाटेल याची काळजी गटकार्यकर्त्याने घ्यायला हवी; तरच प्रत्येक सदस्य व गटकार्यकर्ता यांच्यात संबंध निर्माण होतील.

नातेसंबंधाची दुसरी पातळी म्हणजे गटकार्यकर्ता व संपूर्ण गट यांच्यामधील नाते. संपूर्ण गट हा एकसंधपणे कार्यरत होण्यासाठी कार्यकर्त्यालादेखील त्यांच्याबरोबर एकत्रित असे नाते निर्माण करावे लागते. त्यातून गट एकत्रित विचाराने कृती करायला शिकतो. प्रत्येक सदस्याला जर वाटले की, गटकार्यकर्त्याचे फक्त माझ्याशीच नाते आहे तर त्यामुळे गटात दुही निर्माण होईल. गटकार्यकर्त्याशी जवळीक निर्माण करण्यासाठी स्पर्धा निर्माण होईल. यामुळे गटाचे अस्तित्व धोक्यात येईल. त्यामुळे गटकार्यकर्त्याच्या गटाशी एकत्रित संवादाचा अनुभव गटसदस्यांना यायलाच हवा. गटकार्यकर्ता गटाकडे एकसंध घटक म्हणून गटाकडे पाहात असेल तर गटात एकीची भावना निर्माण होईल.

नातेसंबंधाची तिसरी व चौथी पातळी म्हणजे एका सदस्याचे दुसऱ्या सदस्याशी निर्माण झालेले नाते व प्रत्येक सदस्याचे संपूर्ण गटाशी निर्माण झालेले नाते. एकमेकांबद्दल विश्वास, एकमेकांचा स्वीकार व एकमेकांना मदत करण्याची इच्छा हे सदस्य संबंधाचे निकष आहेत.

बऱ्याचदा गटसदस्यांचे गटाबाहेर एकमेकांशी असणारे संबंध कसे आहेत, याचाही कार्यकर्त्याला विचार करावा लागतो. उदाहरणार्थ, दोन वेगवेगळ्या युनियन्सचे सदस्य असलेले कामगार, वेगवेगळ्या सामाजिक/आर्थिक स्तरांतील लोक इ. च्या गटाबाहेरील संबंधांचे पडसाद गटात निर्माण होतात.

त्याचप्रमाणे गटाबरोबर नाते म्हणजे हा माझा गट आहे, मी गटाचा अविभाज्य भाग आहे, असे विचार निर्माण झाल्यास गटसदस्यांमध्ये सकारात्मक भावना निर्माण होतात. कधी कधी बाहेरील समाजामध्ये या गटसदस्यत्वामुळे व्यक्तीला मिळणारा वरचा दर्जा, गटाबद्दल सदस्यांची बांधिलकी वाढविण्यास मदत करतो. उदाहरणार्थ, ग्राहकांच्या हक्कांबद्दल काम करणाऱ्या गटाला बाहेरच्या समाजात वेगळी प्रतिष्ठा मिळेल व त्यामुळे सदस्यांची गटाबद्दल बांधिलकी वाढेल.

वरील विवेचनावरून एक महत्त्वाचा मुद्दा पुढे आला आहे की, गटकार्यकर्त्याची संबंध प्रस्थापित करण्याची क्षमता जशी महत्त्वाची आहे, त्याचप्रमाणे सदस्यांची देखील अशा प्रकारच्या हेतुपूर्वक गटसंबंधासाठी तयारी व क्षमता असण्याची गरज आहे. ती नसल्यास त्यादृष्टीने गटकार्यकर्त्याने प्रयत्नशील राहाणे महत्त्वाचे

आहे. काही व्यक्तींमध्ये या क्षमता वाढीस लागण्याची क्षमताच कमी असल्यास त्यांच्याबरोबर गटकार्य करता येणार नाही. उदाहरणार्थ, तीव्र मतिमंदत्व असणाऱ्या व्यक्ती किंवा गंभीर मानसिक वा शारीरिक आजार असणाऱ्या व्यक्ती.

हे संबंध सहेतुक आहेत याचा अर्थ भावनांचा खोटेपणा किंवा केवळ स्वत:च्या फायद्याचा विचार नसून, सच्चेपणाने हे नातेसंबंध स्वीकारून उद्दिष्टपूर्तीचा फायदा व आनंद सर्वांना मिळेल असे वागणे, असा आहे. अर्थात, गटकार्यकर्त्याने मात्र त्याचे नातेसंबंध अधिक वस्तुनिष्ठ व कमीत कमी भावनिक गुंतवणुकीने करणे अपेक्षित आहे.

गटाचे नातेसंबंध दृढ होण्यासाठी गटाला एक अस्तित्व/वेगळेपण देता येते. उदाहरणार्थ, एकात्मिक बालविकास योजनेअंतर्गत किशोरी मुलींचे गट बांधले जातात, त्या गटांना 'किशोरी शक्ती गट' असे नाव दिले आहे किंवा गाव पातळीवर मुलांच्या गटाला 'बालसेना' म्हणणे हे गटाची समाजामध्ये एक ओळख देण्यासाठी उपयोगी पडते. त्यातून एक स्थान निर्माण होते व त्यामुळे परस्परसंबंध दृढ होतात.

गटाचे वैशिष्ट्य लक्षात घेऊन अशी नावाने ओळख गट संबंधाचे सातत्य टिकण्यास उपयोगी होते. उदाहरणार्थ, दत्तक पालकांच्या आधार गटाचे नाव 'सुदत्त' ठेवणे. या प्रयत्नातून नातेसंबंध दृढ होण्यास निश्चितच मदत होते व गटाच्या कार्यक्रमांना एक दिशा मिळते.

१.४ सातत्याने गटाचे वैयक्तीकरण करण्याचे तत्त्व (Principle of Continuous Individualization)

याचा अर्थ, प्रत्येक गट भिन्न/वेगळा आहे हे समजून ते स्वीकारण्याची तयारी असणे. कार्यकर्त्याला बऱ्याचदा एकाच प्रकारच्या अनेक गटांबरोबर काम करावे लागते. उदाहरणार्थ, एखादी संस्था वस्ती पातळीवर बचतगट बांधणीचे काम करीत असेल तर गटकार्यकर्त्याला स्त्रियांच्या अनेक गटांबरोबर काम करावे लागेल. या महिला गटांमध्ये निश्चितच बरेच साम्य असेल. परंतु, त्यांच्या गरजांमध्ये जरी साम्य असले तरी गट सहभागाचा समतोल, गट विकासाची गती, सदस्यांच्या क्षमता या व अशा अनेक बाबींमध्ये प्रत्येक गट एकमेकांपासून भिन्न असू शकतो. गटकार्यकर्त्याला हे समजणे जसे गरजेचे आहे तसेच त्याने ते स्वीकारणेदेखील महत्त्वाचे आहे.

असा स्वीकार जर गटकार्यकर्त्याने केला तर त्याच्या अपेक्षांमध्ये तो आवश्यक ते बदल करेल व त्याप्रमाणे कार्यक्रम किंवा गटाशी संवाद साधण्याच्या पद्धतीमध्येसुद्धा तो योग्य तसे बदल करेल. एका गटाची दुसऱ्या गटाशी तुलना न करता विकास गतीतील फरक त्याला स्वीकारता येतील.

त्याचप्रमाणे सर्व सदस्य जरी एकाच हेतूने गटात सहभागी झालेले असले तरी प्रत्येकजण गटात स्वत:चे वेगळेपण घेऊन येतो. तसेच, गट अनुभवांचे परिणाम प्रत्येकावर वेगळ्या पद्धतीने होतात. प्रत्येक सदस्याला क्षमतावृद्धीसाठी लागणारा वेळ किंवा उत्तेजनाची आवश्यकता हे वेगवेगळे असते.

प्रत्येक सदस्यांचे सूक्ष्म निरीक्षण करणे अपेक्षित आहे. त्यामुळे एखाद्या सदस्याला गट सहभागासाठी वैयक्तिक मदतीची गरज असल्यास कार्यकर्त्याच्या ते लक्षात येईल. अशा सदस्यांना कधी कधी गटाबाहेर भेटूनही मदत देण्याची गरज असते. उदाहरणार्थ, गटकार्यकर्ता, सृजनशीलता-विकासाच्या हेतूने मुलींच्या गटाबरोबर काम करीत असल्यास, त्या गटामध्ये एक सदस्य अगदी क्षुल्लक कारणाने खूप रडते व त्यामुळे गट प्रक्रियेवर त्याचा विपरीत परिणाम होऊ लागल्यास, या मुलीला गटातच उत्तेजन देऊन फायदा होणार नाही. भावनांवर नियंत्रण ठेवण्यासाठी तिला जी मदत करायची आहे ती गटकार्यकर्त्याला गटसत्रांच्या व्यतिरिक्त तिला भेटून करावी लागेल. तिच्या सामाजिक कौशल्य वाढीस अशी मदत केल्यास तिचा गट सहभाग योग्य होईल व इतर सदस्यांबरोबरचे तिचे संबंधही सुधारतील.

गटसदस्यांमध्ये गट तादात्म्य असणे हे महत्त्वाचे मूल्य आहे. परंतु, त्याचा अर्थ असा नाही की, प्रत्येक सदस्याने आपले अस्तित्व बाजूला ठेवायचे. प्रत्येकाचे वेगळेपण गटकार्यकर्त्यानेच फक्त स्वीकारून चालत नाही, तर सदस्यांनी स्वीकारावे लागेल. सदस्यांच्या विचारांमध्ये ती प्रगल्भता आणण्यासाठी कार्यकर्त्याला जाणीवपूर्वक प्रयत्न करावे लागतात.

१.५ गटातील आंतर्क्रियांना योग्य दिशा देण्यासाठी मार्गदर्शन करण्याचे तत्त्व (Principle of Guided Group Interaction)

गट काही विशिष्ट हेतूंनी एकत्र आलेला असतो. हे हेतू साध्य करण्यासाठी विविध माध्यमांचे किंवा कार्यक्रमांचे आयोजन गटातून केले जाते. सदस्य जेव्हा या कार्यक्रमात सहभागी होतात तेव्हा अनेक प्रतिक्रिया ते व्यक्त करतात. या प्रतिक्रिया कार्यक्रमाबद्दल असतील किंवा सदस्यांबद्दल असतील किंवा गटकार्यकर्त्याबद्दल असतील. या प्रतिक्रिया वैचारिक व भावनिक दोन्ही पातळींवरील असतात. वर्तणुकीतून, संवादातून या प्रतिक्रिया सदस्य व्यक्त करत असतात. या आंतर्क्रिया कधी कधी गटात जवळीक व विश्वास निर्माण करणाऱ्या असतात. त्यामुळे गटात एकी निर्माण होते व ध्येयपूर्तीला त्या साहाय्यकारक होतात; तर कधी कधी या आंतर्क्रिया आंतर्संबंधाना बाधक असतात. सदस्य दुखावले जाऊ शकतात. त्यांच्यावर दूरगामी परिणाम होतात. त्यामुळे गट विस्कळीत होऊ शकतो. यासाठी गटकार्यकर्त्याला सतत जागरूक राहून गटातील आंतर्क्रियांचे निरीक्षण करावे लागते. गटात त्या प्रक्रिया घडत असताना गरज वाटल्यास तिथल्या तिथे तत्काळ योग्य दिशा कार्यकर्त्याला द्यावी लागते. गटात होणारा संवाद, सदस्यांचा एकमेकांना प्रतिसाद–प्रतिक्रिया (फीडबॅक) किंवा गटातील अनुभव या सर्वांचा गटाला सकारात्मक उपयोग व्हावा यासाठी कार्यकर्त्याला प्रयत्न करावे लागतात.

यासाठी गटकार्यकर्त्याचे निरीक्षण जसे महत्त्वाचे आहे, त्याचप्रमाणे अतिशय काळजीपूर्वक ऐकणे ही क्षमताही तेवढीच महत्त्वाची आहे. बऱ्याचदा सदस्यांना एकमेकांशी कसा संवाद करावा, दुसऱ्यांना न दुखावता किंवा अपमान न करता मतभेद कसे व्यक्त करावेत व कसे स्वीकारावेत हे गटकार्यकर्त्याला विविध माध्यमातून, प्रत्यक्ष सांगून किंवा स्वत:च्या कृतीतून समजावून सांगावे लागते. या तत्त्वाचा आधार गट प्रक्रियेला चालना देताना किंवा गट–गतिशीलतेतून निर्माण झालेल्या विविध भावनांना दिशा देण्यासाठी गटकार्यकर्त्याला सतत घ्यावा लागतो.

१.६ गटाला लोकशाही तत्त्वांवर आधारित स्वयंनिर्णयाचे स्वातंत्र्य देण्याचे तत्त्व (Principle of Democratic Decision-Making)

'लोकशाही तत्त्व' याचा अर्थ आधी समजून घेतला पाहिजे. त्यात व्यक्तिस्वातंत्र्य, प्रत्येकाला स्वत:चे मत मांडण्याचा अधिकार, सर्वांच्या मताचा आदर व प्रत्येकाच्या मतावर विचार/चर्चा करण्याची तयारी, सर्वासमावेशक निर्णय प्रक्रिया या सगळ्या गोष्टी येतात. गटाच्या विकासाबरोबर प्रत्येक सदस्याला विकासाची संधी असणे, हेही त्यात अपेक्षित असते.

अनेकदा गटाचे सदस्यत्व घ्यायचे की नाही, याचे स्वातंत्र्य सदस्याला नसते, उदाहरणार्थ, जन्माने मिळणारे सदस्यत्व किंवा शाळेत ज्या वर्गात शिकत असू त्याचे सदस्यत्व किंवा नोकरीतील सहकारी गटाचे सदस्यत्व, इत्यादी. भारतीय संदर्भात आधार गट सोडले तर व्यक्तींना काही विशिष्ट हेतूने गटातून एकत्र येण्याची गरज वाटेल असे सहसा होत नाही. परंतु, एकदा सदस्य एकत्र आले की, गटकार्याला सुरुवात करताना, अगदी छोट्या छोट्या बाबतीत गट स्वयंनिर्णयाचे अनुभव गटकार्यकर्ता निर्माण करू शकतो. उदाहरणार्थ, गटसदस्यांसाठी काही नियम ठरविणे. नियम का असावेत, यापासून चर्चा करून कशा प्रकारचे नियम असावेत व नियम पाळले

न गेल्यास त्यावर काय उपाययोजना केली जावी इथपर्यंत निर्णय घेण्यात गटकार्यकर्ता गटसदस्यांचा सहभाग घेतो.

सामाजिकीकरणाच्या भारतीय प्रक्रिया लोकशाही तत्त्वावर फारशा आधारित नसल्याने गट स्वयंनिर्णय म्हणजे काय, ही संकल्पना जाणीवपूर्वक रुजवावी लागते. अनेकदा एकाने सांगायचे व बाकीच्यांनी फक्त मान डोलवायची अशा सवयी सदस्यांना असतात. गट स्वयंनिर्णयाची प्रक्रिया समजण्यासाठी काही विशिष्ट अनुभव गटकार्यकर्त्याला निर्माण करावे लागतात. उदाहरणार्थ, वस्ती पातळीवर स्वच्छता मोहीम राबविण्याच्या हेतूने जर युवकांचा गट कार्यरत असेल, तर कचरा वेचणाऱ्यांबरोबर समन्वय साधायचा की, स्वत:च कचऱ्याची गाडी विकत घेऊन काम सुरू करायचे, यासंबंधी निर्णय घेताना बहुमताचा वापर, योग्य माहितीवर आधारित व सांगोपांग चर्चा करण्याची तयारी या लोकशाही प्रक्रिया आहेत. जो निर्णय गटाचा म्हणून स्वीकारला जाईल त्याबद्दल सर्व सदस्यांची बांधिलकी असणे व जबाबदाऱ्यांचे वाटप होऊन कार्य सुरू होणे-या सर्व प्रक्रिया गटाच्या स्वयंनिर्णयासाठी आवश्यक आहेत. कार्यकर्त्यावर, स्वयंनिर्णयाचे स्वातंत्र्य म्हणजे काय, हे सदस्यांना समजावून सांगण्याची जबाबदारीही असते; कारण स्वातंत्र्य म्हणजे मनमानी अथवा बेजबाबदार वर्तन नव्हे, हे सर्वांना मान्य झाले तरच हे तत्त्व प्रत्यक्षात उतरू शकेल.

हे तत्त्व स्वीकारणे गटकार्यकर्त्यालाही कधी कधी अवघड जाते कारण अनेकदा गटाचे यश ही तो स्वत:ची जबाबदारी समजतो आणि गटासाठी निर्णय तो स्वत:च घेतो. अशा गटांमध्ये सदस्य सहभाग जरी असला तरी सदस्य समाधानात आणि क्षमतावृद्धीमध्ये कमतरता निर्माण होऊ शकते.

गटकार्य शालेय मुलांमध्ये असले तरी मुलांना मते मांडण्याचा आणि निर्णय घेण्याचा अधिकार आहे हे गटकार्यकर्त्याला मान्य असणे गरजेचे असते. उदाहरणार्थ, अभ्यासात मागे पडणाऱ्या मुलांचा गट घेताना, गटकार्यकर्त्याने काही उद्दिष्टे ठरविलेली असली तरी या मुलांना त्यांच्या समस्येबद्दल नेमके काय वाटते व ही समस्या सोडविण्यासाठी नेमकी कोणती उपाययोजना त्यांना महत्त्वाची वाटते यावर सविस्तर चर्चा होणे आवश्यक असते. जेव्हा चर्चेनंतर सर्वानुमते उद्दिष्टे ठरतील, त्यांचा अग्रक्रम ठरेल, ती साध्य करण्यासाठीचे उपक्रम ठरतील तेव्हा काही प्रमाणात गटसदस्यांना स्वयंनिर्णयाचे स्वातंत्र्य मिळाले असे म्हणता येईल.

मुलांच्या गटाबरोबर कार्य करत असताना मुलांनी लंगडी खेळायची की लपाछपी, हे त्यांनी ठरविले की, स्वयंनिर्णयाचे तत्त्व वापरले असे समजले जाते. परंतु, खेळायचे की इतर काही करायचे, काय करायचे, त्याची उद्दिष्टे ठरविणे, अग्रक्रम ठरविणे, उद्दिष्टे साध्य करण्यासाठी लागणाऱ्या प्रयत्नांची दिशा ठरविणे हे गट स्वयंनिर्णयाचे महत्त्वाचे प्रमुख मुद्दे आहेत.

गट जर घातक निर्णय घेत असेल तर हे स्वातंत्र्य देणे योग्य होणार नाही. उदाहरणार्थ, विधिसंघर्षग्रस्त बालकांच्या निवासी संस्थेत १५-१६ वर्षांच्या मुलांचा गट घेत असताना, पर्यवेक्षक अन्यायाने वागतो म्हणून त्याला बदडून काढण्याचा निर्णय गटाने घेतला तर ते त्याचे स्वातंत्र्य आहे असे म्हणणे योग्य होईल का? परंतु, हा निर्णय का योग्य नाही याचीही चर्चा व्हायला हवी; या समस्येवर सकारात्मक उपाययोजना काय होईल यावर चर्चा करून, सदस्यांना निर्णय घेण्यास मदत करणे ही गटकार्यकर्त्याची जबाबदारी आहे.

आपल्या सामाजिकीरणाच्या अनुभवांमध्ये लोकशाही निर्णय प्रक्रियेचे अनुभव आपल्याला फारसे नसल्यामुळे गटकार्यकर्त्याला सदस्यांमध्ये विचार करण्याची, स्वत:ची मते मांडण्याची, इतरांची मते ऐकण्याची किंवा सर्वंकष विचारांची देवाणघेवाण करण्याची अशा अनेक क्षमतांची वृद्धी करण्यासाठी आधी गटात बरेच काम करावे लागते. तेव्हा या तत्त्वाचे मूर्त स्वरूप दिसू शकते.

१.७ गट संरचना ही गटाच्या गरजेप्रमाणे बदलती ठेवण्याचे तत्त्व (Principle of Functional Flexibility)

गटाचे वैशिष्ट्य जाणून घेताना गटात प्रत्येकाची भूमिका, जबाबदाऱ्या, स्थान असते हे, प्रकरण १ मध्ये मांडले आहे. त्याचप्रमाणे गटकार्यातही प्रत्येक सदस्याला स्थान असते, भूमिका, जबाबदाऱ्या असतात. परंतु, त्यातदेखील लवचिकतेचे मूल्य महत्त्वाचे आहे.

जेव्हा एखादा कार्यक्रम गटाने ठरविलेला असतो तेव्हा त्या कार्यक्रमातून आनंद निर्माण होण्यासाठी किंवा समाधान मिळण्यासाठी प्रत्येकाचा सहभाग महत्त्वाचा असतो. परंतु, प्रत्येक सदस्याच्या क्षमता, पूर्वानुभव वेगळे असतात. त्यामुळे गट विकासासाठी प्रत्येकाचे योगदान वेगवेगळे होऊ शकते. प्रत्येक सदस्याला भूमिका स्वीकारायला लागतात. त्या भूमिकांमुळे गटात त्यांना एक स्थान किंवा दर्जा प्राप्त होतो. परंतु, हा दर्जा कायमस्वरूपी असू शकत नाही. अनेक कारणांमुळे गट रचना बदलत राहते. हे बदल गट विकासाच्या प्रक्रियेत आपोआप होत असतातच. परंतु, गटाच्या गरजेनुसार, समस्येच्या स्वरूपाप्रमाणे हे बदल जाणीवपूर्वकदेखील करावे लागतात. या रचना बदलामुळे प्रत्येक सदस्याला गटातून वेगवेगळ्या संधी मिळू शकतात. त्याप्रमाणे आपण देखील आपल्या विशिष्ट जबाबदारीने हेतू-सिद्धीसाठी गटाला दिशा देऊ शकतो, ही भावना गटाबद्दल आकर्षण वाढविण्यासाठी व गटसहभाग वाढविण्यास उपयोगी पडणारी असते. तसेच प्रत्येक वेळी आपल्यालाच संधी मिळाली पाहिजे कारण क्षमता आपल्यातच आहेत, अशी भावना काही सदस्यांची होऊ नये यासाठीही हे आवश्यक असते. उदाहरणार्थ, नेतृत्व विकासासाठी युवकांच्या गटाबरोबर काम करत असताना एखाद्या सांस्कृतिक कार्यक्रमात गटाचा सहभाग घ्यायचा असल्यास त्या प्रकारच्या क्षमता असणारे सदस्य अधिक पुढाकार घेतील व गटाचे नेतृत्व करतील. त्याच गटात जर नोकरीसाठी मुलाखत कशी द्यावी यावर सत्र आयोजित केले तर ज्या सदस्यांमध्ये संवाद कौशल्ये अधिक आहेत किंवा त्यासाठी लागणारी धिटाई आहे असे सदस्य या कौशल्य वृद्धीसाठी भूमिका नाट्य उत्तमपणे सादर करून इतरांच्या कौशल्य-वृद्धीस मदत करू शकतील. पहिल्या कार्यक्रमांसाठी ज्यांचा पुढाकार होता ते दुसऱ्या सत्रात पुढारी असतीलच असे नाही. दुसऱ्या सत्रात इतर सदस्यांचे पुढारीपण उपयोगी पडेल. अशा प्रकारे गटरचना बदलते. याचे फायदे गटाची प्रेरणा टिकवण्यासाठी, एकमेकांबद्दल आदर निर्माण होण्यासाठी होतात व वैयक्तिक क्षमतावृद्धीदेखील होते.

कधी कधी सदस्य आपणहून जबाबदाऱ्या घेतात किंवा इतर सदस्यांच्या आग्रहामुळे/उत्तेजनामुळे जबाबदाऱ्या स्वीकारल्या जातात. त्यामुळे, सदस्यांना स्वतःतील क्षमतांचा किंवा बलस्थानांचा शोध लागतो. रोजच्या आयुष्यात त्याचे फायदे होऊ शकतात.

गटकार्यकर्त्याचे सूक्ष्म निरीक्षण इथे महत्त्वाचे ठरते. योग्य कार्यक्रमांची निवड करून प्रत्येकाला सहभागाची, योगदानाची संधी निर्माण करणे हे गटकार्यकर्त्यांचे काम आहे. हे घडले तरच गट रचना बदलती राहील व गट विकास होईल. अनेकदा एकाच सदस्याला सर्व जबाबदाऱ्या दिल्या जातात, हे जाणीवपूर्वक टाळले पाहिजे, कारण त्यामुळे इतर सदस्यांमध्ये नाराजी निर्माण होईल.

१.८ कार्यक्रमांचे नियोजन उत्तरोत्तर प्रगतिशील किंवा आव्हानात्मक होण्याचे तत्त्व (प्रगमनशील कार्यक्रम नियोजनाचे तत्त्व) (Principle of Progressive Programme Planning)

गटकार्य प्रक्रियेसाठी 'कार्यक्रम' हे माध्यम म्हणून वापरले जाते. प्रत्येक कार्यक्रमाची एक रचना असते, त्यात काही कृती अपेक्षित असतात. प्रत्येक कृती करण्यासाठी काही पायऱ्या असतात. त्याचप्रमाणे प्रत्येक

सदस्याला विशिष्ट वर्तन केल्याशिवाय कार्यक्रमात सहभागी होता येत नाही. प्रत्येक सदस्याच्या क्षमतांचा उपयोग वेळोवेळी होत राहतो.

गटाच्या सुरुवातीच्या टप्प्यात सदस्यांचा सहभाग वाढावा व त्यांचे गटाबद्दल आकर्षण वाढावे म्हणून काही कार्यक्रम निखळ करमणुकीसाठी घेतले जातात. त्यात सहभागी होण्यासाठी लागणारी कौशल्ये प्रत्येक सदस्यांमध्ये सहज असणारी असणे गरजेचे असते. त्यामुळे सदस्य मोकळे होतात, त्यांच्या मनातील भीती किंवा काळजी कमी होते. उदाहरणार्थ, गटकार्यकर्ता बऱ्या झालेल्या मनोरुग्णांचा गट, त्यांना बाहेरील परिस्थितीशी मुख्यत: कुटुंब व नोकरी या ठिकाणी समायोजन कसे करता येईल यासाठी घेत असेल तर सुरुवातीची काही सत्रे हस्तकलेचा उपयोग करून घेता येतील. उदाहरणार्थ, दिवाळी येत आहे तर काही भेटवस्तू तयार करण्यास मदत करणे, त्या भेटवस्तू त्यांनी कुटुंबीयांना भेट म्हणून देणे किंवा प्रदर्शनात स्टॉल लावून विकणे अशा प्रकारचे कार्यक्रम आयोजित करता येतील. गटात हे सदस्य स्थिरावल्यानंतर काही कौटुंबिक प्रसंग किंवा नोकरीच्या जागी येणारे अनुभव व त्या वेळी करण्याचे समायोजन यावर चर्चा, पूर्वाश्रमीच्या मनोरुग्णांना आत्मकथन किंवा सदस्यांना भूमिका नाट्य करायला लावून घेता येतील.

सुरुवातीच्या टप्प्यात वैयक्तिक वर्तणुकीबद्दल जाणीव निर्माण करण्यावर भर न देता सोप्या, सहज जमणाऱ्या कृती व असुरक्षितता न निर्माण करणारे कार्यक्रम केले पाहिजेत. त्यातून हळूहळू वैयक्तिक समस्या सोडवणुकीचा विचार व कौशल्यवृद्धी यावर भर देणारे कार्यक्रम घेतल्यास ते अधिक प्रभावी ठरतात. यामुळे सहभाग वाढत जाईल. त्याचप्रमाणे गटात जेव्हा सोप्या सोप्या कार्यपूर्तीमुळे यशाचे अनुभव गटसदस्यांना येतात, तेव्हा त्यातून त्यांची अस्मिता सकारात्मक होते. हळूहळू आव्हान वाढणे किंवा वेगवेगळ्या गोष्टी गटातून शिकायला मिळणे हे गट विकासाच्यादृष्टीने अतिशय महत्त्वाचे आहे.

गटकार्यात कार्यक्रम हे साधन आहे, त्यामुळे या तत्त्वाचा वेगळा सविस्तर विचार गटकार्यात केला गेला आहे. अनेक गटकार्य तज्ज्ञांनी केवळ गटकार्यातील कार्यक्रम यावर पुस्तके लिहिली आहेत. या पुस्तकातदेखील त्यावर एक वेगळे प्रकरण आहे.

१.९ उपलब्ध संसाधनाचा गट विकासासाठी विनियोग करण्याचे तत्त्व (Principle of Use of Resources)

गटकार्यकर्ता जरी प्रशिक्षित व अनुभवी असला तरी गटाच्या सर्व गरजांची पूर्ती तो एकटा करू शकत नाही. अनेक साधनांची, व्यक्ती किंवा वस्तूरूपाने, गटकार्यक्रमात मदत घेण्याची गरज असते. त्या संसाधनांची उपलब्धता गटाला करून देणे किंवा गटसदस्यांची संसाधनांशी जोडणी करून देणे ही गटकार्यकर्त्याची जबाबदारी असते. कधी कधी गटासाठी विषयतज्ज्ञ बोलवण्याची गरज असते. उदाहरणार्थ, वस्ती पातळीवर १० वी व १२ वीत शिकणाऱ्या मुलांचा गट जर गटकार्यकर्ता घेत असेल तर या मुलांना परीक्षेचे तंत्र शिकविण्यासाठी एखाद्या शिक्षकाला किंवा शिक्षण तज्ज्ञाला बोलवणे अधिक महत्त्वाचे ठरेल. अशा प्रकारे अनेक मानवी संसाधनांचा उपयोग व्यक्ती व गट विकासासाठी होत असतो. प्रत्येक गोष्ट आपल्याला येते असा फाजील आत्मविश्वास गटकार्यकर्त्यामध्ये नसावा. उदाहरणार्थ, मुलांचा, मनोरंजनावर आधारित गट असल्यास रोजच्या खेळण्यासाठी मैदान किंवा बगीचा उपलब्ध होण्यासाठी नगरसेवकाला भेटावे लागेल किंवा मुलांच्या बौद्धिक विकासाला चालना देण्यासाठी काही खेळ साहित्याची आवश्यकता असल्यास त्यासाठी रोटरी क्लब किंवा वस्तीतील तरुण मंडळांकडूनही देणगीरूपात खेळाचे साहित्य मिळवावे लागेल किंवा संस्थेच्या संसाधनांचा वापर करता येईल. उदाहरणार्थ, ज्या वर्गात बालवाडी सकाळी चालते, त्या वर्गात दुपारी वस्तीतील बायकांचा

भजनी मंडळाचा गट घेता येईल. बालवाडीकडे असणारी बाजाची पेटी त्यांच्यासाठी वापरता येईल. समाजात अनेक प्रकारची संसाधने उपलब्ध असतात. गटकार्यकर्त्याला सतत ती गटाच्या विकासासाठी कशी वापरता येतील, याचा विचार करावा लागतो.

त्याचप्रमाणे गटांत देखील अनेक क्षमता असणारे सदस्य असतात. त्या क्षमतांचा उपयोग संपूर्ण गट विकासासाठी केल्यास तेदेखील साधनच होते. उदाहरणार्थ, एखाद्या सदस्याला उत्तम चित्रे काढता येतात, तो ज्या गटात आहे त्यांना, वस्ती पातळीवर 'लोकांनी कचरा नियोजन करावे' हा संदेश देण्यासाठी प्रभातफेरी काढायची असेल तर या सदस्याच्या मदतीने फलक तयार करता येतील.

कशा प्रकारची संसाधने, केव्हा वापरायची, कोणाची मदत घ्यायची हे सर्व गटाच्या उद्दिष्टांवर व त्याचप्रमाणे त्या सामाजिक संस्थेच्या ध्येयावर अवंलबून आहे. कार्यक्रम पूर्तीसाठी संसाधनांची गरज असते. परंतु, त्यासाठी कधीकधी पैशांचेदेखील पाठबळ लागते. हे किती प्रमाणात मिळेल ते संस्थेच्या उद्दिष्टांवर अवलंबून राहील.

या संदर्भात गटसदस्यांना देखील स्पष्टता हवी. आपण काय कारणाने ही साधने वापरत आहोत, त्यातून नेमके काय घडणे अपेक्षित आहे, याची स्पष्टता गटकार्यकर्ता व सदस्य दोघांनाही हवी. गटाबाहेरील संसाधनाचा वारेमाप वापर देखील टाळणे गरजेचे असते. त्यामुळे पुष्कळदा मुख्य उद्दिष्टे बाजूला राहते व गट भरकटतो. उदाहरणार्थ, बचतगटाचे सक्षमीकरण करण्याच्या उद्दिष्टाने १० ते १२ तज्ज्ञांची फक्त व्याख्याने ठेवली तर सदस्यांना क्षमता विकासाची प्रत्यक्ष संधी गटातून मिळणार नाही व गट कंटाळवाणा होईल.

संसाधनांचे वर्गीकरण पुढीलप्रमाणे करता येईल-

गटांतर्गत संसाधने-गटबाह्य संसाधने

मानवी संसाधने-वस्तूरूपातील संसाधने

नैसर्गिक संसाधने-मानवनिर्मित संसाधने

या सर्व संसाधनांचा सुयोग्य वापर केल्यास सदस्य क्षमतावृद्धी व गटउद्दिष्टपूर्ती या दोन्हींना दिशा मिळू शकेल.

१.१० सततच्या मूल्यमापनाचे तत्त्व (Principle of Continuous Evaluation)

गटकार्याचा कालावधी ठरलेला असतो. उद्दिष्टे कशा प्रकारची आहेत यावर हा कालावधी अवलंबून असतो. उदाहरणार्थ, नवजात बालकांच्या मातांना स्तनपान व इतर आरोग्य शिक्षण देण्याचा गटकार्यकर्त्याचा हेतू असेल तर, या गटाचा कालावधी कमी असू शकतो. किती सत्रांमध्ये हा विषय हाताळता येईल हे सदस्यांच्या क्षमता, आवड व वेळ यावर अवलंबून राहील. त्यामुळे नियोजनाप्रमाणे नेमके सर्व घडत आहे का हे तपासणे महत्त्वाचे असते.

त्याचप्रमाणे प्रत्येक कार्यक्रम नेमका कशासाठी ठरविला, त्याची अंमलबजावणी कशी झाली, त्याचा गटसदस्य व गटाला नेमका काय व किती फायदा झाला हे जाणून घेणे हे देखील मूल्यमापनच आहे. हे मूल्यमापन केवळ गटकार्यकर्त्यानेच करणे अपेक्षित नाही, तर गटजीवनाच्या प्रत्येक टप्प्यावर व प्रत्येक गट अनुभवानंतर सदस्यांनी मूल्यमापन करणे महत्त्वाचे आहे. याचा उपयोग नियोजनासाठी होतो.

प्रत्येक सदस्याला गट अनुभवांचा काय फायदा झाला? गटविकास अपेक्षित दिशेने होत आहे का? सर्व सदस्यांची गट बांधिलकी निर्माण झाली का? हे व असे अनेक प्रश्न गटकार्यकर्त्याने तयार करायला हवेत. या प्रश्नांवर आधारित आढावा जर त्याने घेतला तर त्यातून पुढील नियोजन करणे सोपे जाईल.

मूल्यमापन हे निरीक्षण, चर्चा व कारणमीमांसा यावर अवलंबून आहे. योग्य माहिती संकलित झाली तर गटाचे मूल्यमापन करता येते. सर्व माहितीचे विश्लेषण करून पुढे गटासाठी काय करण्याची गरज आहे, हे ठरविता येते.

निरीक्षण करून माहिती संकलित करणे म्हणजे 'इथे व आता' गटात काय घडले, घटनांचा परिणाम सकारात्मक झाला की नकारात्मक झाला हे समजून घेणे, योग्य परिणाम होत असतील तर आणखी संधी उपलब्ध करून देणे व जर काही त्रुटी आढळल्यास किंवा कमतरता निदर्शनास आल्या तर पुढे काय करावे लागेल हे ठरविणे, हे मूल्यमापनाचे घटक आहेत.

गटकार्यकर्ता, गटसदस्य या सर्वांचा मूल्यमापनात सक्रिय सहभाग असायला हवा. एखाद्या वेळी विशिष्ट सदस्याचे वागणे बदलणे गरजेचे आहे हे देखील मूल्यमापन करताना लक्षात येऊ शकते. त्या वेळी त्या सदस्याचे वैयक्तीकरण गटकार्यकर्त्याने करणे गरजेचे आहे.

सदस्यांकडून मूल्यमापन तोंडी घेता येते किंवा लेखी घेता येते. त्याचप्रमाणे गटकार्यकर्ता स्वत: काही आराखडे तयार करून मूल्यमापनाच्या नोंदी ठेवतो. तो स्वत:च्या भूमिकेचे किंवा स्वत:च्या वर्तणुकीचे देखील मूल्यमापन करतो. किती वेळा मूल्यमापन घ्यावे याचे नियम नाहीत; कारण गटाची उद्दिष्टे व गटाचा कालावधी यावर ते अवलंबून असते. उदाहरणार्थ, उपचार आधारित गटकार्यात मूल्यमापनाची वारंवारता अधिक असू शकते. गटसत्रांची उद्दिष्टे अगदी सुस्पष्ट असतील तर प्रत्येक सत्राचा आढावा घेणे गट प्रक्रियेला मदत करणारा होईल. लहान मुलांचा गट असल्यास खूप औपचारिकपणे मूल्यमापन घेणे अयोग्य ठरेल. त्या मुलांच्या व्यक्त होणाऱ्या भावना, देहबोली, एकूण उत्साह या सर्व निरीक्षणातूनही मूल्यमापन करता येईल.

मूल्यमापनाचे तत्त्वही लोकशाही तत्त्वांवर आधारित आहे. सर्वांचा सहभाग मूल्यमापनात अपेक्षित आहे. प्रत्येकाच्या मताला महत्त्व आहे. युवकांच्या गटाबरोबर काम करत असताना एच.आय.व्ही. जाणीव-जागृतीसाठी एखादे व्याख्यान आयोजित करण्यावर चर्चा केल्यास गटातील १० सदस्यांपैकी ८ सदस्यांना जर संसाधन व्यक्तीबद्दल आक्षेप असला की, पूर्वी त्या व्याख्यात्याचे भाषण अगदी वाईट झाले होते, तर दुसरी संसाधन व्यक्ती सदस्यांच्या मतानुसार बोलवणे आवश्यक आहे.

गट कार्यक्रमातील सहभाग, समाधानाची पातळी, गटकार्य किती दिवस घ्यायचे. ठरविलेल्या सत्रांपेक्षा अधिक गरज आहे की कमी सत्रे घेतली तरी उद्दिष्टपूर्तीत अडथळा निर्माण होणार नाही, हे सर्व निर्णय सदस्यांनी गट प्रक्रियेचा आढावा घेतला तर घेता येतात. मूल्यमापनाची प्रक्रिया ही चक्राकार आहे. पुढील आकृती मूल्यमापनाची प्रक्रिया स्पष्ट करणारी आहे.

मूल्यमापन ही चक्राकार प्रक्रिया आहे

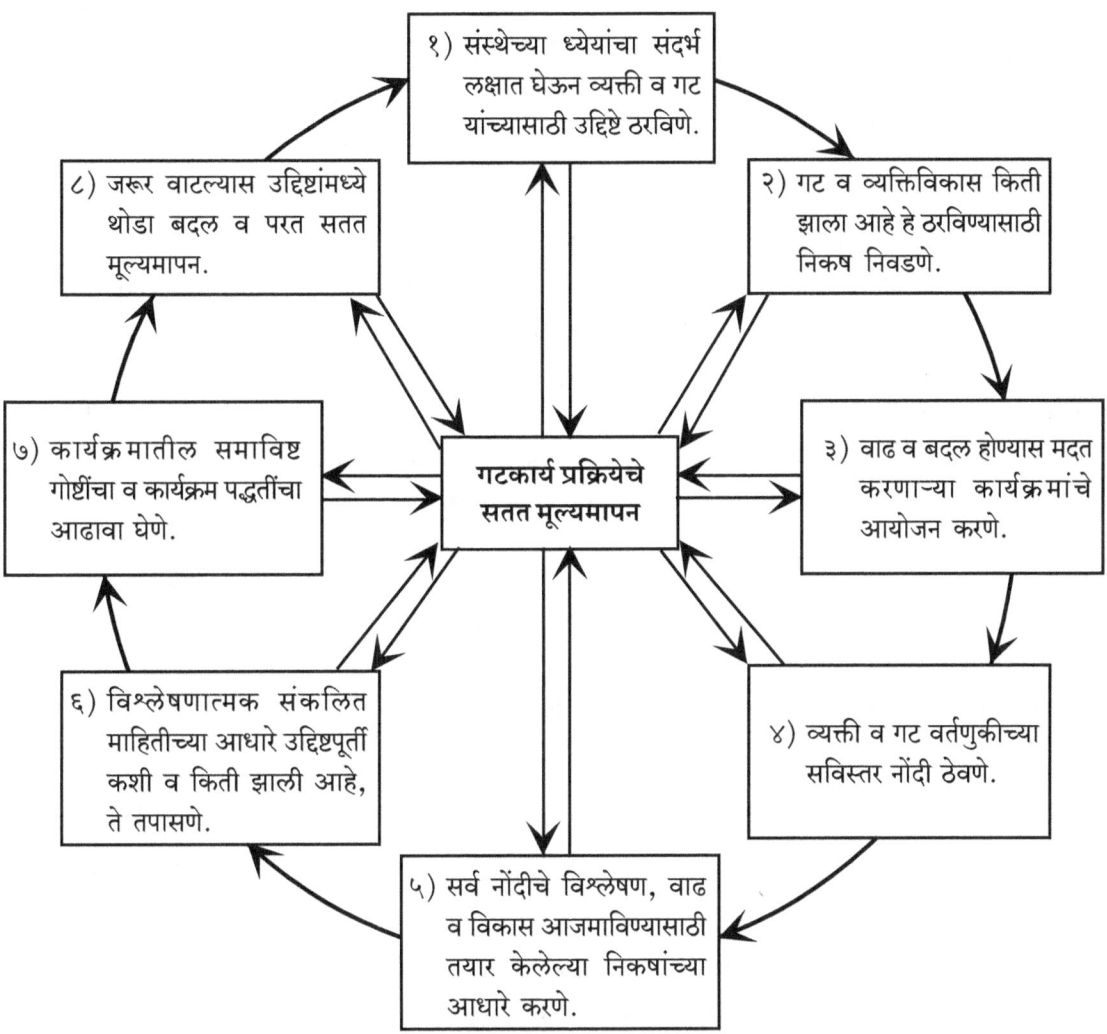

या आकृतीवरून सर्व तत्त्वांचा एकमेकांशी असलेला संबंध स्पष्ट होतो. मूल्यमापन हा प्रक्रियेचा अविभाज्य भाग आहे. गट उद्दिष्टे साध्य करण्यासाठी ही तत्त्वांची साखळी गटकार्यकर्त्याने वापरली पाहिजे व सदस्यांनाही त्यात सामील करून घ्यायला पाहिजे.

२) गटकार्याची प्रारूपे (Group Work Models)

गटकार्य पद्धती वापरताना गटाच्या गरजा, वैशिष्ट्ये व उद्दिष्टे यांचा बारकाईने विचार करावा लागतो. विभिन्न गटांच्या विभिन्न गरजा असतात. काहींना उपचारात्मक कार्याची गरज असते, काहींना समस्या सोडविण्याची, काहींना शिक्षणात्मक कामाची तर काहींना मनोरंजनात्मक कामाची; इतरही अनेक गरजा आहेत. गरजांप्रमाणे गटाची वैशिष्ट्येही बदलतात आणि उद्दिष्टेही. अशा वेगवेगळ्या गटांबरोबर काम करताना

गटकार्यकर्ता व सदस्य यांच्या भूमिका व जबादाऱ्यांमध्येही थोडा थोडा बदल होतो. यातून गटकार्याचे स्वरूपदेखील वेगवेगळे होते. गटकार्याच्या या वेगवेगळ्या स्वरूपांना गटकार्याची प्रारूपे (मॉडेल) म्हटले जाते.

गटकार्य पद्धतीत प्रत्येक प्रारूपाची विशिष्ट अशी रूपरेषा व मार्गदर्शक तत्त्वे असतात. प्रारूपांची संकल्पना प्रामुख्याने पाश्चात्त्य विचारसरणीतून आली आहे. त्यामागे त्यांची जीवनपद्धती, संस्कृती, विचारधारा आहेत. त्यामुळे, भारतीय जीवनपद्धती, संस्कृती, विचारधारा यांना समोर ठेवून व त्यांत काही बदल करून आपण भारतातील गटकार्याची प्रारूपे तयार केली आहेत.

२.१ उपचारात्मक गटकार्याचे प्रारूप (Treatment Model of Group Work)

गटकार्य पद्धतीचा उगम व विकास यांचा अभ्यास केल्यास असे दिसते की, पहिले आणि दुसरे महायुद्ध झाल्यावर जे सामाजिक, भावनिक, मानसिक प्रश्न समाजापुढे आले ते उपचारात्मक दृष्टिकोनातून (क्लिनिकल अप्रोच) गटातून सोडविले जाऊ लागले. वैयक्तिक समस्या सोडविण्यासाठी एकाच प्रकारच्या समस्या असणाऱ्या व्यक्तींवर गटातून उपचार करता येतात हे सिद्ध झाल्यावर उपचारात्मक गटकार्याचे प्रारूप स्वीकारले गेले. मानसशास्त्राचे ज्ञान तसेच मनोविश्लेषण सिद्धान्त यांच्या पायावर हे प्रारूप उभे राहते.

हे प्रारूप आपल्याकडे अधिकतर वापरले जाते. सामाजिक, मानसिक, शारीरिक, आर्थिक इ. दृष्टींनी समस्याग्रस्त असणाऱ्या व्यक्तींचे पुनर्वसन करून त्यांना पुन्हा सक्षम तसेच कार्यक्षम बनण्यास मदत करणे, ही गटसदस्यांची प्रमुख गरज असते, त्यामुळे गटातील सदस्यांना त्यांच्या समस्यांना तोंड देऊन त्यांची उत्तरे शोधण्यासाठी व स्वत:च्या वैयक्तिक क्षमतांची वृद्धी करून समस्यांवर मात करण्यासाठी मदत करणे, हे या व्यक्तींबरोबरच्या गटकार्याचे उद्दिष्ट असते व प्रमुख हेतू असतो. या प्रारूपात व्यक्ती केंद्रस्थानी असते. गट हे माध्यम असते व त्याद्वारा व्यक्तीला समस्या सोडविण्यासाठी मदत करणे, हे उद्दिष्ट असते.

हे प्रारूप खालील तत्त्वांवर आधारित आहे–

- प्रत्येक गटसदस्यासाठी व संपूर्ण गटासाठी उपचारांची विशिष्ट उद्दिष्टे ठरविणे.
- गटसदस्यांच्या व्यक्तिगत माहितीनुसार उपचारकार्याला योग्य असा गट सत्रांचा आशय ठरविणे.
- गटाचा प्रधान हेतू या उद्दिष्टांशी सुसंगत असणे.
- गटकार्यकर्त्याच्या उपचारविषयक नियोजनानुसार गट प्रक्रिया ठरणे.

व्यसनमुक्ती केंद्राचे सदस्य, शारीरिक–मानसिकदृष्ट्या आव्हाने असणाऱ्या व्यक्ती, दारिद्र्यामुळे तसेच वेगवेगळ्या समस्यांनी ग्रासलेल्या, समाजाच्या दुर्बल घटकांमधील व्यक्ती, घरगुती हिंसाचाराच्या बळी होणाऱ्या स्त्रिया, मुले इ. च्या गटांबरोबर या प्रारूपातून काम करता येते. यामध्ये संपूर्ण गटाचा गट म्हणून विकास होण्यापेक्षा, सदस्यांच्या व्यक्तिगत सबळीकरणावर भर असतो; म्हणजेच संपूर्ण गटाच्या विकासाचा विचार व्यक्ती विकासाच्या संदर्भात मर्यादित असतो. उदाहरणार्थ, व्यसनाधीन व्यक्तीने स्वत:च्या व्यसनाच्या समस्येवर स्वत:ला जमतील अशी उत्तरे शोधणे हे महत्त्वाचे व प्राथमिक उद्दिष्ट असते. त्यांत गटाची मदत मिळते पण अशा गटाने व्यसनाचा सामना करण्यासाठी एकत्रित मार्ग शोधून विकसित होणे हे प्राथमिक उद्दिष्ट नसते.

काही गट बहुधा आधीच तयार झालेले असतात. उदाहरणार्थ, पुनर्वसन केंद्रात येणाऱ्या व्यक्तींचे गट, अल्कोहोलिक्स अनॉनिमसमध्ये येणाऱ्या व्यक्तींचे गट, एच.आय.व्ही./एड्सच्या रुग्णांचे किंवा कुटुंबीयांचे गट, इ. जर गट तयार करायचे झाले तर त्या त्या उपचारकार्याच्या निकषात बसतील असेच सदस्य गटकार्यकर्ता निवडतो. गटाची कार्य पद्धती व गटाचे कार्यक्रम हेही गटाच्या उपचारात्मक मूल्यांना पोषक ठरतील असेच

असावे लागतात. उदाहरणार्थ, एच.आय.व्ही. रुग्णांसाठी मानसिक संतुलन, योग्य जीवनपद्धती, आशावादी दृष्टिकोन, वेळेवर उपचार घेण्यासाठी मार्गदर्शन, सकारात्मक जीवन जगण्यासाठी लागणारी जीवन कौशल्ये, घ्यावयाची काळजी इ. वर भर देणारे कार्यक्रम असावे लागतात. एच.आय.व्ही. ही एक सामाजिक समस्या म्हणून त्याचा विचार करून रुग्णाला स्वत:च्या वास्तवाला सामोरे जाण्यास सक्षम करणे यावर भर असतो. कौटुंबिक हिंसाचाराच्या बळी असलेल्या स्त्रियांच्या गटात, मानसिक-भावनिक आधार, भावनिक क्षमतावृद्धी, नैराश्यातून बाहेर पडण्यासाठी व योग्य निर्णय घेऊन स्वत:ला न्याय मिळविण्यासाठी लागणारा खंबीरपणा व क्षमतावृद्धी इ. वर भर असावा लागतो.

या गटकार्यामध्ये कार्यक्रमांचे मूल्यमापनही त्यांचा उपचारात्मक उपयोग किती आहे यावरून होते. गटांची स्वायत्तता प्रस्थापित होणे किंवा स्वयंसाहाय्यतेची क्षमता हे निकष येथे नसतात. परंतु, सदस्यांच्या व्यक्तिगत क्षमतावृद्धीच्या आधारे हे गट भविष्यात असे रूप घेऊ शकतात. व्यक्तीला गटातून उपचार देण्यासाठी व्यक्तीच्या सामाजिक भूमिका व आंतर्क्रिया यांचा उपयोग केला जातो. गटकार्यकर्ता उपचारातून बदल घडविण्यासाठी मध्यस्थी करतो.

गटकार्यकर्त्याची भूमिका समस्या सोडविण्यास मदत करणाऱ्याची तसेच दिशादर्शकाची असते व त्याचे काम समस्येचा अभ्यास-निदान-उपचार अशा प्रक्रियेतून चालते. यामुळे त्याला गटात विशेष महत्त्वाचे स्थान व अधिकार असतात. त्यांचा गटसदस्यांनी स्वीकार करणे आवश्यक असले तरी गटाच्या उपचारात्मक गटकार्याच्या प्रारूपात गटकार्यकर्त्याचे स्थान निश्चित असते; कारण तो उपचार करणारा असतो. त्याच्याकडे ज्ञान असते आणि निदानावर आधारित उपचारांविषयी स्पष्टता असते.

गटकार्याचे खालील प्रकार या प्रारूपावर आधारित आहेत–

- पुनर्वसन गटकार्य: नैसर्गिक किंवा मानवनिर्मित आपत्तींमुळे निर्वासित झालेल्या व्यक्तींसाठी गटकार्य.
- सुधारकार्यावर आधारित गटकार्य: कायद्याच्या विरोधात कृती केलेल्या व्यक्तींसाठी गटकार्य.
- समस्या सोडविण्यासाठी गटकार्य: वर्तणूक समस्या किंवा मानसिक समस्या असणाऱ्या व्यक्तींसाठी गटकार्य.
- पुनर्सामाजिकीकरणासाठी गटकार्य: अयोग्य सामाजिकीकरणामुळे स्वत:च्या भूमिका वठवताना निर्माण झालेल्या समस्या सोडविण्यासाठी किंवा बऱ्या झालेल्या मनोरुग्णांना परत कौटुंबिक भूमिका वठविण्यासाठी लागणारी कौशल्ये विकसित करण्यासाठी गटकार्य.

२.२ सामाजिक उद्दिष्टप्रधान गटकार्याचे प्रारूप (Social Objectives-centred Model of Group Work)

हे प्रारूप मुख्यत: गटसदस्यांमध्ये समाजाचे घटक म्हणून ज्ञान व कौशल्ये विकसित करण्यासाठी वापरले जाते. समाजाच्या रचनेमुळे समाजाचे जे घटक सामाजिक-आर्थिक-सांस्कृतिकदृष्ट्या वंचित असे आयुष्य जगत असतात, त्यातून त्या व्यक्तींसाठी निर्माण झालेल्या समस्यांचे निवारण करण्यासाठी किंवा त्यांनी वंचितावस्थेतून बाहेर येण्यासाठी, त्यांच्यामध्ये क्षमता तसेच सामाजिक मूल्ये वाढीस लावणे गरजेचे असते. या क्षमता व मूल्ये गटातून रुजविण्यासाठी या प्रारूपाचा उपयोग होतो.

या प्रारूपाचा विकासदेखील विशिष्ट सामाजिक परिस्थितीमुळे झाला. अमेरिकेत युरोप व इतर खंडांतून मोठ्या संख्येने निर्वासितांचे व स्थलांतरितांचे लोंढे यायला लागले. त्यांच्या कँपमधून शेजारसमूह गटांची

चळवळ सुरू झाली. अमेरिकेतील लोकशाही मूल्ये व संस्कृती अंगीकारण्याच्या हेतूने हे गट सुरू झाले आणि ते एक प्रारूप म्हणून विकसित झाले.

हे प्रारूप खालील तत्त्वांवर आधारित आहे–

- संस्थेची धोरणे स्पष्ट करून तिच्या मर्यादांचाही सकारात्मक उपयोग करून घेणे.
- एकत्रित कृतीसाठी, संस्थेच्या धोरणांशी सुसंगत असे मुद्दे निवडून, परिणामांवर लक्ष्य ठेवून कृतींचे पर्याय निवडणे.
- गटसदस्यांची वर्तणूक समुदायाला मान्य असलेल्या जीवनशैलीचे प्रतिनिधित्व करीत आहे, याची काळजी घेणे.
- गटसदस्यांमधील स्वप्रतिमा, स्व–ओळख, सामाजिक कौशल्ये, नेतृत्वक्षमता इ. चा आढावा घेणे.
- सदस्यांचा गटात सहभाग, आंतर्क्रिया, इ. विषयी जागरूक राहाणे.
- गटकार्यकर्त्याने, स्वतःची जीवनशैली व मूल्यप्रणाली काहीही असली तरी गटाच्या संदर्भात वस्तुनिष्ठता व व्यावसायिक शिस्त बाळगणे.
- गटकार्यकर्त्याच्या व्यावसायिक नेतृत्वाकडून हळूहळू गटसदस्यांच्या नेतृत्वाकडे गट जाण्याची प्रक्रिया होणे.

समाजातील प्रत्येक व्यक्तीमध्ये समाजाच्या मुख्य प्रवाहात सकारात्मक भूमिका बजावण्याची क्षमता निर्माण होऊ शकते, या विश्वासाच्या पायावर हे प्रारूप उभे आहे. कोणताही गट सामाजिक बदल घडवून आणू शकतो कारण गटाची एकत्रित कृती हा त्यातील सदस्यांच्या सामाजिक क्षमतांचा परिपाक असतो, अशा दृष्टीने गटाकडे पाहिले जाते.

गटकार्यकर्ता सदस्यांमध्ये सामाजिक जबाबदारीची मूल्यप्रणाली रुजावी व त्यातून सामाजिक बदल घडावा यासाठी प्रयत्नशील असतो, त्यामुळे त्याचा गटावर प्रभाव पडावा लागतो.

या प्रारूपात, संस्था जिथे काम करीत असते तेथील समुदायाचा ती अविभाज्य भाग असते व गटकार्य सर्व समुदायासाठी असते. त्यामुळे समुदायातील वेगवेगळ्या घटकांच्या गरजांचा विचार करून कार्यक्रमांचे प्राधान्यक्रम ठरवावे लागतात. संस्थेची धोरणे व मर्यादाही त्यांनुसार सतत तपासल्या जाऊन बदलू शकतात.

या प्रारूपाच्या ज्ञानाचा पाया समाजशास्त्राच्या विविध सिद्धान्तांतून तयार झाला आहे. उदाहरणार्थ, काही गटांचे सामाजिक संधी व सत्तेपासून वंचित असणे, दोन पिढ्यांतील दुरावा, आर्थिक–राजकीय लोकशाही तत्त्वे, इ.

गटकार्याचे खालील प्रकार या प्रारूपावर आधारित आहेत–

- मूलभूत वाढ व विकासासाठी गटकार्य : विविध वयोगटातील मुले, महिला व पुरुषांसाठी हे गट घेता येतील.
- सामाजिकीकरणासाठी गटकार्य : वंचिततेमुळे सामाजिकीकरणात राहिलेल्या त्रुटी दूर करण्यासाठी अनाथ मुले, देहविक्रय करणाऱ्या स्त्रिया यांच्यासाठी हे गट घेता येतील.
- सामाजिक मूल्ये रुजविण्यासाठी गटकार्य : बचत गट, महिला मंडळे, युवक मंडळे इ.

२.३ परस्पर देवाणघेवाणीचे गटकार्याचे प्रारूप (Group Work Model of Mutual Give-and-Take)

फ्रॉइडच्या मनोविश्लेषणात्मक प्रणालीतून अनेक मानसोपचारतज्ज्ञ बाहेर पडले. त्यांनी मानवतावादी (ह्युमॅनिस्टिक) विचार प्रणालीतून मानवी वर्तनाविषयी नवीन सिद्धान्त विकसित केले. त्या प्रणालीचा स्वीकार गटकार्यात केला गेला व हे प्रारूप उदयाला आले.

या प्रारूपामध्ये व्यक्ती व समाज यांच्यामध्ये अतूट नाते आहे, हे गृहीत धरले आहे. या अतूट नात्यातून परस्परावलंबित्व निर्माण होते तसेच ताणतणावही निर्माण होतात. सकारात्मक देवाणघेवाणीतून त्यांचे समायोजन होऊ शकते.

या प्रारूपाप्रमाणे संपूर्ण गटाला महत्त्व असते. संपूर्ण गटाच्या समाजाशी होणाऱ्या आंतर्क्रियांचे संतुलन संपूर्ण गटाच्या विकासासाठी महत्त्वाचे असते. गट हे सदस्यांच्या परस्पर सहकार्यातूनच उभे राहतात व विकसित होतात. त्यामुळे या प्रारूपात सदस्यांचा विचार त्यांची परस्पर सहकार्याची प्रेरणा व त्यासाठीची क्षमता यांच्या संदर्भात केला जातो; म्हणजेच सदस्य व्यक्ती ही गटाच्या व गट प्रक्रियेच्या संदर्भातच महत्त्वाची असते. सदस्य हे एका गट प्रणालीचे अविभाज्य हिस्से असतात.

हे प्रारूप खालील तत्त्वावर आधारित आहे–

- सर्व सदस्यांना काय हवे आहे यावर आधारित उद्दिष्टे ठरविणे.
- गटकार्यकर्त्याकडून गटाच्या काय अपेक्षा आहेत व त्या पूर्ण करण्यासाठी त्याच्याकडे काय कौशल्ये व संसाधने आहेत हे स्पष्टपणे समजून घेऊन त्याप्रमाणे गटकार्यकर्त्याची भूमिका ठरविणे.
- गटकार्यकर्त्याने गटाची प्रक्रिया लक्ष्यकेंद्रित ठेवणे व गटाला मार्गावरून विचलित न होऊ देणे.

गटकार्यकर्त्याची भूमिका या परस्पर सहकार्याच्या प्रणालीमध्ये मध्यस्थाची तसेच सदस्यांच्या व पर्यायाने गटाच्या क्षमता बांधणीसाठी साहाय्यकर्त्याची गरज असते. गटकार्यकर्ता हा गटाचाच भाग असतो व गटावर त्याचा तसेच त्याच्यावर गटाचा प्रभाव असतो. गटकार्यकर्ता गट व संस्था यांच्या मर्यादेत स्वत:चे ज्ञान, प्रेरणा व कौशल्ये यांचा गटासाठी वापर करतो.

सामाजिक प्रणालीचे घटक व संपूर्ण प्रणाली परस्परांपासून अविभाज्य असतात या तसेच, सामाजिक प्रणालीच्या इतर सिद्धान्तांच्या पायावर हे प्रारूप उभे राहते. त्याचप्रमाणे व्यक्तिमत्त्व विकासासंबंधीच्या समाजशास्त्रीय व मानसशास्त्रीय सिद्धान्तांचा त्याला आधार आहे. व्यक्तीची गटाचा भाग बनण्यासाठीची प्रेरणा व क्षमता ही गटातील तिच्या सहभागाला व आंतर्क्रियांना कारणीभूत होते हा सिद्धान्तही येथे महत्त्वाचा आहे.

गटकार्याचे खालील प्रकार या प्रारूपावर आधारित आहेत–

- **प्रतिबंधात्मक गटकार्य :** या प्रकारात मानसिक वैकासिक टप्प्यांचा विचार आहे. प्रत्येक वैकासिक टप्प्यात काही वैकासिक वर्तणूक समस्या किंवा परस्परसंबंधांच्या समस्या येतात. त्या समजून त्या त्या टप्प्यात त्यांना सामोरे जाण्यासाठी व्यक्तींना सक्षम करणे हे काम प्रतिबंधात्मक गटकार्यात येते. त्याचप्रमाणे वस्ती पातळीवर किशोरवयीन मुलांनी समाजविरोधी कारवायांमध्ये अडकू नये म्हणून घेतलेले स्वविकासाचे किंवा करमणुकीचे गट प्रतिबंधात्मक असतात.
- **सक्षमीकरणाच्या हेतूने घेतलेले गट :** विशिष्ट गटांमध्ये विशिष्ट क्षमता निर्माण करण्यासाठी घेतलेले

गट किंवा सर्वसाधारण क्षमता वृद्धीसाठी घेतलेले गट. युवक/युवतींसाठी व्यवसाय प्रशिक्षण गट, मार्केटिंग प्रशिक्षण गट, बचत गटांच्या सदस्यांसाठी बचत गटाचे हिशेब ठेवणे, बँक व्यवहार इ. साठी गटातून दिलेले प्रशिक्षण, ग्रामस्थांना पाणीपुरवठ्याचे व्यवस्थापन करण्यासाठीचे प्रशिक्षण इ.

- **सामाजिक जीवनातील कार्यासाठी/नागरिकत्व रुजविण्यासाठी गटकार्य :** उदाहरणार्थ, पर्यावरण संवर्धन, अंधश्रद्धांना विरोध, नागरिकांच्या कर्तव्यांविषयी जाणीव-जागृती निर्माण करणे व कृतीला प्रेरणा मिळणे इ.साठी घेतलेले गट.

३) गटकार्याच्या विविध प्रकारांचे वर्गीकरण (Classification of Various Types of Group Work)

प्रारूपांच्या अनुषंगाने गटांचा विचार केला तर त्यातील तत्त्वांच्या आधारे कशा प्रकारचे गटकार्य करता येईल, हे एक गटकार्याच्या प्रकारांचे वर्गीकरण आहे. त्याचप्रमाणे गटसदस्यांच्या गरजांवर विचार केंद्रित करून, कुठल्या व कशा प्रकारच्या गरजांचा विचार गटकार्यकर्ता गटाबरोबर काम करताना करणार आहे, यातून कार्यकर्ता कुठल्या प्रकारचा गट घेणार आहे, असेही वर्गीकरण केलेले आहे.

- **नैसर्गिकरीत्या किंवा उत्स्फूर्तपणे समाजात निर्माण झालेले गट :** कुटुंब हा नैसर्गिकपणे निर्माण झालेला गट आहे. तसेच, मित्र-मैत्रिणींचे गट, भजनी मंडळ ही उत्स्फूर्त गटांची उदाहरणे आहेत. त्याचप्रमाणे काही घटनांमुळे व्यक्ती एकत्र येतात व गट निर्माण होतो किंवा विशिष्ट जागी त्या व्यक्ती भेटतात व त्यातून गट तयार होतो. अनेक वेळा बागेत किंवा सार्वजनिक कट्टयावर रोज संध्याकाळी निवांत बसणाऱ्या आजी-आजोबांचा गट तयार होतो. नैसर्गिक किंवा इतर आपत्तींमुळे मदत कार्यासाठी गट एकत्र येतो व एका कृतिशील गटात त्याचे रूपांतर होते. रुग्णालयात अनेक दिवस राहणाऱ्या, विशिष्ट रोगाने पीडित असणाऱ्या रुग्णांचा गट तयार होतो किंवा आधार गट तयार होतात. या गटांमधून विशिष्ट गरजा पूर्ण होतात. अशा गटांबरोबरदेखील गटकार्यकर्ता गटकार्य घेतो.
- **जाणीवपूर्वक निर्माण केलेले गट :** काही नियमांमुळे किंवा कोणा एका व्यक्तीच्या प्रयत्नांनी तयार झालेला गट. गावातील विविध समित्या या जाणीवपूर्वक निर्माण केलेल्या गटांचे उदाहरण आहे. बचत गट, महिला मंडळ, तरुण मंडळ हे या प्रकारचे गट आहेत. या गटांमध्ये उद्दिष्टे व गट प्रकार हे परस्परांवर अवलंबून असतात. प्रत्येकाला विकासाची संधी उपलब्ध करून देणे हे जरी गटकार्याचे सर्वसाधारण उद्दिष्ट असले तरी प्रत्येक प्रकारच्या गटाची उद्दिष्टे काही प्रमाणात वेगळी असतात. स्वत:च्या विकासाबरोबर इतरांसाठी एकत्र येऊन काही करण्याची या गटांची भूमिका असते.

एखाद्या गटातील सदस्यांचे वर्तन समाजघातक असल्यास त्यात बदल होऊन समाजमान्य वर्तन शिकण्यासाठी गट हे माध्यम उपयोगी पडते. या गटात वर्तणूक सुधारावी यासाठी उपचारांवर भर असतो.

त्याचप्रमाणे व्यक्ती जीवनाच्या विविध वैकासिक टप्प्यांवर येणाऱ्या अडचणी किंवा आव्हानांमुळे निर्माण होणाऱ्या धोक्यांपासून प्रतिबंध करण्यासाठी गटकार्याचा उपयोग होतो. उदाहरणार्थ, पौगंडावस्थेत प्रवेश करणारी मुलेमुली, तारुण्यात प्रवेश करणाऱ्या व्यक्ती, ज्येष्ठ नागरिक इ.

अशा प्रकारे नैसर्गिकरीत्या एकत्र आलेल्या गटांबरोबर गटकार्यकर्ता उपचार, विकास किंवा प्रतिबंधात्मक या उद्देशाने गट घेऊन कार्य करू शकतो, तर जाणीवपूर्वक गटनिर्मिती करूनदेखील त्याच घटकांवर भर देऊन विविध प्रकारचे गटकार्यकर्ता घेऊ शकतो.

गटकार्याच्या प्रकारांवर अनेक गटकार्य तज्ज्ञांनी विचार केला आहे. जोसेफाइन क्लाइन (Josephine Klein) (१९६७) हिने गटप्रकारांचा विचार करताना आधी काही विशिष्ट उद्दिष्टांची यादी केली आहे व या उद्दिष्टांना धरून गटकार्याच्या प्रकारांचे वर्गीकरण तिने दिले आहे.

गटकार्याची आठ उद्दिष्टे आहेत–

- **पुनर्वसन करणे (Rehabilitation) :** या प्रक्रियेद्वारे व्यक्तीला त्यांच्या पूर्वीच्या क्षमतांची पातळी पुनर्स्थापित करून देण्याचा प्रयत्न असतो. व्यक्तीला तिच्या भावनिक, मानसिक किंवा वर्तणुकीच्या समस्यांवर मात करण्यासाठी लागणाऱ्या कौशल्यांची वृद्धी यावर या गटात भर असतो. पुनर्वसन करणे याचा अर्थ व्यक्तीला आपला दृष्टिकोन व मूल्यांमध्ये बदल करण्यास उत्तेजन देणे व त्याचे रोजचे जीवन सुव्यवस्थित जगण्यास लागणारी कौशल्ये विकसित होण्यास मदत करणे. उदाहरणार्थ, बऱ्या झालेल्या मनोरुग्णांचा गट, रुग्णालयातून बाहेर पडण्यापूर्वी या हेतूने घेता येईल.

- **मूलभूत वाढ व विकासासाठी मदत करणे (Help for Basic Growth and Development) :** अनेकदा काही व्यक्तींना मूलभूत अपेक्षित सामाजिक वर्तन शिकण्याची संधी मिळालेली नसते. त्यामुळे समाज त्यांचा स्वीकार करत नाही. उदाहरणार्थ, रस्त्यावर भटकणारी मुले जेव्हा वर्षानुवर्षे अतिशय असुरक्षित अशा स्थितीत जगत असतात तेव्हा त्यांची वयानुरूप होणारी वाढ व विकास खुंटतो. गटकार्यातून त्या क्षमता वाढीसाठी संधी प्राप्त होऊ शकते.

- **व्यक्तीची समाजविघातक वर्तणूक बदलणे (Changing Anti-Social Behaviour) :** काही व्यक्तींना, अनेक वैयक्तिक किंवा परिस्थितीजन्य कारणांमुळे, समाजातील कायद्यांमुळे नियंत्रित केलेले वर्तन अंगीकारणे अवघड जाते. गटातून अशा प्रकारचे वर्तनबदल करणे शक्य होऊ शकते. या गटात सर्व भर कायद्यातील मूल्यांवर असतो. चोरी करणारी मुले किंवा पाकीटमारी करणाऱ्या बायकांची कारागृहात आणलेली टोळी यांच्याबरोबर काम करताना वर्तणूक सुधारावर भर दिलेला असतो. नव्याने अनेक गोष्टी आत्मसात करण्याची अपेक्षा या गटात असते.

- **सामाजिकीकरणासाठी मदत करणे (Help for Socialization) :** परपस्परसंबंध प्रस्थापित करून जीवनातील विविध भूमिका वठविण्यासाठी लागणारी मूल्ये, ज्ञान व वर्तणूककौशल्ये शिकण्याची संधी अनेकांना मिळत नाही. उदाहरणार्थ, संस्थामधून वाढणाऱ्या अनाथ मुलांसाठी अशा प्रकारचा गट घेणे महत्त्वाचे ठरेल; तर बऱ्याच वेळा, काही कारणाने समाजाभिमुख दृष्टिकोन व वर्तन यांपासून दूर गेलेल्या व्यक्तींच्या पुनर्सामाजिकीकरणावरदेखील (रीसोशलायझेशन) भर गटकार्यात असतो. जुन्या सवयी व मूल्यांमध्ये बदल करून नवीन सवयी शिकण्याची गरज गटकार्यातून पूर्ण करता येते. उदाहरणार्थ, कधीच शाळेत न गेलेल्या मुलांना एका जागी शांतपणे बसण्याची, मन एकाग्र करण्याची नवीन सवय, अनौपचारिक शिक्षणाच्या वर्गात नाव दाखल करण्यापूर्वी गटकार्यातून आपण लावू शकतो; यामुळे ती मुले अनौपचारिक शिक्षणाच्या उपक्रमात लवकर रुळतील.

- **प्रतिबंध करणे (Prevention) :** जीवनातील वैकासिक टप्प्यांवर येणाऱ्या अनेक अडचणींचा विचार करून त्या टप्प्यात प्रवेश करण्यासाठी लागणाऱ्या मानसिक क्षमतांची वृद्धी केल्यास अनेक समस्यांना आळा बसतो. उदाहरणार्थ, एखाद्या कारखान्यात निवृत्तीच्या टप्प्यावर असलेल्या काही कामगारांचा गट, निवृत्ती नंतरच्या जीवनाशी समायोजन करणे या उद्दिष्टाने घेता येईल. या गटअनुभवांमुळे पुढील

जीवनातील आव्हांनाना सामोरे जाण्याची मानसिक तयारी सदस्यांची होईल; तसेच अनेक सामाजिक समस्यांचा प्रतिबंध होईल.

- **सामाजिक कृतीची उभारणी करणे (Social Action) :** ज्यावेळेस सामाजिक कृती करण्याची गरज निर्माण होते त्यावेळेस गट बांधणी हा पहिला टप्पा असतो. सर्व सदस्यांच्या विश्लेषण क्षमता, निर्णय क्षमता वाढविण्यास मदत करणे, संघटित होऊन सामाजिक कृतीसाठी नियोजनबद्ध काम करणे या सर्व क्षमता गटातून विकसित होणे गरजेचे आहे. गट ही शक्ती आहे. वस्ती पातळीवर महिला मंडळाला दारूचे गुत्ते बंद करण्यासाठी लागणारे धाडस, एकी व नियोजनबद्ध कामाची सवय, ही कौशल्ये गटकार्यातून निर्माण झाली तर हे महिला मंडळ प्रत्यक्ष कृती प्रभावीपणे करू शकेल.

- **समस्येचे निराकरण करणे (Problem Solving) :** वस्ती पातळीवर असणारी अस्वच्छता व कचऱ्याचे व्यवस्थापन यासाठी महिलांची कृती समिती तयार करून त्यांच्या क्षमतावृद्धीचा कार्यक्रम गटकार्यकर्त्याला घेता येईल. जेणेकरून त्या सक्षमपणे वस्तीमधील लोकांना योग्य पद्धतीने प्रेरित करून कचरा व्यवस्थापनाचा प्रकल्प यशस्वीपणे राबवू शकतील व वस्तीतील कचरा ही समस्या सुटेल.

- **सामाजिक मूल्ये रुजविणे (Establishing Social Values) :** समाजात एक जागरूक नागरिक म्हणून कार्य करण्यासाठी लागणारी, सामाजिक बांधिलकीची अनेक मूल्ये गटातून वाढीला लागू शकतात. तरुण मंडळाबरोबर काम करताना अशाप्रकारचा गट घेता येतो.

वरीलपैकी सर्व उद्दिष्टे एकाच गटासाठी आवश्यक नसतील. गटसदस्यांच्या गरजांवर उद्दिष्टे अवलंबून असतील. तसेच उद्दिष्टे ठरविताना संस्थेच्या सर्वसाधारण उद्दिष्टांशी सुसंगती राखावी लागेल. यासाठी एक किंवा अनेक उद्दिष्टे एकत्र करून गटकार्य घेता येते.

उद्दिष्टांवर आधारित गटकार्य करताना अनेक बाबींमुळे गटाचे वेगवेगळे प्रकार होतात. परंतु, जोसेफाइन क्लाइन (Josephine Klein) (१९६७) हिने हे सर्व वर्गीकरण दोन मुख्य वर्गांत विभागले आहे–

१) **विशिष्ट कार्यपूर्तीसाठी एकत्र आलेले कार्यकेंद्री गट (Task-oriented Groups) :** विशिष्ट कार्यपूर्तीसाठी एकत्र आलेले गट ध्येयावरच लक्ष केंद्रित करतात. सर्व सदस्यांनी विविध जबाबदाऱ्या घेऊन ध्येय गाठणे अपेक्षित असते. सहभागामुळे प्रत्येक सदस्याच्या सामाजिक कौशल्यांचा विकास जरी होत असला तरी भर कौशल्यवृद्धीवर नसतो. उदाहरणार्थ, गाव पातळीवरील विविध समित्या, नैसर्गिक आपत्तींमधून बाहेर पडण्यासाठी मदत करणारा गट.

२) **सामाजिक उन्नतीकेंद्री गट (Social Enhancement Groups) :** सदस्यांमध्ये अनेक कमतरता असल्यामुळे त्या दूर करण्याच्या हेतूने हे गट बांधलेले असतात. गटाचे ध्येय हे प्रत्येक सदस्याच्या गरजेशी जोडलेले असते व सर्वसाधारणपणे सर्व सदस्यांमध्ये या बाबतीत साम्य असते. शाळेमध्ये सतत गैरहजर राहणाऱ्या मुलांचा गट, वस्तीपातळीवरील किशोरवयीन मुलींचा गट, इ.

सामाजिक गटकार्य क्षेत्राचा जसजसा विकास होत गेला तसतसे जोसेफाइन क्लाइन (Josephine Klein) (१९६७) यांनी केलेले वर्गीकरण थोडे मागे पडले. समाजात निर्माण होणाऱ्या नवनवीन गरजांवर गटकार्य करता येण्यासाठी वर्गीकरण अधिक विस्तृत होऊ लागले.

टॉम डग्लसने (Tom Douglas) (१९७७) गटप्रकारांचे वर्गीकरण चार प्रकारांत केले आहे:

हे वर्गीकरण गटउद्दिष्टांच्या अनुषंगाने केलेले आहे-

१) विकासकेंद्री गट (Development-oriented Groups)

२) मनोरंजन/करमणूक प्रधान गट (Entertainment-oriented Groups)

३) सामाजिक शिक्षण गट (Social Education Groups)

४) सामाजिक उपचार गट (Social Treatment Groups)

त्यांनी कार्यकेंद्री गटप्रकाराचा समावेश त्यांच्या वर्गीकरणात केलेला नाही. त्याचे कारण अशा प्रकारचे गट समुदाय संघटन पद्धतीत अधिक उपयुक्त आहेत असे असावे.

१) विकासकेंद्री गट (Development–oriented Groups)

यात दोन प्रकार आहेत.

पहिला प्रकार व्यक्तीच्या वैकासिक टप्प्यांवर क्षमतावृद्धीसाठी गट घेणे. एका वैकासिक टप्प्यातून पुढील वैकासिक टप्प्यात जाण्यासाठी व्यक्तीला भावनिक आधार हवा असतो. त्या टप्प्यात विविध भूमिका योग्यप्रकारे वठविण्यासाठी ज्ञान, मूल्ये व कौशल्ये विकसित होण्याची गरज असते. समवयस्क सदस्य एकत्रित असल्याने व्यक्तीला आधार मिळतो. विकास अधिक सुकर होण्यास मदत होते. उदाहरणार्थ, किशोरवयीन मुलींचा लैंगिकतेबद्दल स्पष्टता निर्माण होण्यासाठी गट घेणे.

दुसरा प्रकार म्हणजे समान आवडीनिवडी, छंद असणारे किंवा काही सर्जनशील गोष्टी करण्यासाठी व्यक्तींचा गट संघटित केला जातो. एकत्रित अनेक कृती केल्यामुळे सर्जनशीलतेला चालना मिळते, कार्यक्षमता वाढते व रोजच्या जीवनातील जबाबदाऱ्या घेण्यास उत्साह निर्माण होतो.

असे गट सर्व वयांच्या, सर्व सामाजिक स्तरातील व्यक्तींसाठी उपयोगी आहेत. गट अनुभवाची तसेच स्व-विकासासाठी असणारी सार्वत्रिक गरज यात गृहीत धरलेली आहे. या गटाचा सदस्य होण्यासाठी समस्याग्रस्त व्यक्ती हा निकष नसून वैकासिक गरजा हा निकष आहे. यातून समस्याप्रतिबंध व वैयक्तिक विकास अपेक्षित आहे.

२) करमणूक किंवा मनोरंजनप्रधान गट (Recreational Groups)

या गटाचा हेतू नावातूनच स्पष्ट होतो. आपल्या समाजात 'करमणूक' ही संकल्पना सर्व स्तरांवर रुजलेली नाही. शालेय वयोगटातील मुलांनी अभ्यासाव्यतिरिक्त काही करणे म्हणजे वेळ वाया घालवणे असा सर्वसाधारण समज असतो. कधी कधी तर असे दिसते की, काही छंद किंवा कौशल्य मुलांमध्ये असल्यास केवळ स्पर्धांमध्ये सहभागी होण्यासाठी या गोष्टी मुलांनी शिकाव्या असे पालकांना वाटते. केवळ आनंदासाठी किंवा स्व-समाधानासाठी करमणूक ही संकल्पना अजूनही आपल्याकडे फारशी स्वीकारली गेलेली नाही.

जीवनाच्या प्रत्येक टप्प्यात करमणुकीचे महत्त्व आहे. स्त्रिया, तरुण, वृद्ध या प्रत्येक गटाला वेगवेगळ्या प्रकारच्या करमणुकीची गरज आहे. सर्वांना ही संधी सहज उपलब्ध नसते. जीवनात हा महत्त्वाचा घटक नसल्यास त्याचे व्यक्तिमत्त्वावर, परस्पर संबंधावर परिणाम होतात. समाजकार्यात करमणुकीला व्यक्ती विकासासाठी महत्त्वाचे स्थान दिलेले आहे. सर्जनशील करमणूक, सक्रिय सहभागावर आधारित करमणूक किंवा क्रियाशील करमणूक असे अनेक प्रकार करमणुकीचे आहेत. त्या सर्व प्रकारांचा उपयोग गटकार्यात केला जातो. सदस्यांचा वयोगट, शारीरिक-मानसिक क्षमता, लिंग, उपलब्ध संसाधने या सर्व बाबींचा विचार करमणूक गटात करावा लागतो. करमणुकीमुळे ज्याप्रमाणे आनंद व ताजगी मिळू शकते, त्याचप्रमाणे इतर अनेक गोष्टी साध्य होतात.

स्वप्रगटीकरणाची संधी, भावनांचा विकास, भावनांचा निचरा, कौतुक अशी व्यक्तिगत पातळीवरील उद्दिष्टे साध्य होतात. त्याचप्रमाणे गट पातळीवर एकी, स्पर्धात्मक वृत्ती, खिलाडू वृत्ती इत्यादी बाबींचा देखील विकास होतो. करमणुकीमुळे सदस्य मोकळेपणाने सहभागी होतात. ताण कमी होतो व अनेक सामाजिक कौशल्यांची वृद्धी होते.

करमणूकप्रधान गटकार्यात गटकार्यकर्त्याने स्वत:च्या भूमिकेचे भान ठेवायला हवे. तो काही शारीरिक शिक्षण प्रशिक्षक नसतो. कुठल्याही स्पर्धेसाठी सदस्यांना तयार करायचे हे उद्दिष्ट शक्यतो या गटाचे नसावे. केवळ सहभागातून आनंद व आनंदासाठी सहभाग हेच तत्त्व असावे.

करमणूक हे माध्यम इतके प्रभावी आहे की, इतर प्रकारच्या गटकार्यामध्ये कार्यक्रमाच्या स्वरूपात त्याचा उपयोग केला जातो. सामाजिकीकरण करण्याच्या उद्देशाने घेतलेल्या गटात खेळ किंवा सर्जनशील कृती वापरली जाते. लहान मुलांच्या वर्तणूक समस्यांचे निराकरण करण्यासाठी असणाऱ्या उपचारात्मक गटातदेखील मनोरंजनाचे कार्यक्रम वापरले जातात. करमणूक प्रधान गटांची व्याप्ती खूप मोठी आहे. सदस्यांच्या गरजांचा, समस्यांचा बारकाईने विचार करून गटकार्यकर्ता मनोरंजन हे माध्यम खूप प्रभावीपणे वापरू शकतो. परंतु, अशा वेळी गटाच्या मूळ उद्दिष्टांचे भान सतत राहिले पाहिजे.

३) सामाजिक शिक्षण गट (Social Education Groups)

अनेक वेळा आपल्याला असे दिसते की, काही समस्या केवळ अज्ञानामुळे निर्माण होतात. या अज्ञानामुळे अंधश्रद्धा निर्माण होतात किंवा काही सवयी जडतात, ज्या व्यक्तीला बाधक असतात. सामाजिक शिक्षण म्हणजे केवळ माहिती देणे नव्हे तर ज्या समस्या जीवनात निर्माण झाल्या आहेत त्या सोडविण्यासाठी क्षमता व कौशल्यवृद्धी, दृष्टिकोनात किंवा मूल्यांमध्ये बदल व आत्मविश्वासात वाढ या सर्व बाबींवर भर असणे अपेक्षित आहे. समाजकार्यात लैंगिक शिक्षण, आहार शिक्षण, आरोग्य शिक्षण वगैरे अनेक कार्यक्रम असतात. त्यामुळे अनेकदा गटकार्य व प्रशिक्षण किंवा कार्यशाळा यात गोंधळ होतो. गटकार्यात आंतर्क्रिया सर्वांत महत्त्वाची आहे. प्रत्येक सदस्याचा वैयक्तिक पातळीवर गटकार्यातून विचार होतो. प्रशिक्षणात तो विचार नसतो. माहितीपेक्षाही सामाजिक कौशल्यवृद्धीवर या गटप्रकारात भर आहे. कार्यकर्त्याने विविध विषयांवर भाषण/ व्याख्यान आयोजित करणे म्हणजे गटकार्य नाही. विचारांची, अनुभवांची देवाणघेवाण होऊन या गटांमधून निर्णयक्षमता वाढवणे, ठामपणा निर्माण करणे, जीवनाकडे बघण्याचा शास्त्रीय दृष्टिकोन वाढवणे ही उद्दिष्टे साध्य होणे अपेक्षित असते. उदाहरणार्थ, किशोरवयीन मुलींचा गट लैंगिकतेचा मुद्दा समोर ठेवून घेता येईल. सर्व सत्रांचा भर शारीरिक विकास, मासिक पाळी, प्रजनन, एच.आय.व्ही./एड्स इ.ची माहिती देणे यावर असला तर तो लैंगिक शिक्षणाचा कार्यक्रम झाला. परंतु, त्या मुलींना स्वत:च्या लैंगिकतेविषयी बोलायला उत्तेजन देणे, त्यांच्या भावना, अपेक्षा, समाजात स्त्री म्हणून येणारे अनुभव, त्यांची कारणमीमांसा, निर्णयक्षमता, कौशल्यवृद्धी यावर भर असेल तर ते गटकार्य म्हणता येईल.

अनेकदा केवळ शैक्षणिक बाजू (माहिती सांगणे) यावर कार्यकर्ता भर देतो. त्यामुळे गट प्रक्रिया एकतर्फी होते.

४) सामाजिक उपचार गट (Social Treatment Groups)

सामाजिक कार्याचे सर्वांत महत्त्वाचे ध्येय समस्या सोडवण्यास मदत करणे हा आहे. त्यामुळे गटकार्यात देखील या उद्देशाचे महत्त्व आहे. वर्तणुकीच्या समस्या असणारी मुले उदाहरणार्थ, उद्धटपणा करणारी, मारामारी

करणारी, आक्रमक, अकारण भीती असणारी मुले किंवा कौटुंबिक हिंसाचारामुळे मनोबल खचलेल्या स्त्रिया किंवा वार्धक्यामुळे सामाजिक/मानसिक क्षमता कमी झालेले ज्येष्ठ नागरिक, अशा अनेक समस्याग्रस्त व्यक्तींना व्यक्ती साहाय्य पद्धतीने आपण मदत करू शकतो. परंतु, अनेक वेळा असे दिसते की, बऱ्याच समस्या या परस्पर संबंधावर परिणाम करत असतात, किंवा परस्पर संबंध बिघडतात व त्यातून अनेक समस्या उद्भवतात. गटकार्याचा गाभाच परस्पर संवाद व आंतर्क्रिया आहे. त्यामुळे गटातून सकारात्मक अनुभव देऊन सदस्याला नवीन वर्तणूक प्रायोगिक रूपाने इतर सदस्यांच्या आधाराने तपासून बघता येते. यातून समस्या सोडवणुकीची कौशल्ये वाढीस लागतात. इतर सदस्यांमुळे 'मला एकट्यालाच समस्या नाहीत' हे अनुभव येतात व हे अनुभव समस्येकडे बघण्याचा दृष्टिकोन बदलण्यास मदत करतात. इतरांच्या व स्वत:च्या समस्यांबद्दल बोलण्याची संधी मिळाल्याने स्वत:च्या आत्मकेंद्री विचारांतून सदस्य बाहेर येतात. भावनांचा निचरा होऊन नव्याने एकमेकांकडे बघण्याचा दृष्टिकोन मिळतो.

मी इतरांना मदत करू शकतो, दुसऱ्या व्यक्ती माझ्याशी संबंध ठेवण्यास उत्सुक आहेत; या व अशा अनेक अनुभवांमुळे व्यक्तींचा आत्मविश्वास वाढतो. गटातून तिथल्या तिथे इतरांकडून फीडबॅक मिळतो त्यामुळे वर्तनबदलाची प्रेरणा निर्माण होते.

मनोसामाजिक विश्लेषणाचा उपयोग या गटात केलेला असतो. हे उपचार गट मानसोपचार गटांपेक्षा वेगळे असतात.

वरील सर्व प्रकारच्या गटप्रकारांव्यतिरिक्त अनेकदा समाजात, समस्या किंवा परिस्थितीत साम्य असलेल्या व्यक्ती सातत्याने उत्स्फूर्तपणे एकत्र येताना दिसू लागले व त्या व्यक्तींचे गट निर्माण होऊ लागले. त्यातून आधार गट हा वेगळा प्रकार गट कार्यामध्ये स्वीकारला गेला.

आधार गट (Support Groups) : समाजकार्यात या गटांना खूप महत्त्व आहे. एच.आय.व्ही. बाधित रुग्ण किंवा रुग्णांचे कुटुंबीय, अपंग व्यक्ती किंवा त्यांचे पालक, विविध प्रकारच्या रोगाने ग्रस्त असणाऱ्या व्यक्ती किंवा त्यांचे नातेवाईक, व्यसनमुक्त झालेल्या व्यक्ती या सर्वांना सतत संपर्काची गरज असते. यांचे आधार गट तयार होतात. हे गट समाप्त होऊ शकत नाहीत. या गटात असणाऱ्या व्यक्तींना त्यांच्यासारख्या परिस्थितीत असणाऱ्या व्यक्तींचा आधार रोजच्या जीवनाला सामोरे जाताना वेळोवेळी हवा असतो. इतर सर्वसामान्य समाजात त्यांना फारसे स्वीकारले जात नाही किंवा त्यांच्या विशेष गरजांबद्दल समाज संवेदनशील नसतो व त्यामुळे त्यांना एकटेपणा येतो. अशा वेळी आधार गटांची मदत होते.

बऱ्याचदा हे गट संघटित करण्याचे काम गटकार्यकर्ता करतो किंवा सदस्यांच्या प्रयत्नांना दिशा देण्याचे काम तो करतो. हे गट पुढे गटकार्यकर्त्याच्या मार्गदर्शनाशिवाय चालू रहातात किंवा गटकार्यकर्त्याचा संपर्क गटाशी राहातो. परंतु, गट पूर्णपणे स्वावलंबी असतो. सदस्य एकमेकांच्या सहकार्याने गट चालू ठेवतात. या गटाचा सदस्य असल्यामुळे भावनिक आधार मिळून मनाला उभारी येते. हे आधार गट अनेक वेळा त्यांच्या समस्यांच्या विस्तृत सामाजिक संदर्भातही दबाव गट म्हणून योगदान करतात. हे गट स्वयंसाहाय्यता गट म्हणूनही ओळखले जातात. उदाहरणार्थ, आत्ममग्न मुलांच्या पालकांचा गट एकमेकांना आधार देता देता शिक्षण प्रशासनाकडे या मुलांच्या शैक्षणिक समस्या संदर्भात मागण्या करून व्यवस्थेत बदल आणू शकतो.

अनेक गटकार्य तज्ज्ञांनी वेगवेगळ्या पद्धतीने गटकार्याच्या प्रकारांची मांडणी केलेली आहे. परंतु, वरील वर्गीकरण सर्व प्रकारच्या गटांना सामावून घेणारे आहे. हे सर्व प्रकार गटाच्या गरजा व उद्दिष्टे यावर आधारित आहेत.

गटाचे विविध प्रकार वापरताना गटकार्यकर्त्याला आणखी एका वर्गीकरणाचा जाणीवपूर्वक वापर करावा लागतो. हे वर्गीकरण दोन मुद्यांवर आधारित आहे–गटाचे सदस्य कधी होता येते व गटाचे सदस्यत्व कधी सोडता/संपुष्टात येते. गटकार्यात या संदर्भात दोन प्रकार दिसतात, ते म्हणजे खुला गट व बंदिस्त गट. या दोन्ही प्रकारच्या गटांचे स्वत:चे वैशिष्ट्य आहे व दोन्ही महत्त्वाचे प्रकार आहेत. परंतु, गटकार्यकर्ता नेमका खुला गट वापरणार आहे की बंदिस्त हे सदस्यांच्या गरजा, परिस्थिती, संस्थेची उद्दिष्टे यावर अवलंबून असते.

खुला गट (Open Group) : याचा अर्थ असा की, गटकार्याला जेव्हा गटकार्यकर्ता सुरुवात करतो तेव्हा जरी त्याचा आकार किंवा सदस्य संख्या निश्चित केलेली असली तरी गटकार्य सुरू झाल्यावर गटविकासाच्या कुठल्याही टप्प्यावर गटसदस्य सदस्यत्व सोडू शकतो. याचा अर्थ मनमानी नाही तर सदस्य गट सोडण्यासाठी योग्य रीतीने तयार झाला आहे का, याचे मूल्यमापन करूनच त्या व्यक्तीने गट सोडण्याचा निर्णय घेतला जातो. त्याचवेळी नवीन सदस्य गटात घेतला जातो. यामुळे गट आकार बदलत नाही परंतु रचना बदलते. जाणाऱ्या सदस्याबरोबरचे संबंध संपतात तर आलेल्या सदस्याबरोबर संबंध नव्याने प्रस्थापित करावे लागतात. अनेक वर्षे निवासी संस्थेत राहिलेल्या व्यक्तींसाठी, जेव्हा त्यांची संस्था सोडण्याची वेळ जवळ येते, अशा वेळी गटकार्याचा खुला गट प्रकार खूप उपयोगी पडतो. उदाहरणार्थ, बऱ्या झालेल्या मनोरुग्णांच्या गटात खुला गट प्रेरणा देणारा होऊ शकतो. गटकार्य सुरू झाल्यावर ज्या सदस्यांचा आत्मविश्वास वाढला आहे, तो स्वत:ची काळजी घेऊ शकतो हे निश्चित झाले की, सदस्य संस्था सोडून घरी जाण्यासाठी गट सोडू शकतो. नवीन आलेल्या सदस्यांमुळे, जुन्या सदस्यांना निरोप दिल्यामुळे व तो घरी जाणार यात सर्वांना आनंद असल्यामुळे परस्पर संबंध तुटल्याची भावना निर्माण होत नाही. नवीन सदस्यांना जुने सदस्य स्वअनुभवांमुळे प्रोत्साहित करू शकतात.

बंदिस्त गट (Closed Group) : म्हणजे गटाची सुरुवात करताना जे सदस्य असतील तेच गट समाप्तीपर्यंत गटसदस्य राहातील. जेव्हा संपूर्ण गटाची उद्दिष्टे साध्य होतील तेव्हाच त्यांचे सदस्यत्व संपेल. नवीन सदस्य गटात येऊ शकत नाहीत. गटकार्याला सुरुवात करतानाच निश्चित कालावधी ठरविला जातो. त्या कालावधीत सर्व सदस्यांनी नियमित गटात येणे बंधनकारक असते. या नियमित संपर्काचे अनेक सकारात्मक फायदे असतात. गटाबद्दल बांधिलकी निर्माण होते. घनिष्ठ संबंध प्रस्थापित होतात. भावनिक जवळीक वाढते. उदाहरणार्थ, उपचारात्मक गटकार्य प्रकारासाठी बंदिस्त गटांचा अधिक वापर होतो. स्वप्रतिमेच्या समस्यांमुळे वर्तणूक समस्या निर्माण झालेल्या किशोरवयीन मुलांचा/मुलींचा गट घेताना तो बंदिस्त असणे उपचारांच्या दृष्टीने महत्त्वाचे आहे. त्यामुळे प्रत्येक सदस्याला विशिष्ट कालावधीत गटात राहण्याची खात्री असते. ज्या मुलांमध्ये काही बदल दिसू लागतात त्यांच्यामुळे इतर मुलांना त्यांची मदत मिळते. समोर आदर्श राहतो (रोल मॉडेल). खात्रीशीर कालावधीमुळे नातेसंबंधांमध्येही खात्री निर्माण होते. त्याचप्रमाणे, विशिष्ट कालावधीतच गट अनुभवांचा आपण फायदा करून घ्यायला हवा, हा विचार बदलासाठी प्रेरक होऊ शकतो. गट बांधिलकी अधिक वाढते.

असा निश्चित कालावधी ठरवून रस्त्यावर भटकणाऱ्या मुलांचा गट घेतला तर त्या मुलांच्या आयुष्यात एक वेगळे स्थैर्य निर्माण होऊ शकते व त्यामुळे त्यांच्या व्यक्तिमत्त्वामध्ये अधिक सकारात्मकता येऊ शकते.

बंदिस्त गटाचे फायदे आहेत, तसे तोटेदेखील आहेत. आपण गट सोडू शकत नाही, ही भावना

नकारात्मक वर्तणूक निर्माण करू शकते. कालावधी निश्चित माहिती झाल्यामुळे सदस्य समस्या सोडवणुकीत चालढकलही करू शकतात.

गट खुला आहे की बंदिस्त हा निर्णय, गटकार्याला सुरुवात करताना सर्व सदस्यांना स्पष्टपणे सांगितला जाणे गरजेचे आहे. त्यामागची संस्थेची किंवा गटकार्यकर्त्याची भूमिका सदस्यांना स्पष्ट होणे महत्त्वाचे आहे. त्यांच्या मनाची तयारी झाल्यास खऱ्या अर्थाने गट प्रक्रिया सर्वांना फलदायी होईल. गटकार्य ही पूर्वनियोजित हेतूपूर्ण तत्त्वांवर आधारित पद्धती आहे. त्यामुळे गट प्रकाराचा निर्णय देखील त्याच तत्त्वांवर आधारित असणे अपेक्षित आहे.

सारांश

गटकार्याची तत्त्वे–

- गटकार्याची दहा तत्त्वे ही सर्वमान्य आहेत.
- सर्व तत्त्वे परस्परांवर अवलंबून आहेत.
- संपूर्ण गट प्रक्रियेत ही तत्त्वे सातत्याने परावर्तित होणे आवश्यक असते.
- सर्व तत्त्वे गटकार्यकर्त्याने जाणीवपूर्वक वापरणे महत्त्वाचे असते.
- गटकार्य तत्त्वांचा स्वीकार गटकार्यकर्त्यापुरता मर्यादित नसून, सर्व सदस्यांना या तत्त्वांचे आकलन होऊन त्यांनी ती स्वीकारली तर गटध्येयपूर्ती होते.
- सदस्यांना ही तत्त्वे अंगीकारायला प्रेरित करण्याची जबाबदारी गटकार्यकर्त्याची असते.

गटकार्याची प्रारूपे

- उपचारात्मक गटकार्याचे प्रारूप.
- सामाजिक उद्दिष्टप्रधान गटकार्याचे प्रारूप.
- परस्पर देवाणघेवाणीचे (म्यूच्युअल गिव्ह ॲन्ड टेक) गटकार्याचे प्रारूप.

गटकार्य प्रकारांचे वर्गीकरण

- विकासप्रधान (केंद्री) गटकार्य
- मनोरंजनप्रधान गटकार्य
- सामाजिक शिक्षण गटकार्य
- सामाजिक उपचार गटकार्य
- आधार गट

हे सर्व गट परत दोन प्रकारात घेतले जातात–खुले गट आणि बंदिस्त गट.

प्रकरण	गट बांधणी व गट विकासाचे टप्पे
३	Group Formation and Stages of Group Development

प्रस्तावना

१) गट बांधणीपूर्व तयारीचा टप्पा (Pre Group Formation Stage)

२) गट विकासाचे टप्पे (Stages of Group Development)

३) सामाजिक गटकार्यकर्त्यांच्या विविध भूमिका (Roles of Social Group Worker)

४) सामाजिक गटकार्यकर्त्यांचे नेतृत्व व नेतृत्व शैली (Social Group Worker as a Leader and Leadership Styles)

५) सामाजिक गटकार्यकर्त्यांच्या जबाबदाऱ्या (Responsibilities of Group Worker)

६) सामाजिक गटकार्यकर्त्यांची कौशल्ये (Skills of Social Group Worker)

७) गट विकासासाठी वापरायची तंत्रे (Techniques used for Group Development)

सारांश

प्रस्तावना

कुठल्याही सामाजिक कार्य पद्धतीप्रमाणे गटकार्य पद्धतीतदेखील पूर्वतयारी या टप्प्याला महत्त्व आहे. ज्या गटासाठी काम करायचे, त्या गटाची वैशिष्ट्ये व गरजा, समस्या यांचा अंदाज घेतला जाऊन नियोजन कशा रीतीने केले पाहिजे, त्यातील संभाव्य अडचणी/अडथळे, उद्दिष्टपूर्तीची शक्यता, खर्चाचा/वेळाचा अंदाज इत्यादींविषयी विचार पूर्वतयारीमध्ये केला जातो व पुढे येऊ शकणाऱ्या परिस्थितीबद्दल कल्पना येते. नेमक्या समस्या काय आहेत, त्यांची व्याप्ती व तीव्रता किती आहे, गटकार्य पद्धतीतून त्या सोडविता येतील का याची चाचपणी गटकार्यकर्ता करतो. त्यामुळे पूर्वतयारीचा टप्पा अत्यंत महत्त्वाचा असतो.

ही पूर्वतयारी करताना सर्वांत प्रथम गटकार्यकर्त्याला दोन गोष्टींचा विचार करणे गरजेचे असते.

– ज्या सामाजिक संस्थेच्या वतीने गटकार्यकर्ता काम करीत असतो, त्या संस्थेची उद्दिष्टे.

– ज्या समाज घटकांतील व्यक्तींचा गटामध्ये समावेश करायचा आहे त्यांच्या गरजा.

अर्थात, हे सदस्य त्या सामाजिक संस्थेच्या कार्यक्षेत्रातील लाभार्थी असणे आवश्यक आहे.

नियोजनांतील पहिला टप्पा म्हणजे, ज्या व्यक्तींना गटकार्याचा लाभ व्हायला हवा असे वाटते, त्या व्यक्तींचा शास्त्रीय पद्धतीने सर्वांगीण अभ्यास करणे.

त्यांच्या गरजांचा अभ्यास करीत असतानाच गटकार्यकर्ता व या व्यक्ती यांच्यामध्ये संवाद निर्माण होऊन गटाची उपयोगिता, रचना, वेळ, जागा इत्यादी गोष्टींचे नियोजन होत असते. त्याचप्रमाणे उद्दिष्टपूर्तीसाठी कशा प्रकारचे कार्यक्रम घेता येतील याचे अंदाजे नियोजन केले जाते. असा आराखडा तयार झाला की, गटकार्यकर्ता सदस्यांची पहिली बैठक घेऊ शकतो. गट बांधणीपूर्व तयारीच्या टप्प्यात अडचणी येऊ शकतात. त्यावर त्याचवेळी उपाययोजना करणे गरजेचे असते. या टप्प्याची वैशिष्ट्ये व गटकार्यकर्त्याच्या जबाबदाऱ्या याविषयी या प्रकरणात चर्चा केली आहे.

सर्वसाधारणपणे समाजात ज्याप्रमाणे गटांचा उदय, त्यांचे विकासाचे टप्पे व अस्त दिसतात, तेच टप्पे गटकार्यात गटविकासाचे असतात.

पहिला टप्पा एकमेकांची ओळख होण्याचा, एकमेकांशी विश्वासाचे संबंध प्रस्थापित होण्याचा असतो. याच टप्प्यात उद्दिष्टांबद्दल स्पष्टता व एकवाक्यता होते.

दुसरा टप्पा उद्दिष्टपूर्तीकडे वाटचाल करण्याचा टप्पा असतो. सदस्य एकत्र येऊन काही कार्यक्रम करतात किंवा गटकार्यकर्ता काही कार्यक्रम हेतुपुरस्सर घेतो. विविध कार्यक्रम व विविध सत्रांमध्ये सदस्यांचा सहभाग वाढायला लागतो. कृतिशील किंवा कार्यरत असण्याचा टप्पा असेही आपल्याला म्हणता येईल.

तिसरा टप्पा म्हणजे निरोपाचा किंवा गटाचा अस्त होण्याचा, गट समाप्तीचा टप्पा. हळू हळू गटसदस्यांची गटातील अनुभवांमुळे क्षमतावृद्धी होऊ लागते व त्या दृष्टीने सतत प्रयत्न करण्याची प्रेरणा निर्माण होते किंवा वर्तणुकीत बदल होऊ लागतात. या सर्वांचा रोजच्या जीवनात जेव्हा गटसदस्यांना दृश्य उपयोग किंवा फायदा दिसू लागतो तेव्हा गटकार्याची गरज संपते. ध्येयपूर्तीचा आनंद व समाधान निर्माण होऊन गट समाप्तीपाशी गटकार्याची परिपूर्ती होते.

प्रत्येक टप्प्याची वैशिष्ट्ये, त्यात येणाऱ्या अडचणी व त्यांचे निराकरण याविषयी सविस्तर मांडणी या प्रकरणात केली आहे.

गट बांधणीपूर्व टप्प्यात गटकार्य सुरू करण्याची तयारी व गट प्रक्रिया गट विकासाच्या तीन टप्प्यांतून क्रमश: जाण्यासाठी गटकार्यकर्ता कुशल व संवेदनशील असणे महत्त्वाचे असते. त्यासाठी या प्रकरणातील चार उपघटकांमध्ये गटकार्यकर्त्याची भूमिका, जबाबदाऱ्या, नेतृत्व आणि कौशल्ये यावर सविस्तर मांडणी केलेली आहे. गटकार्याच्या संपूर्ण प्रक्रियेत काही तंत्रे गटकार्यकर्त्याला सतत वापरावी लागतात. त्यासंबंधी विवेचनही आहे.

१) गट बांधणीपूर्व तयारीचा टप्पा (Pre Group Formation Stage)

१.१ गरजांची चाचपणी (Need Assessment)

गटसदस्यांची माहिती असणे हे गटकार्याची उद्दिष्टे ठरविण्यासाठी, आवश्यक असते, त्यामुळे गटकार्यकर्त्याने गटामध्ये ज्या व्यक्तींचा समावेश होण्याची शक्यता आहे अशांची माहिती गोळा करणे महत्त्वाचे आहे. या

प्रक्रियेला 'गरजांची चाचपणी' असे म्हणतात. म्हणजे नेमक्या कुठल्या गरजा अतिशय महत्त्वाच्या आहेत, त्यांचा नेमका काय परिणाम होतो, ते बघणे. उदाहरणार्थ, एका नागरी दलित वस्तीत पिण्याचे पाणी, सार्वजनिक स्वच्छता सुविधा, शौचालये, व्यसनाधीनता, कौटुंबिक हिंसाचार इत्यादी अनेक प्रश्न आहेत. त्यातील गरजांचा प्राधान्यक्रम लावण्यासाठी कोणत्या गरजा वस्तीतील लोकांना अधिक महत्त्वाच्या वाटतात हे पाहावे लागेल. या गरजांचे वर्गीकरण करून काही विशिष्ट गरजांवर लक्ष केंद्रित करून गटबांधणी केल्यास सदस्यांच्या सहभागाला दिशा मिळेल.

त्याचप्रमाणे, गटकार्यकर्त्याला त्याच्या सामाजिक संस्थेच्या उद्दिष्टांची व त्या उद्दिष्टांच्या व्याप्तीची स्पष्ट जाणीव असणे गरजेचे आहे. उदाहरणार्थ, सामाजिक संस्थेचे उद्दिष्ट स्त्रियांचे आर्थिक सबळीकरण असेल तर शालेय वयोगटाच्या मुलांसाठी गटकार्य घेणे संस्थेच्या उद्दिष्टांना धरून होणार नाही. स्त्रियांसाठी गटकार्याचे नियोजन करून संस्थेच्या उद्दिष्टांना पूरक अशी उद्दिष्टे गटकार्यासाठी तयार करायला हवीत. 'गटसदस्यांचा उद्योजकता विकास' हे असे ध्येय होऊ शकेल. याच उदाहरणावर आधारित 'गरजांची चाचपणी' करायची असल्यास उद्योजकता हा मुद्दा घेऊन गटकार्यकर्त्याला स्त्रियांना विचारण्यासाठी काही प्रश्न तयार करावे लागतील. ते पुढील प्रकारचे असू शकतील.

कुठला उद्योग तुम्ही सध्या करीत आहात? किती वर्षांपासून करीत आहात? वगैरे, काही प्रश्न खरेदी-विक्री व नफा-तोटा यांविषयी असणे गरजेचे आहे. परंतु, त्याचबरोबर त्यांना काय अडचणी येतात व त्यासाठी त्यांना काही कौशल्ये शिकायला आवडेल का, अशा प्रकारचे प्रश्नही विचारावे लागतील. ज्या काहीच व्यवसाय करत नाहीत त्यांचा उद्योजकता विकास या ध्येयाअंतर्गत गटसदस्य म्हणून समावेश करता येणार नाही.

गरज भासल्यास लेखी प्रश्नावली करता येईल व लिहिता येणाऱ्या सदस्यांकडून भरून घेता येईल किंवा गटकार्यकर्तादेखील सदस्यांशी चर्चा करून ती भरू शकेल. परंतु, प्रत्येक वेळी लेखी प्रश्नावलीच हवी असे नाही. उदाहरणार्थ, मुलींच्या निवासी संस्थेत काम करणाऱ्या गटकार्यकर्त्याला मुलींशी चर्चा करून त्यांच्या गरजांचा अंदाज घेता येईल व उद्दिष्टे ठरविता येतील.

कुठल्याही क्षेत्रात गटकार्य सुरू करण्यापूर्वी जी तयारी अपेक्षित आहे, ती गरजांची चाचपणी करूनच व्हायला हवी. त्यातून मिळालेल्या माहितीच्या आधारे उद्दिष्टे ठरविता येतील. या उद्दिष्टांमुळे गट प्रकार निश्चित होऊ शकतो. वरील उदाहरणात 'मुलींच्या वर्तन समस्यांचे निराकरण' हे उद्दिष्ट असेल तर तो उपचारात्मक गट होईल.

गटकार्यकर्त्याचा पूर्वानुभव, त्याची निरीक्षणकौशल्ये व क्षमता या बाबींचा उपयोग चाचपणी सखोल व वस्तुनिष्ठ होण्यात होतो.

गटसदस्यांची निवड गरजांवर आधारित असली तरी त्यात आणखी काही निकषांचा समावेश करणे महत्त्वाचे असते. कधी कधी सर्व निकषात बसणारे सदस्य गटात घेणे महत्त्वाचे असते, उदाहरणार्थ, वय, लिंग, शिक्षण, सामाजिक-आर्थिक दर्जा किंवा समस्या व क्षमता; कारण प्रत्येक निकषामुळे विविध गरजा निर्माण होतात. सर्व दृष्टीने साम्य असणारा किशोरवयीन मुलींचा गट एखाद्या वस्तीत कार्यकर्ता घेतो, तेव्हा त्यांचा सहभाग अधिक होतो कारण त्यांना एकमेकींचा आधार वाटतो. त्याचप्रमाणे त्यांच्या आवडीनिवडी, छंदांमध्ये साम्य असल्यामुळे कार्यक्रम घेणे सोपे जाते.

कधी कधी गटकार्यकर्ता जाणीवपूर्वक काही बाबतीत वेगळे असणारे सदस्य एकत्र आणतो. उदाहरणार्थ, वस्तीमधील स्त्रियांच्या सबळीकरणाच्या हेतूने घेतलेल्या गटांत जर दोन-तीन सदस्य अधिक शिकलेले घेतले तर उद्दिष्टपूर्तीसाठी त्या सदस्यांचे योगदान अधिक होईल. त्यांच्या नेतृत्वाचादेखील गटाला

उपयोग होईल. या उदाहरणावरून हे स्पष्ट होते की, केवळ प्रत्येक सदस्याची गरज एवढाच निकष लक्षात घेऊन चालत नाही तर गट विकासासाठी संपूर्ण गटाच्या असणाऱ्या गरजांचादेखील गटकार्यकर्त्याला विचार करावा लागतो.

गट बांधणीपूर्व टप्प्यातील सदस्यांच्या गरजांची चाचपणी म्हणजे त्या सदस्यांना गटातून नेमके काय हवे आहे किंवा मिळाल्यामुळे त्यांचा वैयक्तिक विकास होईल याबद्दलचे निदान, त्यासाठी-

- वयामुळे असणाऱ्या गरजा.
- परिस्थितीतून निर्माण झालेल्या गरजा.
- लिंगावर आधारित गरजा.
- जीवनातील भूमिका सक्षमपणे वठवण्यासाठी लागणाऱ्या कौशल्यावर आधारित गरजा.
- बौद्धिक क्षमतांवर आधारित गरजा.
- समस्येमुळे निर्माण झालेल्या विशेष गरजा.
- सामाजिक, आर्थिक, राजकीय परिस्थितीमुळे निर्माण झालेल्या गरजा.
- समस्या सोडविण्यासाठी लागणाऱ्या विविध संसाधनांच्या गरजा.

या सर्वांचा विचार गटकार्यकर्त्याला चाचपणी (ॲसेसमेन्ट) करताना करावा लागतो.

केवळ गरजांची यादी करून गटकार्य सुरू करता येत नाही; तर त्या गरजांचे वर्गीकरण करून क्रमवारी ठरवावी लागते. कुठल्या गरजांचा विचार गटातून केला तर खऱ्या अर्थाने विकास होऊ शकेल हे ठरवावे लागते. वरील मुद्यांच्या अनुषंगाने गरजांची चाचपणी केल्यास गटसदस्यांमध्ये पुढील बाबींवर खूप साधर्म्य असेल-

लिंग, वय, शिक्षण, क्षमता, आवडीनिवडी, छंद, गरजा, कौटुंबिक पार्श्वभूमी, सामाजिक-आर्थिक दर्जा, जीवनातील सध्याच्या भूमिका, वैयक्तिक अडचणी/समस्या, व्यक्तिमत्त्व, संसाधनांची उपलब्धता, सदस्याची गटात सामील होण्याची इच्छा.

यातील कुठल्या बाबी सदस्य निवडीसाठी अधिक महत्त्वाच्या ठरतील हे गटाचा प्रकार व गटाची उद्दिष्टे यांवर अवलंबून असेल. गटसदस्यांच्या गरजा किंवा समस्यांचा विचार करून गटकार्यकर्त्याला दीर्घकालीन ध्येये व तत्कालीन विशिष्ट उद्दिष्टे तयार करावी लागतात. उदाहरणार्थ, स्त्रियांच्या निवासी संस्थेमध्ये गटकार्यकर्त्याने कौटुंबिक कलहामुळे संस्थेत आलेल्या स्त्रियांचा गट घ्यायचे ठरविले तर आधी त्याला त्यांच्या मनःस्थितीचा व समस्येकडे बघण्याच्या दृष्टिकोनाचा अभ्यास करावा लागेल. सदस्यांना नकारात्मक भावनिक अवस्थेतून बाहेर काढून वास्तवावर आधारित निर्णय व कृती करण्यास मदत करणे, हे दीर्घकालीन ध्येय होईल. या ध्येयामुळे हा उपचारगट असेल. परंतु, नव्याने संस्थेत दाखल झाल्या असल्याने त्यांच्या भावनिक गरजांचा विचार करून, या गटाची तत्कालीन उद्दिष्टे पुढीलप्रमाणे होतील-

- सदस्यांना संस्थेच्या वातावरणाशी जुळवून घेण्यास मदत करणे.
- घर सोडून आल्यामुळे निर्माण झालेली अपराधीपणाची भावना कमी करणे.
- गोंधळलेली किंवा संतापलेली मनःस्थिती बदलण्यास मदत करणे.

तत्कालीन उद्दिष्टांची पूर्ती झाल्याशिवाय दीर्घकालीन ध्येयांच्या दिशेने पावले उचलणे गटाला अवघड जाते.

१.२ गट नियोजनाच्या पायऱ्या (Steps in Planning)

गटाचा प्रकार किंवा त्याला पूरक अशी उद्दिष्टे जेव्हा गटकार्यकर्ता ठरवत असतो, तेव्हा त्याचबरोबरीने अनेक पायऱ्यांच्या आधाराने गटाचे नियोजन त्याला करावे लागते.

या पायऱ्या पुढीलप्रमाणे आहेत–

- गटाची रचना (Composition) ठरविणे.
- गटाची सदस्यसंख्या निश्चित करणे.
- गट बंदिस्त की खुला असणार ते ठरविणे.
- गट सत्रांचा कालावधी ठरविणे–सत्र घेण्याची वेळ, एका सत्राचा कालावधी, सत्रे किती वेळा व किती दिवस घेतली जातील, हे सारे ठरविणे.
- गटकार्य घेण्याची जागा निश्चित करणे.
- गटसदस्यांची गटकार्यासाठी भावनिक व बौद्धिक तयारी करणे.

या मुद्यांचा सविस्तर विचार पुढीलप्रमाणे करता येईल–

- **गटाची रचना (Composition) ठरविणे**

जर गटकार्यकर्त्याने आधीपासून कार्यरत असलेल्या गटाबरोबर काम करायचे ठरविले तर गट रचनेचे स्वातंत्र्य त्याला राहाणार नाही. उदाहरणार्थ, वस्तीमध्ये कार्यरत असलेला बचतगट किंवा युवक मंडळ यांच्याबरोबर गटकार्यकर्त्याने नेतृत्व विकासासाठी गटकार्य करायचे ठरविले तर जे सदस्य असतील त्यांत त्याला काही बदल करता येणार नाहीत.

परंतु, गटकार्यकर्ता जेव्हा त्याच्या प्रयत्नांनी गटकार्य सुरू करणार असतो तेव्हा गटाची रचना कशी असेल हा निर्णय गटाचा उद्देश, गटाचा प्रकार व कार्यक्रमांचे नियोजन या सर्वांवर अवलंबून राहील. उदाहरणार्थ, शालेय वयोगटाच्या मुलांचा गट शैक्षणिक क्षमतावृद्धीसाठी जर घेतला तर त्यात मुले व मुली दोघांचा समावेश होऊ शकतो. परंतु, किशोरवयीन मुलांबरोबर शारीरिक, भावनिक बदल व स्वसंकल्पना या गरजांचा विचार करून गटकार्य करायचे असल्यास मुलींचा व मुलांचा गट वेगळा घेणे इष्ट ठरेल. लिंग, वय, शिक्षण, बौद्धिक क्षमता या सर्व बाबी गट रचनेचा भाग आहेत.

- **गटाची सदस्यसंख्या**

काही प्रकारच्या गटात सदस्यांचीसंख्या मर्यादित असणे आवश्यक असते. जेव्हा सामाजिक उपचार प्रकारच्या गटासाठी हे अधिक गरजेचे असते. उदाहरणार्थ, अतिशय दंगेखोर मुलांमध्ये स्वनियंत्रणाचे मूल्य रुजविण्यासाठी त्यांचा गट घेण्याचे जर गटकार्यकर्त्याने ठरविले तर सदस्यसंख्या १० ते १२ इतकीच मर्यादित असणे सोईचे होईल.

त्यामुळे गटकार्यकर्ता प्रत्येक सदस्याचे बारकाईने निरीक्षण करू शकेल व आंतर्क्रियांवर नियंत्रण ठेवणे किंवा दिशा देणे गटकार्यकर्त्याला शक्य होईल. त्याचप्रमाणे सदस्यांचे आंतर्संबंध प्रस्थापित करणे अधिक सुलभ होईल. परंतु, मैदानी खेळांच्या माध्यमातून शिस्त बाणविण्याच्या हेतूने गटकार्य घेतले जाणार असेल तर सदस्यसंख्या १५ ते २० तरी असावी जेणेकरून दोन संघ करून काही मैदानी खेळ घेता येतील. गटातून कुठल्या गरजांची पूर्ती करण्याचे उद्दिष्ट आहे, त्यानुसार ही सदस्यसंख्या ठरते. निवासी संस्थेतून वयाची १८ वर्षे पूर्ण

झाल्यावर घरी जाणाऱ्या मुलांची, घरी व समाजात वावरण्यासाठी कौशल्ये विकसित करणे हा गटाचा हेतू असल्यास सदस्यसंख्या जास्तीत जास्त ८ ते १० हवी. त्यामुळे प्रत्येक सदस्याला सहभागाची अधिक संधी मिळेल व वैयक्तिक-सामाजिक कौशल्यवृद्धीवर लक्ष केंद्रित करून, संस्थेतून बाहेर पडण्याच्या विचाराने निर्माण होणाऱ्या भावनादेखील प्रभावीपणे हाताळता येतील.

- **गटसदस्यत्व बंदिस्त की खुले असणार, ते ठरविणे**

हे गटाच्या उद्दिष्टांवर अवलंबून राहील; जर करमणुकीतून विकास हे गटाचे उद्दिष्ट असले तर तो खुला गट असू शकतो. परंतु, लैंगिक शोषण झालेल्या मुलींचा सामाजिक उपचारगट असल्यास तो गट बंदिस्त असणे महत्त्वाचे व योग्य ठरेल.

- **गट सत्रांचा कालावधी ठरविणे**

सत्र घेण्याची वेळ, एका सत्राचा कालावधी, सत्रे किती वेळा किती दिवस घेतली जातील, हे सारे आधीच ठरविणे गरजेचे आहे; त्यात सत्रांची संख्या, दोन सत्रांमधील अंतर, प्रत्येक सत्राचा कालावधी व एकूण गटकार्याचा कालावधी तसेच प्रत्यक्ष सत्राची वेळ या सर्वांचा विचार व्हायला हवा. प्रत्येक घटकाचा वेगळा विचार करायला हवा. उदाहरणार्थ, जर ५ वर्षांच्या आतील कुपोषित बालकांच्या मातांसाठी जागरूक मातृत्वावर गटकार्य घेण्याचे ठरविले तर एक सत्र एका तासापेक्षा अधिक असता कामा नये. त्याचप्रमाणे हा सामाजिक शिक्षणाचा गट असल्यामुळे सत्रांची संख्याही मर्यादित असावी. त्याचप्रमाणे या मातांची मुले कुपोषित असल्यामुळे १५-२० दिवसांच्या कालावधीत गटकार्य पूर्ण व्हायला हवे. कुपोषित बालकांसाठी मातांनी लवकरात लवकर बालसंगोपनाच्या व आहाराच्या पद्धतींमध्ये बदल करणे आवश्यक आहे. हा गट अधिक महिने लांबणे हे मातांना सोयीचे होणार नाही. त्याचप्रमाणे गटकार्याची वेळ मातांना दिवसातून जो मोकळा किंवा सोईस्कर वेळ असेल तीच ठेवावी लागेल.

याचा अर्थ, कालावधी अनेक प्रकारे विचारात घ्यावा लागतो. एक सत्र किती तासांचे, दोन सत्रांमध्ये किती अंतर ठेवायचे व एकूण किती सत्रे घ्यायची हे सर्व सदस्यांच्या गरजा, क्षमता व उद्दिष्टे यावर अवलंबून असते. उदाहरणार्थ, शालेय मुलांच्या शैक्षणिक क्षमतावृद्धीसाठी गट घ्यायचा असेल तर लेखन कौशल्य विकासासाठी किती सत्रे घ्यावी लागतील, हे सदस्यांना या कौशल्यांची किती गरज वाटते व त्यांची सध्याची लेखनक्षमता किती आहे यावर अवलंबून राहील. दोन ते तीन सत्रे घ्यायची की, इतर सत्रांतील प्रत्येकी थोडा वेळ या कृतीसाठी ठेवायचा हे ठरवावे लागेल.

त्याचप्रमाणे या एका कौशल्यासाठी जी सत्रे ठरविली असतील त्यांच्या कालावधीतही फरक असू शकेल. उदाहरणार्थ, कुठल्याही विषयावर निबंध लिहायचे ठरल्यास लागणाऱ्या वेळापेक्षा, एखाद्या प्रसंगाचे नाट्यरूप करून तो प्रसंग लिहून काढायचे ठरवल्यास त्याला अधिक वेळ लागेल. प्रत्येक सत्राचा कालावधी सदस्यांना कंटाळा येणार नाही ना याचा विचार करून ठरवावा लागतो कारण सत्र ३० ते ४० मिनिटांच्या वर झाल्यास मुले कंटाळतात. परंतु, याच मुलांच्या वाचन, विचार व समस्या सोडवणुकीच्या क्षमतांची वृद्धी व्हावी म्हणून गटकार्यकर्त्याने 'खजिना शोधा' हा खेळ घेतला तर एक ते दीड तास देखील मुले आनंदाने सहभागी होतात.

उपचार गट हे अधिक कालावधीचे असू शकतील. उदाहरणार्थ, खूप लाजाळू मुलींचा आत्मविश्वास वाढविण्यासाठी जर गटकार्य घेतले तर त्यासाठी ३ ते ४ महिने आठवड्यांतून प्रत्येकी एक ते दीड तासांचे एक सत्र असे नियोजन करावे लागेल.

हे सर्व जरी गट बांधणीपूर्व टप्प्यांत ठरविणे आवश्यक असले तरी गटकार्य सुरू झाल्यावर गटाच्या प्रगतीप्रमाणे किंवा तत्कालीन गरजेप्रमाणे लवचिकतेच्या तत्त्वाला अनुसरून थोडेफार बदल करावे लागू शकतील. त्यामुळे हे नियोजनदेखील प्रत्येकवेळी काटेकोरपणे पाळले गेलेच पाहिजे असा अट्टाहास उपयोगी पडत नाही.

- **गटकार्य घेण्याची जागा निश्चित करणे**

भौतिक स्थितीचा देखील गटकार्य प्रक्रियेवर परिणाम होऊ शकतो. वस्ती पातळीवर जर आपण किशोरवयीन मुलींसाठी लैंगिकतेविषयी गटकार्य घेण्याचे ठरविले व सत्रांची जागा वर्दळीची असली तर मुली सहभागी होणार नाहीत किंवा झाल्याच तर मोकळेपणाने बोलण्यास लाजतील. त्यांना योग्य तो एकांत मिळणे महत्त्वाचे असते.

एखाद्या निवासी संस्थेत किंवा आंतरुग्ण असलेल्या रुग्णालयात जर गटकार्य घेण्याचे ठरविले तर एका निश्चित जागी गटकार्य घेणे वातावरण निर्मितीसाठी महत्त्वाचे ठरेल. मुलांच्या संस्थेत जर अशी वेगळी खोली वापरली व तिथे मुलांनी तयार केलेल्या विविध वस्तू मांडण्यासाठी जागा केली तर सदस्यांना प्रेरणा मिळून गट सहभागात सातत्य राहील, वेगळ्या खोलीमुळे विनाव्यत्यय गटकार्य होऊ शकेल. त्या जागेबद्दल सदस्यांना आकर्षण निर्माण होईल.

गटसदस्यांना गट सत्रांसाठी वापरण्यात येणाऱ्या जागेबद्दल आस्था निर्माण होणे याला उपचारात्मक गटात महत्त्व असते. 'आमची जागा' या भावनेतून आत्मसन्मान वाढणे, संस्थेबद्दल जिव्हाळा निर्माण होणे असे अनेक परिणाम केवळ गटकार्यासाठी योग्य जागा निवडून साधता येतात.

अनेकदा समाजातून काही जागांवर गटकार्य घेण्यास विरोध असू शकतो. तरुण मंडळाच्या खोलीत किशोरवयीन मुलींचा गट घेण्याचे गटकार्यकर्त्याने ठरविल्यास पालक मुलींना गटकार्याला पाठविण्यास नकार देतील किंवा सदस्यांना विशिष्ट जागेचा नकारात्कमक पूर्वानुभव असेल तिथे गट सत्रांना येण्यासाठी सदस्य नाराजी दाखवतील. उदाहरणार्थ, ज्या मुलांना शाळेमध्ये खूपच नकारात्मक अनुभव येत असतील ते सदस्य शाळेच्या वर्गात गटकार्यासाठी येण्यास काचकूच करतील. परंतु, काही कारणांनी शाळा सोडलेल्या मुलांना परत शाळेबद्दल आकर्षण निर्माण करण्याचा गटकार्यकर्त्यांचा हेतू असेल, तर तो हेतुपूर्वक शाळेतील असा वर्ग निवडेल की जिथे शिक्षकांनी केलेली आकर्षक सजावट असेल (तक्ते, सुविचार, प्रकल्पांचे प्रदर्शन, इ.) व त्यामुळे सदस्य शाळेकडे आकर्षित होतील.

- **गटसदस्यांची गट कार्यासाठी भावनिक व बौद्धिक तयारी करणे**

गटकार्यकर्त्याचा प्रत्येक सदस्याशी वैयक्तिक संपर्क असणे महत्त्वाचे आहे. कार्यकर्त्याने प्रत्येक सदस्याला गटकार्य किती दिवस चालणार आहे, केव्हा घेतले जाणार आहे (वेळ), आठवड्यातून किती दिवस भेटणे अपेक्षित आहे, याची सर्वसाधारण कल्पना देणे गरजेचे आहे. सर्वसाधारण अशासाठी म्हटले आहे की, गट प्रक्रिया जसजशी पुढे जाते तसतसा प्रत्येक टप्प्यात गट विकासाचा आढावा घेतला जातो व त्यामुळे या नियोजनात सर्वानुमते बदल होऊ शकतात.

गट अनुभव अर्थपूर्ण होण्यासाठी प्रत्येक सदस्याची काय जबाबदारी असेल, त्याच्याकडून गटाच्या विकासासाठी किंवा वैयक्तिक विकासासाठी काय अपेक्षा असतील व गट अनुभवांचा नेमका काय उपयोग सदस्यांना होऊ शकेल, याची वैयक्तिक चर्चा प्रत्येक सदस्याबरोबर करणे गरजेचे आहे. कधी कधी गटकार्यकर्ता

सदस्यांच्या दोन-तीन एकत्रित बैठका घेऊनदेखील वरील मुद्द्यांवर चर्चा करू शकतो व त्यानंतर गटकार्याला सुरुवात होऊ शकते.

गटकार्यकर्ता सदस्याबरोबर गट म्हणून संबंध प्रस्थापित करण्यासाठी काही गट कार्यक्रमांचे एकत्रित नियोजन करतो किंवा संस्थेमध्ये जे कार्यक्रम गटांतून चालतात तिथे या सदस्यांशी चर्चा करतो व नंतर प्रत्यक्ष गटकार्याला सुरुवात होते. उदाहरणार्थ, बालवाडीच्या पालकसभेत स्त्रीपालक येतात तेव्हा काही पालकांना मुलांच्या संगोपनात अडचणी येत आहेत, असे वाटल्यास त्यांना वेगळ्या गटातून भेटण्यासाठी प्रेरित करता येईल व त्यांच्याबरोबर चर्चा करून त्यातून गटकार्याची आखणी करता येईल.

गटकार्यकर्त्याने गटकार्याच्या या उद्दिष्टांना धरून गटसदस्यांच्या सामाजिक संस्थेकडून काय अपेक्षा आहेत, हेदेखील समजून घेतले पाहिजे. उदाहरणार्थ, शाळा गळतीच्या संदर्भात काम करताना, शाळा सोडलेल्या मुलांना पुन्हा शाळेत जाण्यासाठी प्रेरित करण्यासाठी जर गटकार्य घ्यायचे ठरले तर संस्थेकडून ग्रंथालयाची सोय किंवा शिकवणी वर्गांची सोय व्हावी अशी गटसदस्यांची अपेक्षा असू शकते. या संलग्न अपेक्षांची पूर्ती जर स्वयंसेवी संस्थेकडून झाली तर गटसदस्यांचा गटातील सहभाग अधिक अर्थपूर्ण होईल व काही कार्यक्रम गटकार्य सत्रात घेण्यास या सुविधांचा उपयोग होईल.

या सर्व पायऱ्यांमध्ये गटकार्यकर्त्याच्या जबाबदाऱ्या पुढीलप्रमाणे आहेत-

- अर्थपूर्ण निरीक्षण : सदस्य, त्यांची सामाजिक-आर्थिक-कौटुंबिक परिस्थिती, नातेसंबंध यांचे निरीक्षण. याचा अर्थ केवळ निरीक्षण करून जंत्री करणे असा नाही तर योग्य बाबींचे निरीक्षण करणे असा आहे.
- लक्षपूर्वक ऐकणे : प्रत्येक सदस्य काय सांगतो, त्याचबरोबर काय भावना व्यक्त करतो आहे, ते नीट ऐकणे.
- गोळा केलेली सर्व माहिती योग्य वर्गीकरण करून एकत्रित करणे; त्या माहितीचे विश्लेषण करून गटध्येय ठरविणे. हे लेखी स्वरूपात ठेवणे संस्थेच्या दृष्टीने व सदस्यांच्यादृष्टीनेदेखील महत्त्वाचे असते.
- गटसदस्यांशी वैयक्तिक संपर्क साधून संबंध प्रस्थापित करणे व गट सहभागासाठी त्यांची तयारी करणे.
- उद्दिष्टपूर्तीसाठी सर्व सत्रांचा एकत्रित विचार करून सविस्तर आराखडा तयार करणे.

गट कार्याचा सविस्तर आराखडा पुढील मुद्द्यांच्या आधारे तयार केला जाऊ शकतो-

- गटसदस्यांची वैशिष्ट्ये-वय, लिंग, शिक्षण, कौटुंबिक पार्श्वभूमी, आवडी-निवडी, समस्यांचे किंवा गरजांचे स्वरूप.
- गटकार्याची उद्दिष्टे.
- गटाचा प्रकार.
- सत्र घेण्याची जागा.
- कालावधी-सत्र घेण्याचा दिवस आठवड्यातील कुठला/ले दिवस, किती दिवस (एकूण सत्रसंख्या). सत्रांची वेळ व कालावधी.

यावर आधारित प्रत्यक्ष गटकार्य सत्राचा सविस्तर आराखडा तयार करणे गरजेचे असते.

उदाहरणार्थ, स्वच्छतेचे मूल्य अंगी बाणविणे व सवयी लावणे या दीर्घकालीन उद्दिष्टाने पहिली ते तिसरीतील मुला-मुलींचा गट घ्यायचे ठरविले तर शारीरिक स्वच्छता व त्यासाठी लागणाऱ्या सवयी ही उप उद्दिष्टे होऊ शकतात. यासाठी ३ ते ४ सत्रे घेण्याचे नियोजन केल्यास त्यातील एका सत्राचे विशिष्ट उद्दिष्ट 'दैनंदिन स्वच्छता म्हणजे काय, हे समजण्यास मदत करणे' हे होऊ शकेल. त्यासाठी कार्यक्रम किंवा कृती म्हणजे स्वच्छतेवरील एक अभिनयगीत मुलांकडून बसवून घेणे व हे गीत प्रत्येक सत्राच्या सुरुवातीस किंवा शेवटी गटसदस्य म्हणतील असे ठरविणे.

यासाठी साधनसामुग्री म्हणजे गीत तयार करणे, एका मोठ्या चार्टपेपरवर ते लिहिणे, अभिनय करण्यास उपयोगी पडावे म्हणून ब्रश, साबण, टूथपेस्ट, कंगवा, टॉवेल, हातरुमाल इ. साहित्य मुलांना दाखविणे किंवा हातात देणे. अशा रीतीने परत परत हे गीत अनेक सत्रांमध्ये म्हटल्यामुळे अनेक गोष्टी लक्षात राहतील.

पहिली बैठक झाल्यावर या आराखड्यात थोडासा बदल सदस्यांच्या सूचनांनुसार किंवा प्रतिक्रियांनुसार करणे आवश्यक आहे. त्यासाठी आराखडा लिखित ठेवणे गरजेचे असते. वरील उदाहरणाच्या एका भागाचा (पार्शल) आराखडा पुढे दिला आहे–

लिखित आराखड्याचा नमुना

ध्येय

१) शालेय मुलांना शारीरिक स्वच्छतेचे महत्त्व पटवून देणे.

२) शारीरिक स्वच्छता राखण्यासाठी लागणाऱ्या सवयी रुजविणे.

एकूण सत्रे १० प्रत्येकी १ तासाची.

विशिष्ट उद्दिष्ट : दैनंदिन स्वच्छतेच्या सवयी लावणे.

हे विशिष्ट उद्दिष्ट फक्त विचारात घेऊन नियोजनाचा आराखडा कसा करता येतो हे पुढे स्पष्ट केले आहे.

१	२	३	४	५	६	७
सत्र क्र.	दिनांक	वेळ	सत्र कालावधी	विशिष्ट उद्दिष्टे	कार्यक्रमाची रूपरेषा/कृती	लागणारी साधनसामुग्री
१)			१ तास	शारीरिक स्वच्छतेसाठी लागणाऱ्या वस्तूंचा नेमका उपयोग समजणे.	– सर्व वस्तू मांडणे. – प्रत्येक वस्तूचे नाव व त्याचे उपयोग. – याची यादी करायला सदस्यांना सांगणे. – प्रत्येक उपयोगाचा शारीरिक आरोग्याशी असलेला संबंध स्पष्ट करणे. – स्वच्छतेवरील गाणे मुलांना साभिनय शिकविणे.	साबण टूथपेस्ट टूथब्रश कंगवा टॉवेल हातरुमाल इत्यादी
२)			१ तास	शारीरिक अस्वच्छता व आजार यांचा संबंध समजणे.	गाण्याने सुरुवात करणे. शारीरिक स्वच्छता न केल्यास होणारे सामान्य आजार यावर चर्चा. 'आजार टाळण्यासाठी आम्ही काय करणार' ही शपथ मुलांकडून म्हणवून घेणे.	सचित्र चार्ट फ्लिपकार्ड्स किंवा छोटीशी चित्रफीत.
३)			१ तास	स्वच्छतेची तपासणी कशी करायची ते समजणे.	गाण्याने सुरुवात करणे. स्वच्छतेची तपासणी. छोटी छोटी पपेट्स वापरून गोष्ट तयार करणे. प्रश्न विचारून येणाऱ्या उत्तरांच्या आधारे ती लिहिणे.	सर्व मुलांची नावे असणारा तक्ता. त्यावर केस, नखे, त्वचा असे रकाने करून ते भरणे. खुणा करण्यासाठी स्केच पेन चार्ट पेपर

५, ६ व ७ क्रमांकांचे रकाने सर्वांत महत्त्वाचे आहेत. गटकार्याची ध्येये दीर्घ मुदतीची असतात. परंतु, एक मुख्य ध्येय साध्य करण्यासाठी छोटी छोटी उद्दिष्टे तयार करावी लागतात. ही उद्दिष्टे एकमेकांवर अवलंबून असतात किंवा पुढील उद्दिष्ट आधीच्या उद्दिष्टांतून निर्माण होत असते. एका सत्राला दोन-तीन छोटी छोटी उद्दिष्टे असू शकतात किंवा एकच उद्दिष्ट दोन-तीन सत्रांसाठी ठेवावे लागेल. अशा पद्धतीने सर्व सत्रांचा सविस्तर आराखडा तयार करता येईल.

१.३ गट बांधणीपूर्व टप्प्यात येणाऱ्या अडचणी व त्यांचे निराकरण

प्रत्येक पायरीवर काही अडचणी येऊ शकतात व त्यांच्यामुळे गट सुरळीत सुरू होण्यात बाधा येते. गट सुरुवातीपासूनच विस्कळीत होऊ शकतो. याचा गटातील नातेसंबंध व उद्दिष्टपूर्ती या दोन्हींवर परिणाम होतो. यासाठी गटकार्यकर्त्याला अडचणींची दखल घेऊन, गटसदस्यांचे बारकाईने निरीक्षण करून तसेच त्यांच्याशी वेळोवेळी चर्चा करून या अडचणीचे वेळीच निराकरण करावे लागते. तरच गटबांधणी पक्की होते, सकारात्मक नातेसंबंध दृढ होतात व उद्दिष्टपूर्तीच्या दिशेने वाटचाल सुरू होते. प्रत्येक पायरीवर येणाऱ्या अडचणी व त्यांचे निराकरण करण्याचे उपाय पुढीलप्रमाणे आहेत-

- गरजांची चाचपणी करताना गटकार्यकर्ता विनाकारण इतकी माहिती गोळा करतो की, तिचे विश्लेषण करून गरजांचा अग्रक्रम ठरविणे अवघड जाते. कधी कधी ज्या प्रश्नांच्या आधारे गरजांची चाचपणी करण्याचा प्रयत्न केलेला असतो, त्यातून गटांत सामील करून घ्यावयाच्या सदस्यांबद्दल नीटशी कल्पना येत नाही.

  या अडचणी दूर करण्यासाठी गटकार्यकर्त्याला संस्थेतील इतर कार्यकर्त्यांशी चर्चा करून मार्गदर्शक प्रश्नावली बनवता येईल. त्याचप्रमाणे ज्या वयोगटासाठी गट सुरू करण्याचा त्यांचा इरादा आहे त्या वयोगटाची वैकासिक वैशिष्ट्ये, सर्वसाधारण सामाजिक परिस्थिती यांबद्दल त्याला सखोल ज्ञान असल्यास त्यावर आधारित खूप माहिती गोळा करावी लागत नाही.

- त्याचप्रमाणे जेव्हा गट आधीपासून कार्यरत असतात तेव्हा सदस्यत्व विविध कारणांनी घेतलेले असू शकते. त्यामुळे त्या गटाबरोबर गटकार्यकर्त्याने काम करायचे ठरविले तर त्या गटाचा अभ्यास करताना गटाच्या सद्यःस्थितीची पाहणी करून गटाच्या त्याचप्रमाणे सदस्यांच्या नेमक्या गरजांचा अभ्यास करावा लागेल. गट आधीपासूनच कार्यरत असतात त्यामुळे सदस्य निवडीची शक्यता नसते. काही वेळा गटामधील सदस्यांमध्ये नकारात्मक संबंध आधीच निर्माण झालेले असतात. उदाहरणार्थ, गावात काम करताना, मुळात गावातील राजकीय किंवा सामाजिक परिस्थितीचे पडसाद युवकमंडळ वा स्त्रियांचे स्वयंसाहाय्यता गट यांच्यात उमटलेले असू शकतात व सदस्यांमधील नातेसंबंध त्यानुसार तयार झालेले असतात. युवकमंडळ वा स्त्रियांचे स्वयंसाहाय्यता गट केवळ नावापुरते असू शकतात. गावातील राजकीयदृष्ट्या किंवा सामाजिक-आर्थिकदृष्ट्या प्रतिष्ठित व्यक्तींचा पगडा गावातील सर्व घटनांवर असतो व त्यामुळे गटसदस्यांमधील परस्पर संबंधात असमतोल असू शकतो; तसेच व्यवहारांमध्ये पारदर्शकता व लोकशाही कार्यपद्धती यांचाही अभाव दिसतो. काही गटसदस्यांचा उद्देश गावामध्ये सत्ता प्रस्थापित करून व्यक्तिगत फायदा मिळविणे हा असू शकतो, तर काहीजण राजकीय-सामाजिक दडपणामुळे सदस्य झालेले असतात, तर काहींचे मत कधीच विचारले जात नाही. अशांचेही व्यक्तिगत उद्देश गटाच्या उद्दिष्टांपेक्षा वेगळे असू शकतात. बायकांनी गटात सामील होण्याच्या विरोधात कुटुंबातून दबाव असू शकतो. अशा वेळी गटकार्यकर्त्याला, गटकार्य सुरू करण्यापूर्वी सदस्यांमध्ये सामंजस्य व सकारात्मक विचार निर्माण होण्यासाठी प्रयत्न करावे लागतील.

  स्त्रिया-मुलांच्या निवासी संस्थांमध्ये थोडी वेगळी अडचण येऊ शकते; कारण अशा संस्थांमध्येही सदस्यांमध्ये असंतुलित परस्परसंबंध तयार झालेले असू शकतात. अधिकारी वर्गाकडून खास सवलती मिळविणे, आपापसांतील हेवेदावे इ. मुळे व्यक्तिगत उद्दिष्टे गटाच्या उद्दिष्टांपेक्षा वेगळी झालेली असतात व परस्पर संबंधांमध्ये वरचढपणा अगतिकता, वैर-अतिजवळीक अशा तऱ्हेची भावनिक गुंतागुंत निर्माण होऊ शकते.

गटात सामील होतानाच गटसदस्यांमध्ये अविश्वास असू शकतो. स्त्रिया-मुलांच्या निवासी संस्थांमध्ये परिस्थितीला सामोरे जाण्यासाठी एकजूट व परस्पर विश्वास तसेच सहसंवेदना यांना महत्त्व देऊन त्याविषयी चर्चा घडवून आणून सदस्यांमध्ये जाणीव-जागृती करूनच गटकार्याला सुरुवात करावी लागेल.

गावातील गटामध्ये काही व्यक्तींचा वरचढपणा व इतरांची अगतिकता यांच्या पार्श्वभूमीवर गटात प्रत्यक्ष काम सुरू करण्याच्या आधीपासून व्यक्तिशः सदस्यांशी बोलून, गटाची उद्दिष्टे स्पष्ट करून, उद्दिष्टपूर्तीसाठी आवश्यक ती कार्यपद्धती त्यांना समजावून देऊन तिचे महत्त्व त्यांना पटवावे लागेल. वरचढपणा करणाऱ्या सदस्यांना इतरांचे म्हणणे ऐकण्याची आवश्यकता पटवून द्यावी लागेल; त्याचबरोबर त्यांच्या नेतृत्व गुणांचा गटाला कसा फायदा होईल, हेही त्यांना समजवावे लागेल. लोकशाही कार्यपद्धती-निर्णय प्रक्रिया, पारदर्शकता व त्यातून परस्परविश्वास अशा तऱ्हेने गटाची वाटचाल सुरू करता येईल. अशा तऱ्हेने आधीपासून कार्यरत असलेल्या गटांमधील तणाव दूर करण्यासाठी व गटबांधणी पक्की करण्यासाठी प्रयत्न करता येतील. अगतिक किंवा उदासीन सदस्यांना, गटात सामील होण्यापूर्वीच गट अनुभवांच्या फायद्यांवर विचार करायला प्रवृत्त करावे लागेल. गट उद्दिष्टांबद्दल थोडा आशावाद सदस्यांमध्ये निर्माण केल्यावर गटकार्याला सुरुवात करता येईल.

नवीन गट सुरू करतानाही काही वेळा परिस्थितीच्या मर्यादेमुळे सदस्य गटात येण्यास तयार नसतील तर सदस्यनिवडीत समस्या येतात. योग्य ते सदस्य गटाला स्वयंप्रेरणेने न मिळाल्यास, मिळविण्यासाठी विशेष प्रयत्न करावे लागतील. स्त्रियांना, दलितांना प्रोत्साहन देऊन सदस्य बनण्यासाठी व प्रक्रियेत भाग घेण्यासाठी उद्युक्त करावे लागेल. गटात त्यांनी सामील होणे किती महत्त्वाचे आहे हे पटवून दिल्यास सदस्यांच्या स्वमूल्याची जोपासना होऊन गटात सामील होण्याची प्रेरणा वाढेल.

- नियोजनाच्या टप्प्यांत अनेक अडचणी येऊ शकतात. सर्वांच्या सोयीची वेळ न ठरवता येणे किंवा गटकार्य करायला योग्य जागा न मिळणे. गावातील सरपंच त्यांच्या घरीच बैठका व्हाव्यात, याबद्दल आग्रही असू शकतो. त्यामुळेदेखील महिलांना गटात सामील होण्यात अडचण असू शकते.

गटात येऊन काही फारसे घडणार नाही किंवा काय फायदा होणार, अशी धारणा असणारे सदस्य भेटतात. या सर्वांवर मात करण्यासाठी गटकार्यकर्त्याने गटात सामील होणाऱ्या सदस्यांना इतर गटांचे अनुभव सांगितल्यास किंवा एखादी बैठक घेऊन सर्वांशी मनमोकळेपणाने चर्चा केल्यास 'गटनियोजन आराखडा' तयार होईल. उद्दिष्टांची चर्चा झाल्यामुळे सकारात्मक दृष्टिकोनासह गटात येण्याची सदस्यांची मानसिक तयारी होईल.

गटात सामील होणे म्हणजे स्वयंसेवी संस्थेवर आपले मोठे उपकार आहेत असे म्हणणारे, किंवा काही गोष्टी मिळाल्या तरच आम्ही गटात येऊ, अशी सौदेबाजी करणारे सदस्य भेटल्यास गटकार्यकर्त्याने घाबरून जाता कामा नये. गटकार्य संस्थेची गरज नसून सदस्यांच्या गरजेमुळे करायचे आहे हे सविस्तर स्पष्ट करून सांगण्याची क्षमता गटकार्यकर्त्यात हवी.

सुरुवातीसच संस्थेची उद्दिष्टे, सेवा व कार्यपद्धती यांविषयी सदस्यांना स्पष्ट कल्पना देणे, त्यांच्या अपेक्षांवर सविस्तर चर्चा करणे, हे आवश्यक असते.

२) गट विकासाचे टप्पे (Stages in Group Development)

गटकार्य सुरू झाले की, पहिल्या बैठकीपासून गट विकासाच्या टप्प्यांना सुरुवात होते. प्रत्येक टप्प्याचे वेगळे वैशिष्ट्य आहे. त्यात घडणाऱ्या प्रक्रियांमध्ये जरी साम्य असले तरी त्याची कारणे वेगळी असतात, गटसदस्यांच्या सह-संबंधांमध्ये फरक असतो. त्यामुळे प्रत्येक टप्प्यांत गटकार्यकर्त्याच्या जबाबदाऱ्या बदलतात.

त्यामुळे प्रत्येक टप्प्याचा स्वतंत्र विचार गटकार्यकर्त्याला करता यायला हवा; व त्याचबरोबर, हे टप्पे एकत्रित प्रक्रियेचा भाग आहेत, याचेही भान त्याने ठेवले पाहिजे.

२.१ गट बांधणीचा सुरुवातीचा टप्पा (ओळखीचा टप्पा) (Initial Stage)

या टप्प्याला अनेक गटकार्य शास्त्रज्ञांनी वेगवेगळी नावे दिलेली आहेत. गटाच्या तोंडओळखीचा टप्पा, गट बांधणीचा टप्पा, सदस्यांची ओळख व परस्पर संबंध प्रस्थापित होण्याचा टप्पा, किंवा उद्दिष्टे समजून घेऊन उद्दिष्ट स्वीकृतीचा टप्पा, इ. या सर्व नावांमधून या टप्प्यात नेमकी काय प्रक्रिया घडते किंवा घडणे अपेक्षित आहे, हे समजण्यास मदत होते.

हा टप्पा एक किंवा अनेक सत्रांचा मिळून असू शकतो. हा टप्पा पूर्ण होण्यास किती सत्रे लागतील हे अनेक बाबींवर अवलंबून आहे. सदस्यांच्या समस्येचे स्वरूप, गटसदस्यत्वाव्यतिरिक्त त्यांची एकमेकांशी असलेली ओळख किंवा संबंध व गटकार्याची उद्दिष्टे यांवर, या टप्प्यासाठी किती सत्रे लागतील हे सतत निरीक्षण व विश्लेषण करून गटकार्यकर्त्याला ठरवावे लागेल.

या टप्प्यात गटकार्यकर्त्याला अधिक जबाबदाऱ्या घ्याव्या लागतात; कारण गट अनुभवांसाठी सदस्यांची तयारी गट बांधणीपूर्व टप्प्यात पूर्णपणे झालेली असेलच असे नाही. या टप्प्यात पुढील गोष्टी होणे अपेक्षित आहे–

– गटसदस्यांची एकमेकांशी व गटकार्यकर्त्यांशी व्यवस्थित ओळख होणे.
– सर्व सदस्य व गटकार्यकर्ता एकाच हेतूने एकत्र आलेले आहेत, याबद्दल सर्वांची खात्री होणे.
– एकमेकांबद्दल विश्वास निर्माण होणे.
– गटातून होणाऱ्या चर्चेचा किंवा माहितीचा एकमेकांविरुद्ध गटाबाहेर दुरुपयोग होणार नाही, याबद्दल सर्वांची खात्री निर्माण होणे.
– गटकार्याची उद्दिष्टे व वैयक्तिक उद्दिष्टे यांची सांगड सदस्यांकडून घातली जाणे.
– गटकार्यकर्ता व संस्थेकडून सदस्यांच्या उद्दिष्टपूर्तीसाठी असणाऱ्या अपेक्षा स्पष्ट होणे.
– गट ध्येयपूर्तीसाठी सदस्य व गटकार्यकर्ता या सर्वांनी मिळून कुठल्या प्रकारची वर्तणूक ठेवावी लागेल, कसे वागावे लागेल, हे स्पष्ट होऊन अलिखित करार तयार होणे.

गट प्रक्रियेतील गटसदस्यांच्या व कार्यकर्त्याच्या अपेक्षित वर्तणुकीचे निर्बंध किंवा नियम समजून-उमजून स्वीकारणे हा, गट बांधणीचा सुरुवातीचा टप्पा यशस्वीपणे पार पडल्याचा निकष आहे.

विविध प्रकारच्या गटांमध्ये या निकषाची प्रक्रिया निरनिराळ्या प्रकारे घडेल. सामाजिक शिक्षण किंवा करमणुकीवर भर असणाऱ्या गटांमध्ये या गोष्टी पटकन साध्य होतात. परंतु, वर्तणूक समस्या किंवा कौटुंबिक समस्या असणाऱ्या सदस्यांसाठी जेव्हा सामाजिक उपचार गट गटकायकर्ता घेत असतो, तेव्हा हा अलिखित करार नीट जाणीवपूर्वक चर्चा करून होणे गरजेचे असते.

जेव्हा समस्या निवारण हा गटाचा प्रमुख उद्देश असतो, तेव्हा सुरुवातीच्या टप्प्यांत येणारा सदस्यांचा भावनिक प्रतिसाद, एकमेकांबद्दल किंवा कार्यकर्त्याबद्दल नकारात्मक भावनांचा योग्य स्वीकार करून, त्यात बदल करण्याचा प्रयत्न गटकार्यकर्त्याला जाणीवपूर्वक करावा लागतो. त्याचप्रमाणे गटात कसे वागावे, कसे बोलावे, कसे ऐकावे, फीडबॅक कसा द्यावा या मुद्द्यांच्या अनुषंगाने सदस्य क्षमतावृद्धीचे प्रयत्न या टप्प्यात करावे लागतात.

या टप्प्याची वैशिष्ट्ये पुढीलप्रमाणे मांडता येतील-

- सदस्यांना गटाबद्दल व इतर सदस्यांबद्दल उत्सुकता किंवा साशंकता असते.
- सदस्य म्हणून सहभागी होण्याची तयारी नसते किंवा संभ्रम असतो.
- उद्दिष्टे स्पष्ट झाल्यास मनात आशा निर्माण होते.
- गटकार्यकर्त्याची बांधिलकी खरोखरच आहे का, हे तपासले जाते.
- गटातून खरोखर सर्वांचा फायदा होणार आहे का, यावर सतत चर्चा होऊ शकते.

गटकार्यकर्त्याने या टप्प्यात सदस्यांबरोबर वैयक्तिक व सामूहिक संबंध प्रस्थापित करणे आवश्यक आहे. हे होण्यासाठी गटकार्यकर्त्याचा सहानुभाव, सच्चेपणा, स्नेहभाव सर्व सदस्यांना अनुभवायला मिळणे महत्त्वाचे असते. गटकार्याची तीन तत्त्वे इथे सतत वापरावी लागतात. ती म्हणजे, नियोजन व उद्दिष्टे यांच्याबद्दल स्पष्टता निर्माण करणे व हेतुपूर्वक संबंध प्रस्थापित करून सदस्यांमध्ये सहसंबंध निर्माण होण्यास मदत करणे.

या टप्प्यात पहिल्या सत्राचा उपयोग करून घेण्याची जबाबदारी गटकार्यकर्त्यावर असते. पहिल्या सत्रात गटाचा नेमका फायदा, विकासासाठी सर्वांचा सहभाग व उद्दिष्टे यांवर सखोल चर्चा करणे गरजेचे असते. पहिले सत्र जर यशस्वी झाले तर गट विकासाचा हा पहिला टप्पा पार करणे सोपे जाते.

या टप्प्यात येणाऱ्या अडचणी

गटसदस्यांचे परस्पर संबंध प्रस्थापित होणे हे देखील या टप्प्यात महत्त्वाचे असते. हा सुरुवातीचा टप्पा वाटतो तितका सोपा नाही. बऱ्याचदा सदस्यांना सुरुवातीच्या काळात एकमेकांबद्दल विश्वास वाटत नाही किंवा गटातून नेमके काय साध्य होईल याबद्दल गोंधळलेली मनःस्थिती किंवा भीती निर्माण होऊ शकते. सुरुवातीच्या टप्प्यात सदस्यांच्या सहभागाला उघड किंवा छुपा विरोध असण्याची शक्यता असते.

अशा वेळी गटकार्यकर्त्याला गटात, गंमतशीर, मजा आणणारे, मनाला तजेला देणारे कार्यक्रम आयोजित करावे लागतात; तर कधी कधी विरोध किंवा भीतीच्या संदर्भात चर्चा घ्यावी लागते. गटसंबंध विश्वासाचे होण्यास मदत करणे, हे ध्येय लक्षात घेऊन त्यावर गटकार्यकर्त्याला प्रयत्न केंद्रित करावे लागतात.

'गटसदस्यांमधील दुरावा' ही या टप्प्यांतील समस्या होऊ शकते. हा दुरावा पुढील वर्तणुकीतून गटकार्यकर्त्याला समजू शकतो.

- उद्दिष्टांबद्दल शंका व्यक्त करणे.
- गप्प बसणे.
- एकमेकांवर आरोप किंवा हेत्वारोप करणे/गटकार्यकर्त्याच्या हेतूबद्दल शंका घेणे.
- गट कार्यक्रमांना वेळेवर न येणे/लवकर निघण्याची घाई करणे.
- गैरहजर राहाणे.

वर उल्लेख केलेल्या वर्तणुकीचे अनुभव जर गटकार्यकर्त्याला वारंवार यायला लागले तर या अडचणी सोडविण्यास गटसदस्यांना मदत करून एकमेकांबद्दल बांधिलकी वाढविण्यावर लक्ष केंद्रित करणे, या टप्प्यात महत्त्वाचे ठरते. यासाठी गटकार्यकर्त्याला सविस्तर चर्चा करायला लागेल. भावना नेमक्या काय आहेत व

अविश्वास कशामुळे आहे, हे स्पष्टपणे मांडावे लागेल. गट उद्दिष्टांबद्दल उदाहरणे घेऊन चर्चा करावी लागेल. गटसदस्यांच्या नवीन कल्पनांचा स्वीकार करून त्यासंदर्भात गटाबरोबर नियोजन करावे लागेल. कधी कधी एखाद्या सदस्याला गटात न येण्याचा निर्णय घेण्याचेही स्वातंत्र्य द्यावे लागेल.

या टप्प्यात गटकार्यकर्त्याला, प्रत्येक सदस्याचा स्वीकार कुठलीही अपेक्षा न ठेवता किंवा नावे न ठेवता करण्याचे तत्त्व पाळावे लागते.

सतत उद्दिष्टांवर व त्यासाठी गटनियमांवर लक्ष केंद्रित ठेवण्यास सदस्यांना मदत करावी लागते.

सुरुवातीच्या सत्रांचे अनुभव सदस्यांना गटाकडे आकर्षित करतील असे असण्यासाठी प्रयत्न करावे लागतात. कधी कधी गटाला विशिष्ट नाव देऊन त्याची वेगळी ओळख तयार केली तर सदस्य गटाकडे आकर्षित होतात. उदाहरणार्थ, तेजस्विनी गट, यंग इंडिया गट, सुदत्त, इ.

२.२ गट विकासाचा मधला टप्पा/कार्यरत असण्याचा टप्पा (Middle Stage or Working Stage)

जेव्हा गटसदस्यांच्या गटातील सहभागात सुसूत्रता येते तेव्हा त्या टप्प्याला कृतिशील गट किंवा गट कार्यरत असण्याचा टप्पा म्हणता येते. या टप्प्यात एकमेकांबद्दल जिव्हाळा निर्माण होतो त्याचप्रमाणे आत्मविश्वास वाढीला लागलेला असतो. समस्याग्रस्त व्यक्तींचा गट असल्यास त्यांना समस्या विश्लेषणातून परिस्थितीबद्दल बरीच स्पष्टता आलेली असते. गटकार्यकर्त्याच्या उत्तेजनामुळे सामाजिक कौशल्यांबद्दल सकारात्मक दृष्टिकोन तयार होतो व ती आत्मसात करण्याची इच्छा निर्माण होते.

या टप्प्याची वैशिष्ट्ये पुढीलप्रमाणे आहेत

- गटसदस्य जबाबदाऱ्या घेण्यास पुढे येऊ लागतात.
- उद्दिष्टपूर्तीसाठी महत्त्वाच्या कार्यक्रमांची अंमलबजावणी होऊ लागते.
- एकमेकांच्या मदतीने वैयक्तिक बदलासाठी प्रयत्न दिसू लागतात.
- आधीच्या टप्प्यात ठरविलेले नियम प्रत्यक्ष कृतीतून सातत्याने दिसू लागतात.
- गटसदस्य असण्याचा थोडा अभिमान वाटायला लागतो, त्यामुळे गटाबद्दल आकर्षण निर्माण होते.
- गटाबद्दल बांधिलकी वाटते.

हे सर्व सुरळीतपणे होत नाही. जबाबदाऱ्यांचे वाटप होताना किंवा कार्यक्रमात सहभागी होताना मतभेदाचे अनेक प्रसंग येऊ शकतात. या टप्प्यात वादावादी, संघर्ष हमखास दिसतात. अशाप्रकारचे संघर्ष दाबून चालत नाही. त्यांच्याकडे दुर्लक्ष करूनही चालत नाही. अशा वेळी सदस्यांमधील संघर्ष सोडवणुकीची कौशल्ये वाढविणे ही एक महत्त्वाची जबाबदारी गटकार्यकर्त्यावर येते.

गट जीवनाच्या सुरुवातीच्या टप्प्यात सर्व सदस्यांचे संभाषण गटकार्यकर्त्यांबरोबर होताना दिसते किंवा गटकार्यकर्त्याला बोलण्यात पुढाकार घ्यावा लागतो. परंतु, या दुसऱ्या टप्प्यात सदस्यांचे आंतर्संबंध जवळचे होतात. हे नातेसंबंध अर्थपूर्ण होतात. अनेक वेळा दुसऱ्यांशी संवाद साधण्यासाठी गटकार्यकर्त्याच्या मध्यस्थीची गरज कमी होते.

परंतु, गटसदस्यांचे बारीक निरीक्षण करणे ही त्याची जबाबदारी मात्र कमी होत नाही. त्यांचे परस्परसंबंध कसे आहेत, कोणामध्ये अधिक जवळीक आहे, कोणामध्ये मतभेद आहेत, या निरीक्षणाने प्रक्रियेतील अडथळे वेळीच दूर करण्यास मदत होते. गटाची उपगटात विभागणी होऊन एकमेकांवर कुरघोडी करण्याचे प्रयत्न या

टप्प्यात बऱ्याचदा होतात. गटावर नियंत्रण मिळविण्यासाठी किंवा सत्तेसाठी उपगट गटाच्या किंवा गटकार्यकर्त्याच्या विरोधात जाऊ शकतात, यावरही तोडगा काढणे जरुरीचे असते.

गटसदस्यांना गटातून जे अनुभव मिळतात, त्यातून काही सदस्यांचे नेतृत्व गुण विकसित होतात. सदस्यांना विविध कार्यक्रमांतून स्व-प्रकटीकरणाच्या संधी मिळतात. या सर्व कौशल्यवृद्धीचा गटसदस्यांना त्यांच्या नेहमीच्या जीवनात अनेक प्रकारे प्रत्यक्ष फायदा दिसू लागतो.

त्याचप्रमाणे एकमेकांचे अनुकरण करून, आधार देऊन वैयक्तिक समस्या सोडवणुकीचे पर्यायी मार्ग शिकण्याची संधी गटसदस्यांना या टप्प्यात मिळते. उदाहरणार्थ, एखाद्या सदस्याच्या मनात नवीन गोष्ट करताना भीती निर्माण होत असेल तर इतर सदस्यांच्या धिटाईचे होणारे दर्शन या सदस्याला स्वत:मधील क्षमता वाढविण्यासाठी उपयोगी होऊ शकेल. इतरांचे अनुकरण करून सदस्य कौशल्ये आत्मसात करू शकतात.

गटसदस्य स्वत:च्या क्षमतेप्रमाणे किंवा गरजेप्रमाणे विविध भूमिका या टप्प्यात वठवत असतात. या विविध भूमिका एका वेळी अनेक सदस्य वठवत असतात. एकच सदस्य वेगवेगळ्या प्रसंगी किंवा कार्यक्रमात विविध जबाबदाऱ्या घेतल्यामुळे वेगवेगळ्या भूमिका वठवत असतो. या बदलांमुळे गटाची अंतर्रचनाही बदलत असते. हे बदल दोन प्रकारे, म्हणजे 'सकारात्मक' किंवा 'नकारात्मक' परिणाम गट प्रक्रियेवर करत असतात.

सदस्यांनी स्वीकारलेल्या भूमिका गट उद्दिष्टपूर्तीसाठी साधक किंवा बाधक असतात. या भूमिकांचा उपयोग परस्पर संबंध दृढ करण्यासाठीही होत असतो. परंतु, या भूमिका जर स्वत:चे महत्त्व वाढविण्यासाठी किंवा गट प्रक्रियेला विरोध करण्यासाठी घेतल्या जात असतील तर त्यावर तोडगा काढण्याची जबाबदारी गटकार्यकर्त्याला घ्यावी लागते. या समस्या हाताळण्यासाठी इतर सदस्यांची मदत गटकार्यकर्त्याला होते. त्यामुळे वैयक्तिक क्षमतावृद्धी होऊन समाधान मिळते, त्याचप्रमाणे गटातील वातावरणही सुधारते.

गटसदस्यांचा सहभाग केवळ गट किंवा सदस्य एवढाच मर्यादित राहील, असे नाही. गटातील एकी, मैत्री व विश्वास या तीन गोष्टींमुळे गटसदस्यांच्या रोजच्या जीवनाशी निगडित असणाऱ्या किंवा समस्या निर्माण करणाऱ्या अनेक घटकांमध्ये बदल घडवून आणण्याचे काम गट करू शकतो.

> उदाहरणार्थ, एखाद्या निवासी संस्थेतील मुलांची समिती जर गटकार्यकर्त्याने गठित केली असेल तर त्यांचे सक्षमीकरण करून संस्थेतील स्वच्छता किंवा अन्नाचा दर्जा वाढविण्यासाठी ही समिती काम करू शकेल. एका निवासी संस्थेत स्वयंपाकाची जबाबदारी असणाऱ्या समितीबरोबर काम करीत असताना त्यांच्यामध्ये स्वयंपाकघरातील काही सोयींची मागणी करण्याची क्षमता गटकार्यकर्त्याने निर्माण केली. त्यामुळे स्वयंपाकघरात फरशा घातल्या गेल्या, धुराडे स्वच्छ झाले, स्वयंपाकघरात अधिक दिवे बसविले गेले. व्यावसायिक आचाऱ्यांची तीन-चार प्रशिक्षण सत्रे सदस्यांसाठी ठेवल्यामुळे स्वयंपाक चवदार होऊ लागला. याचा इतर मुलांना फायदा झाला. या समितीला संस्थेत मान्यता मिळाली. या सर्व घटनांमुळे समितीतील काही मुलांचा आक्रमक स्वभाव किंवा स्वयंपाकघरात चोऱ्या करण्याच्या सवयी कमी झाल्या.

या टप्प्यातील गटकार्यकर्त्याच्या जबाबदाऱ्या पुढीलप्रमाणे सांगता येतील–

- गटसदस्यांचे सतत निरीक्षण करणे.
- परस्पर संबंध, सदस्य स्थान किंवा योगदान समजून घेणे. यात काही अडथळे किंवा समस्या दिसल्यास त्या सोडविण्यास मदत करणे.

– गटसदस्यांना विविध कार्यक्रमांत सहभागी होण्यासाठी सातत्याने प्रेरित करणे.

– कार्यक्रमांचा आढावा घेऊन सदस्यांकडून गट प्रक्रियेचा फीडबॅक घेऊन गरजेप्रमाणे नवीन कार्यक्रमांचे आयोजन करण्यास सदस्यांना मदत करणे.

– गटाच्या उद्दिष्टपूर्तीसाठी सदस्यांच्या क्षमतांचा पुरेपूर उपयोग होईल अशा संधी निर्माण करणे.

– गटाबाहेरील काही संसाधनांचा गटसदस्यांशी संपर्क वाढवून गट विकासासाठी त्याचा उपयोग करणे.

या टप्प्यात स्वविकास, गट विकास यांबरोबरच समाजासाठी काही करण्याची प्रेरणा निर्माण होऊ शकते.

२.३ गटकार्य समाप्तीचा टप्पा (Termination)

या टप्प्याला निरोपाचा किंवा समारोपाचा टप्पादेखील म्हणता येईल; कारण सदस्यांना उद्दिष्टपूर्ती झाली असे वाटायला लागते तेव्हा गट समाप्तीच्या टप्प्याची सुरुवात होतो. परंतु, गटकार्य थांबविणे ही केवळ एक शेवटची घटना किंवा सत्र नाही. गटकार्याची सुरुवात करण्याच्या आधीपासून म्हणजे नियोजन आराखड्यातच गटकार्य थांबविण्याची तारीख किंवा कालावधी नोंदविला गेलेला असतो. तरीही या टप्प्याच्या सुरुवातीला पुढील दोन प्रश्न नेहमीच गटकार्यकर्त्याला पडतात–

– गट समाप्तीचा टप्पा मी यशस्वीपणे कसा हाताळू शकेन?

– गट समाप्तीचा निर्णय मी व गटसदस्यांनी योग्य वेळी घेतला आहे का?

हा टप्पा सदस्यांसाठी आणि गटकार्यकर्त्यासाठीदेखील अतिशय अवघड टप्पा असतो. सर्वांनी मिळून आनंदाचे क्षण एकमेकांच्या सहवासात घालविलेले असतात. त्याचप्रमाणे सदस्यांमध्ये मतभेद, वादावादी किंवा तंटेही झालेले असतात. एकमेकांबरोबर निर्माण झालेले संबंध आता संपणार, याचा भावनिक त्रास सर्व सदस्यांना वेगवेगळ्या प्रकारे होतो.

त्याबरोबरच 'गटावर अवलंबून राहाण्याची मला आता गरज नाही' असे समाधान किंवा गटातून कार्यपूर्ती झाल्यामुळे 'आपण काही तरी करून दाखविले' याचाही आनंद सदस्यांना होत असतो. अशा संमिश्र भावना गटकार्यकर्त्याला दिसतात.

गटकार्य थांबविण्याची कारणे अनेक असतात–

• प्रत्येक सदस्य व गट यांनी ठरविलेली उद्दिष्टे यशस्वीपणे पूर्ण झाली म्हणून गटकार्य थांबविले जाते.

• गट घेण्याची कालमर्यादा आधीच निश्चित केलेली असते. तो कालावधी संपल्यामुळे गटकार्य थांबविले जाते. उदाहरणार्थ, दिवाळीच्या सुट्टीत किशोरवयीन मुलींसाठी सकारात्मक स्वसंकल्पना विकास या हेतूने घेतलेले गटकार्य.

• गटसदस्यांना अजिबातच इच्छा नसल्यामुळे त्यांची गळती होऊन गट थांबू शकतो. त्यांच्यात परस्पर संबंध प्रस्थापित होऊ शकत नाहीत किंवा साध्या साध्या कारणांचाही त्यांच्यावर परिणाम होतो. उदाहरणार्थ, वेगवेगळ्या भाषा बोलणाऱ्या स्त्रियांचा आरोग्य शिक्षणासाठी एकत्र आलेला गट भाषेच्या अडथळ्यामुळेच बंद पडू शकेल.

• गटकार्यकर्तादेखील गटातून एका टप्प्यावर बाहेर पडू शकतो. जेव्हा गटकार्यकर्ता गटाच्या विनंतीवरून काही सत्रांपुरता गटाशी संबंधित आहे व त्या संदर्भातील ध्येयपूर्ती झाल्यानंतर गटकार्यकर्ता गटातून अंग

काढून घेणार आहे, अशा वेळी किंवा जेव्हा गटबांधणी होऊन कार्यप्रेरित गट एकत्रितरीत्या सक्षमपणे पुढे जाऊ शकतो अशा वेळी गटकार्यकर्ता त्या गटातून काम करण्याचे थांबवू शकतो. गट जीवन मात्र चालू राहाते.

- खुला गट असल्यास गटसदस्यांची क्षमतावृद्धी झाल्यावर किंवा त्यांची निवासी संस्थेतून बाहेर पडण्याची वेळ झाल्यावर सदस्य गटातून जातो. परंतु, गटकार्य चालू राहाते.

सर्वप्रथम कशा प्रकारचा गट गटकार्यकर्त्याने घेतला आहे यावर अनेक निर्णय अवलंबून राहतील. मुलांच्या करमणुकीच्या हेतूने घेतल्या जाणाऱ्या गटांमध्ये थांबण्याची वेळ निश्चित केलेली असेलच असे नाही. हा गट अनेक वर्षे चालू शकतो. याला खुला गट म्हणता येईल. यामध्ये जुने सदस्य (मोठी मुले) जाऊन नवीन सदस्य येतील.

मानसिक आजारांवर उपचार करणाऱ्या रुग्णालयात बऱ्या झालेल्या व लवकरच घरी परतणाऱ्या रुग्णांसाठी जर गटकार्यकर्ता गटकार्य घेत असेल व त्याचा हेतू समाजात वावरण्यासाठी लागणाऱ्या कौशल्यांची वृद्धी करणे असा असेल तर हा गट खुला ठेवणे फार महत्त्वाचे ठरेल. यातील सदस्य त्यांना घरी सोडण्यापूर्वीच्या सर्व कागदपत्रांची पूर्तता होईपर्यंत गटकार्याच्या सत्रांना राहातील. त्यांना रुग्णालयातून सोडले की, गटाबरोबरचे त्यांचे नाते संपुष्टात येईल. त्याचबरोबर बरे होण्याच्या मार्गावरील इतर रुग्ण गटात सामील होतील, त्यामुळे हा गट समाप्त होण्याचा प्रश्नच येणार नाही.

परंतु, सर्वसाधारणपणे गटकार्य हे विशिष्ट मुदतीसाठी घेण्याचे, सदस्यांशी चर्चा करून एकमताने ठरविलेले असते. ते अल्प मुदतीचे किंवा दीर्घ मुदतीचे असू शकते. परंतु, कालावधी निश्चित असणे हे सदस्यांच्या वर्तणूक बदलाच्या प्रक्रियेच्या दृष्टीने फार महत्त्वाचे आहे. अशाप्रकारचे वेळेचे बंधन असेल तर सदस्य स्वत:च्या आणि गटाच्या उद्दिष्टपूर्तीसाठी मर्यादित कालावधीचा जास्तीत जास्त उपयोग करून घेण्याचा प्रयत्न करतात.

जेव्हा वैयक्तिक समस्या निवारणासाठी गटकार्य घेतले जाते, तेव्हा सदस्यामध्ये समस्या निवारणाची क्षमता निर्माण झाल्यावर किंवा त्या दृष्टीने त्यांची वर्तणूक दिसायला लागल्यावर सदस्यांना गटात येण्याची फारशी गरज वाटत नाही. अशा वेळी गटकार्य थांबविता येते.

'गट समाप्तीचे सत्र म्हणजे शेवटचे एकच सत्र' असा घोटाळा अनेकदा होतो. समाप्तीची तयारी खरे तर अलिखित करार व उद्दिष्टनिश्चितीचा जो पहिला टप्पा असतो, त्यातील पहिल्या सत्रापासूनच होत असते. तरीही सदस्यांची जाणीवपूर्वक मानसिक तयारी गटकार्यकर्त्याला शेवटच्या सत्राच्या तीन चार सत्रे आधीपासून परत करावी लागते. सर्व सदस्यांना शेवटच्या सत्राची तारीख माहिती असणे जरुरीचे असते.

गटकार्यकर्ता जेव्हा उपचारासाठी गटकार्य घेत असतो तेव्हा गट अनुभव सदस्यांना इतके सुखावणारे व आशादायक होतात की, सदस्यांना गटकार्य बंद का करायचे, हा प्रश्न पडू शकतो. अशा वेळी त्यांची मानसिक तयारी गटकार्यकर्त्याला करावी लागते.

कार्यपूर्तीसाठी एकत्र आलेला गट, उदाहरणार्थ, वस्तीत स्वच्छता अभियान राबविण्यासाठी एकत्र आलेल्या युवकांचा गट. त्यांची कार्यकर्ता १०-१५ सत्रे घेतो. या गटाची उद्दिष्टे क्षमतावृद्धी व सामाजिक बांधिलकी निर्माण करणे, ही असल्यामुळे हा गट जेव्हा त्याच्या पुढील ध्येयपूर्तीसाठी भावनिक व सामाजिकरीत्या तयार होतो तेव्हा गटकार्यकर्ता गटाबरोबर काम करण्याचे थांबवितो. परंतु, हा गट पुढे सातत्याने वस्ती पातळीवर एकत्रित काम करत राहील; म्हणजेच जेव्हा गट स्वयंपूर्ण होतो तेव्हा गटकार्यकर्ता त्यातून बाहेर पडतो.

गटकार्यकर्त्याने जर वर्तणूक समस्या असणाऱ्या शालेय मुलांचा गट घेतला असेल तर वर्तणुकीत बदल दिसू लागले किंवा भावनिक संतुलन स्थापन झाले या निकषांवर गट थांबविण्याचा निर्णय घेता येतो. कधी कधी गटसदस्यांमध्ये जवळचे नातेसंबंध निर्माण होतात किंवा ते एकमेकांवर अनेक बाबींमुळे अवलंबून असतात. अशा वेळी सदस्यांना सदस्यत्व संपणार असे जाणवल्याबरोबर त्यांच्या पूर्वीच्या समस्या बळावतात व त्यामुळे गट समाप्तीचा निर्णय घेता येत नाही. या परिस्थितीत सदस्यांचे वैयक्तिकीकरण करणे म्हणजेच त्यांच्या वैयक्तिक भावनांविषयी एकेकट्याशी चर्चा करून त्यांना गट समाप्तीसाठी तयार करावे लागेल. किंवा, गटावर अवलंबून राहण्याची ही भावना सदस्यांना कधी हानिकारक आहे यावर गटातूनच चर्चा करून जाणीव निर्माण करावी लागेल.

सर्व गटसदस्य गटकार्यासाठी येण्याचे थांबवितात अशा टप्प्यात गटकार्यकर्त्याच्या जबाबदाऱ्या आधीच्या टप्प्यातील जबाबदाऱ्यांशी जोडलेल्या असतातच, पण परत गट एकत्रितपणे भेटणार नसतो, त्यामुळे त्या दृष्टीने काही जबाबदाऱ्या जाणीवपूर्वक पार पाडाव्या लागतात.

- गट उद्दिष्टपूर्तीचे मूल्यमापन करणे/करण्यात सदस्यांना मदत करणे.
- निरोप टप्प्यात गटातील सदस्यांच्या भावना समजून घेणे.
- या भावना व्यक्त करण्याची संधी त्यांना उपलब्ध करून देऊन, भावनांची योग्य हाताळणी करण्यास त्यांना मदत करणे.
- गट अनुभवातून ज्ञानरूपाने, दृष्टिकोन बदलाने, कौशल्यरूपाने जे समजले ते नेहमीच्या जीवनात कसे वापरता येईल यावर सदस्यांना विचार करायला लावून वैयक्तिक कृती आराखडा करण्यास मदत करणे.

या जबाबदाऱ्या एकट्या गटकार्यकर्त्याच्या नाहीत. सर्व सदस्यांचा योग्य सहभाग घेऊन गटकार्यकर्त्याने या जबाबदाऱ्या पार पाडणे अपेक्षित आहे. गट जर अनेक महिने अस्तित्वात असेल तर गटसदस्यांना निरोपासाठी, स्वत:ची भावनिक तयारी करण्यासाठी तीन चार सत्रे लागू शकतील. या शेवटच्या सत्रांचा उपयोग मूल्यमापनासाठी करणेदेखील महत्त्वाचे आहे.

गट समाप्तीच्या टप्प्यात गटाच्या प्रगतीचे मूल्यमापन दोन निकषांवर करावे लागेल.

- समाधानकारकरीत्या गट विकास झाल्यामुळे सर्व सदस्यांना गट अनुभवांचा फायदा किती व कसा झाला यावर चर्चा. यात प्रत्येक टप्प्याचा आढावा, यातील सर्व गटकार्यक्रमांचा आढावा व आता गटाच्या व सदस्यांच्या कुठल्या क्षमता/कौशल्ये विकसित झाली, याचा सारांशरूपाने आढावा. त्यांच्यात झालेले बदल पुढील आयुष्यात ते कसे वापरणार याविषयी सदस्यांकडून काही नियोजन.
- कधी कधी गट समाप्तीच्या टप्प्यावर प्रगती समाधानकारक झाली नाही किंवा काही सदस्यांच्या अपेक्षांची पूर्ती झाली नाही तर त्यासाठी आणखी काही सत्रे घेण्याची गरज आहे का किंवा सदस्य स्वत:च्या प्रयत्नांतून गटाबाहेर स्वत:च्या विकासासाठी काय करू शकतील, याबद्दल नियोजन करावे लागेल.

संपूर्ण गट प्रक्रियेत सतत मूल्यमापन हे महत्त्वाचे तत्त्व आहे. त्याप्रमाणे वेळोवेळी गटकार्यकर्ता किंवा सदस्य अनेक प्रकारे आढावा घेत असतात. परंतु, शेवटच्या टप्प्यातील मूल्यमापनाला अधिक महत्त्व आहे. उदाहरणार्थ, तरुणांमध्ये ठाम मनोवृत्ती (ॲसर्टिव्हनेस) निर्माण होण्यासाठी जर गटकार्य घेतले असेल तर ठामपणा म्हणजे नेमके काय, याचे निकष लिहून काढून प्रत्येक सदस्याला 'मला कुठल्या गोष्टी शिकायला

मिळाल्या' या प्रश्नाच्या आधारे तयार निकषांचा उपयोग करून मांडणी करता येईल. हे निकष नेहमीच्या जीवनात वापरण्याचा प्रयत्न करताना आलेले छोटे छोटे सकारात्मक अनुभव जर सदस्यांनी मांडले तर त्यातून इतर सदस्यांना प्रेरणा मिळू शकेल.

प्रत्येक वेळी खूप पर्याय आधीच देऊन निकष तयार करण्याची गरज नाही. गटसदस्यांना मोकळेपणाने बोलू द्यावे, काय आवडले, काय खटकले, इतर सदस्यांची नेमकी कशी मदत झाली. कोणामुळे काय सकारात्मक अनुभव आले, हे बोलण्यास उत्तेजन दिल्यास गटकार्यकर्त्याला पुढे काम करतानाही या फीडबॅकचा उपयोग होऊ शकतो.

एका गटकार्यकर्तीने निरीक्षणगृहात कुंटणखान्यातून सुटका करून आणलेल्या १६ ते १८ वर्षांच्या मुलींबरोबर, त्यांना परत घरी जाण्यासाठी उद्युक्त करणे व भविष्याचा थोडा वेगळ्या पद्धतीने विचार करण्यास प्रेरणा देणे या हेतूने गटकार्य घेतले. गटकार्यकर्तीने अनेक तंत्रांचा उपयेग केला होता. भूमिका नाट्य, धंदा सोडलेल्या एका स्त्रीचे अनुभवकथन इ. या माध्यमांमुळे सदस्यांमध्ये बदल झाला असे गटकार्यकर्तीला वाटत होते. परंतु, सदस्यांनी जेव्हा मूल्यमापन केले तेव्हा असे सांगितले की, गटकार्यकर्तीने त्यांचा ज्या पद्धतीने स्वीकार केला त्यामुळे, तसेच तिला त्यांच्याबद्दल वाटणारा जिव्हाळा त्यांना अनुभवायला मिळाल्यामुळे त्यांच्या मनाने उभारी धरली व त्यांच्यात वेगळा विचार करण्याची प्रेरणा निर्माण झाली.

मुलांना शैक्षणिक स्पॉन्सरशिप देणाऱ्या संस्थेने त्या मुलांच्या मातांबरोबर, माता सक्षमीकरणासाठी गटकार्य सुरू केले, त्यातील एक सत्र म्हणून गटकार्यकर्त्याने मातांची अर्ध्या दिवसाची सहल आयोजित केली. त्यामुळे त्या स्त्रियांना किती मोकळे वाटले व त्या एकमेकींच्या किती जवळ आल्या आणि त्यामुळे पुढील सत्रांमधील अनेक संदेश त्यांना कसे पटत गेले, हे त्यांनी शेवटच्या सत्रात सांगितले.

वरील उदाहरणांवरून, मूल्यमापन करण्यासाठी अखेरची काही सत्रे राखून ठेवायला हवीत, हे लक्षात येते. या सत्रांमध्ये गटसदस्य ज्याप्रमाणे गट अनुभवांचा आढावा घेतात, त्याचप्रमाणे गटकार्यकर्त्याच्या कामाचा, वागण्याचा आढावा सदस्यांनी घेणे आवश्यक आहे. हा आढावा समाधान व्यक्त करणारा व कौतुकाचा असू शकतो. परंतु, कधी कधी टीकात्मक किंवा नकारात्मकदेखील असू शकतो. अशा परिस्थितीत गटकार्यकर्ता हा फीडबॅक कसा घेतो व एकंदरीत प्रसंग कसा हाताळतो, यातूनदेखील सदस्य खूप काही शिकू शकतात.

सदस्यांच्या भावना त्यांच्या त्यांना समजण्यास व त्या भावनांशी हातमिळवणी करण्यास त्यांना मदत करणे ही गटकार्यकर्त्याची दुसरी जबाबदारी आहे.

गटकार्याच्या समाप्तीची वेळ जसजशी जवळ येते तसतसे सदस्य भावुक होऊ शकतात. किशोरवयीन मुलींच्या किंवा शालेय वयोगटातील मुला-मुलींच्या गटांबरोबर काम करत असताना हे अनुभव गटकार्यकर्त्याला अनेकदा येतात.

कधी कधी, मनात खूप असुरक्षितता असणाऱ्या सदस्यांच्या गटाबरोबर काम करत असताना शेवटच्या सत्रामध्ये सदस्य रागावतात किंवा आक्रमक बनतात; कारण त्यांना, गटकार्यकर्ता आपल्याला नाकारत आहे किंवा आपण त्याला आवडत नाही म्हणून तो गटकार्य थांबवित आहे, असे मनातून वाटू लागते. गटसदस्य अगदी उदास होऊ शकतात. अशा वेळी गटकार्यकर्ता शेवटचे सत्र जरा गंमतीशीर, सदस्यांना हसविणारे असे घेऊन सदस्यांच्या मनावरील ताण कमी करू शकतो. त्याचप्रमाणे, पाठपुरावा हा गट समाप्तीनंतर असणारा टप्पा जर सदस्यांना स्पष्ट झाला तर त्यांच्या मनातील असुरक्षितता कमी होते.

मुलींच्या एका निवासी संस्थेमध्ये, प्रेम प्रकरणातून संस्थेत आलेल्या मुलींचा गट गटकार्यकर्त्याने मैत्री, प्रेम, परस्परसंबंध व जबाबदाऱ्या या संकल्पना स्पष्ट होण्याच्या उद्दिष्टाने घेतला व शेवटचे सत्र अतिशय नावीन्यपूर्ण रीतीने घेतले. प्रत्येक मुलीला एकेक भेटकार्ड दिले. त्यात मैत्रीबद्दलच्या कवितेच्या दोन ओळी व तिच्या स्वभाव वैशिष्ट्यावर आधारित एक छोटासा संदेश होता. मुली इतक्या भारावल्या की, त्यांनी ती भेटकार्डे भेटायला येणारे पालक, संस्थेतील कर्मचारी यांना कौतुकाने दाखविली, त्यावर आपापसात चर्चा केली.

कित्येक मुलींनी ती भेटकार्डे जपून ठेवली. या भावपूर्ण निरोप समारंभामुळे संपूर्ण गटकार्याचा अनुभव मुलींना अविस्मरणीय झाला.

गट समाप्तीनंतर सदस्यांनी वर्तणूक बदल टिकविणे हे एक मोठे आव्हान गटकार्यकर्त्यापुढे असते, गटाची शेवटची सत्रे या संदर्भात चर्चा करण्यासाठी उपयोगी पडतात. शेवटच्या सत्रात गटकार्यकर्ता प्रत्येक बदलाचा आढावा घ्यायला लावतो. उदाहरणार्थ, जबाबदार पालकत्वाच्या हेतूने घेतलेला गट जेव्हा शेवटच्या सत्रात येतो तेव्हा गटाव्यतिरिक्त त्यांच्या नेहमीच्या जीवनात हे सातत्य टिकविण्यासाठी त्यांना कोणाचा आधार/मदत घेता येईल हे गटकार्यकर्त्याने त्यांच्या निदर्शनास आणून द्यावे लागते. हा गट जर वस्तीत राहणाऱ्या पालकांचा असेल तर आंगणवाडी सेविकेशी संपर्क, बालवाडी शिक्षिकेशी संपर्क, पालकांचा पालक सभांमधील सहभाग इ. अनेक मदतीच्या स्रोतांची माहिती गटकार्यकर्ता देऊ शकतो.

वर्तणूक बदलात सातत्य का राहात नाही व ते राहाण्यासाठी काय करावे लागेल, हे सदस्यांकडून परत परत वदवून घ्यावे लागते.

गट समाप्त करण्याच्या वेळचे गटकार्यकर्त्याचे सदस्यांबरोबरचे आंतर्संबंध व कार्यक्रम हे वरील विवेचनातून लक्षात आले. परंतु, खुल्या गटाचा समारोप न होता, गटातील सदस्य एकेक करून सोडून जातात व त्यामुळे गट विकासात अडथळे येऊ शकतात. या सदस्यांना निरोप देण्याची जबाबदारी गटकार्यकर्त्यावर अधिक पडते. निरीक्षण गृहात गट घेताना अनेकदा मुलगा/मुलगी पालकांबरोबर घरी जातात किंवा पोलीस दुसऱ्या राज्यातील मुलांना तिथे सोडण्यासाठी संस्थेतून मुलांना घेऊन जातात. अशा वेळी गट सत्रांमध्ये छोटासा निरोपाचा कार्यक्रम घेतल्यास इतर सदस्यांची नातेसंबंधातील समाप्ती हाताळण्याची क्षमता वाढू शकते.

गटाबरोबर गटकार्य जेव्हा अनेक दिवस घेतले जाते तेव्हा शेवटचे सत्र लक्षात राहील, असे असावे लागते. सदस्यांचा सत्कार, सदस्यांचे मनोगत, चहापान किंवा अंगतपंगत, अल्पोपहार अशांपैकी काही कार्यक्रमांचा समावेश शेवटच्या सत्रात करणे आवश्यक आहे. गटसदस्य जर मुले असतील तर त्यांच्या पालकांसमोर काही सादरीकरण किंवा निरोप समारंभ घेता येईल.

गट समाप्तीचा टप्पा नियोजनबद्ध करणे हे गटाच्या व सदस्यांच्या दृष्टीने अतिशय महत्त्वाचे आहे.

गट समाप्ती कितीही नियोजनबद्ध पूर्वतयारीने केली तरी गटाचे अस्तित्व संपुष्टात येणार या कल्पनेनेच या टप्प्यात सकारात्मक व नकारात्मक अशा दोन्ही प्रकारच्या भावना व प्रतिक्रिया सदस्य व कार्यकर्ता या दोघांमध्ये निर्माण होतात. कार्यकर्त्याने त्याबाबत सजग असणे महत्त्वाचे असते.

गट म्हणून व सदस्य म्हणून संपूर्ण गट अनुभवातून झालेले फायदे-तोटे यावर चर्चा होणे या टप्प्यात सर्वांत महत्त्वाचे असते. त्याचप्रमाणे उद्दिष्टपूर्तीमुळे स्वत:त झालेले बदल किंवा क्षमतावृद्धी याचा रोजच्या जीवनात कशा प्रकारे उपयोग करून घेता येईल याचा योजना आराखडा करवून घेण्याइतकी त्यांची तयारी या टप्प्यात होणे अपेक्षित आहे. विशेषकरून किशोरवयीन मुला-मुलींबरोबर किंवा व्यसनमुक्तीसाठी घेतलेल्या युवकांच्या गटामध्ये याचे महत्त्व अधिक आहे.

आपण काही ठरवू शकलो आणि ठरविलेल्या गोष्टी पूर्ण करू शकलो. आपल्यात झालेला बदल इतरांनाही जाणवत आहे, या सर्व भावना सुखावणाऱ्या आहेत. त्यामुळे, गट समाप्तीच्या शेवटच्या सत्रात समाधानाने व आनंदाने सदस्य एकमेकांचा निरोप घेऊ शकतात. हे आत्मिक समाधान सदस्यांच्या स्वमूल्यात आणि स्व-प्रतिमेत गुणात्मक वाढ निश्चित करते.

३) सामाजिक गटकार्यकर्त्याच्या विविध भूमिका (Roles of Social Group Worker)

या जबाबदाऱ्या पार पाडताना अनेक भूमिका गटकार्यकर्त्याला समर्थपणे स्वीकारून पार पाडाव्या लागतात. गट प्रक्रियेतून निर्माण होणारे आव्हानात्मक प्रसंग किंवा सदस्यांच्या प्रगट झालेल्या गरजांमुळे या भूमिका गटकार्यकर्त्याला घ्याव्या लागतात. एकाच वेळी अनेक भूमिका त्याला कराव्या लागतात; कारण एका वेळी अनेक गोष्टी गटात घडत असतात व त्या जर योग्य प्रकारे हाताळल्या गेल्या नाहीत तर गट प्रक्रियेत अडथळे निर्माण होऊ शकतात.

गटकार्यकर्त्याच्या अनेक भूमिकांपैकी काही महत्त्वाच्या भूमिका पुढीलप्रमाणे आहेत–

मार्गदर्शक, मदत करणारा, सुलभकर्ता, प्रशिक्षक, तज्ज्ञ, संघटक, व्यवस्थापक, मित्र, नवनवीन कल्पना मांडून कल्पकतेने कार्य करणारा, गटाला स्थैर्य मिळवून देणारा, मध्यस्थ, प्रेरक इ.

अनेक वेळा एकमेकांना फारसे न ओळखणाऱ्या सदस्यांचा गट बांधताना गटकार्यकर्ता संघटक व व्यवस्थापकाची भूमिका घेतो; तर मतिमंद मुलांच्या पालकांचा गट घेताना मुलांची काळजी कशी घ्यावी व वास्तव अपेक्षा म्हणजे काय, हे सांगताना गटकार्यकर्ता मार्गदर्शक व मदत करणाऱ्यांची भूमिका घेतो. महिला बचतगटाच्या पदाधिकाऱ्यांची क्षमतावृद्धी करताना तो प्रशिक्षक, तज्ज्ञांची भूमिका घेतो. या सर्व भूमिका म्हणजे एक प्रकारचे, वेगवेगळ्या तऱ्हेने केलेले नेतृत्व असते. त्यामुळे गटकार्यकर्त्याच्या भूमिकांचा विचार करताना त्याचे नेतृत्व अधिक सविस्तर समजून घ्यावे लागते.

४) सामाजिक गटकार्यकर्त्याचे नेतृत्व (Social Group Worker as a Leader)

गटकार्यकर्त्याच्या भूमिकांचा विचार करताना सर्वांत प्रकर्षाने जाणवणारी गोष्ट म्हणजे गटकार्यकर्त्याची बऱ्याच मोठ्या प्रमाणात असणारी मध्यवर्ती भूमिका. तो अनेकप्रकारे गटसदस्यांवर, त्यांच्या आंतर्क्रियांवर नियंत्रण ठेवत असतो. त्याचप्रमाणे बदलाच्या प्रक्रियेत सक्रिय योगदान करीत असतो. गटसदस्य त्याच्याकडे मदत करण्यास तयार असणारा तज्ज्ञ म्हणून पाहात असतात. त्यामुळे गटकार्यकर्त्याला गटकार्यात नेत्याची भूमिका सातत्याने घ्यावी लागते. गट जीवनाच्या सुरुवातीच्या टप्प्यांमध्ये ही भूमिका अधिक जोखमीची व महत्त्वपूर्ण असते. व्यावसायिक-सामाजिक कार्यकर्ता असल्यामुळेदेखील व्यावसायिक अधिकारातून ही भूमिका गटकार्यकर्त्याला स्वीकारावी लागते.

गटकार्यकर्त्याच्या या नेतृत्वाचा सदस्यांकडून स्वीकार पुढील घटकांवर अवलंबून असतो–

- गटसदस्यत्व स्वयंप्रेरणेने घेतलेले असणे किंवा लादलेले असणे.
- गट उद्दिष्टांबद्दल गटसदस्यांचे एकमत व बांधिलकी असणे.
- गटकार्यकर्त्याच्या बांधिलकीवर सदस्यांचा विश्वास असणे.
- सदस्यांचे वय, शिक्षण, अनुभव व त्यांच्या गरजा किंवा समस्यांचे स्वरूप.

गटसदस्य सतत गटकार्यकर्त्याचे निरीक्षण करत असतात व अनेक प्रसंगात त्याच्या नेतृत्वाची परीक्षा होत असते. गटकार्यकर्त्याचे व्यक्तिमत्त्व व नेता या भूमिकेकडे त्याचा बघण्याचा दृष्टिकोन यावर त्याची नेतृत्व शैली अवलंबून असते. नेतृत्व शैलीमुळे नेत्याचा स्वीकार-अस्वीकार किंवा नेत्याचा सदस्यांवरील प्रभाव बदलत असतो.

४.१ नेतृत्व शैली (Leadership Styles)

नेतृत्व शैलीचे विवेचन करताना प्रथम काही संकल्पना विचारात घ्यायला हव्यात. त्या म्हणजे, गटनेत्याचा गटसदस्यांवरील प्रभाव, गटनेत्याची सत्ता किंवा सामर्थ्य आणि गटनेत्याचा अधिकार. तिन्ही संकल्पना एकमेकींशी संबंधित असून त्यांच्यातील समतोल-असमतोलातून गटाचे नेतृत्व गटासाठी योग्य आहे की अयोग्य, ते ठरते. लोकशाही निर्णय प्रक्रियेसाठी तर यांच्यातील समतोल अत्यावश्यक असतो.

गटनेत्याचा गटसदस्यांवरील प्रभाव म्हणजे गटनेत्याच्या व्यक्तिमत्त्वाचा व वर्तणुकीचा गटसदस्य व त्यांच्या वर्तणुकीवर होणारा परिणाम. तो अनेक प्रकारांनी होऊ शकतो.

- कधी कधी गटसदस्य गटनेत्याच्या वर्तणुकीचे अनुकरण करतात.
- कधी गटनेता आपल्या सूचनांतून वर्तणुकीला व पर्यायाने प्रक्रियेला दिशा देतो.
- कधी आपले म्हणणे पटवून देताना आग्रही बनतो.
- कधी मानसिक बळाचा वापर करून गटसदस्यांना आपले म्हणणे ऐकण्यास भाग पाडतो.

'सत्ता' किंवा 'सामर्थ्य' हेही प्रभाव पाडण्याचे एक साधन आहे. नेत्याचा सामाजिक-अर्थिक दर्जा, प्रतिष्ठा, बुद्धी इ. मुळे त्याला एक सत्तास्थान प्राप्त होते व त्यामुळे इतरांवर तो नियंत्रण करतो. दुसऱ्या व्यक्तीला कुठल्याही प्रकारे स्वातंत्र्य राहात नाही. अधिकार हा परंपरेने किंवा कायद्याने मिळालेला किंवा गटनेत्याच्या प्रभावी व्यक्तिमत्त्वामुळे आलेला असू शकतो. गटनेत्याचा प्रभाव पडण्यासाठी सामर्थ्य व अधिकार या पोषक गोष्टी असतात. गटनेता याचा उपयोग कुठल्या शैलीने करतो त्यावर गटातील लोकशाही प्रक्रिया अवलंबून असते.

- **हुकूमशाही नेतृत्व शैली :** यात नेत्याचे व्यक्तिमत्त्व प्रभावी असते. आज्ञा देणे, आज्ञापालन न झाल्यास धमक्या देणे, शिक्षा देणे यामधून हुकूमशाही नेतृत्वशैली तयार झालेली असते. गटसदस्यांच्या मनात भीती निर्माण करणे व त्या भीतीपोटी त्यांना नेत्याच्या म्हणण्याप्रमाणे वागण्यास भाग पाडणे, हे या शैलीचे प्रमुख वैशिष्ट्य असते. यासाठी गटनेता नकारात्मक मार्गांचा अवलंब करतो व त्यातून सदस्यांना गटकार्याची प्रेरणा मिळेल असे मानतो. यातून अनेकदा ध्येय साध्य होतेही पण गट प्रक्रिया सदस्यांसाठी असमाधानकारक व कधी कधी असंतोषकारक होते. उद्दिष्टप्राप्तीनंतरही समाधान मिळत नाही व परस्पर संबंध निरोगी राहात नाहीत; कारण गटनेत्यांचे म्हणणे सदस्य मनापासून नव्हे तर नाइलाजाने ऐकतात.

- **एकाधिकारशाही नेतृत्व शैली :** यामध्ये नेता सारे निर्णय स्वत:च घेतो. सर्व अधिकार स्वत:कडेच ठेवतो. सदस्य गटाच्या गरजा पूर्ण करण्यासाठी आपल्यावर पूर्णतः अवलंबून राहतील असे बघतो व त्यातूनच त्यांना त्यांच्या आदेशानुसार गटात काम करण्यासाठी प्रेरणा मिळेल, असे समजतो. साऱ्या कामाची जबाबदारी तो घेतो पण त्याचबरोबर गटसदस्यांना निर्णय प्रक्रियेत सहभागी करून घेत नाही. मात्र, त्याने घालून दिलेल्या नियमांची सक्त अंमलबजावणी होईल, असे पाहातो; या गटात उद्दिष्टपूर्ती होते, परंतु, गटाचा विकास होत नाही. नेता अकार्यक्षम निघाला तर सदस्यही तसेच होतात.

हुकूमशाही नेतृत्व शैली वा एकाधिकारशाही नेतृत्व शैलीची पुढीलप्रमाणे उदाहरणे देता येतील–नागरी वस्तीतील तरुणांच्या गटात एखाद्या राजकीय पक्षाचे किंवा पैशांचे किंवा अवैध सत्तेचे पाठबळ असलेला नेता गटाला ताब्यात ठेवू शकतो. गावातील महिला गटामध्ये गटकार्यकर्त्याच्या मदतीने शासकीय योजना मिळण्याचे उद्दिष्ट साध्य झाले तरी त्यातून गटसदस्यांना साध्यपूर्तीचा आनंद मिळत नाही. लाभही सर्वांना सारखा किंवा एकत्रितपणे न मिळाल्याने असंतोष राहातो. तो उघड करता न आल्यामुळे संबंधही निरोगी राहात नाहीत. अनेकदा अशी सत्ता वा सामर्थ्य अक्षम व्यक्तींच्या हातात असल्यास प्रत्यक्ष उद्दिष्टपूर्तीही धड होत नाही. संसाधनांची नासाडी होऊन प्रयत्न वाया जातात. गटाचा विकास होत नाही.

- **लोकशाही नेतृत्व शैली :** या शैलीचे वैशिष्ट्य म्हणजे अधिकारांचे व निर्णय प्रक्रियेचे विकेंद्रीकरण. नेता सर्व सदस्यांबरोबर गटाची ध्येये, उद्दिष्टे, समस्या तसेच कार्यक्रम याविषयी चर्चा करून सर्वांचा निर्णय प्रक्रियेत सहभाग मिळवतो. गटसदस्यांना आपली कौशल्ये व क्षमता वापरण्यास उत्तेजन देतो. त्यातून एक संघ तयार होतो, सांघिक वृत्ती तयार होते. गटसदस्यांच्या गुणांची कदर केल्यामुळे त्यांच्यात गटासाठी काम करण्याची प्रेरणा निर्माण होते. असा गट परिणामकारक कार्य करू शकतो. विकासासाठी किंवा समस्या निवारण्यासाठी कार्यरत असलेल्या गटांना मुळापर्यंत जाऊन पर्याय शोधण्याची संधी मिळते. उदाहरणार्थ, गटकार्यकर्त्याने वस्ती पातळीवर चालणाऱ्या आंगणवाडीतील कुपोषित मुलांच्या मातांचा गट घेण्याचे ठरविल्यास गटकार्यकर्त्याच्या लोकशाही नेतृत्वशैलीमुळे पुढीलप्रमाणे प्रक्रिया होईल.

– सर्वांनी आपापले अनुभव एकमेकांना सांगून झालेल्या एकत्रित चर्चेमुळे, कुपोषणाची कारणे, त्यावरील उपाय, संसाधनांचे पर्याय, संसाधने उभी करण्याचे मार्ग, गरजेप्रमाणे अधिक माहिती मिळविणे, बाहेरून मदत मिळविण्याचे मार्ग, याविषयी सदस्यांची समज वाढते.

– सर्वांपुढे 'मुलांचे कुपोषण' ही समस्या असल्याने एकत्रितपणे त्यावर मात करण्याची प्रेरणा निर्माण होते.

– सर्वांचे मत विचारात घेतल्याने विचारात तारतम्य तयार होऊन पर्याय निवडीला मदत होते व मार्गही सुचतात.

– अनेक दृष्टिकोनातून समस्येकडे पाहिल्याने तिचे वेगवेगळे पैलू पुढे येऊन तिचे वास्तव स्वरूप समजते.

– सर्वांना झेपेल व सहज अवलंबिता येईल अशी उपाययोजना सर्वांच्या अनुमतीने सिद्ध झाल्यामुळे गट मनापासून कार्यरत होतो.

– दुसऱ्याचा दृष्टिकोन समजावून घेतल्याने दुसऱ्याच्या मताचा आदर करण्याचीही सवय लागते.

– निर्णय प्रक्रिया थोडी संथ वाटली तरी दूरगामी व टिकाऊ असते.

- **सदस्यांना अनिर्बंध स्वातंत्र्य देणारी नेतृत्व शैली–लेझेफेअर (हवे ते करा) :** येथे नेता काहीही दिशा दाखवीत नाही. गटसदस्य आपल्याला हवी तशी ध्येये ठरवितात व निर्णय घेतात. गटनेत्याची त्यात काहीच भूमिका नसते. एकत्रित ध्येये ठरू शकत नाहीत; प्रयत्नही एकसंध नसतात, त्यामुळे सदस्यांना वैफल्य येऊ शकते. उद्दिष्टप्राप्तीसाठी ठोस प्रयत्न होत नाहीत व गोंधळाचे वातावरण निर्माण होते.

येथे सर्वांना आपापल्या मनाप्रमाणे वागता येत आहे असे प्रथमत: वाटले तरी, अंतिमत: एकमेकांची मते परस्पर विरोधी किंवा परस्पर भिन्न होत जातात. उपगट पडत जातात. एकत्रित उद्दिष्ट ठरत नाही व त्याची पूर्तीही होत नाही. उदाहरणार्थ, किशोरवयीन मुला-मुलींच्या विकास गटास दिशा मिळाली नाही तर निरर्थक परस्पर संबंध नसणारे कृती कार्यक्रम होत राहून कोणालाही शेवटी त्यात रस उरत नाही. काही सदस्य शेवटी कंटाळून गट सोडून जाऊ शकतात.

४.२ कार्य पद्धती (Orientation of Leadership)

गटनेत्यांची कार्य पद्धती दोन प्रकारची असू शकते. कार्यक्षमतेवर भर देणारा नेता व गट-एकत्रीकरणावर भर देणारा (गट टिकून राहावा म्हणून प्रयत्न करणारा) नेता. यांची वैशिष्ट्ये खालीलप्रमाणे असतात.

कार्यक्षमतेवर भर देणारा नेता (Task Oriented Leader)	**गट-एकत्रीकरणावर भर देणारा (गट टिकून राहावा म्हणून प्रयत्न करणारा) नेता (Maintenance Oriented Leader)**
सदस्यांनी आपणहोऊन जबाबदारी घेण्यासाठी वेगवेगळ्या मार्गांचा पर्याय देणारा.	सदस्यांना एकमेकांबद्दल व गटाबद्दल निष्ठा निर्माण करण्याचे प्रयत्न करणारा.
माहिती देणारा-घेणारा.	उत्तेजन देणारा, गटाच्या वतीने गटाच्या भावना समजून त्या व्यक्त करणारा.
स्वत:चे मत मांडणारा, दुसऱ्याचे मत समजून घेणारा.	एकमेकांचे सूर जुळायला मदत करणारा.
स्पष्टीकरण देणारा.	तडजोड करण्याची तयारी असणारा.
सारांशरूपाने सार मांडणारा, नेमक्या मुद्यांचा ऊहापोह करणारा.	सदस्यांना, दुसऱ्याला योग्य श्रेय देण्यास उत्तेजन देणारा.
एकमत होत आहे का, ते सतत आजमावून पाहणारा.	मतभेदांना, संघर्षाला योग्य वळण देणारा.

दोन्ही प्रकारच्या नेत्यांची गटात गरज असते. सुरुवातीच्या काळात गटकार्यकर्ता हीच मध्यवर्ती व्यक्ती असते. या दोन्ही कार्य पद्धतींमध्ये नेत्याचे व्यक्तिमत्त्व व नेतृत्वशैली प्रतिबिंबित होते. नेता गटाला आज्ञा देणे, दिशा देणे, मार्गदर्शन करणे, हे करतो. तसेच गटविकासाच्या प्रत्येक टप्प्यात सदस्यांना गुंतवून, निर्णयप्रक्रियेत सहभागी करून कार्यरत ठेवतो. स्वत: पूर्ण तन्मयतेने प्रत्येक काम करून सतत दिशा देत राहू शकतो किंवा गटामध्ये सर्वांना सहभागी होण्यास उत्तेजन देतो. त्यातून तो असे वातावरण निर्माण करू शकतो की, ज्यामुळे सदस्यांची स्वयंप्रेरणा वाढेल व ते स्वत: विचार करून दिशा शोधू शकतील.

४.३ गटनेत्याचे गुणविशेष (Qualities of Group Leader)

गटनेत्याचे गुणविशेष म्हणजे प्रभावीपणे नेतृत्व करण्यासाठी लागणारे गुण. प्रभावी म्हणजेच कार्यक्षम नेतृत्व याचा अर्थ गट प्रक्रिया योग्य रीतीने व सुरळीत पार पाडण्यासाठी तसेच गटसदस्यांचा व गटाचा विकास व्हावा यासाठी पोषक ठरणारे नेतृत्व; नेत्याचे गुणविशेष हे नेहमीच नेत्याच्या कौशल्यांशी निगडित असतात.

काही वेळा नेत्यातील विशिष्ट गुणांमुळे त्याला विशिष्ट कौशल्ये उपजतच असतात किंवा चटकन आत्मसात करता येतात. उदाहरणार्थ, समंजसपणा, प्रगल्भता हे गुण अंगी असल्यास सहानुभाव दाखविणे सहजगत्या जमते किंवा आत्मसात करता येते. इतरांबद्दल मूलत: आदर अथवा सहिष्णुता अंगी असेल तर लोकशाही प्रक्रियेला पूरक असे वर्तन सहजपणे होते किंवा अंगी बाणविता येते.

काही वेळा गटनेत्याची भूमिका व जबाबदाऱ्या पार पाडण्यासाठी लागणारी कौशल्ये नेत्याला जाणीवपूर्वक विकसित करावी लागतात. अशा वेळी त्या कौशल्यांवर जाणीवपूर्वक विचार करून तशा सवयी लावून घेताना आवश्यक ते गुणविशेषही विकसित होतात. उदाहरणार्थ, गटाची कार्यक्षमता चांगली असावी यासाठी जागरूकपणे प्रयत्न करणाऱ्या नेत्याला स्वत:मध्ये नियोजन कौशल्य, वेळेचे नियोजन, आढावा घेण्याची कौशल्ये, संसाधनांचा सुयोग्य वापर करण्याचे कौशल्य, ही सारी कौशल्ये जाणीवपूर्वक विकसित करावी लागतात. ती करताना आपोआपच तर्कशुद्ध विचारपद्धती, तारतम्य, वस्तुनिष्ठता, इतरांचा आदर राखण्याची वृत्ती, इ. गुणविशेष विकसित होतात.

गट टिकून राहावा म्हणून प्रयत्न करणाऱ्या नेत्याला सदस्यांच्या भावना, विचार समजून ते सदस्यांच्या वतीने प्रकट करण्याचे कौशल्य, गट पुढे नेण्यासाठी नेमक्या मुद्यांवर लक्ष केंद्रित करण्याची हातोटी, परस्पर संबंध जिव्हाळ्याचे होण्यासाठी लागणारा सहानुभाव इ. कौशल्ये आवश्यक असतात. ही कौशल्ये विकसित झाल्यास निष्ठा, सद्भावना, समंजसपणा इ. गुणांचा विकास होतो.

गटनेत्याच्या व्यक्तिमत्त्वामधून जशी त्याची गटनेत्याची भूमिका व जबाबदाऱ्या या पार पाडण्याची कौशल्ये विकसित होत राहतात, तसेच कौशल्यवृद्धीतून नेत्याचे व्यक्तिमत्त्वही विकसित होत राहाते. व्यक्तीचे गुणविशेष हे तिच्या नैसर्गिक वृत्ती व बालपणापासून झालेले संस्कार या दोन्हींचे मिश्रण असते. त्या व्यक्तीने आत्मसात केलेल्या मूल्यप्रणालींचे प्रकटीकरण असते. मूल्ये, श्रद्धा, निष्ठा, संवादक्षमता हे व्यक्तीच्या व्यक्तिमत्त्वाचे घटक बनतात व वर्तनातून दिसतात. हे गुणविशेष सकारात्मक किंवा नकारात्मक असू शकतात. परंतु, फक्त सकारात्मक किंवा फक्त नकारात्मक असे गुणविशेष असलेली व्यक्ती नसते. त्यामुळे या गुणविशेषांचा तोल व्यक्तिमत्त्वात कसा साधला गेला आहे यावरून नेता म्हणून व्यक्तीचे व्यक्तिमत्त्व ठरते व त्यातून भूमिका व जबाबदाऱ्या पार पाडण्याची पद्धती आणि नेतृत्वशैली ठरते. गटकार्यकर्ता स्वत: नेता म्हणून सक्षम असणे जरुरीचे आहे.

गटकार्यकर्त्याला गटनेत्याची भूमिका व जबाबदाऱ्या पाडण्यासाठी अत्यावश्यक असलेले काही गुणविशेष पुढीलप्रमाणे आहेत–

- **नेमका सहानुभाव :** अनेकदा गटकार्यकर्त्याची जीवनशैली व मूल्ये गटसदस्यांपेक्षा वेगळी असतात. उदाहरणार्थ, किशोरवयीन गुन्हेगारीकडे वळलेली मुले किंवा अंमली पदार्थांचे व्यसन असलेल्या व्यक्ती. अशा वेळी गटकार्यकर्त्याला स्वत:ची मूल्ये कायम ठेवून, अशा सदस्यांच्या भावना, विचार नेमके समजून घ्यावे लागतात. त्यामागची कारणे, परिस्थिती यांची जाण करून घ्यावी लागते. यातूनच गटकार्यकर्ता त्यांना, त्या परिस्थितीतून व भावना, विचारांच्या गोंधळातून बाहेर येण्यास मदत करू शकतो व समाजाभिमुख मूल्ये आत्मसात करण्यासाठी त्यांना मार्गदर्शन करू शकतो. संस्थेतून बाहेर पडणाऱ्या मुलांना घरी राहताना येणाऱ्या अनेक प्रसंगांसाठी त्यांची योग्य पूर्वतयारी करून घेण्यासाठी अशा नेमक्या सहानुभावाची गरज असते.

- **भावनांची ऊब/जिव्हाळा/कळकळ :** शब्दांशिवाय व्यक्त होऊ शकणारी अशी ही जपणुकीची भावना आहे. गटकार्यकर्त्याची गटाबद्दलची काळजी व जवळीक यातून व्यक्त होते. गटसदस्यांना स्वत:चे मन मोकळे करण्याचा व त्यातून एकमेकांबद्दल अधिक जवळीक निर्माण होण्याचा अनुभव मिळवून देणे, महत्त्वाचे आहे. त्यामुळे सदस्यांची हातचे राखून, स्वत:ला बचावून राहण्याची वृत्ती कमी होते. भावना व्यक्त झाल्या की, मोकळेपणाने आंतर्क्रिया चालू राहतात. उदाहरणार्थ, वृद्ध व्यक्तींचा गट घेताना एखादी व्यक्ती मरण पावली तर त्याबद्दलच्या इतरांच्या भावनांना गटकार्यकर्ता शब्दांशिवायही, हातात हात घेऊन, डोळ्यांनी भावना व्यक्त करून, प्रतिसाद देऊ शकतो. त्यात उगीचच नाट्यमयता आणता कामा नये. अति जवळीकदेखील प्रौढांना नको असते.

- **सच्चेपणा :** सच्चेपणा तसेच उत्स्फूर्तपणा हे फार महत्त्वाचे गुण आहेत. परंतु, त्याचबरोबर काळ-वेळाचे भानही गटकार्यकर्त्याला असावे लागते. त्याची वर्तणूक विश्वसनीय वाटायला हवी; तरच त्याच्या अस्सलपणाबद्दल व खरेपणाबद्दल सदस्यांची खात्री पटेल. जे काही गटात घडत असेल त्यात त्याला रस असायला हवा पण त्यात वाहवत न जाता त्याने हेतुपूर्वक प्रतिसाद देणे आवश्यक आहे; काही वेळेस नकारात्मक प्रतिसादही द्यावा लागतो; तो शिक्षेच्या सुरात नाही तर सरळ सच्चेपणाने द्यायला हवा.

- **समजून घेण्याची क्षमता :** गटकार्यकर्त्याला ही क्षमता बौद्धिक पातळीवर तसेच भावनिक पातळीवरही असायला हवी. सदस्यांमध्ये भावनिक किंवा आकलनातील अडथळे निर्माण झाले तर गट विकास थांबल्यासारखा होतो. निर्णयप्रक्रियेवर त्याचे पडसाद दिसतात. गटसदस्यांनाही असे का घडते आहे, ते समजत नसते. अशा वेळी गटकार्यकर्त्याला सदस्यांना समजून घेऊन गटाची पुनर्बांधणी करावी लागते.

गटनेत्यात आवश्यक असणाऱ्या काही गुण वैशिष्ट्यांची यादी पुढे दिली आहे. या यादीचा उपयोग नेतृत्वगुण वाढविण्यासाठी मार्गदर्शन म्हणून करता येईल.

नेत्याची काही गुणवैशिष्ट्ये

आनंदी, उत्साही	बुद्धिमान	आक्रमक
दयाळू	मनमोकळा, स्पष्ट बोलणारा	मनावर छाप पाडणारा
आशावादी	शांत	कलात्मक वृत्तीचा
विनोदबुद्धी असणारा	कार्यक्षम, तडफदार	हुशार/चलाख
आवडण्याजोगा	विनम्र	स्नेहभाव असणारा
आनंदी	धाडसी	हिकमती (अडचणींमधून वाट काढण्याची क्षमता असणारा)
जागरूक, दक्ष	पद्धतशीरपणे काम करणारा	बोलका
आत्मविश्वास असलेला	प्रेमळ	न्याय्यवृत्ती असणारा, विश्वासपात्र

५) सामाजिक गटकार्यकर्त्यांच्या जबाबदाऱ्या (Responsibilities of Social Group Worker)

गटकार्य प्रक्रिया चार टप्प्यात विभागली गेली असल्याने प्रत्येक टप्प्याची वैशिष्ट्ये वेगळी आहेत व त्या त्या टप्प्यात गटकार्यकर्त्याला वेगवेगळ्या जबाबदाऱ्या घ्याव्या लागतात. या सर्व जबाबदाऱ्यांचा एकत्रित विचार करावा लागतो. त्याची कारणे दोन आहेत. पहिले असे की, या सर्व जबाबदाऱ्या परत परत प्रत्येक टप्प्यात गटकार्यकर्ता घेत असतो. दुसरे कारण असे की, केवळ चर्चेसाठी व भूमिका समजण्यासाठी या जबाबदाऱ्या वेगळ्या करून समजून घेतल्या तरी प्रत्यक्ष काम करताना त्या अनेकदा वेगळ्या करता येत नाहीत. इतक्या त्या एकमेकींवर अवलंबून असतात.

गटकार्यकर्त्यांच्या मुख्य जबाबदाऱ्या

गटकार्यकर्त्याची सर्वांत मोठी जबाबदारी आहे ती म्हणजे गटसदस्यांमध्ये स्नेहसंबंध टिकवून ठेवण्याच्या क्षमता निर्माण करून, गट अनुभवांचा व्यक्ती व गट विकासासाठी जास्तीत जास्त उपयोग होईल अशी गट प्रक्रियेला चालना देणे. या मुख्य जबाबदाऱ्या-यांच्या पूरक जबाबदाऱ्या पुढीलप्रमाणे आहेत.

पूरक जबाबदाऱ्या

– गटसदस्यांचा व्यक्तिगत आत्मविश्वास व सदस्यांचा एकमेकांवरचा विश्वास वाढविणे व त्यांच्यामध्ये गट आधाराबद्दल विश्वास निर्माण करणे.

– आढावा घेताना गट प्रक्रियेचे मूल्यमापन करणे, सदस्यांना वैयक्तिक किंवा संपूर्ण गटाला उद्देशून फीडबॅक देणे. सदस्यांमध्ये, गटामध्ये झालेले सकारात्मक बदल किंवा निर्माण होणारे अडथळे व त्याबद्दलची कारणमीमांसा हे सर्व फीडबॅकमध्ये अपेक्षित आहे.

– गटसदस्यांना व गटाला विविध प्रसंगात यशाचे किंवा अपयशाचे अनुभव आल्यास प्रोत्साहन देणे, आधार देणे व विविध पर्यायांचा विचार करून मार्ग काढण्यास मदत करणे.

– गटाच्या व गटसदस्यांच्या उद्दिष्टपूर्तीसाठी क्षमतांची वृद्धी, मुख्यत: सामाजिक कौशल्यवृद्धी, होण्यास मदत करणे.

– गटाला विविध प्रसंगात निर्णय घेण्याच्या प्रक्रियेत मदत करणे व सदस्यांच्या समस्या सोडविण्यासाठी एकमेकांना मदत करण्याची वृत्ती वाढविणे.

– गटसदस्याचे गटावरील अवलंबित्व हळू हळू कमी करण्यास मदत करणे; उपचारात्मक व सामाजिकीकरणाच्या गटासाठी हे अधिक लागू आहे.

– गट एका टप्प्यातून पुढील टप्प्यात सुरळीतपणे सरकण्यास मदत करणे.

– विविध संसाधनांचा उद्दिष्टपूर्तीसाठी उपयोग करता येईल, असे नियोजन करणे.

– गटसदस्यांचा गटातील सहभाग वाढवून उद्दिष्टपूर्तीसाठी सदस्यांमध्ये बांधिलकी निर्माण करणे.

– वर्तमानकाळ हा सदस्य आणि कार्यकर्त्यांना मिळालेला वेळ असतो. त्याचा योग्य वापर करून सदस्य वर्तणूक किंवा गटातील वातावरणाचे विश्लेषण करणे.

६) सामाजिक गटकार्यकर्त्याची कौशल्ये (Skills of Social Group Workes)

प्रत्यक्ष गटाबरोबर काम प्रभावी होण्यासाठी गटकार्यकर्त्याच्या अंगी अनेक कौशल्ये हवीत. व्यावसायिक सामाजिक कार्यात कौशल्यांचा अर्थ व्यापक आहे. व्हर्जिनिया रॉबिन्सन (Virginia Robinson) (१९४२) यांनी कौशल्य म्हणजे सक्षमपणे केलेली कृती असे म्हटले आहे. कार्यकर्त्यामध्ये असलेल्या प्रत्यक्ष कृती करण्यासाठीच्या अनेक क्षमता म्हणजे गटकार्यकर्त्याची कौशल्ये. कौशल्ये ही ज्ञानावर आधारित असतात. ज्ञानापासून ती वेगळी करता येत नाहीत. त्यामुळे कौशल्य म्हणजे ज्ञान योग्य रीतीने वापरण्याची क्षमता. याचा अर्थ ज्ञानाचा सुजाण वापर.

कौशल्य ही अशी क्षमता आहे की, जिच्यामुळे बदलाच्या प्रक्रियेला चालना देता येते. त्याचप्रमाणे त्या बदलावर नियंत्रण ठेवता येते. ज्या सदस्यात बदल घडवून आणण्याचा प्रयत्न कार्यकर्ता करीत असेल त्याची क्षमतावृद्धी गटकार्यकर्त्याच्या कौशल्यांवर बऱ्याच प्रमाणात अवलंबून असते.

सामाजिक कार्याच्या सर्व पद्धतींच्या कृती, समान ज्ञान व कौशल्यांवर आधारित आहेत. परंतु, त्याचबरोबर प्रत्येक पद्धतीच्या वैशिष्ट्यांमुळे त्या त्या पद्धतीची स्वत:ची तात्त्विक बैठक थोडी वेगळी आहे. या वेगळेपणामुळे प्रत्येक पद्धतीच्या प्रत्यक्ष वापरासाठी कार्यकर्त्याला थोडी वेगळी कौशल्ये वापरावी लागतात. हेलन फिलिप्स (Helen Phillips) (१९६२) या गटकार्य तज्ज्ञ लेखिकेने गटकार्याला आवश्यक असणाऱ्या कौशल्यांवर एक पुस्तकच लिहिले आहे. तिच्या मते, कौशल्य म्हणजे समाजकार्याचे ज्ञान योग्य रीतीने वापरण्याची कार्यकर्त्याची क्षमता. योग्य रीतीने म्हणजे सुजाणपणे, प्रसंग, गरज लक्षात घेऊन गटप्रक्रिया सुकर करता येण्याची क्षमता, त्याचप्रमाणे योग्य तंत्राचा वापर करून सदस्य व गटबदलाच्या प्रक्रियेला चालना देण्याची क्षमता. कौशल्यांमुळे कार्यकर्ता प्रभावीपणे काम करू शकतो.

गटकार्य ही शास्त्रीय पद्धत असल्याने गटकार्याची सुरुवात करण्यापासून (सदस्यनिवडीपासून) ते गटकार्याचा समारोप होईपर्यंत विशिष्ट पद्धतीने काम करण्याची गटकार्याची रीत आहे. ही रीत सर्वमान्य असल्यामुळे त्याच पद्धतीने गटकार्यकर्त्याने नियोजनापासून गट समाप्तीपर्यंत वागणे अपेक्षित असते. यासाठी देखील गटकार्यकर्त्याला कौशल्यांचा वापर करावा लागतो. त्यांना कार्यपद्धतीची कौशल्ये (प्रोसीजरल स्किल्स) म्हणतात. म्हणजे, गट बांधणीच्या पायऱ्या पार पाडण्यासाठी उपयोगी पडणारी कौशल्ये. गटकार्याच्या तीन मुख्य घटकांमध्ये ही कौशल्ये वापरली जातात. पहिला घटक म्हणजे–नियोजन. यामध्ये निरीक्षण, योग्य माहिती संकलित करून त्यातून प्राधान्यक्रम ठरविणे, नियोजन आराखडा तयार करणे, अपेक्षित सदस्य वर्तनासाठी सदस्यांची मानसिक तयारी करणे, ही कौशल्ये येतात. दुसरा घटक आहे–मूल्यमापन; यातही निरीक्षण, मूल्यमापनाचे आराखडे तयार करणे, सदस्यांमधील फीडबॅक देण्याच्या क्षमता वाढविणे, फीडबॅकचा योग्य वेळी योग्य उपयोग करणे, मूल्यमापनाचा सारांश सदस्यांसमोर मांडणे ही कौशल्ये येतात. तिसरा घटक आहे–गट प्रक्रियेला दिशा देणे. यातही निरीक्षण, योग्य निर्णय घेणे, विश्लेषण करणे, प्रत्येक टप्प्यात येणाऱ्या अडचणी हाताळणे, सक्रिय सहभागासाठी सदस्यांची क्षमतावृद्धी करणे इत्यादी कौशल्यांच्या समावेश होतो.

त्याचप्रमाणे गटकार्यकर्त्याला बोधात्मक कौशल्यांचीदेखील (कॉग्निटिव्ह स्किल्स) गरज पडते. आकलन, कल्पकता, अंतर्दृष्टी, योग्य मुद्यांवर लक्ष केंद्रित करून काम करणे, ही बोधात्मक कौशल्ये आहेत. संवाद करण्यासाठी, संबंध प्रस्थापित करण्यासाठी अनेक आंतर्क्रियांवर आधारित कौशल्ये गटकार्यकर्त्याला गरजेची असतात; त्याचप्रमाणे सदस्यांना बोलते करणे, गटातील आंतर्क्रिया वाढविणे यासाठीही ही कौशल्ये उपयोगी पडतात.

हेलन फिलिप्सने (Helen Philips) (१९६२) मांडलेली कौशल्ये

कौशल्ये सततच्या सरावाने अधिक प्रभावीपणे वापरता येतात. परंतु, ती ज्ञान व मूल्यांवर आधारित आहेत, हे विसरून चालणार नाही. त्यामुळे कुठली कौशल्ये केव्हा वापराची, कशी वापरायची, त्यातून नेमके काय साध्य होईल हे केवळ अनुभवामुळे नाही तर चिंतन, मनन केल्यामुळे ठरविणे सोपे जाईल. कौशल्ये गटकार्यकर्त्याच्या व्यक्तिमत्त्वाचा अविभाज्य भाग झाली तरच गटकार्य प्रभावी होईल.

- गटकार्यकर्त्याला तो ज्या सामाजिक संस्थेत काम करतो त्या संस्थेची उद्दिष्टे नीट समजलेली असणे अपेक्षित आहे. त्या उद्दिष्टांच्या तसेच इतर अनेक मर्यादा लक्षात घेऊन गटाबरोबर काम करावे लागते. या मर्यादांमध्येच अव्यक्त सामर्थ्य असू शकते. ते सामर्थ्य वापरण्याचे कौशल्य गटकार्यकर्त्यामध्ये असणे गरजेचे आहे. संस्थेच्या कार्यप्रणलीचा गटाच्या ध्येयांशी संबंध जोडता आला पाहिजे. संस्थेचा जो आकृतिबंध आहे, त्याचा पुरेपूर उपयोग गटकार्यकर्त्याला करता यायला हवा.

- गटकार्यकर्त्यामध्ये गट-स्थितीचा योग्य वापर करण्याचे कौशल्य महत्त्वाचे आहे. गटाची सद्य:स्थिती म्हणजे प्रत्यक्ष वास्तव असते व वास्तवातील अनुभवांचा उपयोग करून सदस्यांना त्यांच्या अंतरंगाचे यथार्थ ज्ञान देण्यासाठी कौशल्यांची गरज असते. सदस्यांची बलस्थाने ओळखता येऊन ध्येयपूर्तीसाठी त्यांचा वापर करण्याचे कौशल्य कार्यकर्त्याकडे हवे.

- गटकार्यकर्त्याला गट प्रक्रियेत सक्रिय सहभाग घ्यावा लागतो. परंतु, आपण सदस्य नाही याचेही भान त्याला ठेवावे लागते. गटकार्यातील विविध कार्यक्रमांमध्ये स्वत: सहभागी होताना किंवा इतर सदस्य सहभागी होताना त्याला होणारा आनंद किंवा उत्साह या भावना व्यक्त करता येणे हेही तितकेच महत्त्वाचे आहे. त्याचबरोबर वस्तुनिष्ठपणे सहभाग देण्याचेही कौशल्य असले पाहिजे.

- त्याचबरोबर सदस्यांच्या भावना समजून घेऊन, योग्य प्रतिसाद देण्याची कौशल्ये गटकार्यकर्त्यात हवीत. शाब्दिक किंवा अशाब्दिक प्रतिसाद देण्याची कौशल्ये जशी महत्त्वाची आहेत तशीच, सदस्यांना त्यांच्या सर्वप्रकारच्या भावना व्यक्त करण्यास उत्तेजन देणे, आपल्या भावना स्वीकारायला मदत करणे, त्यासाठी योग्य मार्गदर्शन करणे, स्पष्टता देणे, समजावून सांगणे, आधार देणे अशी अनेक संवाद कौशल्ये गटकार्यकर्त्याच्या अंगी हवीत. संवाद कौशल्य हे एक कौशल्य नसून, अनेक कौशल्यांचा समूह आहे.

- सदस्य वर्तणुकींमागील भावना समजून तत्काळ योग्य परंतु, नियंत्रित प्रतिसाद देण्यासाठी निरीक्षण, अर्थ समजून ऐकणे अशी कौशल्ये गटकार्यकर्त्याकडे असणे गरजेचे आहे. कुशल कार्यकर्ता म्हणजे सुयोग्य वर्तन करणारा. वर्तन हे कौशल्यांपासून वेगळे दाखविता येणार नाही. त्यामुळे वर्तणुकीत स्नेह व्यक्त होणे, आदर व्यक्त होणे, सहानुभाव व्यक्त होणे. भावनांचा-विचारांचा स्पष्टपणा व सच्चेपणा व्यक्त होणे, अतिशय लक्षपूर्वक ऐकणे या सगळ्यांचा समावेश आहे. हे सारे वर्तन एकमेकांत गुंफले जाते व कार्यकर्त्याच्या क्षमतांचा नेमका उपयोग सदस्यांना व गटाला व्हायला लागतो.

याचा अर्थ असा नाही की, गटसदस्य गटातून कसेही वागले तरी गटकार्यकर्त्याने ते स्वीकारणे अपेक्षित आहे. जी वर्तणूक हानिकारक आहे किंवा स्वीकारली जाणार नाही. त्याबद्दल आपले विचार स्पष्टपणे परंतु, कोणाचा अपमान न करता मांडता येण्याची कौशल्ये गटकार्यकर्त्याकडे हवीत.

- शब्दांचा योग्य वापर, योग्य वेळी व योग्य तेवढा वेळ बोलणे, शब्दांप्रमाणेच देहबोलीचा सुयोग्य वापर, ही सर्व कौशल्येच आहेत. केवळ समोरासमोरच्या संवादाची कौशल्ये पुरेशी नाहीत तर त्याला नोंदी करण्यासाठी लिखाणाची कौशल्ये असणेही आवश्यक आहे. संवाद कौशल्यात नेमकेपणाने बोलणे, प्रत्येक सदस्याबरोबर संवाद साधता येणे, लक्षपूर्वक ऐकणे, बारीक निरीक्षण या सर्व गोष्टी समाविष्ट आहेत.

सर्व कौशल्यांचा योग्य वापर करण्यासाठी सर्वांत महत्त्वाचे मूल्य म्हणजे संवेदनशील सहानुभाव. सहानुभाव (एम्पथी) म्हणजे भावना व विचार यांचा सुरेख संगम. ज्ञान आणि मूल्ये सहानुभावाचा पाया आहेत. दुसऱ्या व्यक्तीच्या भावना, विचार वर्तणूक, समस्या त्या व्यक्तीच्या दृष्टिकोनातून त्याचे जीवनसंदर्भ लक्षात घेऊन, समजणे हा एक भाग. त्याचप्रमाणे, 'तुला नेमके जे वाटते आहे, ते तुला जसे, ज्या पद्धतीने वाटते आहे तसे, त्या पद्धतीने मलाही समजते आहे' हे वाक्य कधी शब्दांतून तर कधी कृतीतून सदस्यांपर्यंत पोहोचविता येणे म्हणजे खऱ्या अर्थाने सहानुभाव (एम्पथी) होय.

सहानुभाव (एम्पथी) वस्तुनिष्ठ विचारांवर आधारित असतो. त्यामुळे मनुष्य स्वभावाचे जे ज्ञान गटकार्यकर्त्याला असते, त्याच्यायोगे भावना समजल्या तरी कार्यकर्ता त्यात वाहवून जात नाही. सहानुभाव (एम्पथी) व्यक्त करणे या एका अपेक्षित कृतीसाठी अनेक कौशल्ये गटकार्यकर्त्याला आवश्यक असतात. योग्य शब्दांची निवड, योग्य देहबोली, चेहऱ्यावरचे भाव व योग्य सुरात विचार व्यक्त करण्याची कौशल्ये, इ. ही सर्व कौशल्ये संवादकौशल्याला मदत करणारी असतात.

७) गट विकासासाठी वापरायची तंत्रे (Techniques used for Group Development)

गटकार्यकर्त्याला गट प्रक्रिया योग्य प्रकारे होण्यासाठी किंवा गटातील प्रवाहीपणा टिकवून ठेवण्यासाठी अनेक तंत्रे वापरावी लागतात. यांपैकी अनेक वेळा वापरावे लागणारे एक तंत्र म्हणजे परस्पर संबंधांना घातक असणाऱ्या गोष्टी किंवा वर्तणूक यावर कार्यकर्त्याने समक्ष भाष्य करणे (कन्फ्रन्टेशन-Confrontation) म्हणजेच या गोष्टी सदस्यांसमोर साक्षात मांडून त्यांना त्यावर विचार करायला लावणे, हे आवश्यक असते. सदस्यांना सक्रियपणे फीडबॅक देणे ही कार्यकर्त्याची मोठी जबाबदारी आहे. गटविकासाच्या प्रत्येक टप्प्यात त्याला हे तंत्र विविध कारणांसाठी वापरावे लागते. कार्यकर्त्याचे सदस्यांबरोबरचे नातेसंबंध हळूहळू दृढ होत जातात. त्यामुळे हे तंत्र वापरण्याची पद्धत देखील प्रत्येक वेळेस वेगळी होते. सदस्यांच्या भावनांवर किंवा विचारांवर नियंत्रण ठेवण्याबरोबरच कार्यकर्त्याला कधी कधी सदस्यांशी आव्हानात्मक बोलावे लागते. हे सर्व करत असताना गटात 'इथे व आत्ता' घडत असलेल्या घटनांवर किंवा वर्तणुकीवर त्याने लक्ष केंद्रित करणे गरजेचे असते. मागचे अनुभव उगाळून बोलणे टाळावे लागते.

- **स्वत:बद्दल थोडे बोलणे (Self Disclosure) :** कधी कधी सदस्यांना स्वत:बद्दल बोलताना जी थोडी भीती असते ती गटनेता वेळप्रसंग पाहून स्वत:बद्दलही थोडे बोलला तर कमी होते. एका सदस्यावर लक्ष्य केंद्रित न करता, मुख्य उद्दिष्टाकडे लक्ष्य वेधण्यासाठी व सदस्यांना प्रश्नाविषयी मोकळेपणाने चर्चा करता यावी यासाठी हे आवश्यक असते. उदाहरणार्थ, १) कॅन्सर रुग्णांच्या कुटुंबीयांचा गट असल्यास स्वत:च्या जीवनातील जवळच्या नातेवाइकांच्या मृत्यूबद्दल सांगता येते. २) प्रेमप्रकरणातून घरातून पळून गेलेल्या मुलींचा गट असेल तर आई-वडिलांना काय वाटत असेल किंवा मुलगी फसविली कशी गेली याची चर्चा करताना गटकार्यकर्त्याने एखादा स्वत:चा अनुभव सांगितल्यास त्या भावनांवर चर्चा

केंद्रित होईल व 'आत्ता या क्षणी' गटात काय प्रक्रिया घडते आहे याचा विचार होईल व पूर्वीच्या घटनांबद्दल अपराधीपणाची भावना कमी होईल.

- **आमने–सामने आणण्याचे तंत्र (कन्फ्रटेशन–Confrontation) :** समोरासमोर आणणे (Confrontation) व त्यातून परिस्थितीला धैर्याने तोंड द्यायला मदत करणे. तेथे देखील 'आत्ता या क्षणी' गटात काय घडते आहे त्यावर लक्ष केंद्रित करणे गरजेचे असते. शब्द–भावना यातील अंतर्विरोध दाखविण्यासाठी हे तंत्र गटकार्यकर्ता वापरतो. गटात परत परत घडणाऱ्या व गटप्रक्रियेला बाधक अशा घटनांवर किंवा काही भावना–विचार गटसदस्य उघडपणे व्यक्त करण्यास तयार नसतात त्यावर गटनेता भाष्य करतो. उदाहरणार्थ, 'मी मुळीच रागावलेली नाही' असे म्हणणारी मुलगी रागावलेली आहे, हे तिच्या चेहऱ्यावरील एकूण भावांमुळे किंवा शारीरिक हालचालींमुळे स्पष्ट होते आहे, हे तिला दाखवून द्यायला हरकत नाही. वेगवेगळ्या वेळी व वेगवेगळ्या कारणांसाठी कन्फ्रंटेशन होते. सदस्यदेखील एकमेकांचे कन्फ्रंटेशन करू शकतात. गटसदस्यांना आधार दिल्यास गटसदस्यदेखील कन्फ्रंटेशनमधून निर्माण झालेल्या तणावावर मात करू शकतात किंवा संबंधित सदस्य स्वतःच हा प्रसंग हाताळू शकतात.
- **विनोदाचा वापर (Use of Humour) :** गट विकासाच्या वेगवेगळ्या टप्प्यात हे तंत्र वापरावे लागते. सुरुवातीच्या टप्प्यात या तंत्राचा वापर जरा जपून करायला हवा. कोणाची टिंगल होणे किंवा कोणाच्या फजितीला हसणे असे गटातून होता कामा नये; तर जीवनातील विरोधाभास सदस्यांना जाणवून देणे, 'जीवनातील कारुण्याला हास्याची झालर' हे तत्त्व रुजविणे, ताण कमी करण्यासाठी विनोदाचा वापर, अशा अनेक बाबींसाठी हे तंत्र वापरावे लागते.
- **सखोल शोध घेणे (Exploration) :** अधिक स्पष्टीकरण विचारणे. परंतु, यात गटकार्यकर्त्याची उत्सुकता हे कारण नसून गटाला किंवा गटसदस्यांना मदत व्हावी यासाठी हे तंत्र महत्त्वाचे आहे, हे स्पष्ट झाले पाहिजे. अनेक वेळा गटकार्यकर्ता घडणाऱ्या प्रसंगाबद्दल किंवा समस्येबद्दल अधिक माहिती मिळविण्याचा प्रयत्न करतो किंवा सदस्यांना बोलते करण्याचा प्रयत्न करतो इतर सदस्यांसमोर आपल्याला मुद्दामून खोदून चौकशी केली जात आहे, ही भावना मात्र निर्माण होता कामा नये.
- **सारांश करणे (Summarising) :** सत्र संपता संपता महत्त्वाच्या मुद्द्यांचा आढावा घेतल्यास सर्वांना गोष्टी स्पष्ट होतात. त्याचप्रमाणे पुढील सत्रात काय करायचे आहे हे ठरविता येते. सत्र सुरू होण्याआधी देखील मागच्या सत्रांत काय झाले होते याचा थोडक्यात आढावा घेणे महत्त्वाचे असते. आदल्या सत्राला गैरहजर असणाऱ्या सदस्यांना याची मदत होते; त्याचप्रमाणे इतरांनाही दोन सत्रातील दुवा जोडण्यासाठी मदत होते. कधी कधी सारांश काढण्यासाठी सदस्यांची मदत घेता येते. त्याचप्रमाणे सदस्यांपुढे त्यामुळे काही प्रश्न मांडता येतात व त्यातून चर्चा होऊन पुढील कृती ठरविली जाते.
- **स्पष्टीकरणाचे तंत्र (Explanation) :** गटप्रक्रियेत हे तंत्र सतत वापरावे लागते. अनेकदा सदस्यांमध्ये गैरसमज निर्माण होतात, चुकीचे अर्थ लावले जातात किंवा अनेक गोष्टींबद्दल अज्ञान असते. अशा वेळी अनेक बाबी स्पष्ट करणे गरजेचे असते.
- **आधार देणे (Support) :** गटाची व सदस्याची कार्यक्षमता टिकवून ठेवण्यासाठी आधार द्यावा लागतो. तो वेगवेगळ्या टप्प्यात वेगवेगळ्या गोष्टींसाठी द्यावा लागेल. उदाहरणार्थ, दूरच्या ग्रामीण भागातील नवविवाहित स्त्रियांचा गट असेल तर त्या जर सासूची थोडीशी नाराजी पत्करून आलेल्या

असतील, तर त्यांना इतर गावातील महिलांची उदाहरणे देऊन, त्यांचा गटात येण्याचा निर्णय कसा योग्य आहे व त्याचे दूरगामी परिणाम कसे चांगले होतील, हे सांगता येईल. सदस्यदेखील एकमेकांना देहबोलीतून किंवा शब्दांतून वा कृतीतून आधार देतात.

- **परस्परसंबंधाचा वापर करण्याचे तंत्र (Use of Interpersonal Relationship) :** हेतुपूर्वक परस्परसंबंध हे गटकार्यातील एक महत्त्वाचे तत्त्व आहे. याचा उपयोग सदस्यांना प्रेरणा देण्यासाठी, विचार करायला लावण्यासाठी करता येतो.

सार्वत्रीकरण करणे, आदर्श निर्माण करणे अशी इतर तंत्रेही आहेत. ही व अशी अनेक तंत्रे गट विकासाच्या प्रत्येक टप्प्यात वेळोवेळी वापरावी लागतात. परंतु, तंत्रांचा अतिवापर टाळावा लागतो. त्याचप्रमाणे योग्य वेळी म्हणजे शक्यतो ज्या वेळी त्या तंत्राची गरज असते त्याचवेळी ते तंत्र वापरावे. कधी कधी तंत्र तेच असते परंतु त्याचा उपयोग करताना वापरलेली भाषा, सूर व देहबोली वेगळी असू शकते. अशा वेळी त्याचे परिणाम वेगळे होतील. तंत्राचा उपयोग कौशल्याने केल्यास गट विकास प्रक्रियेला चालना मिळते. वेगवेगळ्या प्रसंगी एकच तंत्र वापरले तरी त्याचे हेतू वेगवेगळे असतात. त्यामुळे तंत्राचे सामर्थ्य गटकार्यकर्त्याला नीट समजलेले असले पाहिजे.

सारांश

या प्रकरणात पुढील मुद्द्यांवर मांडणी केलेली आहे.

- गटकार्य ही एक नियोजनबद्ध पद्धती आहे.
- गट बांधणीची प्रक्रिया सदस्यांच्या गरजांच्या किंवा समस्यांच्या चाचपणीने सुरू होते.
- सदस्यांच्या गरजांच्या चाचपणीत समस्या किंवा गरजा पूर्ण होण्यातील अडथळे व त्यांचे सदस्यांवर झालेले किंवा होणारे परिणाम, त्याचप्रमाणे सदस्यांची कौटुंबिक, आर्थिक, सामाजिक पार्श्वभूमी इ. घटकांविषयीच्या माहितीचे संकलन करणे आवश्यक आहे.
- ही माहिती संकलित करून विश्लेषण केल्यावर गटाचा प्रकार व उद्दिष्टे निश्चित करता येतात.
- त्यानंतर गट बांधणीपूर्व टप्प्यातील इतर पायऱ्या पार करून गटकार्याचा आराखडा तयार होतो.
- त्या पायऱ्या पुढीलप्रमाणे आहेत-
  - गटाची रचना
  - सदस्य संख्या
  - खुला की बंदिस्त गट
  - सत्रांचा कालावधी/जागा
  - गटसदस्यांची गट सहभागासाठी तयारी
- गट विकास तीन टप्प्यात विभागला आहे-
  - गटाचा सुरुवातीचा ओळखीचा टप्पा. सहसंबंध प्रस्थापित होऊन उद्दिष्टांचा स्वीकार या टप्प्यात होतो.
  - गट कार्यरत होण्याचा टप्पा. परस्परसंबंध दृढ होऊन एकमेकांच्या मदतीने उद्दिष्टपूर्तीसाठी अनेक कार्यक्रमांचे आयोजन या टप्प्यात होते.

- गट समाप्तीचा टप्पा हा गटसदस्यांनी गटकार्यकर्त्याच्या मदतीने संपूर्ण गट अनुभवांचा आढावा घेण्याचा टप्पा आहे. गटातून झालेल्या क्षमतावृद्धीचा रोजच्या जीवनात कसा वापर करता येईल याचा विचार या टप्प्यात होतो.

- गटकार्यकर्त्याला या सर्व टप्प्यांमध्ये खालील जबादाऱ्या घ्याव्या लागतात.
  - गटसदस्यांची बांधिलकी टिकवून ठेवणे.
  - प्रत्येक सदस्याचा सहभाग अर्थपूर्ण व गट विकासाला साहाय्य करणारा होण्यासाठी त्यांना मदत करणे.
  - सर्व कार्यक्रम व त्यातील अनुभव गट व सदस्यांना उपयोगी पडणारे होण्यासाठी सतत निरीक्षण, मूल्यमापन व मार्गदर्शन करणे.

- या जबाबदाऱ्यांमुळे काही भूमिका त्याला वठवाव्या लागतात. या भूमिका गटकार्यकर्त्याच्या नेतृत्व शैलीवर अवलंबून असतात. लोकशाही पद्धतीचे नेतृत्व गट विकासाला पोषक असते.

- या भूमिका पार पाडताना लागणारी कौशल्ये व वापरण्याची तंत्रे गटकार्यकर्त्याच्या व्यक्तिमत्त्वाचा अविभाज्य भाग होणे गरजेचे असते.

प्रकरण ४	# विविध क्षेत्रातील गटकार्य
	Group Work in Various Fields of Social Work

प्रस्तावना

१) समुदाय केंद्रातील गटकार्य (Group Work in Community Centres)

२) रुग्णालयातील गटकार्य (Group Work in Hospitals)

३) निवासी संस्थांमधील गटकार्य (Group Work in Residential Institutions)

४) शालेय गटकार्य (Group Work in Schools)

५) औद्योगिक क्षेत्रांतील गटकार्य (Group Work in Industry)

सारांश

प्रस्तावना

समाजकार्याची विविध क्षेत्रे आहेत. सामाजिक, आर्थिक, सांस्कृतिक, शारीरिक, मानसिक, आरोग्यविषयक, विकासविषयक, इ. अनेक प्रकारच्या समस्यांनी पीडित असलेल्या समाज घटकांबरोबर समाजकार्य केले जाते. व्यक्तीचे सामाजिकीकरण, सामाजिक-मानसिक विकास पुढे अनेकविध गटांतून होत राहातो. शेजार, शाळा-कॉलेज, सहाध्यायी, मित्र-मैत्रिणी, नातेवाईक, सहकारी इत्यादी अनेक प्रकारचे नातेसंबंध व्यक्तीच्या जीवनात सतत निर्माण होत असतात व वेगवेगळ्या गटांत व्यक्ती सहभागी होत असते.

गटकार्याची व्याप्ती सामाजिक कार्याच्या क्षेत्रांप्रमाणे बदलते. त्यामुळे, प्रत्येक क्षेत्राची जी वैशिष्ट्ये आहेत त्यानुसार विविध गरजांचा आणि समस्यांचा विचार त्या त्या क्षेत्रात केला जातो. त्यामुळे गटकार्याचे जे प्रकार आहेत ते सर्व क्षेत्रात वापरण्याची गरज असली तरी उद्दिष्टे थोडी थोडी बदलतात.

यासाठी गटकार्य करताना गटकार्याच्या विविध क्षेत्रांचाही विचार गटकार्यकर्त्याला करावा लागतो. वेगवेगळ्या क्षेत्रांत गटकार्य करताना त्या त्या गटांच्या निरनिराळ्या गरजांमुळे व हेतूंमुळे गटकार्याचे स्वरूपही

वेगवेगळे होते व गटकार्यकर्त्याला पद्धतींमध्ये इष्ट ते बदल करावे लागतात. वेगवेगळ्या क्षेत्रांच्या वैशिष्ट्यांचा परिणाम गटकार्याच्या पद्धतींवर होत राहातो.

सर्वसाधारणपणे असे दिसते की, गटकार्याचा अधिकतर उपयोग शैक्षणिक किंवा क्रीडा, छंदोपासना इ.मध्ये कार्यरत असणाऱ्या संस्थांमध्ये केला जातो. विशिष्ट अशा क्षेत्रांत उदाहरणार्थ, रुग्णालये, बाह्यरुग्ण विभाग, अपंगांसाठीच्या संस्था, सुधारगृहे, निरीक्षणगृहे, कारागृहे, इ. क्षेत्रांत गटकार्याची विशेष गरज पडत असते. या प्रकरणात या विविध क्षेत्रांचा विचार करण्यात आला आहे.

गटकार्याचे प्रामुख्याने दोन प्रकार असतात-एक म्हणजे विकासकेंद्री, ज्यामध्ये गटसदस्यांचा व त्यातून गटाचा विकास हेच उद्दिष्ट असते व दुसरा म्हणजे कृतीकेंद्री, ज्यात विशिष्ट कार्य पूर्ण होणे हे उद्दिष्ट असते.

विकासकेंद्री गटकार्य वैकासिक, उपचारात्मक, सामाजिकीकरणासाठी अशा विविध हेतूंनी केले जाते, तर कृतीकेंद्री गटकार्य बहुधा वेगवेगळ्या समित्या, बचतगट, तरुण मंडळे, इत्यादींच्या सक्षमीकरणाचा हेतू डोळ्यांसमोर ठेवून केले जाते. सामाजिक कार्याच्या विविध क्षेत्रांमध्ये गटकार्य गटांच्या गरजांप्रमाणे, विकासकेंद्री व कृतीकेंद्री असे दोन्ही प्रकारचे असू शकते.

सर्वसामान्यपणे, गटकार्याची विविध क्षेत्रे खालील गटांमध्ये विभागलेली असतात-

- **समुदायस्थित गट :** तरुण मंडळे, महिला मंडळे, गरोदर स्त्रिया, माता, बालके, बचत गट, किशोरवयीन मुला/मुलींचे गट, ज्येष्ठ नागरिकांचे गट, पायाभूत सुविधांचे प्रश्न असलेल्यांचे गट, वंचित-पीडितांचे गट इत्यादी.
- **रुग्णसेवेशी संबंधित गट :** दीर्घकालीन उपचार घेणारे रुग्ण, मरणासन्न रुग्ण, सामाजिक लांछन असणारे आजार ज्यांना आहेत असे रुग्ण, रुग्णांची काळजी वाहणारे, बाह्यरुग्ण विभागातील रुग्ण, आंतर्रुग्ण विभागातील रुग्ण, इत्यादी.
- **शाळांतील विद्यार्थी व पालक व इतर संबंधित :** सर्वसाधारण मुलांसाठी व विशेष गरजा असणाऱ्या मुलांच्या शाळांमधील विद्यार्थी-पालक.
- **निवासी संस्थांमधील गट :** अनाथ मुले, विधिसंघर्षग्रस्त मुले, स्त्रिया, विशेष गरजा असलेल्या व्यक्तींचे गट-शारीरिक व मानसिकदृष्ट्या अपंग, ज्येष्ठ नागरिक, कारावासातील कैदी, इत्यादी.
- **औद्योगिक क्षेत्र :** कामगारांचे व त्यांच्या कुटुंबीयांचे गट. कारखान्यातील व कामगारांच्या वसाहतीमधील, तसेच व्यसनाधीनता/सततची गैरहजेरी इ. प्रश्न असलेल्या कामगारांचे उपचारगट किंवा कुटुंबीयांचे आधारगट इ.
- **ज्येष्ठ नागरिक :** वृद्धाश्रमातील व बाहेरील, आर्थिक/आरोग्यविषयक प्रश्न असलेले, कौटुंबिक नातेसंबंधातील समस्यांनी ग्रस्त ज्येष्ठ नागरिकांचे गट इ.

या प्रकरणात खालील क्षेत्रांचा विचार केलेला आहे-

- समुदाय केंद्रे (Community Centres): ग्रामीण व शहरी (Rural and Urban)
- रुग्णालये (Hospitals)
- निवासी संस्था : स्त्रिया व मुले, ज्येष्ठ नागरिक (Residential Institutions)
- शाळा : सर्वसाधारण मुले व विशेष गरजा असलेली मुले (Schools)
- औद्योगिक क्षेत्र (Industrial Setups)

या सर्वांचा विचार खालील मुद्यांच्या अनुषंगाने केला गेला आहे-

- **क्षेत्राची वैशिष्ट्ये :** प्रत्येक क्षेत्राची वेगवेगळी वैशिष्ट्ये असतात. प्रत्येक क्षेत्रात स्त्रिया, मुले, तरुण, ज्येष्ठ नागरिक इ.चे गट असले तरी क्षेत्राप्रमाणे या गटांची वैशिष्ट्ये व गरजा बदलतात. उदाहरणार्थ, वस्तीपातळीवर काम करताना तरुणांच्या गटाची वैशिष्ट्ये वस्तीच्या स्थितीच्या, गरजांच्या संदर्भात समजून घ्यावी लागतात. तेच तरुण औद्योगिक क्षेत्रांत विचारात घेतले तर त्या गटांचे वैशिष्ट्य वेगळे असेल. शालेय मुलांच्या गटांचे संदर्भ व रस्त्यावरील भटक्या मुलांचे संदर्भ किंवा बालमजुरीतील शोषणाने पीडित मुलांच्या गटांचे संदर्भ वेगळे असतील व वैशिष्ट्येही वेगळी असतील; कारण त्या त्या क्षेत्रातील गटांच्या समस्या व गरजा निरनिराळ्या असतात. वैशिष्ट्ये व गरजा यांचे परस्परावलंबित्व असते. एकाच क्षेत्रात अनेक प्रकारचे गट असू शकतात. उदाहरणार्थ, करमणूक गट, उपचारगट, इ.

- **क्षेत्रांतील गटांच्या गरजा :** प्रत्येक गटातील गटांच्या गरजा केवळ ते गट त्या क्षेत्रात असल्याने वेगळ्या होतात. नवजात मुले असणाऱ्या मातांचा गट समुदाय पातळीवर घेताना त्यांच्या गरजा व रुग्णालयातील नवजात बालकांच्या मातांचा गट घेताना त्यांच्या गरजा यामध्ये त्या त्या क्षेत्रांच्या वैशिष्ट्यांमुळे थोडा थोडा फरक असू शकतो. समुदाय पातळीवर गट घेताना नवजात मुलांची काळजी, आहार, लसीकरण, काळजी घेण्यासाठी लागणारी कौशल्ये इ.विषयी माहिती मिळणे या गरजा असू शकतील. रुग्णालयातील गटाला नवजात शिशूची काळजी घेताना प्रत्यक्ष आधार मिळणे, मातेचे मनोबल वाढणे इ. गरजा असू शकतील.

- **क्षेत्रातील गटकार्याची उद्दिष्टे :** गटकार्याची तत्त्वे, मूल्ये, सर्वसाधारण प्रक्रिया व उद्दिष्टे ही सगळीकडे सारखीच असली तरी प्रत्येक क्षेत्राच्या वेगळेपणामुळे प्रक्रियांमध्ये थोडा फरक असू शकतो. तसेच प्रत्येक क्षेत्रांतील गटकार्याची विशिष्ट उद्दिष्टेही थोडी वेगवेगळी असू शकतात. प्रत्येक क्षेत्राच्या विशिष्ट गरजा, बलस्थाने, व मर्यादा लक्षांत घेऊन त्या त्या क्षेत्रांतील गटकार्याची उद्दिष्टे ठरवावी लागतात.

- **गटबांधणी व नियोजन :** गटकार्याची सर्वसाधारण प्रक्रिया सारखी असली तरी विविध क्षेत्रांमध्ये गटबांधणी करताना, गटाच्या वैशिष्ट्यांप्रमाणे प्रक्रियेमध्ये काही गोष्टींकडे विशेष लक्ष पुरवून, आवश्यक ते बदल करावे लागतात.

१) समुदाय केंद्रे : (Group Work in Community Centres)

१.१ वैशिष्ट्ये

- **ग्रामीण समुदाय केंद्रे (Rural Community Centres)**

गावांतील मुख्य देवालय, चावडी, अलीकडच्या काळात ग्रामपंचायतींकडून बांधण्यात येणारी समाज मंदिरे, किंवा स्वयंसेवी संस्थांनी चालविलेली समुदाय केंद्रे, इत्यादी गावांतील मुख्य समुदाय केंद्रे असतात. परंतु, एकाचवेळी सर्व गावकरी त्यातील कार्यक्रमांत भाग घेतील किंवा हे कार्यक्रम खऱ्या अर्थाने सर्वांसाठी असतील, हे अभावानेच घडते.

ग्रामीण भागात खऱ्या अर्थाने सर्व समुदायासाठी असलेली समुदाय केंद्रे क्वचित आढळतात. गावे अजूनही जाती व्यवस्थेने विभागलेली असल्याने गावांची सामाजिक रचनाही त्यानुसार, विभागवार असते. बहुधा सवर्ण जाती मुख्य गावठाणात, त्यांच्यापलीकडे दलित वस्ती व आदिवासी असल्यास ते दूर डोंगरावर, तांड्यांवर किंवा जंगलभागात अशी रचना असते. सामाजिक आर्थिकदृष्ट्याही हे गट बंदिस्त असल्याने खऱ्या

अर्थाने एक समुदाय म्हणून ते जगत नसतात. त्यामुळे समुदाय केंद्रातील कार्यक्रमांतही गावातील प्रबळ गटांचे वर्चस्व असते. विशेषत: सर्वसाधारण कार्यक्रमात किंवा सामाजिक जीवनात स्त्रियांचा सहभाग, विशेषत: दलित स्त्रियांचा, अत्यल्प असतो. तरुण वर्गामध्येही सवर्ण व दलित असे गट वेगवेगळे असू शकतात आणि गावातील सामाजिक-राजकीय जीवनात तरुणांचा सहभाग कमी असतो.

त्यामुळे, ग्रामीण समुदाय केंद्रांमध्ये मुख्यत: स्त्रिया-तरुण यांच्यासाठी शैक्षणिक स्वरूपाचे कार्यक्रम, विकासयोजना राबविण्याविषयीचे कार्यक्रम यांवर भर असतो. पूर्णपणे मनोरंजनाचे कार्यक्रम बहुधा नसतात, तर बोधप्रद कार्यक्रमांनाच मनोरंजनाची जोड दिलेली असते. सामाजिकीकरणावर आधारित गटकार्यातून सामाजिक विकास किंवा समाजशिक्षण, सक्षमीकरण-कौशल्य विकास यावर आधारित गटकार्य करता येते.

गावांत कार्यरत असलेले प्रमुख गट म्हणजे, महिलामंडळे, किशोरी शक्ती योजना, तरुणमंडळे, भजनीमंडळे, तालीम, आंगणवाडीतील मुले, गरोदर महिला, बचतगट, पतपेढ्या, सहकारी संस्था, ग्राम पंचायतीच्या विविध समित्या, इ. यांतील बचतगट, पतपेढ्या, सहकारी संस्था, समित्या, वगैरे काही नियमांनी संघटित असतात, तर इतर गट अनौपचारिक असतात. शैक्षणिक, उपचारात्मक, विकासात्मक इ. अनेक गटप्रकार येथे उपयोगी पडतात.

- **शहरी समुदाय केंद्रे : (Urban Community Centres)**

शहरांमधील वस्तीमध्ये बरीचशी सरमिसळ असते. दलित वस्त्या असतात. वस्त्यावस्त्यांमधील फरक हे बहुधा आर्थिक परिस्थिती किंवा शैक्षणिक पातळी यांतून आलेले असतात. शहरीकरणामुळे एक विशिष्ट शहरी संस्कृती व जीवनपद्धती निर्माण झालेली असते. त्यामुळे शहरांमध्ये पूर्णपणे बंदिस्त गट कमी आढळतात. वस्त्यांमधील समुदाय केंद्रांमध्ये सर्वांसाठी कार्यक्रम आखणे शक्य असते. शहरी धावपळीच्या जीवनामुळे शहरी समुदाय केंद्रांमध्ये अनौपचारिक शिक्षण, विरंगुळा देणारे कार्यक्रम, छंदोपासना वा खेळ किंवा करमणुकीचे कार्यक्रम यांवर भर असतो.

शहरी वस्त्यांतील प्रमुख गट म्हणजे सोशल क्लब्ज, क्रीडामंडळे, माहिलामंडळे, महिलांचे बचतगट, अभ्यासवर्ग, ज्येष्ठ नागरिकांचे गट, कला-कौशल्यवर्ग, बालवाड्या, नागरी समित्या, ज्येष्ठ नागरिकांच्या संघटना, ग्राहक संघटना, शालाबाह्य मुलांचे गट, शाळेत जाणाऱ्या मुलांचे गट इ.

समुदायविकासासाठी गटकार्याची गरज असते. यामध्ये सामाजिकीकरणासाठी, सामाजिक कौशल्य विकसित करण्यासाठी, सामाजिक उपचारात्मक अशाप्रकारचे गटकार्य वेगवेगळ्या गटांबरोबर करता येते.

१.२ समुदाय केंद्रांतील गटांच्या गरजा

यांतील औपचारिक गटांची उद्दिष्टे त्यांच्या अपेक्षित कार्याप्रमाणे ठरलेली असतात. उदाहरणार्थ, ग्राम पंचायत, पतपेढ्या वगैरे. यांचे सदस्य जेव्हा पद स्वीकारतात, तेव्हा त्यांना ती माहीत असतात व नियम मान्य असतात. परंतु, एक संघ म्हणून काम करताना यापलीकडे जाऊन एकत्रित उद्दिष्टाने लोकशाही पद्धतीने काम करण्यासाठी या सदस्यांना गटकार्यातून मदत मिळते. त्यांना आपापली पदे सांभाळण्यासाठी योग्य ती माहिती मिळणे, ती त्यांनी आत्मसात करणे, त्यानुसार आपले व्यक्तिमत्त्व व वर्तणुकीत बदल करणे, लोकशाही प्रक्रिया आचरणात आणणे, व त्यातून निर्णय घेण्याची सवय लागणे याही गरजा या गटांच्या असतात. लोकशाही प्रक्रिया अंगवळणी पडून ती आपलीशी करण्यासाठी गटसदस्यांमध्ये वृत्ती बदल होण्याचीही गरज असते.

महिलांचे बचतगट हेही औपचारिक गटांचे एक प्रमुख उदाहरण आहे. स्त्रियांना आर्थिक स्वावलंबित्व मिळावे व त्यातून त्यांचे सबळीकरण व्हावे या मूलभूत हेतूने बचतगटांची सुरुवात झाली. या सबळीकरणासाठी, सामाजिक सक्षमीकरण होण्यासाठी सामाजिक कौशल्ये विकसित करणे, समुदाय जीवनात खऱ्या अर्थाने सहभागी होण्यासाठी लागणारी कौशल्ये विकसित करणे याही या गटांच्या गरजा आहेत. या गरजांतूनच सबळीकरणाचे उद्दिष्ट तयार होते.

अनौपचारिक गटांमध्ये स्त्रिया, दलित व तरुणांचे गट प्रमुख आहेत. स्त्रिया व दलित हे वर्षानुवर्षे शैक्षणिक, सामाजिक संधींपासून वंचित आहेत. आता कायद्याने तसेच लोकशाही पद्धतीमुळे संधी निर्माण झाल्या आहेत. विकासासाठी त्यांचा उपयोग करण्यास गट सक्षम होणे, त्यांचे सबळीकरण होणे हे या गटांसाठी महत्त्वाचे आहे. त्यासाठी गटांत नेतृत्व निर्माण होणे, आत्मविश्वास निर्माण होणे, व्यक्तिमत्त्व विकासासाठी कौशल्यवृद्धी होणे, लोकशाही मूल्ये रुजणे व लोकशाही निर्णयप्रक्रिया अंगवळणी पडणे यासाठी गटाने संघटित होऊन एकत्रित काम करावे लागेल. या गटांच्या या प्रमुख गरजा आहेत. तरुणांच्या इतर गरजा काय आहेत, उदाहरणार्थ, व्यवसाय-रोजगार मार्गदर्शन, स्वयंरोजगारासाठी प्रशिक्षण-मार्गदर्शन, सामाजिक-सांस्कृतिक विकासासाठी कार्यक्रम, विवाह मार्गदर्शन, कुटुंब-जीवन मार्गदर्शन, क्रीडा-व्यायाम, कलाकौशल्य यासाठी मार्गदर्शन, इ. यातील प्राधान्यक्रम ठरवून त्यानुसार विशिष्ट गटांची उद्दिष्टे ठरवावी लागतील.

बालवाडी/आंगणवाडीतील बालकांच्या मातांच्या गटांना बालकांचे संगोपन, कुपोषित मुलांसाठी योग्य आहार, याविषयी माहिती व प्रशिक्षणाची गरज असते. शालेय मुलांच्या गटांना अभ्यासासाठी विशेष मदत, वर्तन समस्यांवर उपचार, आधार, कौटुंबिक समस्या आढळल्यास पालकांसाठी जाणीव-जागृती या सगळ्याची गरज असते. शेतकऱ्यांच्या गटांना शेतीविषयक माहिती, मदत, नवीन पद्धतींविषयी प्रशिक्षण तर तरुण-तरुणींच्या गटांना जीवन शिक्षण कौशल्य, व्यवसाय कौशल्ये यांमध्ये प्रशिक्षण इ. प्रकारच्या गरजा असतात.

ज्येष्ठ नागरिकांच्या प्रमुख गरजा : शारीरिक, मानसिक, भावनिक, सामाजिक, आर्थिक, अशा अनेक स्वरूपांच्या असतात. त्यासाठी वेगवेगळ्या स्तरांवर व पद्धतींनी काम करावे लागते.

गरजांच्या चाचपणीतून उद्दिष्टे ठरतात तसेच गटकार्याचे योग्य प्रकार उपयोगात आणता येतात.

१.३ समुदाय केंद्रांतील गटकार्याची उद्दिष्टे

समुदाय केंद्रांचे प्रमुख उद्दिष्ट, विविध कार्यक्रमांतून सदस्यांचे सामाजिक जीवन सफल व आनंददायी होण्यास संधी प्राप्त करून देणे, मदत करणे, समस्या सोडविणे, प्रोत्साहित करणे, सामाजिक संबंध दृढ होण्यास व सुसंवाद वाढविण्यास मदत करणे, हे असते. गटकार्याचेही उद्दिष्ट गटाच्या सदस्यत्वातून व आंतर्क्रियेतून वर नमूद केलेल्या गोष्टी घडवून आणणे, हे असल्याने समुदाय केंद्रांचे काम प्राथमिकत: गटकार्यातून होते. त्यामुळे, समुदाय केंद्रे ही गटकार्यासाठी प्राथमिक क्षेत्रे आहेत.

त्यातील प्रमुख गट म्हणजे महिलामंडळे, तरुणमंडळे, भजनीमंडळे, तालीम, आंगणवाडीतील मुले, गरोदर महिला, किशोरवयीन मुला-मुलींचे गट, बचतगट, पतपेढ्या, सहकारी संस्था, ग्राम पंचायतीच्या विविध समित्या, इ. यांतील बचतगट, पतपेढ्या, सहकारी संस्था, समित्या हे ग्रामीण गट प्रकार आहेत; तर सोशल क्लब्ज, क्रीडामंडळे, महिलामंडळे, अभ्यासवर्ग, ज्येष्ठ नागरिकांचे गट, कला-कौशल्यवर्ग, बालवाड्या, नागरी समित्या हे शहरी गट प्रकार आहेत.

तरुण मंडळाचे सदस्य केंद्रात येत असतील तर मंडळ कोणत्या उद्दिष्टांनी बनले आहे, ते बघावे लागेल.

ती पुष्कळदा संदिग्ध असतात. अनेक वेळा उघड उघड उद्दिष्टांव्यतिरिक्त इतरही काही उद्दिष्टे महत्त्वाची असतात, उदाहरणार्थ, व्यवसाय प्रशिक्षणात कौशल्य-क्षमताबांधणीबरोबरच, मनोबळ वाढविणे, आत्मविश्वास वाढविणे हेही अत्यावश्यक असते.

उदाहरणादाखल, झोपडपट्टीतील किशोरवयीन मुलींचा गट घेऊ. या मुलींच्या सर्वसाधारण परिस्थितीमध्ये, वयात येण्यामुळे निर्माण होणाऱ्या समस्यांबरोबरच, शाळा सोडावी लागणे, इतर प्रावीण्य मिळविण्याच्या संधी नसणे, मोलकरणी म्हणून काम करावे लागणे, अल्पवयात लग्न होणे, इ. गोष्टी असतात. गटकार्यातून या मुलींसाठी, परिस्थितीच्या कारणांविषयी जाणीव-जागृती, कौशल्यवर्धनाच्या संधींविषयी जाणीव-जागृती व काही प्रशिक्षण, त्यातून बदलासाठी मनोवृत्ती तयार करणे इ. गोष्टी करता येतात.

समुदाय केंद्रांच्या उद्दिष्टांनुसार, या गटातही, विकासाच्या संधींविषयी जाणीव-जागृती करणे, संधी उपलब्ध करून देणे व त्यासाठी व्यक्तिमत्त्व विकास घडवून आणणे, ही सर्वसाधारण उद्दिष्टे असतील; वर दिलेल्या परिस्थितीचा विचार करून त्यासाठी गटालाच विचार-विनिमय करायला शिकविणे, जाणीव-जागृती करणे, व बदलासाठी मुलींचे सक्षमीकरण करणे, ही गटाची विशिष्ट उद्दिष्टे असतील.

त्याचप्रमाणे महिलांचे बचतगट. स्त्रियांना आर्थिक स्वावलंबित्व मिळावे व त्यातून त्यांचे सबळीकरण व्हावे या मूलभूत हेतूने बचतगटांची सुरुवात झाली. त्यांची औपचारिक उद्दिष्टे आधीच ठरलेली असली तरी गटकार्यासाठी, सबळीकरण व सक्षमीकरणाच्या हेतूने गटाची विशिष्ट उद्दिष्टे ठरवावी लागतात. उदाहरणार्थ, घरगुती व्यवसायासाठी प्रशिक्षण, साक्षरता वर्ग, पाणी व्यवस्थापन, आरोग्याची काळजी, कौटुंबिक कायदे इ. अशा गोष्टींतून जाणीव-जागृती झाल्याने 'स्व'ची जाणीवही वाढते व आत्मविश्वास निर्माण होण्यास मदत होते. त्यातून गटाच्या औपचारिक उद्दिष्टांचेही वर्धन होते.

१.४ समुदाय केंद्रांमधील गट बांधणी व नियोजन

समुदाय केंद्रात गट बांधणी करताना खालील गोष्टी लक्षात घ्यायला लागतील-

- समुदायकेंद्राच्या कामाची व्याप्ती व उद्दिष्टे यांचा विचार करूनच कुठल्या गटासाठी काय करता येईल ते ठरवावे लागेल.
- त्या गटाच्या गरजांचा विचार करताना ज्याप्रमाणे वयोगट, लिंग, क्षमता, कौटुंबिक पार्श्वभूमी याचा संदर्भ घ्यावा लागतो त्याचप्रमाणे शहरी किंवा ग्रामीण परिस्थिती, तिथले वास्तव या सर्वांचा विचार करावा लागतो.
- समुदाय केंद्रांत संबंधित समाजांतील वेगवेगळ्या औपचारिक तसेच अनौपचारिक गटांचे सदस्य सरमिसळपणे एकत्र येऊ शकतात. समुदाय केंद्रांमध्ये गट बांधणी करताना प्रथम, कोणकोणते गट आधीच अस्तित्वात आहेत, त्यांच्या गरजा काय आहेत, उद्दिष्टे काय आहेत, सदस्यांच्या इतर गरजांनुसार इतर कोणते गट बनू शकतात, त्यांची उद्दिष्टे काय असावीत, इत्यादींविषयी सदस्यांशी सविस्तर चर्चा करावी लागते.
- कुठल्याही एका किंवा सामाईक कारणांसाठी गट एकत्र येऊ लागतो तेव्हा सदस्यांमधील आंतर्क्रियांची पाहाणी करून सकारात्मक आंतर्क्रिया वाढविणे, गटातील सदस्यांमधील नेतृत्वगुण ओळखून त्यांना प्रोत्साहन देणे, त्यासाठी आवश्यक ते प्रशिक्षण देणे, नकारात्मक प्रवृत्ती व आंतर्क्रिया वेळीच ओळखून त्यांचे निराकरण करणे, कलहनिवारण करणे हे सारे, गट बांधला जात असतानाच सदस्यांशी बोलून करावे लागते. त्यासाठी निरीक्षण व नोंदींच्या तंत्रांचा उपयोग करावा.

- तरुणांची मंडळे, स्पोर्ट्स क्लब इ. बरोबर गटकार्य करताना त्यांना त्यांच्या विशिष्ट समुदायाच्या गरजांना अनुलक्षून काही सामाजिक उद्दिष्टे देणे आवश्यक असते. उदाहरणार्थ, वस्तीतील स्वच्छता व आरोग्य, व्यसनमुक्ती, पर्यावरणाचे संवर्धन इ. अशा समाजाभिमुखी कामातून त्यांना समुदायात विशिष्ट स्थान प्राप्त होऊ शकते व त्यांच्या मंडळांचा मूळ हेतू त्यातून जोपासला जाऊ शकतो याची जाणीव त्यांना त्यातून होते व सदस्यांना प्रेरणा मिळू शकते.

गटकार्याच्या नियोजनात, समुदायातील नेते, प्रतिष्ठित मंडळी, इतरांवर प्रभाव पाडणाऱ्या व्यक्ती, वेगवेगळे पदाधिकारी किंवा लोक प्रतिनिधी इ.ची मदत गट बांधणी करतानाच घ्यावी लागते. गटकार्यकर्ता बाहेरून आलेला असल्याने त्याला स्थानिक मंडळींच्या आधाराची गरज प्रथमत: गट बांधणी करतानाच लागते; म्हणून त्यांना प्रेरित करणे, गटाच्या उद्दिष्टांची स्पष्ट कल्पना देऊन गटाच्या बाजूने वळविणे हे महत्त्वाचे असते. दारूबंदी, एच.आय.व्ही./एड्स, कौटुंबिक हिंसाचार, लग्नाचे वय वगैरे सामाजिक प्रश्नांविषयी गटकार्य करताना तर हे अतिमहत्त्वाचे ठरते; कारण या प्रश्नांना पारंपरिकता, पूर्वग्रह, लिंगभेदभाव इत्यादी गोष्टींची पार्श्वभूमी असते. त्यातून मार्ग काढण्यासाठी व जाणीव-जागृती निर्माण करण्यासाठी स्थानिक लोकांबरोबर बैठका घेऊन सत्रांचा आशय, वेळ, सदस्य निवड यांचा विचार करून नियोजन करावे लागते. गटाच्या गरजांचा प्राधान्यक्रम ठरवून त्याप्रमाणे कामाची आखणी करण्यासाठी स्थानिक लोकांची मदत घेणे अत्यावश्यक असते.

पहिले सत्र तरुणांबरोबर बैठक घेऊन कामांची यादी करणे व जबाबदाऱ्या वाटून घेणे, यासाठी असेल. त्या वेळी जर असे लक्षात आले की, सदस्यांमध्ये कार्यपद्धतीविषयी मतभेद आहेत किंवा दोन राजकीय गटात श्रेय घेण्यासाठी चढाओढ होणार आहे किंवा कामासाठी वेळ देण्यात समस्या येत आहेत, तर या सर्वांच्या लेखी नोंदी ठेवून पुढच्या सत्रात चर्चा करावी लागेल. सर्वसाधारण आराखड्यातील काही गोष्टी त्यामुळे बदलतील व अंतिम उद्दिष्टपूर्तीविषयी फेरविचार करावा लागेल.

याचाच अर्थ असा की, अंतिम उद्दिष्ट समोर ठेवून नियोजन आराखडा तयार करणे हे आवश्यक आहेच पण ते करताना प्रत्यक्ष सत्रात घडणाऱ्या गोष्टींच्या काळजीपूर्वक नोंदी ठेवून, त्यांची चर्चा सदस्यांशी करून, सर्वसाधारण आराखड्यात काही बदल होत आहेत का, याचे भान ठेवावे लागते.

गट सुरू करताना प्रथम, सदस्यांची निवड झाल्यावर किंवा गट गटकार्यकर्त्याकडे आल्यावर, एखादी बैठक घ्यावी लागते. गटाच्या सर्वसाधारण गरजा जरी सर्वांना माहीत असल्या तरी या विशिष्ट गटकार्यात कोणत्या गरजांना प्राधान्य असणार आहे, हे बैठकीत ठरवावे लागते. त्याचप्रमाणे या गरजांच्या अनुषंगाने गटाची उद्दिष्टेही ठरवावी लागतात. उदाहरणार्थ, तरुणमंडळाचे उद्दिष्ट 'तरुणांचा सर्वांगीण विकास' हे असले तरी वस्तीतील विशिष्ट तरुणमंडळाची उद्दिष्टे विकासाच्या कुठल्या पैलूवर भर देणार आहेत हे, सदस्यांच्या गरजा व दृष्टिकोन पाहून ठरवावे लागते. त्यांच्या मर्यादा स्पष्ट कराव्या लागतात. वेगवेगळ्या तरुणमंडळांमध्ये खेळातील प्रावीण्य, किंवा वस्तीची सुधारणा, किंवा व्यवसाय प्रशिक्षण, किंवा स्वयंरोजगार निर्माण करणे वगैरे निरनिराळ्या गरजांना प्राधान्य दिले जाऊ शकते.

२) रुग्णालयातील गटकार्य (Group Work in Hospitals)

२.१ वैशिष्ट्ये

येथे रुग्ण किंवा त्यांचे नातेवाईक स्वेच्छेने येतात किंवा आजारावर उपचार करून घेण्यासाठी नाइलाजाने येतात. डॉक्टरांना अनेकदा रुग्णांना त्यांच्या आजारपणाबाबत सविस्तर माहिती देण्याची गरज वाटत नाही किंवा

वेळ नसतो. त्यामुळे रुग्ण बऱ्याच वेळा गोंधळलेल्या किंवा निराश मन:स्थितीत असतात. तसेच रुग्णालयात दाखल झालेले रुग्ण नातेवाइकांबरोबर असतात तर कधी कधी एकटेही असतात. कसेही असले तरी त्यांचे वास्तव्य वैद्यकीय उपचारांशी निगडित असते. त्यांना औषधोपचार घेणे एवढेच हवे असते. त्यामुळे गटकार्य त्यांना अपेक्षित नसते किंवा अपरिचित असते. गटकार्य कां व कशासाठी यावर अधिक लक्ष केंद्रित करून गटकार्यकर्त्याला सुरुवात करावी लागते.

येथील गटकार्य हे आजारामधून मनाला विरंगुळा मिळण्यासाठी तसेच गंभीर आजारांतून येणाऱ्या काळजीपासून वा नैराश्यापासून थोडी मोकळीक मिळावी तसेच मनाला उभारी यावी म्हणून असते. त्यांचे मनोरंजनप्रधान गट होतात; त्याचप्रमाणे काही सामाजिक उपचारात्मक गटही असतात. खास करून मानसिक रुग्ण, अपंग व्यक्ती यांचे.

- **रुग्णालयात दाखल झालेल्या रुग्णांचे प्रमुख गट :** बालरुग्ण, प्रौढ रुग्ण (स्त्री-पुरुष), मानसिक रुग्ण, बरे झालेले, लवकरच घरी पाठविण्यात येणारे मानसिक रुग्ण, दिवस पुरे भरण्याआधी बाळंत झालेल्या, कमी वजनाची बाळे असलेल्या स्त्रिया, दीर्घकालीन आजारांचे रुग्ण, गंभीर किंवा असाध्य आजारांचे रुग्ण, सामाजिक लांछन समजल्या जाणाऱ्या आजारांचे रुग्ण इ. अनेकांना आजारापलीकडे अनेक समस्या असतात. उदाहरणार्थ, आर्थिक असमर्थता, कौटुंबिक आधार नसणे, एकटेपणा, इतरांचे दुर्लक्ष, मुलांचे शैक्षणिक नुकसान इ.

- **बाह्यरुग्ण विभागांतील प्रमुख गट :** दीर्घकालीन उपचारांसाठी नियमित येणारे रुग्ण. उदाहरणार्थ, डायलिसिस, क्षयरोगासाठी डॉट ट्रीटमेंट किंवा कर्करोगासाठी रेडिएशन, किंवा एच.आय.व्ही.साठी ए.आर.टी. किंवा अपंगत्वानंतर पुनर्वसनासाठी येणारे रुग्ण व त्यांचे नातेवाईक, प्रसूतीपूर्व काळजीसाठी येणाऱ्या स्त्रिया, मधुमेहाचे रुग्ण इ.

- **रुग्णांच्या नातेवाइकांचे गट :** आजारी बालकांचे पालक, वृद्ध रुग्णांचे कुटुंबीय-नातेवाईक, मनोरुग्णांच्या नातेवाइकांचे गट. उपचारांसाठी नियमित येणाऱ्या रुग्णांचे कुटुंबीय-नातेवाईक यांचे गट असतात. कधी कधी रुग्ण व त्यांचे नातेवाईक यांचे एकत्र गट घ्यावे लागतात.

२.२ रुग्णालयातील गटांच्या गरजा

रुग्णालयात रुग्ण त्यांच्या उपचारांसाठीच येतात. परंतु, आजाराव्यतिरिक्त इतर समस्यांचे निवारण झाल्याशिवाय कित्येकदा उपचार होऊ शकत नाहीत किंवा असफल होतात. विशेषत: वृद्ध रुग्णांच्या बाबतीत वाढत्या वयाबरोबर येणाऱ्या व्याधींचा स्वीकार करण्याचे मनोबल त्यांच्यात येण्यास मदत करावी लागते तसेच इतर प्रश्नांचीही दखल घ्यावी लागते.

दीर्घकालीन किंवा असाध्य आजारांच्या बाबतीत किंवा अपंगत्वाच्या बाबतीत आजाराचे सामाजिक-मानसिक-आर्थिक परिणाम तितकेच गंभीर असतात. त्यासाठी रुग्णांचे व कुटुंबीयांचे मनोधैर्य टिकून राहाणे, त्यांच्यात उपचार चालू ठेवण्याची प्रेरणा असणे यासाठी गटांतून प्रयत्न झाल्यास ते अधिक शक्य असते. सारख्या समस्या असलेले रुग्ण व कुटुंबीय यांच्या गटांत सदस्य एकमेकांच्या आधाराने समस्यांना तोंड देऊ शकतात; कारण मानसिक-सामाजिक आधार ही त्यांची प्राथमिक गरज असते. थोडक्यात, आजारांचे जे मानसिक-सामाजिक-आर्थिक पैलू आहेत, त्यातून निर्माण होणाऱ्या समस्यांच्या निवारणासाठी सक्षम बनणे ही या गटांची प्रमुख गरज आहे.

बाहेरच्या समाजात राहण्याची आव्हाने पेलू न शकणारे किंवा ज्यांचे बाहेर राहणे त्यांच्या किंवा आसपासच्या समाजाच्या दृष्टीने जोखमीचे असते असे रुग्ण मनोरुग्णालयात दाखल केले जातात. यातील काही स्वत:हून तर काही न्यायालयाच्या आदेशाने दाखल केलेले असतात. त्यामुळे त्यांची काळजी मुख्यत: कस्टोडियल (रुग्णांना रुग्णालयातच ठेवून त्यांची सुरक्षितता इ.चा विचार करून काळजी घेणे) स्वरूपाची असते. रुग्णाच्या आजाराच्या स्वरूपामुळे ते समाजापासून दुरावलेले असल्याने त्यांचे बऱ्याच अंशी असामाजिकीकरण झालेले असते. या कारणाने मनोरुग्ण बरे झाल्यावर घरी परतण्यापूर्वी त्यांना सामाजिक कौशल्ये पुन्हा शिकण्याची गरज असते. मनोरुग्णांच्या बरे झाल्यानंतरच्या पुनर्वसनाच्या बाबतीत नातेवाइकांची भूमिका फार महत्त्वाची असते. त्यांना रुग्णांची योग्य काळजी घेणे, सकारात्मकता वाढविणे यासाठी माहितीची व आधाराची गरज असते.

२.३ रुग्णालयातील गटकार्याची उद्दिष्टे

रुग्णालयांचे मुख्य उद्दिष्ट रुग्णांचा आजार बरा करणे, पुन्हा आजार होऊ नये यासाठी प्रतिबंधक उपाय योजणे व त्यासंबंधी रुग्णांना अवश्यक ते ज्ञान देणे हे आहे. उदाहरणादाखल, दीर्घ कालावधीसाठी रुग्णालयात राहावे लागणाऱ्या रुग्णांचा विचार केल्यास रुग्णालयाचे उद्दिष्ट साध्य करण्यासाठी डॉक्टर्स, नर्सेस व इतर कर्मचारी प्रयत्न करीत असतात. परंतु, रुग्णांच्यादृष्टीने आजारामुळे कुटुंबापासून दूर राहावे लागणे, वेळ कसा घालवावा हे न कळणे, आपले काम किंवा अभ्यास करण्यास असमर्थ असणे, त्यामुळे होणारे सामाजिक-आर्थिक किंवा शैक्षणिक नुकसान, आर्थिक अडचणी, त्यातून येणारी चिंता व असुरक्षिततेची भावना इ. मुळे रुग्णांच्या उपचारांत अडथळे येतात. गटकार्याचा उपयोग रुग्णांना मानसिक-सामाजिक आधार देण्यासाठी होऊ शकतो. या रुग्णांचे करमणूक प्रधान, सामाजिक शिक्षणासाठी तसेच सामाजिक उपचारगट तयार करता येतात.

रुग्णालयाच्या सर्वसाधारण उद्दिष्टांना अनुसरून, व्यक्तिश: घाबरवणाऱ्या परिस्थितीत आपण एकटे नाही ही जाणीव निर्माण करणे, त्यातून आधारगट तयार करणे, आजार व उपचार यांविषयी योग्य माहिती वेळोवेळी देऊन चिंता कमी करणे, रुग्णाची मनोवृत्ती सकारात्मक राखणे, गटाची ही विशिष्ट उद्दिष्टे असतील.

२.४ रुग्णालयातील गटबांधणी व नियोजन

रुग्णालयांचे मुख्य उद्दिष्ट रुग्णांचा आजार बरा करणे, पुन्हा आजार होऊ नये यासाठी प्रतिबंधक उपाय योजणे व त्यासंबंधी रुग्णांना आवश्यक ते ज्ञान देणे हे आहे. रुग्णालय हे समाजकार्यासाठी दुय्यम क्षेत्र आहे, म्हणजेच, वैद्यकीय उपचार हे रुग्णालयांचे प्रमुख उद्दिष्ट असल्याने रुग्णालयातील गटकार्य या उद्दिष्टांच्या पूर्तीसाठी आवश्यकतेनुसार केले जाते. उदाहरणार्थ, कर्करोगासारख्या असाध्य आजाराचे उपाय रुग्णालयात चालूच असतात; पण रुग्ण व त्याचे नातेवाईक यांच्या मनाला उभारी आणण्यासाठी, आधार वाटण्यासाठी, अटळ मृत्यूचा स्वीकार करता यावा यासाठी, गटातून रुग्ण व त्याचे नातेवाईक यांना आधार देण्यासाठी गटकार्य केले जाते.

अपंगत्व आलेल्या रुग्णांच्या पुनर्वसनामध्ये गटातून, व्यक्तीला आत्मविश्वास परत मिळण्यास-वाढविण्यास, दीर्घकालीन उपचारांमध्ये मनोबळ टिकून राहाण्यास, समाजामध्ये परत स्थान मिळविण्यासाठी सक्षम होण्यास मदत मिळते.

मानसिक रुग्ण मूलत: कुटुंब व समाजापासून तुटून जातात. सुसंवाद बंद होतो. गटकार्यातून त्यांना सामाजिक व कौटुंबिक संबंध पुन्हा प्रस्थापित करण्यासाठी मदत मिळते. या क्षेत्राच्या प्रमुख कार्याला गटकार्यामुळे चालना मिळते.

रुग्णालयातील उपचारचमू म्हणजे डॉक्टर्स, नर्सेस व इतर कर्मचारी यांच्यावर रुग्णाच्या उपचारांविषयीची जबाबदारी असते. रुग्णांबद्दलचे निर्णयही डॉक्टर्सच घेतात. त्यामुळे गटकार्य करताना त्यांची संमती, सहकार्य व प्रोत्साहन अत्यावश्यक असते. किंबहुना, गटकार्यकर्ता त्यांच्या संमतीविना गटकार्य करू शकत नाही. गटकार्यासाठी सदस्य निवडतानाही डॉक्टर्स-नर्स यांच्याशी चर्चा करणे आवश्यक असते. रुग्णाच्या आजाराचे व उपचारांचे स्वरूप, साधारण कालावधीविषयी पूर्ण माहिती करून घेऊनच, त्याला काय जमू शकेल, झेपू शकेल व सोयीची वेळ वगैरे पाहून गटाची प्रक्रिया व कार्यक्रम ठरवावे लागतात.

यासाठी, गटकार्याचे नियोजन करताना, रुग्णालयात गट बांधणीला सुरुवात करण्यापूर्वीच गटकार्यकर्त्याने, वॉर्डमधील डॉक्टर्स, मुख्य नर्स यांच्याशी गटकार्याबद्दलची संकल्पना, हेतू, उद्दिष्टे व अपेक्षित परिणाम यांविषयी प्रथम सविस्तर चर्चा केली पाहिजे. रुग्णालयातील सामाजिक कार्य हे रुग्णालयाच्या उद्दिष्टांना दुय्यम असल्याने गटकार्याची उद्दिष्टे त्यासाठी कशी पूरक आहेत, ही चर्चा रुग्णालय कर्मचाऱ्यांशी प्रथमत:च करणे आवश्यक असते. उपचारांमध्ये अडथळे न येता, व रुग्ण दमणार नाहीत अशा बेताने सत्राचा कालावधी व कार्यक्रम ठरविले पाहिजेत.

गटकार्यासाठी सदस्य निवडतानाही डॉक्टर्स-नर्स यांच्याशी चर्चा केल्याने एखाद्या रुग्णाच्या विशेष गरजांबद्दल माहिती मिळू शकते. एखादा सदस्य आजाराबद्दल जास्त धास्तावलेला असतो, किंवा मानसिकदृष्ट्या पूर्णपणे कोलमडलेला असतो. उपचार नाकारत असतो. अशी समस्या असणारा मी एकटा नाही, अशी भावना त्याच्या मनात निर्माण करणे महत्त्वाचे असते. काही रुग्णांच्या कौटुंबिक-आर्थिक अडचणी असतात. गटकार्यकर्त्याला याची कल्पना असली पाहिजे. त्यासाठी या साऱ्याची गट बांधणीच्या सुरुवातीलाच डॉक्टरांशी चर्चा केली पाहिजे. बाह्यरुग्ण विभागात पुष्कळदा गटातील सदस्य बदलत राहातात. येथे गट खुला असावा लागतो. डॉक्टरांशी चर्चा करून नवीन सदस्यांना सामील करून घ्यावे लागते.

काही वेळा डॉक्टरच रुग्णांना गटात पाठवितात. काही विशिष्ट सल्ला/माहिती इत्यादी घेण्यासाठी. अशा वेळी हा गट फक्त एकदाच भेटणाराही असू शकतो. रुग्णालयातील काही गट रोज भेटणारे असतात, उदाहरणार्थ, वॉर्डमधील रुग्ण, उपचारांसाठी येणारे क्षयरोग रुग्ण, ए.आर.टी.साठी येणारे एच.आय.व्ही. रुग्ण, इ. तर काही गट आठवड्यातून एकदा किंवा महिन्यातून एकदा भेटणारे असतात. उदाहरणार्थ, प्रसूतीपूर्व काळजीसाठी येणाऱ्या गरोदर महिला, कुमारी माता, इ.हे गट काही आठवडे किंवा काही महिने भेटत राहतात.

गटाच्या सर्वसाधारण गरजा जरी सर्वांना माहीत असल्या तरी या विशिष्ट गटकार्यात कोणत्या गरजांना प्राधान्य असणार आहे, हे बैठकीत ठरवावे लागते.

गट बांधणीच्या टप्प्यात काय आतंर्क्रिया घडत आहेत, नातेसंबंध कसे प्रस्थापित होत आहेत, या साऱ्याला रुग्णांच्या उपचारांच्यादृष्टीने महत्त्व असते. काही वेळा उपचारांची यशस्विताही त्यावर अवलंबून असते. उदाहरणार्थ, एखादा सदस्य त्याच्या डिप्रेशनमुळे किंवा नकारात्मक भावनांमुळे इतर रुग्णांच्या मानसिकतेवर परिणाम करू शकतो अथवा बाह्यरुग्णांच्या पालकांचा गट घेत असताना खूप अंधश्रद्धा असणाऱ्या पालकांचा दबाव इतर पालकांवर येऊ शकतो. त्यामुळे गटाच्या उद्दिष्टांना फाटे फुटू लागले तर त्याचा इतरांच्या मानसिक स्वास्थ्यावर परिणाम होऊ शकतो व उपचारांचा व्हावा तेवढा फायदा होणार नाही.

या साऱ्याचे निरीक्षण गटकार्यकर्त्याने करीत राहिले पाहिजे, नोंदी करून त्याप्रमाणे डॉक्टरांशी चर्चा केली पाहिजे. रुग्णांसंबंधींचे अंतिम निर्णय डॉक्टर घेत असल्याने त्याच्याबरोबर पूर्ण सुसंवाद हवा. गटाच्या पहिल्या सत्रात डॉक्टर-नर्स हजर राहिल्यास गटाला अधिकृतपणाही प्राप्त होतो. त्यांना निमंत्रित केल्याने गटाला आधारही वाटतो.

३) निवासी संस्थामधील गटकार्य (Group Work in Residential Institutions)

३.१ वैशिष्ट्ये

निवासी संस्थांची सर्वसाधारण प्राथमिक वैशिष्ट्ये

- संस्थेमध्ये दाखल होण्यासाठीचे व बाहेर पडण्यासाठीचे कडक नियम.
- संस्थेतील रहिवास व वर्तणूक याविषयीचे कडक नियम.
- कायद्याखालील संस्थांच्या विशिष्ट कार्यपद्धती व त्यातून निर्माण होणारे नियम.

निवासी संस्थातील सर्वच रहिवाशांना या नियमांचे काटेकोर पालन करावे लागते व त्यांचे रोजचे जीवनही नियमांनी बांधलेले असते. कायद्याखालील संस्थांमधील रहिवाशांसाठी हे नियम अधिक कडक असतात.

संस्थेतील रहिवाशांनी संस्थेत प्रवेश स्वयंप्रेरणेने घेतलेला असतो किंवा त्यांना काही कारणांनी, कधी कधी त्यांच्या इच्छेविरुद्ध, संस्थेत दाखल केले गेलेले असते. काही वेळा आर्थिक, सामाजिक, लैंगिक संकटांमुळे त्यांना संस्थेत दाखल होण्याची वेळ येते.

१) **स्त्रियांच्या निवासी संस्था :** या निवासी संस्था स्त्रियांच्या संरक्षणासाठी असतात. त्यांच्यामध्ये स्त्रियांना सामाजिक, आर्थिक, शारीरिक-मानसिक शोषणापासून सुरक्षित ठेवणे व पुनर्वसन करणे हा हेतू असतो. त्यामुळे, या शासकीय किंवा स्वयंसेवी संस्थांचे उद्दिष्ट त्यांना आर्थिकदृष्ट्या सबल व सक्षम बनविणे, संस्थेतून बाहेर पडताना स्वसंरक्षणासाठी व उपजीविका करण्यासाठी सक्षम बनविणे हे असते.

स्त्रियांच्या संस्थांमध्येही संस्थेच्या कार्यामुळे वेगवेगळे लक्ष्यगट असतात-

- प्रामुख्याने घरगुती हिंसाचाराच्या बळी असलेल्या स्त्रिया, लैंगिक शोषणातून सोडविलेल्या स्त्रिया.
- परित्यक्ता, घरादाराला पारख्या झालेल्या विधवा : या सामाजिक-आर्थिक समस्यांनी ग्रासलेल्या असतात.
- कारागृहातील कैदी स्त्रिया : विविध गुन्ह्याखाली पकडल्या गेलेल्या किंवा शिक्षा झालेल्या स्त्रिया.
- उदरनिर्वाहासाठी धडपडणाऱ्या किंवा नोकरीसाठी परगावी आलेल्या स्त्रिया इ.

या एकेकट्या किंवा लहान मुलांसह संस्थांमध्ये राहात असतात. या स्त्रिया स्वत:च्या घरांतून व प्रसंगी समाजातूनही विस्थापित असतात. शारीरिक-मानसिक धक्क्यांमुळे त्यांचा आत्मविश्वास व स्वप्रतिमा यांना तडे गेलेले असतात. आशा-आकांक्षांची पूर्ती न झाल्यामुळे वैफल्यभावना, संताप इ. नकारात्मक भावनांनी त्या ग्रासलेल्या असतात.

२) **मुलांसाठीच्या निवासी संस्था :** मुले व मुली यांच्यासाठी वेगवेगळ्या संस्था असतात. यांची मुख्य उद्दिष्टे म्हणजे १८ वर्षांखालील मुला-मुलींना समाजातील दुष्प्रवृत्ती, गुन्हेगारी, हिंसाचार, अत्याचार यांपासून संरक्षण देणे, त्यांच्या शारीरिक-मानसिक विकासासाठी प्रयत्न करणे, त्यासाठी त्यांचे सक्षमीकरण करणे, शिक्षण-प्रशिक्षण देणे, ही असतात. येथे येणारी मुले पूर्णपणे अनाथ किंवा एक असमर्थ पालक असलेली, बालगुन्हेगारीत अडकलेली, शारीरिक-मानसिक छळाची किंवा लैंगिक शोषणाची बळी, बाल कामगार, वेश्यांची मुले, अपंग मुले, एच.आय.व्ही.ची लागण झालेली मुले, यांपैकी असतात.

३) **अपंग मुलांसाठीच्या निवासी शाळा :** या मुलांच्या समस्या बहुपेडी असतात, सामाजिक, मानसिक, शारीरिक, बौद्धिक, इ.

४) **ज्येष्ठ नागरिकांसाठीच्या निवासी संस्था :** या संस्थांमध्ये प्रामुख्याने नाइलाज झाल्याने संस्थेत राहावे लागणाऱ्या व्यक्तींचे गट असतात. शहरांमध्ये ज्येष्ठ नागरिकांचे प्रश्नही वाढीस लागलेले असल्याने ज्येष्ठ नागरिकांसाठीच्या निवासी संस्थाही मोठ्या प्रमाणात अस्तित्वात येत आहेत. शहरांमधील जागेची समस्या, घरातील तरुणांना नकोसे झाले असणे, काळजी घेण्यासाठी कुटुंबात कोणी नसणे, इ. कारणांनी वृद्ध/ज्येष्ठ नागरिकांना आपल्या इच्छेने किंवा इच्छेविरुद्ध निवासी संस्थांमध्ये यावे लागते. यांमधील गट म्हणजे वैद्यकीय मदतीची गरज असलेले नागरिक, मानसिक-सामाजिक आधाराची गरज असलेले नागरिक.

५) **प्रौढ अपंगांसाठीच्या निवासी संस्था :** अपंगांसाठीच्या संस्था प्रामुख्याने त्यांचे संरक्षण व पुनर्वसन यासाठी असतात. शारीरिक किंवा मानसिकदृष्ट्या अपंगत्व असलेल्यांसाठी वेगवेगळ्या संस्था असतात. ज्या अपंगांची काळजी घरी घेणे कठीण असते, किंवा त्यासाठी विशेष कौशल्यांची व सुविधांची गरज असते, तसेच विशेष शिक्षणाची आवश्यकता असते, अशा अपंगांसाठी निवासी संस्था हा पर्याय असतो. यामध्ये अपंगत्वानुसार तसेच वयानुसार गट असतात.

३.२ निवासी संस्थांतील रहिवाशांच्या गरजा

संस्थांचे प्रमुख उद्दिष्ट त्यांना संरक्षण देणे व सक्षम स्वावलंबी बनविणे हे असते; पण त्यासाठी नकारात्मक भावनांचा निचरा होणे, स्वत:बद्दल, सहकाऱ्याबद्दल व समाजाबद्दल मनांत विश्वास निर्माण होणे, सक्षमीकरणासाठी मनाची तयारी होणे, भीती दूर होणे, या साऱ्याची आवश्यकता असते. संघभावनेतून, एकमेकांच्या आधाराने परिस्थितीतून मार्ग शोधण्यास समर्थ बनणे ही या गटांची प्रमुख गरज असते.

- **निवासी संस्थातील स्त्रियांच्या गरजा :** या गरजांमध्ये प्रमुख गरज शारीरिक/मानसिक सुरक्षिततेची असते. त्यांना निवासी संस्थांमध्ये आणण्यास कारणीभूत असलेल्या गोष्टींच्या निराकरणासाठी प्रयत्न करता यावा म्हणून स्वत: सक्षम होण्याची गरज असते. यासाठी त्यांना मानसिक-आर्थिक बळ मिळण्याची गरज असते. लहान मुले असलेल्या स्त्रियांना मुलांचे योग्य पालन-पोषण व्हावे, त्यांची शिक्षणे व्हावीत हीही गरज असते.

- **मुलांच्या निवासी संस्था :** यांचे गट म्हणजे पूर्णपणे अनाथ किंवा एक असमर्थ पालक असलेली, बालगुन्हेगारीत अडकलेली, शारीरिक-मानसिक छळाची किंवा लैंगिक शोषणाची बळी, बाल कामगार, वेश्यांची मुले, अपंग मुले, एच.आय.व्ही.ची लागण झालेली मुले. ही मुलेदेखील विस्थापित तसेच विकासाच्या संधीपासून मूलत:च वंचित असतात. त्यांचा शारीरिक-मानसिक-भावनिक-बौद्धिक विकास खुंटलेला असतो. बालवयातील शारीरिक-मानसिक धक्क्यांमुळे या मुलांमध्ये असुरक्षिततेची भावना, जगाबद्दलचा अविश्वास, समाजविरोधी भावना, भविष्याबद्दलची संदिग्धता-भीती, इ. नकारात्मक भावना प्रबळ असतात. पुनर्वसनाबद्दल त्यांच्या मनात शंका असतात.

  मुलांच्या गटांमध्ये नवीन प्रवेश घेतलेल्या मुलांमध्ये सुरक्षितता निर्माण करणे, बाहेरील बेबंद आयुष्यानंतर इथले नियम कां आवश्यक आहेत, हे समजणे इ. गरजा असतील, तर संस्थेतून बाहेर

पडणाऱ्या मुलांमध्ये आयुष्याला तोंड देण्यासाठी आवश्यक असलेली सामाजिक तसेच व्यावसायिक कौशल्ये शिकणे या गरजाही असतील.

संस्थेतील मुलांच्या पालकांचा गट घेणेही जरुरीचे असते. कारण मुलांबद्दलची चिंता, मुलांना संस्थेमध्ये दाखल करण्यात आल्यामुळे निर्माण झालेल्या नकारात्मक भावना, इ.चा सामना करून त्यातून सकारात्मक मानसिकता तयार होणे, ही पालकांची एक प्रमुख गरज असते. पालक मुलांना भेटायला आठवड्यातून एकदा येतात. त्या वेळी खुल्या गटातून त्यांच्याबरोबर गटकार्य करता येईल.

- **ज्येष्ठ नागरिकांसाठीच्या निवासी संस्था :** संस्थेत राहावे लागण्याने आलेली असुरक्षितता, घर गमावल्याचा सल, प्रेमाच्या माणसांनी आपल्याला सोडले असल्याची भावना या गोष्टींमुळे ज्येष्ठ नागरिकांमध्ये मोठ्या प्रमाणात खंत आढळते. तिचा त्यांच्या आरोग्यावर परिणाम होतो.

  वरील नकारात्मक भावनांचा निचरा होणे, सकारात्मक विचारांनी मनात मूळ धरणे, विकास प्रक्रिया पुन्हा सुरू होण्यासाठी मनाला उभारी येणे, याची आवश्यकता असते. गटामध्ये एकत्र येण्याने सुख-दु:खे वाटून घेतली जाणे, एकमेकांना आधार मिळणे, त्यातून इतरांबद्दलचा विश्वास परत मिळणे, या, या गटांच्या प्रमुख गरजा असतात. ज्येष्ठ नागरिकांचे पुनर्वसन करणे बऱ्याच वेळा शक्य नसते. ते कायमच संस्थेत राहणार असतात. म्हणून संस्थांचे प्रमुख उद्दिष्ट त्यांना संरक्षण देणे व प्रशिक्षण देऊन संस्थेची काही कामे करण्यासाठी, संस्थेच्या छोट्या उद्योगकेंद्रात त्यांचा सहभाग वाढण्यासाठी त्यांच्यामधील क्षमतांचा उपयोग त्यांना करता यावा यासाठी त्यांना सक्षम करणे, प्रोत्साहन देणे हे असते.

  ज्या ज्येष्ठ नागरिकांना घरी पाठविणे शक्य असते तिथे गटकार्यकर्त्याला त्यांच्या कुटुंबीयांबरोबर वैयक्तिक पातळीवर समुपदेशनदेखील करावे लागते.

- **प्रौढ अपंगांसाठीच्या निवासी संस्था :** अपंगांना पुनर्वसनासाठी योग्य ती मानसिकता तयार होणे, त्यांना असलेल्या क्षमता वापरता येण्यासाठी योग्य ते प्रशिक्षण मिळणे, रोजच्या जगण्यात शक्य तितके स्वावलंबित्व आणण्यासाठी विशेष प्रशिक्षण मिळणे, उदाहरणार्थ, स्पीच-थेरपी, साइन-लँग्वेज, कृत्रिम अवयवांचा वापर, पालकांना मुलांच्या अपंगत्वाचा स्वीकार करण्यासाठी मदत करणे, इ. अपंगांच्या निवासी संस्थांतील रहिवाशांच्या गरजा असतात.

३.३ निवासी संस्थांतील गटकार्याची उद्दिष्टे

स्त्रियांच्या व मुलांच्या निवासी संस्थांचे प्रमुख उद्दिष्ट स्त्रिया व मुलांना संरक्षण देणे व कालांतराने संस्थेबाहेर पडून स्वतंत्र आयुष्य जगण्यासाठी त्यांना सक्षम तसेच स्वावलंबी बनविणे हे असते. या स्त्रिया व मुले कुटुंब व समाजापासून दुरावलेली असतात. त्यामुळे, त्यांना पुन्हा समाजात सामावले जाण्यासाठी सक्षम करणे, सामाजिकीकरणासाठी आधारगट बनविणे, सकारात्मक दृष्टिकोन वाढविणे, कौशल्यवर्धन करणे, ही या गटातील गटकार्याची उद्दिष्टे असतात. गटाच्या गरजा तपासून या उद्दिष्टांचा प्राधान्यक्रम ठरवावा लागतो. त्यानुसार सक्षमीकरण/सबळीकरण यावर भर देऊन स्त्रियांविषयीच्या कायद्यांबद्दल जाणीव-जागृती, इ. कार्यक्रमांचे व चर्चांचे आयोजन करावे लागेल. उदाहरणार्थ, घरगुती हिंसाचाराने पीडित स्त्री निवासी संस्थेत येते तेव्हा ती, कुटुंबापासून दुरावलेली, भविष्य असुरक्षित असलेली; अनेकदा, उत्पन्नाचे साधन व त्यासाठी लागणारी कौशल्ये नसणारी अशी असते. अशा स्त्रियांबरोबर गटकार्य करताना, संस्थेच्या सर्वसाधारण उद्दिष्टांना अनुसरून गटाची विशिष्ट उद्दिष्टे ठरवावी लागतात. म्हणजे, नकारात्मक भावनांचा निचरा करणे, गटामधून एकमेकींचे

मानसिक बळ वाढविणे, सकारात्मक विचार रुजविणे, कौशल्य वर्धनासाठी जाणीव–जागृती करून गरजेप्रमाणे प्रशिक्षण देणे वगैरे अनुषंगाने कार्यक्रम घ्यावे लागतील.

संस्थेत येणारी मुले अनाथ, घर सोडून आलेली किंवा विधिसंघर्षग्रस्त असू शकतात. या सगळ्यांना सुरक्षितता देणे, भावनिक गोंधळ दूर करणे, कायद्याची जाणीव करून देऊन कायदे पाळण्याची गरज त्यांना पटवून देणे, पुनर्वसनासाठी आवश्यक ते शिक्षण/प्रशिक्षण देऊन त्यांना सक्षम बनविणे, शक्य असल्यास घर सोडून आलेल्या मुलांच्या पालकांचा पत्ता लावून त्यांना घरी परत पाठविणे ही मुलांच्या निवासी संस्थांची उद्दिष्टे असतात.

- **ज्येष्ठ नागरिकांच्या बाबतीत त्यांना सामाजिक–मानसिक आधार देणे :** हे महत्त्वाचे असते. बहुधा घरी परत जाणे शक्य होण्यासारखे नसते तेव्हा हे वास्तव सकारात्मकपणे स्वीकारण्यासाठी त्यांना आधार देणे, 'आपण समाजाला हवे आहो' हा विश्वास निर्माण करणे, नैराश्यावर मात करण्यासाठी सकारात्मक विचार रुजविणे, त्यांच्यामध्ये असलेल्या क्षमतांचा त्यांना संस्थेच्या कामांमध्ये गुंतविणे इ. उद्दिष्टे असतात.
- **प्रौढ अपंगांसाठीच्या निवासी संस्था :** अपंगांचे शारीरिक, भावनिक, व्यावसायिक पुनर्वसन करणे, त्यांच्यासाठी सुरक्षित वातावरण निर्माण करून जगण्याची उमेद वाढविणे व त्यांच्या पालकांना त्यांचे अपंगत्व स्वीकारून त्यांच्या पुनर्वसनासाठी प्रयत्न करण्यात मदत करणे हे या निवासी संस्थांचे प्रमुख उद्दिष्ट असते.

३.४ निवासी संस्थांतील गटबांधणी व नियोजन

स्त्रियांच्या निवासी संस्थांच्या उद्दिष्टांमध्ये स्त्रियांच्या संरक्षणाइतकेच सक्षमीकरणालाही महत्त्व असते. त्यामुळे गटकार्य हे महत्त्वाचे असते. परंतु, अशा संस्थांमध्ये नियम कडक असतात. तसेच, शासकीय संस्थांमध्ये व कधीकधी स्वयंसेवी संस्थांमध्येही पर्यवेक्षक व प्रशासकीय कर्मचाऱ्यांमध्ये अधिकार गाजविण्याची वृत्ती आढळते. स्त्रियांबद्दल सहानुभूती किंवा संवेदनशीलता कमी आढळते. स्त्रियांमध्येही परिस्थितीबद्दलचा संताप आणि वैफल्यभावना असल्याने पुष्कळदा येथे संस्थांचे कर्मचारी व स्त्रिया यांच्यातील संबंध तणावपूर्ण असतात.

वरीलप्रमाणेच, मुलांच्या निवासी संस्थांमध्येही नियम बहुधा कडक असतात. अनेकदा संस्था चालक आणि मुले यांच्यामधील नातेसंबंध तणावाचे असतात. मुलांमध्ये काही प्रमाणात भीतीही दिसून येते. कर्मचाऱ्यांची असंवेदनशीलता, मुलांबद्दल हेटाळणीची वागणूक, इ. गोष्टी असल्यास मुलांमध्येही त्यावरची प्रतिक्रिया म्हणून राग, असंतोष, भीती इ. नकारात्मक भावना दिसतात. निरीक्षणगृहे, सुधारगृहे, इ.मधील मुले कौटुंबिक व सामाजिक चटक्यांनी पोळलेली असतात. काही गुन्हेगारीकडेही वळलेली असतात. यामुळे त्यांच्याकडे पाहाण्याचा चालकांचा दृष्टिकोनही नकारात्मक असतो. अपंग मुलांच्या बाबतीत दयाबुद्धी व त्यांना कमी लेखण्याची वृत्ती दिसून येते.

या तणावपूर्ण संबंधांमुळे गटकार्यात अडथळे येऊ शकतात; कारण कर्मचाऱ्यांच्या मनात, गटकार्याच्या प्रक्रियेविषयी, सदस्यांच्या आंतर्क्रियांविषयी, त्याचा एकत्रित परिणाम संस्थेच्या कारभारावर कसा होईल याविषयी शंका–कुशंका असू शकतात. तसेच सदस्यही गटाचा उपयोग आपल्या नकारात्मक वृत्तींना वाट करून देण्यासाठी करू पाहातात. गटकार्याचा हेतू सकारात्मक आंतर्क्रियांमधूनच साध्य होऊ शकतो; म्हणून वरील गोष्टींबद्दल जागरूक राहून गटकार्यकर्त्याला कर्मचारी व गटसदस्य या दोन्हींमध्ये समतोल ठेवावा लागतो.

निवासी संस्थांचे नियम कडक असल्यामुळे तेथील रहिवाशांच्या आपापसातील तसेच संस्थेतील कर्मचाऱ्यांबरोबरच्या आंतर्क्रियांवर बरीच बंधने असतात. संस्थेच्या शिस्तीप्रमाणेच चालावे लागते. यासाठी

नियोजन करताना गट बांधणीपूर्वीच गटकार्याचा हेतू, उद्दिष्टे, प्रस्तावित कार्यक्रम, इ.ची संस्थाप्रमुख, पर्यवेक्षक आणि इतर संबंधितांशी चर्चा करून शंकानिरसन करावे लागते. तसेच या सर्वांचे सक्रिय सहकार्य मिळेल असे बघावे लागते. संस्थेच्या नियमांच्या चौकटीत गटकार्य करावे लागते व तशी कल्पना सदस्यांनाही द्यावी लागते. कित्येकदा संस्थेच्या कारभारामध्ये सर्वच गोष्टी सुरळीत नसतात, व्यवहार पारदर्शक नसतात. यावरून लाभार्थींमध्ये असंतोष असतो. संस्थेसंबंधी काही गंभीर गोष्टी कानावर आल्यास त्यांची जाहीर चर्चा गटकार्यकर्त्याने करता कामा नये. गटकार्यकर्ता हा संस्थेचा अविभाज्य भाग असतो. कधी कधी गटातील गोपनीयता टिकवली जात नाही, असे गटसदस्यांना वाटू शकते. यावर गटकार्यकर्त्याने काहीच कार्यवाही केली नाही तर सदस्यांचा संस्थेवरचा विश्वास ढळू शकतो. अशा वेळी गटसदस्यांवर अधिकाऱ्यांकडून अन्याय होत नाही ना, याची खात्री पटण्यासाठी गटकार्यकर्त्याला धोरणीपणे परिस्थिती हाताळावी लागते.

संस्थाचालकांच्या संमतीनेच गटकार्य शक्य असल्याने, गटकार्याने संस्थेच्या प्रमुख कामात अडथळा येणार नाही अशी त्यांची खात्री पटेल अशा रीतीने त्यांना विश्वासात घेऊन नियोजन करावे लागेल. सदस्य निवड, सत्रांचा आशय, संख्या, वेळ या सर्वांचे नियोजन करताना त्यात संस्था कर्मचाऱ्यांचा काही सहभाग असल्यास नियोजन सोपे जाते.

मोठ्या संस्थांमध्ये गट बांधणी करताना एकापेक्षा अधिक गट होऊ शकतात. कर्मचाऱ्यांचे गट घेणेही कधी कधी आवश्यक असते. त्याविषयी गट बांधणीच्या वेळी संस्था चालकांशी चर्चा करावी लागते. सदस्य निवडीच्या वेळी एखाद्या सदस्याविषयी विशेष माहिती-गरजा इ.ची संस्था चालकांशी चर्चा करावी लागते.

गटाचा उपयोग नकारात्मक भावनांना वाट देण्यासाठी गटसदस्य करू पाहात असल्यास नकारात्मक भावनांचा निचरा होईल पण संस्थेच्या कारभाराला खीळ बसणार नाही याची काळजी गटकार्यकर्त्याला गट बांधणीच्या वेळेपासून घ्यावी लागते. गटकार्यापासून संस्था चालक व लाभार्थी या दोहोंच्याही अपेक्षा वास्तवाला धरून आहेत ना, हे पाहावे लागते व नसल्यास त्यांना त्याची जाणीव करून द्यावी लागते. गटाची उद्दिष्टे व त्यांच्या मर्यादा चालकांसमोर व गटासमोर स्पष्टपणे मांडाव्या लागतात.

४) शालेय गटकार्य (Group Work in Schools)

शाळा ही शैक्षणिक क्षमता वाढविण्याची तसेच मुलांच्या सामाजिकीकरणाची केंद्रे आहेत. शालेय मुलांच्या अभ्यासक्रमातून मुलांचा शैक्षणिक विकास करणे हे शाळेचे मुख्य उद्दिष्ट आहे. त्याचबरोबर मुलांचा व्यक्तिमत्त्व विकास, सामाजिकीकरण, वृत्तीचे उदारीकरण, दृष्टिकोन रुंदावणे, इ. उद्दिष्टेही असतात. शिक्षणाचे उद्दिष्ट गाठण्यात येणाऱ्या, इतर बाबतीतील अडचणी, अडथळे दूर करावे लागतात. त्यामुळे, शाळेचा अभ्यासक्रम व इतर कार्यक्रम हे सारखेच महत्त्वाचे ठरतात.

४.१ वैशिष्ट्ये

शाळांमध्ये वाढत्या वयाची मुले असतात. ती मानसिक व शारीरिक विकासाच्या वेगवेगळ्या टप्प्यातून जात असतात. त्यांच्या सामाजिकीकरणाची प्रक्रियाही चालू असते. पौगंडावस्थाही सुरू होते. या वयोगटात वेगवेगळ्या प्रकारच्या चेतना आणि जाणिवांचा त्यांना अनुभव येत असतो. अभ्यास, शिक्षक-पालकांच्या अपेक्षा, नवनवीन सामाजिक-मैत्रीसंबंध, इ. अनेक आव्हाने मुलांपुढे असतात. या सर्वांचा मेळ घालण्याचेही दडपण त्यांच्यावर असू शकते. अशा वेळी निर्माण होणाऱ्या समस्या मुलांसाठी अनेक प्रश्न निर्माण करू शकतात.

विशेष गरजा असणाऱ्या मुलांच्या बाबतीत सामाजिकीकरणातही त्यांच्या विशेष स्थितीमुळे अडथळे येत असतात. त्याशिवाय त्यांच्या शारीरिक-मानसिक आव्हानांमुळे शैक्षणिक प्रगतीची आव्हानेही वेगळ्या प्रकारची असतात.

शालेय मुलांचे गट

- **सर्वसाधारण मुले :** शाळेत जाणारी मुले ६ ते १६ या वयोगटातील असतात. अभ्यासातील प्रगतीत, अभ्यासातील मागासलेपणा, वर्तणुकीतील समस्यांनी, घरगुती समस्यांनी पीडलेली मुले, सतत गैरहजर राहणारी मुले, कौटुंबिक अडचणी (आजार, व्यसनाधीनता, पालकांमधील सततची भांडणे, छळ), आर्थिक अडचणी, शाळेच्या शैक्षणिक सोयी-सुविधांमधील कमतरता, इ. मुळे अडथळे येत असतात. व्यक्तिमत्त्व विकासासाठी छंद, कलाकौशल्य, गाणी-नाच-नाटक इ.ची गरज असते. त्यामुळे, शाळेत अभ्यासात मागासलेली मुले, छंद जोपासणारी मुले, वगैरे गट असतात. वयांत येताना काही नवीन गोष्टी घडत असतात. समस्या येत असतात. या साऱ्यांशी जुळवून घेण्यासाठी व समस्या निवारणासाठी वयांत येणाऱ्या मुलांचे गटही घेता येतात. समस्याग्रस्त मुलांच्या पालकांचेही गट असू शकतात.

- **विशेष गरजा असलेली मुले :** शारीरिक-मानसिक-बौद्धिक आव्हाने असलेली मुले यांचा यांत समावेश होतो. अशा मुलांच्या गरजा इतर सर्वसाधारण मुलांपेक्षा वेगळ्या असतात. त्यांच्या इतर समस्या शैक्षणिक विकासाच्या आड तर येतातच पण सामाजिक-भावनिक व शारीरिक विकासाच्या आडही येतात. वसतिगृहे व निवासी शैक्षणिक संस्था यामधून अपंगांना सुरक्षित जीवन तसेच कौशल्य प्रशिक्षण मिळते.

४.२ शाळांतील गटांच्या गरजा

- शाळांतील प्रमुख गट म्हणजे अभ्यासात मागासलेली मुले, छंद जोपासणारी मुले, घरगुती समस्यांनी पीडलेली मुले, सतत गैरहजर राहाणरी मुले, वर्तणुकीच्या समस्या असलेली मुले इ. वयांत येणाऱ्या मुलांचे गटही घेता येतात. विशेष गरजा असलेली मुले, शारीरिक-मानसिक-बौद्धिक आव्हाने असलेली मुले यांचा यांत समावेश होतो. शाळांचे मुख्य उद्दिष्ट शैक्षणिक विकास हे असले तरी सर्वांगीण विकासासाठी समस्या दूर होणे आवश्यक असते. त्यामुळे, अभ्यासाचा सराव, वर्तणुकीबद्दल मार्गदर्शन, कौटुंबिक अडचणीतून मार्ग काढण्यासाठी मदत तसेच, छंद-कौशल्य विकास यातून नकारात्मक वृत्ती बदलण्याच्यादृष्टीने प्रयत्न होणे, इ. या गटांच्या गरजा असतात.

- विद्यार्थ्यांमध्ये सामाजिक जाणीव निर्माण करणे, वर्तणूक समस्या असणाऱ्या मुलांमध्ये वर्तनबदल होण्याची गरज, नापास झालेल्या विद्यार्थ्यांमध्ये प्रेरणा निर्माण करणे, विविध वैकासिक टप्प्यांवरच्या गरजा, इ. गरजा असू शकतात. शारीरिक-मानसिक-बौद्धिक आव्हाने असणाऱ्या मुलांना, सर्वसाधारण मुलांमध्ये सामावून घेऊन सामाजिकीकरण होणे, त्यातून आत्मविश्वास वाढणे, सर्वसाधारण मुलांच्या बरोबरीने अभ्यासक्रमात प्रगती होणे, इ. गरजा असतात. त्यांच्या पालकांचेही गट असू शकतात.

- **पालकांच्या गरजा :** आपल्या पाल्याच्या गरजा समजून घेणे, त्यांच्या अभ्यासातील मागासपणामागची, वर्तणूक समस्यांमागची कारणे समजून घेणे, त्यांचे अपयश स्वीकारण्यासाठी व ते दूर करण्यासाठी आधार मिळणे, नकारात्मक भावनांचा निचरा होणे या पालकांच्या गरजा असतात.

४.३ शाळांमधील गटकार्याची उद्दिष्टे

शाळांचे उद्दिष्ट शालेय अभ्यासक्रमातून शैक्षणिक विकास करणे व वृत्तिबदल घडविणे हे आहे. केवळ अभ्यासक्रम नव्हे तर शाळा हा मुलांच्या सामाजिक विकासाचा एक महत्त्वाचा स्रोत असतो. मुलांचे कुटुंबाबाहेर सामाजिकीकरण करणे हेही शालेय क्षेत्राचे उद्दिष्ट असते. शाळांतील प्रमुख गट म्हणजे अभ्यासात मागासलेली मुले, छंद जोपासणारी मुले, घरगुती समस्यांनी पिडलेली मुले, सतत गैरहजर राहणारी मुले, वर्तणुकीच्या समस्या असलेली मुले इ. वयांत येणाऱ्या मुलांचे गटही घेता येतात. विशेष गरजा असलेली मुले: शारीरिक-मानसिक-बौद्धिक आव्हाने असलेली व त्यामुळे सर्वसामान्य शालेय प्रवाहाच्या बाहेर असलेली मुले, इ.

अभ्यासात मागे पडणाऱ्या मुलांचे गट घेताना, विषय आकलन होण्यासाठी लागणाऱ्या क्षमतांमध्ये वृद्धी करणे, एखाद्या विषयाबद्दलचा आकस/भीती कमी करून त्यात लक्ष घालण्याची मानसिकता तयार करणे ही गटकार्याची उद्दिष्टे असतात. वर्तणूक समस्या असणाऱ्या मुलांमध्ये वर्तणूक बदल करण्यासाठी, सर्वमान्य वर्तणुकीची आवश्यकता व महत्त्व त्यांना पटवून देण्याच्या उद्दिष्टाने सामाजिक उपचारात्मक गट घेता येतात.

पालकांचेही गट असतात : पालकांमध्ये सकारात्मक पालकत्व संकल्पना रुजविणे, पालकत्व कौशल्ये वाढविणे, आधारगट तयार करणे, मुलांच्या विकासाचे टप्पे त्यांना समजावणे ही पालकांबरोबरच्या गटकार्याची उद्दिष्टे असतात.

शाळेमध्ये प्रगती करण्यात सततची गैरहजेरी, वर्तनसमस्या, घरगुती अडचणी इ.मुळे अडथळे येतात. बहुधा या साऱ्या गोष्टी एकमेकांशी संबंधित असतात. विशेष गरजा असलेल्या मुलांच्या बाबतीत एकटेपणाची भावनाही असते. गटकार्याचा उपयोग या समस्यांवर मार्ग काढण्यासाठी होतो. उदाहरणार्थ, अभ्यासात मागे असलेल्या मुलांच्या बाबतीत, एक प्रकारचा हताशपणा, अभ्यासाविषयी नावड निर्माण होणे, आत्मविश्वासाचा अभाव, खालच्या वर्गात राहावे लागल्याने स्वत:बद्दल न्यूनत्वाची भावना इ. गोष्टी झालेल्या असतात. त्यासाठी शाळांच्या सर्वसाधारण उद्दिष्टांना अनुसरून गटातील गटकार्याची उद्दिष्टे ठरवावी लागतात. म्हणजे, अभ्यासात मागे राहाण्याची सर्वसामान्य कारणे शोधणे, परिणामांविषयी विचार करणे, अभ्यासात एकमेकांना मदत करणे, अभ्यासवर्ग तयार करणे इ. गटाच्या गरजा तपासून या उद्दिष्टांचा प्राधान्यक्रम ठरवावा लागतो.

४.४ शालेय गटांमधील गटबांधणी व नियोजन

शाळांचे उद्दिष्ट शालेय अभ्यासक्रमातून शैक्षणिक विकास करणे व वृत्तिबदल व व्यक्तिमत्त्व बदल घडविणे हे आहे. उद्दिष्टपूर्तीमध्ये येणाऱ्या समस्यांच्या निवारणासाठी गटकार्याची मदत होते. शालेय गट प्रमुख्याने विकासकेंद्री असतात. परंतु, त्याचबरोबर उपचारात्मक गटही घ्यावे लागतात. अभ्यासात मागे पडलेल्या किंवा सतत गैरहजर राहाणाऱ्या मुलांची नावे, गट घेण्यासाठी शिक्षकांकडूनच गटकार्यकर्त्याला मिळतात. अशा गटात सदस्यनिवड आधीच झालेली असते. सदस्यांविषयीची व त्यांच्या समस्यांविषयीची अधिक माहिती घेणे हे गट बांधणी व नियोजनासाठी आवश्यक असते. शिक्षक व पालकांकडून ही माहिती मिळू शकते. समस्यांवर उपाय शोधायला शिक्षकांना व पालकांना मदत करून मुलांना शिक्षणाच्या मुख्य प्रवाहात आणणे, हा या गटकार्याचा हेतू असतो. शालेय सामाजिक कार्यात गटकार्य विशिष्ट प्रकारचे असते. त्यात खेळ किंवा करमणूक हे माध्यम म्हणून वापरले जाते.

काही शाळांमध्ये सर्वसाधारण शालेय सामाजिक कार्य चालू असते. अशा शाळांत शिक्षक खेळ व इतर कार्यक्रमांसाठी स्थापन झालेल्या गटांबरोबर काम करत असतात. या गटांमध्येही समस्या असलेल्या मुलांना सामील करून घेता येते. त्याचा उपयोग त्यांना आधारासाठी होतो. अशा सरमिसळ गटात अभ्यासात प्रगती

करणाऱ्या, नियमित शाळेत येणाऱ्या मुलांची मदत समस्या असणाऱ्या मुलांना होते. परंतु, त्यासाठी, दोन्ही प्रकारच्या मुलांच्या संख्येचा समतोल राखणे, आंतर्क्रियांमध्ये कोणाचेही वर्चस्व निर्माण न होणे, नातेसंबंधांत मी-तूपणाची भावना निर्माण न होणे हे महत्त्वाचे असते. अन्यथा, समस्या असलेल्या मुलांमध्ये कमीपणाची भावना वाढीला लागेल किंवा हेवेदावे वाढतील. यासाठी सरमिसळ गट गटकार्यकर्त्यांने शक्यतो घेऊ नयेत. परंतु, आवश्यकच झाल्यास सरमिसळ गटात काम सुरू करण्यापूर्वी शिक्षकांशी चर्चा केली पाहिजे.

विशेष गरजा असलेल्या मुलांच्या शाळांमध्ये सामाजिक कार्य हा कामाचा अपरिहार्य व अविभाज्य भाग असतो. त्यामुळे गट बांधणी करणे सोपे असते. अपंग मुलांना जो मानसिक व सामाजिक एकटेपणा आलेला असतो, तो दूर करण्यासाठी गटातून आधार मिळतो.

त्यामुळे शालेय प्रगतीमध्ये गटकार्याला महत्त्व असते. परंतु, गटाच्या प्रक्रिया व कार्यक्रम सदस्यांना सहज झेपतील असे हवेत. यासाठी, अशा मुलांच्या शारीरिक व मानसिक परिस्थितीविषयी प्रथम शिक्षकांशी चर्चा व्हायला हवी. विशेषत: बौद्धिक-मानसिकदृष्ट्या समस्या असणाऱ्या मुलांच्या बाबतीत हे अधिकच महत्त्वाचे असते; कारण या समस्या उघड दिसून येणाऱ्या नसतात.

शाळांमध्ये उपचार गटांसाठी गटकार्य अधिक प्रमाणात करावे लागते. नियोजन करताना गट बांधणीपूर्वीच शाळेचेशिक्षक/मुख्याध्यापक यांच्याशी चर्चा करून, समस्यांच्या स्वरूपाविषयी व उपचारांविषयी चर्चा करणे आवश्यक असते. सदस्य निवडही शिक्षकांच्या मदतीनेच होते. किंबहुना, सदस्यांना शिक्षकांकडूनच पाठविले जाते. त्यामुळे सत्रांच्या आशयाविषयीही त्यांच्याशी चर्चा आवश्यक असते. शाळेच्या वेळापत्रकाच्या सोयीने सत्रांची वेळ, संख्या इ. ठरवावे लागते.

शालेय मुलांच्या गट बांधणीच्या वेळी शिक्षक-पालक हे दोन्ही महत्त्वाचे असतात. त्यामुळे मुलांविषयीची माहिती दोघांशीही चर्चा करून मिळविली पाहिजे. पालकांच्या मनोवृत्ती मुलांमध्ये परावर्तित/प्रतिबिंबित होत असतात. त्यामुळे समस्यांची कारणे शोधण्याबरोबरच, समस्यांकडे बघण्याचा पालकांचा दृष्टिकोनही तपासायला हवा. शक्य असेल तर पालकांचेही गट बांधावेत. पालक-शिक्षक संघाच्या माध्यमातून हे शक्य होते.

५) औद्योगिक क्षेत्रातील गटकार्य (Group Work in Industry)

५.१ वैशिष्ट्ये

औद्योगिक क्षेत्राचे मुख्य वैशिष्ट्य म्हणजे उत्पादन, उत्पादकता व त्यातून मिळणारा फायदा हे असते. उत्पादकतेची प्रमुख संसाधने म्हणजे मानवी संसाधने, यंत्रसामुग्री-कच्चा माल व भांडवल; पैकी मानवी संसाधने म्हणजे व्यवस्थापन, कर्मचारी व कामगार, यांच्या कौशल्यावर व मनोवृत्तीवर इतर संसाधनांचा योग्य वापर अवलंबून असतो व त्यामुळे ही संसाधने सर्वांत महत्त्वाची असतात. प्रत्यक्ष कामगारांबरोबरच त्यांचे कुटुंबीयही महत्त्वाचे असतात; कारण घरगुती गोष्टी कामगाराच्या मन:स्वास्थ्यावर परिणाम करतात.

औद्योगिक क्षेत्रात कामगारांना श्रमांच्या बदल्यात मोबदला मिळत असतो. व्यवस्थापन याचा समन्वय साधत असते. तो साधला जातो तेव्हा औद्योगिक संबंध सुरळीत चालतात. त्यामुळे उत्पादकता वाढते. हे चक्र चालू राहाण्यासाठी सर्वांनाच समतोलपणे परिश्रम करावे लागतात. कर्मचाऱ्यांची गैरहजेरी, व्यसनाधीनता, नवीन तंत्रज्ञान आत्मसात करण्याची अक्षमता इ.नी हा समतोल बिघडू शकतो. यासाठी औद्योगिक क्षेत्रात मानवी संसाधनविकासाला अनन्यसाधारण महत्त्व आहे.

व्यक्तींचे परस्पर संबंध, व्यवस्थापन, कर्मचारी व कामगार यांचे परस्पर संबंध, कामगार संघटनांचे

व्यवस्थापन व कामगार यांच्याशी असलेले संबंध, कामगार वसाहतींमधील कुटुंबीयांचे आपापसांतील संबंध, या साऱ्यांचा उत्पादकतेवर परिणाम होतो. त्यामुळे, औद्योगिक क्षेत्रात औद्योगिक संबंधांना अतिशय महत्त्व आहे व ते सुरळीत राहाण्यासाठी व्यवस्थापन जागरूक असते. यासाठी विविध गटांबरोबर गटकार्य आवश्यक असते.

अनेक उद्योगांच्या स्वतःच्या कामगारांसाठी, अधिकाऱ्यांसाठी वसाहती असतात किंवा एखाद्या विशिष्ट वस्तीत अनेक कामगार कुटुंबे राहात असतात. त्यामुळे औद्योगिक सामाजिक कार्यकर्ता या कुटुंबांबरोबरही कार्य करत असतो. काही उद्योगांची स्वतःची कामगार कल्याण केंद्रे असतात. तिथे कामगारांसाठी व त्यांच्या कुटुंबीयांसाठी विविध कार्यक्रम चालू असतात. या ठिकाणी सामाजिक कार्यकर्त्याला गटकार्य घेण्याची संधी असते.

- **औद्योगिक क्षेत्रांतील गट :** कामगारांचे गट, पर्यवेक्षक व व्यवस्थापकीय कर्मचाऱ्यांचे गट, कामगार संघटनेच्या पदाधिकाऱ्यांचे गट. कामगारांचे गट हे विकासकेंद्री (क्वालिटी सर्कल, कामगार शिक्षण गट इ.), तसेच उपचारात्मक (व्यसनमुक्ती गट, सतत गैरहजर राहणाऱ्यांचे गट, इ.) असतात. यांच्याबरोबरच, कामगार कुटुंबातील महिलांचे छंद वर्ग, भिशी गट, इ. व मुलांचे गट, अभ्यासवर्ग, क्रीडा छंदगट, हेही महत्त्वाचे असतात.

५.२ औद्योगिक क्षेत्रातील गटांच्या गरजा

जे औपचारिक गट असतात, त्यांची मूलभूत उद्दिष्टे ठरलेली असतात. परंतु, उद्दिष्टपूर्तीसाठी गट म्हणून सदस्यांमध्ये एकमेकांबद्दल जिव्हाळा निर्माण होऊन संघभावना तयार होणे गरजेचे असते. तसेच, पूर्णपणे अनौपचारिक गटांमध्ये गरजा ओळखून उद्दिष्टे ठरविणे व त्याप्रमाणे गटबांधणी करणे आवश्यक असते.

कामगार व व्यवस्थापनाचे संबंध सुरळीत राहाण्यासाठी एकमेकांचे दृष्टिकोन समजून घेऊन त्यांच्यातील नातेसंबंध सुरळीत होणे, कामगारांना व्यवस्थापनाकडून संधी दिल्या जाणे, कामगारांनी उत्पादकतेसाठी कार्यक्षमता वाढविणे, योग्य वृत्ती जोपासणे या कामगार गटांच्या गरजा असतात. संघटनांना कामगारांना योग्य मार्गदर्शन करण्याची क्षमता येणे, नेतृत्वविकास या त्यांच्या गरजा आहेत. कामगार कुटुंबीयांमध्ये व्यक्तिमत्त्व विकासाच्या संधी, कुटुंबाच्या संसाधनांचे नियोजन करण्यासाठी मार्गदर्शन, मुलांना व्यवसायमार्गदर्शन, किशोरावस्थेतील मार्गदर्शन इ. गरजा असतात.

थोडक्यात, कामगारांना कार्यक्षमतेत वाढ करण्याची संधी व प्रशिक्षण मिळणे, परस्पर संबंधातील अडथळे (पूर्वग्रहदूषित दृष्टिकोन, सरसकट लेबल लावणे, इत्यादी) दूर होणे, कामगार नेत्यांचा नेतृत्व विकास, कुटुंबीयांच्या विकासासाठी व समस्या निवारणासाठी मदत या गरजा असतात.

५.३ औद्योगिक क्षेत्रामधील गटकार्याची उद्दिष्टे

औद्योगिक क्षेत्राचे मुख्य उद्दिष्ट उत्पादकता व त्यातून मिळणारा फायदा हे असते.

औद्योगिक क्षेत्रांतील गट म्हणजे कामगारांचे गट, पर्यवेक्षक व व्यवस्थापकीय कर्मचाऱ्यांचा गट, निवृत्तीच्या उंबरठ्यावर असलेल्या कामगारांचे गट, व्यसनमुक्ती गट, विवाहपूर्व मार्गदर्शन गट, सामाजिक कार्याच्या हेतूने निर्माण झालेले कर्मचाऱ्यांचे गट, कामगार संघटनेच्या पदाधिकाऱ्यांचे गट, यांच्याबरोबरच, कामगार कुटुंबातील महिलांचे छंद वर्ग, भिशी गट, इ. व मुलांचे गट, अभ्यासवर्ग, क्रीडा छंदगट, हेही महत्त्वाचे असतात.

सर्व स्तरांवरील कर्मचाऱ्यांबरोबर केलेल्या गटकार्याने मानवी संसाधनविकासाला मदत होते. उदाहरणार्थ, सतत गैरहजर असणाऱ्या कर्मचाऱ्यांचा गट घेतल्यास, औद्योगिक क्षेत्राच्या प्रमुख उद्दिष्टाला अनुसरून गटाची उद्दिष्टे म्हणजे, गैरहजेरीची कारणे शोधून त्यांच्या परिणामांविषयी जाणीव-जागृती करणे, कामावरील शिस्तीविषयी जाणीव करून देणे, कुटुंबीयांविषयीच्या जबाबदाऱ्यांविषयी जाणीव करून देणे, कुटुंबीयांमधून आधारगट बनविण्याच्या शक्यता तपासून पाहाणे, व्यसनाधीनता असल्यास समवयस्कांच्या गटांमधून व्यसनमुक्तीसाठी प्रयत्न करणे, इ. या उद्दिष्टांना अनुसरून उपचारात्मक गट घेता येतात. त्यातून समस्या सोडवणुकीचे पर्याय शोधता येतात.

५.४ औद्योगिक क्षेत्रातील गट बांधणी व नियोजन

उद्योगांमध्ये उत्पादन करणारे कारखाने व सेवा देणारे उद्योग असे दोन सर्वसाधारण प्रकार असतात. दोन्हींमध्ये कार्यक्षमता व उत्पादकता यांसाठी मानवी संसाधने सर्वांत महत्त्वाची असतात. यामुळे, मानवी संसाधनांचा विकास व सुरळीत औद्योगिक संबंध उत्पादकतेसाठी आवश्यक असतात. औद्योगिक क्षेत्रात, गटांतील सदस्यांमधील आंतर्क्रियांमधून नातेसंबंध सुधारणे व गटागटांतील आंतर्क्रियांमधून सामंजस्य निर्माण करणे, हा गटकार्याचा मुख्य हेतू असतो.

औद्योगिक क्षेत्रात गटकार्य दोन पातळ्यांवर करता येते. एक म्हणजे प्रत्यक्ष कर्मचाऱ्यांबरोबर व दुसरे म्हणजे कर्मचाऱ्यांच्या कुटुंबीयांबरोबर. कर्मचाऱ्यांबरोबर गटबांधणी करताना विकासात्मक व उपचारात्मक असे दोन वेगवेळ्या प्रकारचे गट असू शकतात. कोणत्या प्रकारच्या गटाबरोबर प्राधान्यक्रमाने गटकार्य करायचे आहे याबद्दल उद्योगाच्या व्यवस्थापनाशी तसेच कर्मचारी संघटनांच्या पदाधिकाऱ्यांशी गटकार्यकर्त्याला चर्चा करावी लागते; कारण अनेक वेळा या दोघांचे दृष्टिकोन, समजुती, व हेतू वेगवेगळे असतात. उदाहरणार्थ, व्यवस्थापनाच्या दृष्टीने कामगारांची गैरहजेरी व वर्तन या विशेष चिंतेच्या बाबी असतील तर त्यासाठी, सतत गैरहजर राहाणाऱ्या किंवा व्यसनाधीन किंवा बिघडलेल्या नातेसंबंधांमुळे समस्या उभ्या करणाऱ्या कामगारांचे गट व उपचारात्मक गटकार्य महत्त्वाचे वाटेल. परंतु, कामगारांची नोकरीतील सुरक्षितता, त्यांना मिळणाऱ्या प्रगतीच्या संधी, तांत्रिक प्रशिक्षण, इ. बाबी संघटनांच्या दृष्टिकोनातून अधिक महत्त्वाच्या असल्यास संघटना विकासात्मक गटांना अधिक महत्त्व देतील.

औद्योगिक क्षेत्र कामगार कायद्याच्या मर्यादेत चालते. त्यामुळे कर्मचाऱ्यांबरोबर सामाजिक कार्य करताना मर्यादा पडतात. त्याचप्रमाणे कामगार संघटनांचाही कर्मचाऱ्यांच्या वर्तनावर प्रभाव असतो. यासाठी गटकार्याच्या नियोजनाविषयी व्यवस्थापन व कामगार संघटना या दोन्हींशी चर्चा करणे महत्त्वाचे असते. अनेकदा या दोन्हींचे गरजांबद्दलचे प्राधान्यक्रम एकमेकांच्या विरोधात असू शकतात. अशा वेळी सगळ्यांच्या अपेक्षांमध्ये समन्वय साधण्याचे अवघड काम प्रथम करावे लागते. गटकार्यकर्त्याला यासाठी दोन्ही पक्षांबरोबर चर्चा करून सुवर्णमध्य शोधावा लागतो.

सदस्य निवड, सत्रांची संख्या, वेळ, गटकार्यातील कार्यक्रमांचे स्वरूप या सर्वांची चर्चा व्यवस्थापन व संघटना यांच्याबरोबर करून नियोजन करावे लागते. कर्मचाऱ्यांची कामावरील उपस्थिती व कामाच्या वेळा याविषयीचे नियम कडक असतात व ते पाळावे लागतात. नियोजन करताना या सगळ्याचा बारकाईने विचार करावा लागतो.

काही वेळा उपचारात्मक गटकार्याला विकासात्मक कार्याची जोड दिल्यास ते अधिक परिणामकारक होते तर विकासकार्याचा फायदा करून घेता येण्यासाठी उपचारात्मक कार्य आवश्यक ठरते. त्यामुळे गटकार्याचे

नियोजन करताना व सदस्यनिवड करताना व्यवस्थापनाशी व संघटनांशी चर्चा करून सविस्तर माहिती मिळवावी लागते, तसेच त्यांची मते मानावी लागतात.

कामगार वसाहतींमध्ये कामगारांच्या कुटुंबीयांबरोबर गटकार्याचे नियोजन करताना गट बांधणीच्या वेळी विशेष काळजी घ्यावी लागते; कारण व्यवस्थापन, संघटना व कर्मचारी यांचे नातेसंबंध कुटुंबांपर्यंत पोहोचलेले असतात. तसेच, कर्मचारी वसाहतींमधील कुटुंबांच्या आपसांतील संबंधांचा परिणाम कर्मचाऱ्यांच्या कारखान्यातील संबंधांवरही होत असतो. त्यामुळे वसाहतींमध्ये गटबांधणी करताना व सदस्यांची निवड करताना याचा विचार करावा लागतो व सुरुवातीपासूनच विसंवाद निर्माण होऊ नये म्हणून वसाहतीत सामाजिक कार्यात पुढे असणाऱ्या व्यक्तींबरोबरच, संघटनासदस्य व मानवी संसाधन अधिकारी यांच्याशीही चर्चा करावी लागते. सर्वसाधारणपणे कल्याणकारी उद्दिष्टांनी सुरुवात करून, औद्योगिक कलह निर्माण करणाऱ्या विषयांपासून गटकार्य दूर राहील, हे बघावे लागते.

विविध क्षेत्रातील गट वेगवेगळे असले, तरी गटकार्याच्या नियोजनात काही सर्वसाधारण मुद्दे लक्षात घ्यावे लागतात–

- गट सुरू करताना प्रथम, सदस्यांची निवड झाल्यावर किंवा गट गटकार्यकर्त्याकडे आल्यावर, एखादी बैठक घ्यावी लागते. गटाच्या सर्वसाधारण गरजा जरी सर्वांना माहीत असल्या तरी या विशिष्ट गटकार्यात कोणत्या गरजांना प्राधान्य असणार आहे, हे बैठकीत ठरवावे लागते. त्याचप्रमाणे या गरजांच्या अनुषंगाने गटाची उद्दिष्टेही ठरवावी लागतात.
- गटकार्याच्या नियोजनाचे प्रमुख अंग म्हणजे गटकार्याचा आराखडा. गटकार्याचा सर्वसाधारण आराखडा सुरुवातीसच तयार करावा लागतो. गटकार्यातील सर्व प्रक्रिया व नातेसंबंध उद्दिष्टपूर्तीच्या दिशेने जात आहेत याची खात्री करण्यासाठी आराखडा आवश्यक असतो. गटकार्याचा सर्वसाधारण आराखडा तयार करतानाच सत्रांचे नियोजनही करावे लागते.
- पहिले सत्र सदस्यांबरोबर बैठक घेऊन कामांची यादी करणे व जबाबदाऱ्या वाटून घेणे यासाठी असेल. त्या वेळी अंतिम उद्दिष्टपूर्तीबरोबरच तत्कालीन उद्दिष्टांचाही विचार करावा लागतो. प्रत्येक सत्राचे नियोजन करण्याचे महत्त्व असे आहे की, कित्येकदा एका सत्राचा आढावा घेतल्यावर लक्षात येते की, सत्रात जे घडले त्याच्या अनुषंगाने आता पुढील सर्वसाधारण नियोजनातही बदल करण्याची गरज आहे.
- नियोजन करत असताना सदस्यांच्या क्षमता किंवा संस्थेची संसाधने/उपलब्ध संसाधने यांचा उद्दिष्टपूर्तीसाठी कसा उपयोग करता येईल, याचे नियोजन करावे लागते. गटकार्यकर्ता हा संसाधने व गट यांच्यामधील दुवा बनतो आणि विकास–वृद्धी यावर लक्ष केंद्रित करून त्यासाठी गटकार्याचा उपयोग करतो.

सारांश

- व्यक्तीचे सामाजिकीकरण, सामाजिक, मानसिक विकास अनेकविध गटांतून होऊ शकतो. शेजारी, सहाध्यायी, मित्र–मैत्रिणी, नातेवाईक, सहकारी इत्यादी अनेक प्रकारचे नातेसंबंध व्यक्तीच्याजीवनात सतत निर्माण होत असतात. सामाजिक कार्याच्या वेगवेगळ्या क्षेत्रात, या नातेसंबंधांचे वेगवेगळे पैलू समोर येतात.

- वेगवेगळ्या क्षेत्रातील गटांच्या विविध गरजांमुळे व हेतूंमुळे गटकार्याचे स्वरूपही वेगवेगळे होते.
- गटकार्यकर्त्याला गटबांधणी प्रक्रियेमध्ये इष्ट ते बदल करावे लागतात.

विविध क्षेत्रे

- समुदायकेंद्रे: ग्रामीण व शहरी
- रुग्णालये व बाह्यरुग्णविभाग
- निवासी संस्था: स्त्रिया, मुले, प्रौढ अपंग व ज्येष्ठ नागरिक
- शाळा: सर्वसाधारण मुलांसाठीच्या व विशेष गरजा असलेल्या मुलांसाठीच्या
- औद्योगिक क्षेत्र: कामगार व त्यांचे कुटुंबीय.

- काही क्षेत्रे ही सामाजिक कार्याची प्राथमिक क्षेत्रे आहेत तर काही दुय्यम आहेत.
- क्षेत्रांची मुख्य वैशिष्ट्ये व उद्दिष्टे यांचा आढावा घेऊन त्या त्या क्षेत्रात गटकार्यकर्त्याला कोणकोणत्या व्यक्तींबरोबर गटकार्य करता येईल, हे ठरविले पाहिजे. त्या व्यक्तींच्या विशेष गरजांचा विचार करून गट कोणते होतील, त्याचा विचार केला पाहिजे.
- ज्या संस्था त्या क्षेत्राशी प्रामुख्याने जोडल्या गेल्या आहेत, त्या संस्थांची उद्दिष्टे व विविध गटांच्या गरजा यांचा समन्वय साधत प्रत्येक गटाची उद्दिष्टे ठरवावी लागतात; व त्याप्रमाणे गटकार्याचे नियोजन करावे लागते.
- या उद्दिष्टांना धरून गटबांधणी करताना गटकार्याचा कुठला प्रकार व बंदिस्त/खुल्या गटाची गरज याचा विचार करणे महत्त्वाचे असते व त्याचप्रमाणे गटबांधणीच्या पायऱ्या प्रत्येक क्षेत्राच्या वैशिष्ट्यानुसार कशा असतात.
- क्षेत्रे समाजाचा अविभाज्य भाग आहे व त्यामुळे समाजात जसजसे बदल होत जातील तसतशी नवीन आव्हाने, समस्या क्षेत्रात निर्माण होतात.

<table>
<tr><td>प्रकरण
५</td><td>गटकार्यातील कार्यक्रम : संकल्पना व नियोजन
Programming in Group Work : Concept and Planning</td></tr>
</table>

प्रस्तावना

१) कार्यक्रम गटकार्याचे माध्यम (Programme : The Medium of Group Work)

२) कार्यक्रमाची उद्दिष्टे (Objectives of Programme)

३) कार्यक्रम नियोजनाची तत्त्वे (Principles of Programme)

४) कार्यक्रम निवडीचे निकष (Criteria for Programme Selection)

५) कार्यक्रमांची आखणी करताना लक्षात ठेवण्याच्या बाबी : (Things to be Remembered in Programme Planning)

६) कार्यक्रमाची व्याप्ती (Scope of Programme)

७) विविध प्रकारचे कार्यक्रम महत्त्व व वैशिष्ट्ये (Various Types of Programmes : Importance and Characteristics)

८) गट विकासाचे टप्पे व कार्यक्रम (Stages in Group Development and Programmes)

९) गटाचे प्रकार व कार्यक्रम (Types of Groups and Programmes)

१०) गटकार्यकर्त्याच्या जबाबदाऱ्या (Responsibilities of Group Worker)

११) गटकार्यकर्त्याची कौशल्ये (Skills of Group Worker)

सारांश

प्रस्तावना

गटकार्यकर्ता गटाबरोबर काम करतो म्हणजे नेमके काय करतो, हे समजून घेणे महत्त्वाचे आहे. गट विशिष्ट हेतूने एकत्र आलेला असतो आणि ते हेतू साध्य करण्यासाठी फक्त गटकार्यकर्त्याने प्रयत्न करून चालत

नाहीत; तर सर्व सदस्यांनी वैयक्तिकपणे व एकत्रितपणे सहभाग घेतला तर हेतू साध्य होतात व त्यातून सदस्यांना समाधान मिळू शकते.

गटकार्यामध्ये कार्यकर्त्याची भूमिका बदल घडवून आणण्यासाठी महत्त्वाची असते. परंतु, त्याने पुढाकार घेऊन सतत उपदेशाचे डोस पाजले किंवा सदस्यांवर प्रश्नांचा भडिमार केला तर सदस्य ऐकतील किंवा बुजतील पण कृती करणार नाहीत. कुठल्याही बदलाच्या किंवा विकासाच्या प्रक्रियेत लोकांचा सहभाग असल्यास झालेले बदल टिकतात. याच तत्त्वावर सहभागासाठी व गटप्रक्रिया सुकर होण्यासाठी काही गट अनुभव किंवा कृतींचे नियोजन सदस्य व कार्यकर्ता मिळून करतात. परंतु, कधी कधी गटकार्यकर्ताही स्वत:च्या कल्पना मांडून सदस्यांच्या संमतीने त्या राबवितो. या कृतींमुळे सदस्यांमध्ये एकीची भावना निर्माण होते व गट उद्दिष्टपूर्तीच्या दिशेने जाऊ लागतो. उदाहरणार्थ, प्रभावी पालकत्वाचे कौशल्य निर्माण व्हावे या उद्देशाने जर गटकार्यकर्ता, किशोरवयीन मुलींच्या मातांचा गट घेत असेल तर मातांना बोलते करण्यासाठी किंवा स्वत:च्या मुलींना वाढवताना आलेल्या अनुभवांचे कथन त्यांच्याकडून करून घेण्यासाठी चर्चा घेत असेल तर त्या सत्रात 'तुम्हांला काय अनुभव येतात ते सांगा' असे विधान करून केवळ चालणार नाही. असे केले तर एखादी माता बोलेल बाकीच्या जरा बिचकतील. त्यासाठी गटकार्यकर्त्याने एखादी कथा सांगितली व त्या कथेतल्या आई व मुलीच्या संबंधावर चर्चा घेतली तर त्यातून या माता जरा मोकळेपणाने स्वत:च्या जीवनातील अनुभवांबद्दल बोलतील. या उदाहरणावरून हे लक्षात येईल की, गटातून काही कृती विशिष्ट घटना क्रमाने घडवायच्या असतात व त्या कृती केल्यामुळे गटात आंतर्क्रिया निर्माण होतात व सदस्य एकमेकांशी अधिक मोकळेपणाने बोलायला लागतात. भावनिक जवळीक आणि विश्वास निर्माण झाला की, सर्वांचा सहभाग वाढून गट कृतिशील होतो.

अनेक बदल अनुकरणामुळे किंवा प्रत्यक्ष कृती केल्यामुळेच घडतात. गट विकासाच्या प्रत्येक टप्प्यात काहीतरी घडावे लागते व त्या अनुभवांतून झालेल्या प्रक्रियेमुळे गट पुढल्या विकास टप्प्यात जातो.

गटकार्यकर्त्याने जर एखाद्या भाषण किंवा प्रवचनाप्रमाणे संवाद साधण्याचा प्रयत्न केला तर त्यामुळे सदस्यांची फक्त 'श्रवणभक्ती' होईल. गटकार्यकर्ता सांगतो व सदस्य आज्ञाधारकपणे सर्व ऐकतात असे ते सत्र होईल, त्यामुळे गटकार्याच्या सर्व तत्त्वांचे उल्लंघन होईल. गट आंतर्क्रिया, गट सहकार्य, एकमेकांना आधार यातून गटविकास, हे घडवायचे असेल तर सगळ्यांना काहीतरी करण्याची व अनुभवायची संधी गटातून मिळावी लागते.

या प्रकरणात गटकार्याचे माध्यम व त्याचे गटकार्यातील महत्त्व, कार्यक्रमांचे विविध प्रकार व त्यांचा गट ध्येय पूर्तीसाठी उपयोग, कार्यानुभवातून वैयक्तिक विकास व संघटित कृतीमुळे गट विकास कसा होतो यावर सविस्तर चर्चा केलेली आहे. त्याचप्रमाणे, गट विकासाच्या प्रत्येक टप्प्यात विशिष्ट पद्धतीचे कार्यक्रम घेणे फार महत्त्वाचे असते. त्यावर सविस्तर मांडणी करून गटप्रकाराचा कार्यक्रम निवडीशी असणारा संबंध विशद केलेला आहे. हे सर्व करताना गटकार्यकर्त्याच्या जबाबदाऱ्या व त्यासाठी लागणारी कौशल्ये यावर विवेचन केलेले आहे.

१) कार्यक्रम : गटकार्याचे माध्यम (Programme : The Medium of Group Work)

कार्यक्रम हा गटकार्याचा गाभा आहे. कुठल्याही गटाचे सातत्य व आकर्षण टिकवून ठेवण्यासाठी सदस्यांना गटातून काही तरी करण्याची, बघण्याची, सांगण्याची व ऐकण्याची संधी मिळायला हवी. उदाहरणार्थ, गटकार्य जर ग्रामीण भागातील तरुणांच्या नेतृत्व विकासासाठी घेतले असेल व तरुणांची गाव विकासातील जबाबदारी यावर भाषण देण्याचा सपाटा जर गटकार्यकर्त्याने लावला तर सदस्य वैतागून सत्रांना येण्याचे टाळू लागतील, गट विस्कळीत होईल व साध्य काहीच होणार नाही.

याउलट, गटकार्यकर्त्याने जर पहिल्या सत्रात अण्णा हजारेंच्या प्रकल्पाची शैक्षणिक सहल आयोजित केली व त्यानंतर सदस्यांच्या प्रतिक्रिया व आपल्या गावात काय बदल हवेत याचा आराखडा तयार करण्याची दोन-तीन सत्रे घेतली व त्यानंतरच्या सत्रात आराखड्यातील प्रत्येक बाबींसाठी काय करायला हवे व कोणी जबाबदारी घ्यायला हवी यावर चर्चा घेतल्यास अनेक जबाबदाऱ्यांचे वाटप युवकांमध्ये होऊ शकेल. हा मुद्दा सदस्यांकडून आपणहोऊन मांडला जाऊ शकतो. या जबाबदाऱ्या उचलण्यासाठी युवकांना कुठले ज्ञान व कौशल्ये लागतील याची आखणी युवकांकडून करून घेऊन पुढील सत्रांचे नियोजन तयार होईल. ही पाच-सहा सत्रे म्हणजे एक कार्यक्रम होय. यात तीन ते चार कृती स्वाध्यायांचा समावेश असतो.

शैक्षणिक सहल ही एक कृती, त्यावर आधारित पुढल्या कृती, गाव विकासाचा आराखडा, जबाबदाऱ्या कुठल्या व कोणी घ्यायच्या याचा मसुदा व युवकांना सक्षम होण्यासाठी लागणारे ज्ञान व कौशल्य यांचा तक्ता तयार होईल. हे सर्व सहभागी ग्रामीण अध्ययन पद्धतीची अनेक तंत्रे वापरून गटकार्यकर्ता घेऊ शकतो.

याचा अर्थ, कार्यक्रम म्हणजे ताबडतोबीची जी छोटी छोटी उद्दिष्टे आहेत ती साध्य करण्यासाठी अनेक छोट्या छोट्या कृती किंवा अनुभवांची सुयोग्य गुंफण, क्रमशः केलेल्या अनेक कृती. त्यात चर्चा, माहिती काढणे, प्रत्यक्ष काही करणे किंवा इतरांना करताना बघणे इत्यादी अनेक कृतींचा समावेश असतो. अशा प्रकारे अनेक कार्यक्रमांची मालिका गटकार्य प्रक्रिया निर्माण होण्यासाठी आयोजित करावी लागते.

कार्यक्रम घेणे हे ध्येय नाही किंवा ते गटाचे साध्य नाही तर कार्यक्रमांमुळे निर्माण झालेल्या विशिष्ट परिस्थितीतील अनुभवांमुळे उद्दिष्टपूर्तीकडे वाटचाल होते. उदाहरणार्थ, एकमेकांशी सतत स्पर्धा करणारी मुले किंवा एकमेकांना फारशी मदत न करण्याऱ्या मुलांमध्ये सहकार्याची भावना निर्माण करण्यासाठी अनेक कृती द्याव्या लागतील, त्यांची साखळी जोडावी लागेल. सुरुवातीचा स्वाध्याय म्हणून पुढील कृती घेता येईल.

> मुलांना एक रेषा काढून त्यामागे उभे करून दूर अंतरावर एक वस्तू ठेवायची व चालत चालत न जाता रेषेच्या आत राहून ती वस्तू एक सदस्य कशी मिळवील यावर विचार करून कृती करायला सांगता येईल. विचार करून मुले सरपट साखळी करतात. ज्या मुलाला ती वस्तू मिळवायची, तो ती साखळी पुढे पुढे सरकेल अशा पद्धतीने दुसऱ्याला पुढच्याचे पाय धरायला लावून त्या वस्तूपर्यंत पोहोचवतो व ती, मुले मागच्या मुलांकडे देत देत शेवटी रेषेच्या आत असलेल्या व पुढील मुलाचे पाय धरलेल्या मुलापर्यंत येऊन पोहोचते. खूप दंगा, गोंधळ, अनेक प्रयत्नानंतर ही कल्पना सुचते व सर्वांना एकमेकांवर अवलंबून रहावे लागते तेव्हा रेषेच्या पलीकडे जाण्याची परवानगी नसणाऱ्या मुलाला ती वस्तू मिळते. या एका खेळामुळे मुलांच्या वृत्तीमध्ये बदल होणार नाही. परंतु, अनुभवातून एकमेकांना सहकार्य करण्याची कल्पना स्वीकारण्याची तयारी होईल व मग हळूहळू अनेक कृतींमुळे वृत्तीबदल अंगीकारला जाऊन रोजच्या जीवनात त्याचा वर्तनावर परिणाम होताना दिसू शकेल.

सटन स्मिथ (Sutton Smith) (१९५५) यांच्या मते, कृतीमध्ये प्रत्यक्ष वर्तणुकीवर परिणाम करण्याची शक्ती असते. त्याचप्रमाणे, विशिष्ट वर्तन करण्याची गरज किंवा विशिष्ट कृती करताना विशिष्ट प्रकारचे वर्तनच घडेल, हे कृतीत अध्याहृत असते, हे वरील उदाहरणावरून दिसते. त्याचबरोबर, विशिष्ट वर्तन घडू नये वा घडणार नाही याविषयीची बंधनेही कृतीशी निगडित असतात. वरील उदाहरणात घेतला गेलेला खेळ हे साध्य नसून त्याचा माध्यम/साधन म्हणून गटकार्यकर्त्याने वापर केलेला आहे.

२) कार्यक्रमाची उद्दिष्टे (Objectives of Programme)

गटातून कार्यक्रम घेण्याची उद्दिष्टे खालीलप्रमाणे आहेत–

- गट आंतर्क्रिया निर्माण होणे.
- सदस्यांना स्वत:ची मते, भावना व्यक्त करण्याची संधी देणे.
- सामाजिक कौशल्यांचा विकास होणे.
- गटातील सदस्य सहभागाला चालना देणे.
- परस्पर संबंध व ध्येयबांधिलकी दृढ होणे.
- दबाव न आणता स्व–व्यक्तीकरण किंवा स्वबदलाची सुरुवात करणे.
- यश–अपयशामधून शिकण्याची क्षमता निर्माण करणे.
- कृती करता करता न कळत सदस्यांमधील सकारात्मक बदलांना चालना देणे.

सदस्यांसाठी, गटासाठी कार्यक्रमाची उद्दिष्टे अनेक आहेत; कारण एका कार्यक्रम अनुभवातून अनेक उद्दिष्टे साध्य होत असतात. उदाहरणार्थ, शालेय वयाच्या मुलांना एखादी साहस कथा जेव्हा गटकार्यकर्ता सांगत असतो, तेव्हा करमणूक होते, त्याचबरोबर साहस कथा त्यांच्या वयाच्या मुलाची असल्यास तादात्मीकरणाच्या तत्त्वानुसार त्याची काही कौशल्ये विकसित होण्यास मदत होते किंवा कथेतील मुलाच्या गुणांबद्दल विचार मुलांच्या मनात घोळत राहातात. गटकार्यकर्त्याची कथा सांगण्याची हातोटी मुले अनुकरणाने शिकतात. कार्यकर्ता त्यांना मधून मधून प्रश्न विचारून विचारांना, कल्पनाशक्तीला चालना देऊ शकतो. त्याचप्रमाणे शेवटी काही प्रश्न विचारल्यामुळे आकलनक्षमता वाढीला लागते. दुसऱ्यांचे ऐकणे, स्वत:चे मत मांडणे अशी अनेक छोटी छोटी उद्दिष्टे कथा–कथनाच्या सत्रातून साध्य होऊ शकतात.

कार्यक्रमांतर्गत कृतीची वैशिष्ट्ये पुढीलप्रमाणे मांडता येतील

- एका कृतीला अनेक उद्दिष्टे असतात.
- एक उद्दिष्ट साध्य करण्यासाठी अनेक कृती गटातून घ्याव्या लागतात.
- ज्याप्रमाणे गटकेंद्री उद्दिष्टे असतात, त्याचप्रमाणे सदस्यकेंद्री उद्दिष्टेदेखील एकाच कृतीत असू शकतात.
- प्रत्येक कृतीमागील उद्दिष्टे सर्व सदस्यांना स्पष्टपणे समजली तर कृती अर्थपूर्ण होते. कृती करण्याअगोदर सांगणे किंवा कृती झाल्यावर ती कां केली यावर चर्चा करायलाच हवी.
- कृती झाल्यावर मिळालेल्या अनुभवांच्या आधारे होणाऱ्या चर्चेमुळेच गटबदल किंवा सदस्यबदलाचे नियोजन स्पष्टपणे करता येते.

कुठलाही कार्यक्रम हा हेतुपूर्वकच असतो याचे भान गटकार्यकर्ता व सदस्य या दोघांनी सातत्याने ठेवल्यास अर्थपूर्ण सहभागाची सुरुवात होते.

३) कार्यक्रम नियोजनाची तत्त्वे (Principles of Programme Planning)

कार्यक्रमाच्या संदर्भात गटकार्याच्या तत्त्वांमध्ये एक महत्त्वाचे तत्त्व आहे. ते म्हणजे प्रगमनशील कार्यक्रम नियोजनाचे तत्त्व (Progressive Programme Planning). या मुख्य तत्त्वाचा आधार घेऊन कार्यक्रमाची आखणी आणि कार्यवाही करण्यासाठी काही विशिष्ट तत्त्वे गटकार्यात विकसित केलेली आहेत–

- **सोप्या अनुभवांपासून कठीण अनुभवांकडे नेण्याची प्रक्रिया :** किंवा ज्या गोष्टी सहज करता येतात, त्यांपासून आव्हानात्मक कृतींकडे नेणे. नवीन सामाजिक/बौद्धिक/भावनिक/शारीरिक कौशल्यांची वृद्धी होणे हे सदस्यांच्या दृष्टीने महत्त्वाचे असते. गटसदस्यांना सहज जमतील अशा कृतींमुळे सदस्यांचा आत्मविश्वास वाढतो. सर्व जण सहभाग घेऊ शकतात. 'मी करू शकतो', 'आम्ही करू शकतो', असा आत्मविश्वास निर्माण झाल्यावर अधिक आव्हानात्मक कृती करण्याची तयारी होते.
- **सहज पचतील अशा गोष्टींपासून, सदस्यांना स्वतःची मूल्ये तावूनसुलाखून घ्यावी लागतील असे कार्यक्रम घेणे :** सुरुवातीच्या कार्यक्रमातूनच जर सदस्यांवर दबाव निर्माण झाला तर त्यातून सदस्यांच्या मनात अढी निर्माण होईल. परस्पर-विश्वासाचे संबंध प्रस्थापित झाल्यावर अशाप्रकारचे कन्फ्रन्टेशन स्वीकारले जाऊ शकते. उदाहरणार्थ, मुलांच्या आजारांसंबंधी मातांच्या गटांमध्ये चर्चा चालू असेल तर नुसता अंधश्रद्धांवर घाव घातल्यास सदस्य बिचकतील. काही घरगुती उपचार कसे उपयोगी असतात व त्याचप्रमाणे औषधोपचार कसे त्याच तत्त्वांवर आधारित आहेत, हे पटवून दिल्यावर काही सत्रांनंतर अंधश्रद्धांमधील फोलपणा किंवा घातकपणा पटवून देता येईल.
- **विविध कार्यक्रमांतून सर्वांना काहीना काही जबाबदारी घेण्याची संधी असणे :** गटात सर्व सदस्यांचे सहकार्य घेतले गेले पाहिजे. सर्वांना सहभागी होण्याची संधी मिळाल्यामुळे प्रत्येकाला गटात भूमिका व स्थान मिळते. केवळ कृती पूर्ण होणे, हे साध्य नाही तर प्रक्रिया महत्त्वाची आहे. त्यामुळे कृती किती उत्तमपणे पार पडली हे महत्त्वाचे नसून सर्वांना सहभागी होण्याची संधी मिळाली की नाही, हे अधिक महत्त्वाचे असते. एकाचवेळी सर्वांना महत्त्वाच्या जबाबदाऱ्या नसतील, परंतु, जर सहभागाची संधी मिळाली तर कधी दुय्यम तर कधी प्रमुख भूमिका घेणे सोपे जाईल.
- **सर्वांच्या सहमतीने कार्यक्रम घेणे** (लोकशाही तत्त्वांवर आधारित निर्णय प्रक्रिया) **:** गटकार्यकर्त्याने प्रत्येक कार्यक्रम ठरविल्यास सदस्यांवर ते लादल्यासारखे होतात. त्यामुळे सहभाग कमी होईल. कल्पना जरी कार्यकर्त्याने मांडली तरी सर्वांच्या मतांचा आदर होऊनच निर्णय होणे गरजेचे असते. काही वेळा गटकार्यकर्त्याला एखादा कार्यक्रम घेणे महत्त्वाचे वाटते त्या वेळी सर्वांसमोर त्यामागील कारणे स्पष्ट करून कार्यक्रम घ्यायला हवेत.
- **प्रत्येक कार्यक्रमाचे सहभागी मूल्यमापन करणे :** ज्याप्रमाणे संपूर्ण गटकार्याला साध्ये आहेत, त्याचप्रमाणे प्रत्येक कार्यक्रमाची विशिष्ट उद्दिष्टे असतात. त्यामुळे तो कार्यक्रम पूर्ण झाल्यावर, सर्वांचा सहभाग, आलेले अडथळे व त्यांचे परिणाम, कार्यक्रमात प्रत्येक सदस्याचे योगदान यांचे मूल्यांकन होणे गरजेचे आहे. पुढे काय करायचे त्याचे नियोजन त्यामुळेच अधिक चांगल्या प्रकारे करता येईल व कार्यक्रमातून पूर्ण होणारे साध्य प्रत्येक सदस्याला नीट समजेल.
- **कार्यक्रमामुळे घडणाऱ्या प्रक्रियेचे बारकाईने निरीक्षण करण्याची संधी गटकार्यकर्त्याला मिळणे :** हे निरीक्षण व्यक्तिवर्तन, गटातील देवाणघेवाण, परस्पर संबंध व सदस्यांचे स्थान इ.बाबतचे असते. गटाचे वातावरण, चलनशक्ती, आंतर्क्रिया, या सर्वांतून गटाचे निदान करता येते व त्यावर उपाययोजना करता येतात. जे शब्दांमधून पुष्कळदा जाणीवपूर्वक लपवता येते, ते सहजपणे कृतीतून प्रकट होते. त्यामुळे कार्यकर्त्याची सजगता महत्त्वाची असते. गटकार्यकर्ता जर निरीक्षण करताना टिपून घेऊ लागला तर सदस्य बिचकतील. त्यामुळे सत्र संपल्यावर निरीक्षणाच्या नोंदी करणे योग्य ठरते. कधी कधी सदस्यांबरोबर कृतिशील सहभागही गटकार्यकर्त्याला घ्यावा लागतो. परंतु, सहभाग व वस्तुनिष्ठ निरीक्षण यांचा समतोल साधता यायला हवा.

४) कार्यक्रम निवडीचे निकष (Criteria for Programme Selection)

विंटर (Vinter) (१९६७) यांनी कुठल्याही कार्यक्रम निवडीचे ६ निकष दिले आहेत. प्रत्येक निकषाचा निवडलेल्या कृतीच्या संदर्भात विचार करावा लागतो. या सर्व निकषांचे मोजमाप अधिक-मध्यम-कमी या तीन घटकांवर करून निर्णय घ्यावे लागतात. उदाहरणार्थ, कृतीला नियम किंवा बंधने असण्याचा निकष घेतल्यास जर एखादी कृती सदस्यांना मोकळे करण्यासाठी वापरायची असेल तर नियम या घटकाचे मोजमाप 'कमी' या घटकात होईल. तेव्हा नियम कमी होतील व अधिक स्वातंत्र्य मिळाल्यामुळे गट मोकळा होईल. परंतु, दंगेखोर मुलांच्या गटामध्ये शिस्त येण्यासाठी त्याच कृतीसाठी नियमाचे मोजमाप 'अधिक' असे होईल. त्यामुळे ती कृती अधिक रचनाबद्ध होईल. गटाची उद्दिष्टे व सदस्यांच्या गरजा यावर हे मोजमापाचे घटक आधारित आहेत.

४.१ जी कृती सदस्यांनी करणे अपेक्षित आहे, त्यात किती नियम किंवा बंधने आहेत (Rules and Limits in the Activity)

उदाहरणार्थ, सदस्य जेव्हा बुद्धिबळाचा खेळ खेळतात तेव्हा त्यात अतिशय कडक नियम असतात. परंतु, पकडापकडी, लपंडाव किंवा पत्ते खेळणे यात खूप कडक नियम नसतात, लवचिकता असते. काही सदस्यांसाठी नियम असणाऱ्या कृती घेणे फायद्याचे होईल तर काहींसाठी नियमांमध्ये लवचिकता असणारे खेळ घेणे अधिक उपयोगी ठरेल. हे गटसदस्यांचे वय, त्यांच्या समस्या, गट प्रकार व गटाची उद्दिष्टे यांवर अवलंबून असेल. उदाहरणार्थ, वर्तणूक समस्या असणाऱ्या मुलांचा उपचारात्मक गट घेताना गटकार्यकर्ता त्यांना एक विषय देऊन सर्वांना त्याच विषयावर चित्र काढायला सांगू शकतो. त्यासाठी काही नियम देऊ शकतो. या कृतीचा उपयोग वेगळा होईल. परंतु, कधी कधी मनाला येईल ते चित्र काढा असेदेखील सांगता येईल. अशा प्रकारे काढलेल्या चित्रांचा सदस्यांना वेगळा फायदा होईल.

४.२ कृती करताना नियंत्रण कोणाकडे असेल (Who will Control the Activity)

ते दुसऱ्या सदस्याकडे किंवा गटकार्यकर्त्याकडे असू शकते. या दोन्ही प्रकारच्या नियंत्रणाला सदस्यांच्या प्रतिक्रिया वेगवेगळ्या असतात. कधी कधी दुसऱ्या सदस्याचे नियंत्रण असल्यास त्यातून वादावादी किंवा संघर्ष उद्भवू शकतो. त्यामुळे गटकार्यकर्त्याने या बाबींचा विचार करूनच कृती ठरविणे गरजेचे असते. अनेक कृती अशा असतात की, स्वयंनियंत्रण हा त्यांचा गाभा असतो. नियंत्रण म्हणजे, कृती कशी व्हायला हवी याच्या सतत सूचना देणे किंवा विशिष्ट साहित्य वापरूनच कृती पूर्ण करता येणे.

४.३ किती शारीरिक हालचाली त्या कृतीत अपेक्षित आहेत (Extent of Expected Physical Activities)

वृद्ध सदस्यांबरोबर जर रिंग पकडण्याचा खेळ आपण घेतला तर त्या हालचाली करणे त्यांना जड जाईल. परंतु, सतत एका जागी काम करत बसणाऱ्या (उदाहरणार्थ, कॉम्प्युटर) युवकांसाठी व्हॉलीबॉलसारखा खेळ घेतल्यास त्यांना अधिक ताजेपणा वाटेल; किंवा स्त्रियांच्या गटात गाणी वापरताना एका जागी बसून गाणी म्हणताना स्त्रिया अधिक रमतील; तर मुलांना अभिनयगीत अथवा गाण्यांवर आधारित नाच करताना अधिक उत्साह वाटेल.

४.४ कृतीत सहभागी होण्यासाठी किती कौशल्ये किंवा क्षमता (शारीरिक किंवा बौद्धिक) आवश्यक आहेत (Extent of Skills and Abilities (Physical and Intellectual) required in Participation)

गटसदस्यांच्या सर्व क्षमता, गरजा व पूर्वानुभव यांचा विचार करूनच त्या मर्यादेत बसणाऱ्या कृती ठरविल्या पाहिजेत. 'गोष्ट किंवा कविता वाचणे' याला कौशल्य लागत नाही. परंतु, एखादे वाद्य वाजविण्यास मात्र कौशल्याची गरज असते. एखाद्या कृतीमध्ये शारीरिक क्षमता किंवा शारीरिक नियंत्रण आवश्यक असेल तर मतिमंद मुलांच्या गटामध्ये आपण ती कृती घेऊ शकणार नाही. त्यांना जमतील अशा सोप्या कृती घ्याव्या लागतील. उदाहरणार्थ, बगिच्यात झाडे लावणे किंवा झाडांना पाणी घालणे या कृतीमध्ये असणारा तोचतोपणा मतिमंद मुलांसाठी फायद्याचा असतो. परंतु, सर्वसाधारण मुलांना हस्तव्यवसाय कौशल्ये देताना प्रत्येक वेळी नवी वस्तू करायला शिकणे आव्हानात्मक व त्यामुळे आनंददायक वाटते.

४.५ सदस्यांनी करावयाच्या कृतीमध्ये किती वेळा व कशा प्रकारचा संवाद किंवा आंतर्क्रिया सदस्यांना कराव्या लागणार आहेत (How often and type of Communication and interaction involved in the Activity)

याचा विचार अतिशय गरजेचा आहे. हस्तकलेसाठी मुले गोलाकार बसली असताना प्रत्येक सदस्य कागद कापून चिकटवत असताना प्रत्येकाकडे कात्री, कागद व डिंक असल्यास एकमेकांशी फारसे बोलण्याची गरज असणार नाही. गटकार्यकर्त्याला सदस्यांमध्ये जर परस्पर संवाद, समस्या सोडविण्याची कौशल्ये वाढीस लावायची असतील तर त्याला या गोष्टी घडून येण्याच्या दृष्टीने कात्र्या, डिंकाच्या बाटल्या यांची संख्या तसेच चित्र कापण्याची किंवा चिकटविण्याची पद्धत, या सर्वांचा विचार करावा लागेल. वैयक्तिक काम देण्यापेक्षा एकत्रितपणे कोलाज करण्याची कृती दिल्यास विचारांची अधिक देवाणघेवाण होईल.

४.६ सदस्य करत असलेल्या कृतीमधून किती समाधान निर्माण होणार आहे (Extent of Member Satisfaction)

कशा प्रकारचा आनंद त्यातून मिळू शकणार आहे, याचा विचार गटकार्यकर्त्याला करावा लागेल. गटकार्यकर्ता स्वत: अनेक वेळा सदस्यांचे विचारपूर्वक कौतुक करतो किंवा प्रोत्साहन देतोच. परंतु, त्याबरोबरच सदस्यांच्या प्रयत्नांतून झालेल्या निर्मितीतून त्यांना स्व-प्रोत्साहन देखील मिळते. ते अधिक सुखकारक ठरते. उदाहरणार्थ, १२ ते १८ वयोगटाच्या मुलींच्या संस्थेत गटकार्यकर्त्याने पुस्तक वाचन क्लब सुरू केला. हळूहळू कार्यकर्त्याने मुलींकडून निवडक कविता लिहून घेतल्या. पुढे त्यांना कविता, शेरोशायरी करायला प्रोत्साहन दिले व एक अतिशय सुंदर हस्तलिखित त्यातून तयार झाले. या प्रक्रियेतून गटसदस्यांना झालेल्या आनंदाचे कोणी वर्णन करू शकणार नाही. मात्र संस्थेच्या पर्यवेक्षिकेने येणाऱ्या पाहुण्यांना दाखविण्यासाठी ते हस्तलिखित स्वत:च्या कार्यालयात ठेवल्यामुळे त्यातून मुलींची एक ओळख तयार होऊन स्वप्रतिमा सुधारली. अशा प्रकारे कृतीचे मूल्य वाढत जाते.

हे निकष लावून जरी कार्यक्रमांची आखणी केली तरी गटकार्यकर्त्याला एक गोष्ट लक्षात ठेवावी लागते की, कार्यक्रमाचे बारकाईने नियोजन केलेले असले तरी काही गोष्टी अनपेक्षितपणे घडू शकतात. साहित्य खराब होऊ शकते, वस्तीमध्ये किंवा संस्थेत अघटित घटना घडू शकतात. त्यासाठी पर्यायी व्यवस्था केलेली असली पाहिजे व गटकार्यकर्त्याची वृत्ती लवचीक हवी. पटकन गटाच्या सद्य:स्थितीचा अंदाज घेऊन त्याला नियोजनात

बदल करता आला पाहिजे. उदाहरणार्थ, एका क्षयरोग्यांच्या रुग्णालयांत, बरे व्हायला लागलेल्या रुग्णांचा गट गटकार्यकर्ता घेत होता. पत्ते खेळणे, गाणी म्हणणे असे कार्यक्रम तो नेहमी घेत असे. पुढील सत्र घ्यायला जेव्हा तो गेला तेव्हा, त्यातील एका रुग्णाचे निधन झाले आहे असे त्याला समजले. त्या दिवशी नेहमीचे सत्र न घेता क्षयरोग व मृत्यू यांवर नुसती चर्चा व भावनिक उद्रेक झाले. गटकार्यकर्त्याला त्यांचे सांत्वन तर करावेच लागले. परंतु, नियमित उपचारांबद्दल परत प्रेरणा निर्माण करावी लागली. अशी दोन-तीन सत्रे झाल्यानंतर सदस्य जरा पूर्वपदावर आले तेव्हा नेहमीच्या सत्रांना परत सुरुवात झाली.

कार्यक्रमांचा विचार करताना गटाचा प्रत्येक कार्यक्रम किंवा कृती व्यवस्थित पूर्ण व्हायला हवीच असा आग्रह धरून चालणार नाही; कारण कार्यक्रम हे एक माध्यम आहे, साध्य नव्हे तर साधन आहे. परंतु, अनेक वेळा गटकार्यकर्ता कृती पूर्ण करण्यावर लक्ष केंद्रित करतो व त्या कार्यक्रमात सहभागी झाल्याने सदस्यांमध्ये निर्माण झालेल्या भावना किंवा वर्तणूक यांच्याकडे दुर्लक्ष करतो. त्यामुळे सदस्यांमध्ये मानसिक ताण निर्माण होऊ शकतो. उदाहरणार्थ, वैवाहिक कलहामुळे संस्थेत आश्रयाला आलेल्या महिलांचा गट घेताना कायद्यांवर चर्चा करीत असताना, सदस्य त्यांच्या मुलांच्या भवितव्याच्यादृष्टीने भावुक झाल्यास चर्चा तिकडे वळवावी लागेल. केवळ कायद्याची माहिती पूर्ण करण्याचा आग्रह धरल्यास कृती पूर्ण होईल पण सदस्यांचे समाधान होणार नाही.

५) कार्यक्रमांची आखणी करताना लक्षात ठेवण्याच्या बाबी (Things to be Remembered in Programme Planning)

- **योग्य वेळ साधणे :** सदस्यांची नेमकी गरज लक्षात घेऊन त्यावर आधारित प्रक्रियेतून कार्यक्रमांची आखणी व्हायला हवी. कुठलाही कार्यक्रम नुसता लादल्यासारखा असता कामा नये. उदाहरणार्थ, मुलींच्या निवासी संस्थेमध्ये समायोजनाच्या समस्या असणाऱ्या मुलींचा गट घेताना जर दोन सत्रांच्या मध्ये एखाद्या मुलीला संस्थेत काही कारणाने शिक्षा झाली तर त्याचा संदर्भ घेऊन लगेच सत्र घेतले पाहिजे. असे सत्र लगेच घेतल्यामुळे सदस्यांना भावनिक आधार तर मिळतोच, परंतु, शिक्षा कां झाली व होऊ नये म्हणून काय करता येईल, यावर सखोल चर्चा करता येईल.
- **सदस्यांचा होकार/संमती असणे :** सहभाग हा जबरदस्तीने किंवा दबावाखाली मिळविण्याचा प्रयत्न होता कामा नये. एखाद्या कार्यक्रमात काही सदस्य सक्रियपणे सहभागी नसतील परंतु कार्यक्रमाचा आनंद घेत असतील तर त्यांना ते स्वातंत्र्य द्यायला हवे. नेहमीच सर्वांच्या मनासारखे होईलच असे नाही त्या वेळी, लोकशाही तत्त्वांनुसार बहुसंख्य सदस्यांना जे हवे त्याप्रमाणे कृती घेतल्यास सर्वांचा फायदा होऊ शकतो. कधी कधी कार्यकर्त्याला एखादी कृती घेणे कां महत्त्वाचे आहे, हे सदस्यांना सोदाहरण समजावून सांगावे लागेल व सदस्यांची ऐच्छिक सहभागासाठी तयारी करावी लागेल.
- **कार्यक्रमाची निवड सुयोग्य असणे :** क्षमतांचा विचार करून कार्यक्रम घेणे गरजेचे असते. सदस्यांना अनपेक्षित किंवा घाबरून टाकणारी कृती निवडलेली नसावी. वय, लिंग, आवड, सामाजिक कौशल्ये यांचा विचार होणे गरजेचे आहे. त्याचप्रमाणे ज्यामधून उद्दिष्ट साध्य होईल असाच कार्यक्रम हवा. उदाहरणार्थ, खूप बडबड/गडबड करणाऱ्या मुलांच्या गटासाठी मूकाभिनय असणारे नाट्य घेणे व ज्या मुलांना स्व-व्यक्तीकरणाच्या समस्या आहेत त्यांना तयार केलेले नाटुकले करायला लावणे या प्रकारे सुयोग्य निवडीचा विचार कार्यकर्त्याला करावा लागतो.

- **सदस्यांची सर्व प्रकारची सुरक्षितता विचारात घ्यायला हवी :** भावनिक व शारीरिक अशा दोन्ही प्रकारे सुरक्षित असणारे कार्यक्रम हवेत. उदाहरणार्थ, बालसदनातील (जिथे एका कुटिरात काही मुले व एक गृहमाता असते) नवीन मुलांचा गट घेत असताना, मुलांना परीकथा आवडतात म्हणून कार्यकर्त्याने सिंड्रेलाची गोष्ट रंगवून सांगितली. त्यानंतर एका मुलाने विचारले, ''आम्हालाही खरी आई नाही. म्हणजे ही सावत्र आईच आहे. हीदेखील आम्हाला अशीच वागवणार का?'' मुलांच्या सध्याच्या परिस्थितीत एका सुंदर परीकथेमुळे भावनिक असुरक्षितता निर्माण झाली.
- **सहभागाची संधी :** सर्व सदस्यांना कार्यक्रम निवड, नियोजन व अंमलबजावणी यांत क्षमतेप्रमाणे सहभागी होण्याची संधी हवी. गटकार्यकर्ता हा साहाय्यक, सहभागी निरीक्षक किंवा सल्ला देणारा अशा भूमिका करणारा हवा. काही गटांबरोबर काम करताना गटकार्यकर्त्याचा सहभाग अधिक असू शकेल. निर्णय देखील बऱ्याच प्रमाणात तो घेऊ शकेल. परंतु, गटप्रक्रिया जसजशी विकसित होत जाईल, तसतशी नियोजन प्रक्रिया गटकेंद्री होणे गरजेचे असते; तरच अशा कार्यक्रमांतून सदस्यांमध्ये सहभाग व संवाद निर्माण होईल.

६) कार्यक्रमाची व्याप्ती (Scope of Programme)

कार्यक्रमातील सहभागातून रोजच्या जीवनात उपयोगी ठरतील अशा सामाजिक किंवा जीवन कौशल्यांची वृद्धी होणे महत्त्वाचे असते.

- उदाहरणार्थ, स्त्रियांच्या शासकीय निवासी संस्थेत गटकार्य घेताना गटकार्यकर्त्याने शिकविलेली योगासने, प्रार्थना व हॉल सजावट या गोष्टी सदस्यांनी संस्थेतील इतर स्त्रियांना सांगितल्या, शिकवल्या. पर्यवेक्षकाच्या संमतीने हे कार्यक्रम संस्थेच्या दैनंदिन वेळापत्रकात समाविष्ट केल्या गेल्या. सदस्यांनी त्यासाठी नवीन येणाऱ्या स्त्रियांना शिकविण्याच्या जबाबदाऱ्या वाटून घेतल्या. गटकार्याचा दूरगामी हेतू खऱ्या अर्थाने साध्य झाला. गट समाप्तीनंतरही या गट अनुभवामुळे सकारात्मक स्वप्रतिमा निर्माण झाली व त्याचा त्यांच्या पुनर्वसनासाठी संस्थेला उपयोग झाला.
- वेश्यावस्तीतून सोडवून आणलेल्या किशोरवयीन मुलींच्या गटाबरोबर गटकार्यकर्त्याने कथा, निबंधवाचन व चर्चा अशी सत्रे घेऊन एक छोटे ग्रंथालय सदस्यांसाठी तयार केले. या सदस्यांना वाचनाची एवढी गोडी लागली की, पर्यवेक्षकांच्या संमतीने एक छोटे कपाट मुलींनी मिळविले व स्वत: जबाबदारी घेऊन इतर मुलींसाठी त्यांनी ग्रंथालय सुरू केले. संस्था भेटीस आलेल्या पाहुण्यांना, खाऊ देण्याऐवजी ग्रंथालयासाठी पुस्तकांची देणगी द्या, असे म्हणण्यापर्यंत या मुलींमध्ये बदल झाला.

या उदाहरणांमधून कार्यक्रमांची व्याप्ती लक्षात येते. कार्यक्रमातील विविध कृतींमध्ये भाग घेतल्याने, प्रत्येक सदस्याला वैयक्तिक विकासाची संधी मिळते. त्याचप्रमाणे दुसऱ्या सदस्यांना मदत करण्यासाठी त्यांची मानसिक तयारी होते. एकमेकांचे विचार ऐकण्याची, सहकार्य करण्याची मनोवृत्ती निर्माण होते.

त्याचप्रमाणे, गट म्हणून कार्यक्रमांतून मिळणारे समाधान व दृश्य स्वरूपात दिसणारे बदल यामुळे बांधिलकी निर्माण होते. आपण सगळे मिळून काही करू शकलो ही भावना गटात सुरक्षितता व बदलाची प्रेरणा निर्माण करते; व गट ज्या समाजाचा घटक असतो त्या समाजासमोर गटाचे एक अस्तित्व/ओळख निर्माण होते.

सदस्यांची स्व-प्रतिमा त्यामुळे सकारात्मक होते व सदस्यांचा समाजाकडे बघण्याचा दृष्टिकोनदेखील बदलतो, बाहेरील समाजाशी त्यांचे एक नाते निर्माण होते. सामाजिक स्वीकारामुळे मानवतावादी व लोकशाहीवादी मूल्यांचा स्वीकार करण्यास गटसदस्यांची तयारी होऊ शकते.

७) विविध प्रकारचे कार्यक्रम : महत्त्व व वैशिष्ट्ये (Various Types of Programmes : Importance and Characteristics)

कुठल्याही कार्यक्रमाचा गाभा संवाद व चर्चा आहे. परंतु, अर्थपूर्ण चर्चा होण्यासाठी आधी काहीतरी कृती किंवा अनुभव निर्माण करावे लागतात. अनेक वेळा शब्दरूपात भावना, विचार किंवा मते सविस्तर मांडण्याची सदस्यांना सवय नसते. भाषा विकास अनेक गोष्टींवर अवलंबून असतो. सदस्यांचे वय, लिंग, शिक्षण, पूर्वानुभव व जीवनशैली या सर्वांवर तो अवलंबून असतो. अशा वेळी खेळांचे विविध प्रकार उपयोगी पडतात.

७.१ विविध प्रकारचे खेळ

सर्व वयात खेळ महत्त्वाचे असतात. परंतु, त्यांची पातळी किंवा त्यांचे प्रकार प्रत्येक गटाप्रमाणे बदलतील. सर्व वयोगटाच्या मुलांसाठी खेळ हे माध्यम प्रभावी ठरते.

मैदानी/बैठे खेळ अशा वर्गीकरणाबरोबरच, शारीरिक क्षमता विकास करणारे किंवा बौद्धिक क्षमतांचा विकास करणारे असेही खेळांचे वर्गीकरण करता येईल. खेळातून अनेक भूमिका घेण्याची संधी सदस्यांना मिळते. भावना व्यक्त करण्याची संधी मिळाल्याने दाबून ठेवलेल्या भावनांना कृतिशील वाट मिळते. खेळातील नियम, त्यातील हार-जीत या सर्व अनुभवांतून स्वयंनिर्णय क्षमता, स्वत:च्या हिंमतीवर काही करण्याची क्षमता, इत्यादी गोष्टी विकसित होतात.

खेळात शाब्दिक किंवा अशाब्दिक असे दोन्ही घटक असतात. संघभावनेसाठी या दोन्ही घटकांचे महत्त्व असते व तशा प्रकारची संवाद कौशल्ये खेळातील सहभागामुळे सदस्यांमध्ये विकसित होतात. काल्पनिक खेळ, रोजच्या जीवनावर आधारित काही खेळ नाट्ये, अशाप्रकारचे खेळ वर्तणूक समस्या असणाऱ्या मुलांसाठी खूप उपयोगी पडतात. गटकार्यकर्त्याला निरीक्षण करण्याची संधी मिळते व त्यातून वर्तन बदलाची गरज जाणवल्यास पुढील उद्दिष्टे ठरविता येतात.

खेळामुळे सदस्यांची भावनिक गुंतवणूक वाढते व कळत नकळत ते एकमेकांना बदलासाठी प्रेरित करतात, स्वत:मध्ये बदल करतात व गट विकासाला चालना देतात. खेळ हे माध्यम परत परत वापरले तरी कंटाळवाणे होत नाही. नेहमीचे खेळ थोड्या वेगळ्या पद्धतीने खेळायला लावूनदेखील नवीन अनुभव निर्माण करता येतात. किशोरवयीन विधिसंघर्षग्रस्त मुले किंवा वर्तणूक समस्या असणारी मुले यांच्याबरोबर काम करताना उपचारात्मक हेतूने खेळ वापरता येतात. खेळांचे अगणित प्रकार आहेत. पारंपरिक खेळदेखील खूप कल्पकतेने वापरता येतात. उदाहरणार्थ, मंगळागौरीतील खेळ किंवा भोंडला. त्यातून सामाजिक भान निर्माण करता येते किंवा वर्तणुकीसंदर्भात दृष्टिकोन बदलता येतो.

खेळ घेताना स्पर्धा म्हणजे त्यातून प्रथम क्रमांक काढणे हे सहसा करू नये. त्याचप्रमाणे प्रत्येक वेळी जिंकले की काहीतरी वस्तूरूपाने बक्षीस देण्याचे नेहमीच टाळावे. खेळांसाठी जास्त वेळ लागतो, त्यामुळे सदस्यांना किती वेळ उपलब्ध आहे, गटकार्य घेण्याची दिवसातील वेळ या सर्वांचा विचार करून खेळ घ्यावे लागतात.

खेळांसाठी साहित्याची गरज असते. शक्यतो खूप खर्चीक साहित्य लागणार नाही असे पाहावे, किंवा उपलब्ध संसाधनांतूनही खेळसाहित्य तयार करता येते. मैदानी खेळांसाठी मैदान उपलब्ध असल्यास शालेय वयोगटासाठी त्याचा उपयोग करता येतो. बैठे खेळ विविध प्रकारचे असतात परंतु सर्वांचा सहभाग असेल असेच खेळ निवडणे गरजेचे असते.

७.२ आभासी खेळ (Simulation Games) किंवा गंमतीचे खेळ (Party Games)

हे खेळ देखील गटकार्यकर्ता घेऊ शकतो. प्रत्येक वेळेस खेळ झाल्यावर चर्चा घेण्याची गरज नसते. परंतु, काही निरीक्षणे गटासमोर मांडावी लागतात. ती त्याचवेळी मांडल्यास या फीडबॅकचा उपयोग वर्तन बदलासाठी होतो. फीडबॅक कसा दिला जाईल, हे सदस्यांच्या वयावरून ठरेल. वास्तवाचे भान येण्यासाठी, स्वत:कडे, समाजाकडे जागरूकपणे बघण्यासाठी आभास खेळांचा उपयोग होऊ शकतो. अशा प्रकारचे खेळ सामाजिक कार्यात अनेक क्षेत्रांत वापरले गेले आहेत. त्यावरील साहित्यदेखील उपलब्ध आहे. त्या साहित्याचा उपयोग करताना आभासी खेळ थोडे बदलून गटाच्या योग्यतेचा वापर करता येतो. गंमतीच्या खेळामधून करमणूक होते व सामाजिक तसेच भावनिक विकासाला मदत होते.

७.३ भूमिकानाट्य (Role Play)

अनेक वेळा गटकार्यकर्त्याला, जीवनात अधिक ठामपणे वागण्यासाठी लागणाऱ्या कौशल्यांची वृद्धी करण्यासाठी खूप प्रयत्न करावे लागतात. अशा प्रकारच्या बदलांमध्ये मूल्ये, दृष्टिकोन, वर्तणूक या तिन्ही गोष्टींवर भर असल्याने भूमिका-नाट्य ही कृती उपयोगी पडते. अनेक प्रकारच्या गटांतून, अनेक प्रकारच्या गरजा असणाऱ्या सदस्यांठी वारंवार वापरता येणारी ही कृती आहे.

भूमिकानाट्य म्हणजे सदस्यांच्या जीवनाशी निगडित असणारे प्रसंग घेऊन, त्यांच्याच जीवनातील महत्त्वाच्या व्यक्तींच्या भूमिका घेऊन प्रसंग सादर करणे व त्यावर चर्चा करून बदलाच्या प्रक्रियेला चालना देणे. हे सर्व सदस्यांनी करणे अपेक्षित असते.

भूमिकानाट्यातून सदस्यांना भूमिकांची अदलाबदल करून एकमेकांच्या भावना/दृष्टिकोन समजून घेण्याची संधी मिळते. आयुष्यातल्या महत्त्वाच्या व्यक्तींच्या भूमिका केल्यामुळे समस्येची दुसरी बाजू समजण्यास मदत होते. त्याचप्रमाणे रोजच्या जीवनात लागणारी कौशल्ये, समस्या सोडविण्याच्या पायऱ्या इत्यादी बाबी साध्य होऊ शकतात. भूमिकानाट्य हे माध्यम किंवा तंत्र गटकार्यकर्त्याने खूप काळजीपूर्वक वापरणे अपेक्षित आहे. उदाहरणार्थ, मुलांच्या एका निवासी संस्थेमध्ये सतत शिक्षा होणाऱ्या किशोरवयीन मुलांचा गट. संस्थेतील शिस्तीचे पालन करण्यास मदत करण्याच्या हेतूने गटकार्य घेताना भूमिकानाट्याचा उपयोग होऊ शकतो. संस्थेतील विविध कर्मचाऱ्यांच्या भूमिका सदस्यांना घ्यायला लावून संस्थेमध्ये शिस्त आणण्याबद्दल एखादा प्रसंग सदस्यांना सादर करायला लावल्यास, कर्मचाऱ्यांना काय अडचणी येऊ शकतात व काय करणे गरजेचे आहे, याबद्दल सदस्यांमध्ये विचारमंथन होऊ शकते.

७.४ स्वाध्याय (Self-Study)

याचबरोबर विविध स्वाध्याय सदस्यांकडून करून घेणे यानेदेखील विचार करायला, विश्लेषण करायला मदत होते. उदाहरणार्थ, 'स्त्री-पुरुष या दोन संकल्पना डोळ्यांसमोर आणल्यावर प्रत्येकाबद्दल त्यांचे वर्णन करणारे नेमके कुठले शब्द डोक्यात येतात' असा स्वाध्याय देऊन पूर्वग्रहामुळे, लिंगभेदामुळे आपला लिंगभाव कसा तयार होतो व त्याचे परिणाम काय दिसतात आणि त्याबद्दल सदस्यांना काय वाटते, अशा अनेक मुद्यांवर चर्चा एका स्वाध्यायाने होऊ शकते.

अनेक स्वाध्याय उपलब्ध असतात किंवा इंटरनेटवरून मिळतात. परंतु, सदस्यांच्या गरजांवर लक्ष केंद्रित करून त्यात योग्य ते बदल करावे लागतात. लेखी स्वाध्याय फक्त साक्षर सदस्यांबरोबर घेता येतील. काही स्वाध्याय प्रत्येक सदस्याने वैयक्तिकरीत्या स्वतंत्रपणे सोडवून झाल्यावर सर्व सदस्यांच्या उत्तरांवर आधारित चर्चा घेता येते, किंवा समस्या सोडवणुकीची कौशल्ये वाढविण्यासाठी गटाचे उपगट करून त्यांना काही प्रसंग किंवा विधाने देऊन त्यावर मार्ग काढण्यास सांगता येते.

७.५ कविता, गोष्टी (Creative Writing)

या सदस्यांकडून लिहून घेतल्यास भावना व्यक्त करण्यासाठी एक सुरक्षित माध्यम मिळते. काव्यवाचन, कथाकथन, गोष्टींवर चर्चा या कृतीदेखील घेता येतात. सदस्य जेव्हा स्वत: कविता लिहितात किंवा कथा, निबंध लिहितात, तेव्हा त्याचा उपयोग जसा गट उद्दिष्टपूर्तीसाठी होऊ शकतो, तसाच गटाला इतरांच्यासमोर एक ओळख निर्माण करण्यासाठीदेखील होऊ शकतो. उदाहरणार्थ, संकटग्रस्त परिस्थितीतून सोडवून आणलेल्या किशोरवयीन मुलींचा गट निवासी संस्थेमध्ये आत्मप्रतिमा सुधारण्यासाठी घेताना, आईला पत्र, कविता, निबंध अशा अनेक कृती गटकार्यकर्ता घेऊ शकतो. या सर्व साहित्याचे हस्तलिखित तयार करून संस्थेत ठेवल्यास येणाऱ्या पाहुण्यांकडून मुलींचे कौतुक होऊन आत्मप्रतिमा सुधारण्याची प्रक्रिया अधिक बळकट होऊ शकेल. त्याचप्रमाणे स्वत:च्या भावना व्यक्त करण्याची सदस्यांना एक सुरक्षित अशी संधी मिळते.

७.६ नाटुकले, बाहुलीनाट्य (Drama, Puppetry)

या माध्यमामुळे सदस्यांच्या रोजच्या जीवनावर आधारित समस्यांना धरून किंवा सामाजिकीकरणाला चालना देता येते. बाहुल्या (पपेट्स) तयार करण्यापासून ते सादरीकरण हा एक कार्यक्रम होतो. त्यात अनेक कृती आहेत व त्यातून अनेक उद्दिष्टांची पूर्ती होऊ शकते. हे माध्यम खूप प्रभावी होऊ शकते. कुठल्याही वयात ते आवडते. करमणूक, सामाजिक प्रबोधनाबरोबरच समस्याग्रस्त मुलांच्या उपचारात्मक गटासाठी बाहुलीनाट्याचा वापर केल्यास मुलांना खूप मदत होते.

७.७ चित्रकला/हस्तकला (Art, Handicraft)

भावना-विचार व्यक्त करण्यासाठी, सदस्यांच्या समस्यांची चाचपणी करण्यासाठी, अशा अनेक गोष्टींसाठी या कृतींचा उपयोग होऊ शकतो. चित्र पूर्ण करा, चित्र काढा, काही साहित्य वापरून चित्र तयार करा, असे अनेक सहभागी कार्यक्रम गटप्रक्रियेला चालना देतात आणि वैयक्तिक तसेच गट उद्दिष्टे साध्य करण्यास मदत करू शकतात.

७.८ संगीत, नाच (Music, Dance)

यावर आधारित कार्यक्रम सामाजिक कौशल्ये, बौद्धिक क्षमता, संघभावना अशा अनेक हेतूंनी घेता येतात.

वरील चर्चेवरून स्पष्ट होते की, खेळ, चित्रकला, हस्तकला, नाट्य, बाहुलीनाट्य, कथाकथन, भूमिकानाट्य, नृत्य, स्वयंपाक करणे, छोट्या सहली, गाणी ऐकणे, संगीत, संगीतातून खेळ, शिस्तबद्ध-आकृतीबद्ध असे काही स्वाध्याय, मैदानी खेळ, बैठे खेळ, बुद्धीला चालना देणारे खेळ, आभासखेळ अशा अनेक माध्यमांवर आधारित कार्यक्रम गट हेतू साध्य करण्यासाठी उपयोगी पडतात. गटकार्यकर्त्यामध्ये थोडी कल्पनाशक्ती व संसाधनांचा वापर करण्याची कल्पकता असेल तर वरील अनेक कार्यक्रम अतिशय वेगवेगळ्या,

नावीन्यपूर्ण पद्धतीनी घेता येतील व विविध प्रकारच्या गटांच्या व गटसदस्यांच्या गरजांची पूर्ती त्यातून साधता येईल.

समित्या स्थापन करणे, छोट्या छोट्या सहली काढणे, क्षमता वृद्धीसाठी छंद जोपासण्याचे कार्यक्रम घेणे हे व असे अनेक कार्यक्रम कार्यकर्ता घेऊ शकतो. परंतु, कार्यक्रमासाठी कार्यक्रम किंवा स्वत:चे महत्त्व/प्रभाव सिद्ध करण्यासाठी कार्यक्रम न घेता गटसदस्यांच्या गरजा, त्यांनी दिलेला प्रतिसाद किंवा व्यक्त केलेल्या इच्छा या सर्वांचा विचार करून गटाबरोबर काम करताना किती प्रकारच्या, किती वेळा, किती तास, केव्हा, कशा या कृती घेता येतील, हे ठरविले तर कार्यक्रम ध्येयपूर्तीचे साधन निश्चित होऊ शकेल.

प्रत्येक कृती व कार्यक्रमाला निश्चित उद्दिष्ट हे हवेच व त्या दृष्टीने गटकार्यकर्त्यांने स्वत: सतत मूल्यमापन करणे जसे महत्त्वाचे असते तसेच, सदस्यांना करायला लावणे हेही महत्त्वाचे असते. त्यामुळे चर्चा करून संपूर्ण गटाबद्दल किंवा विशिष्ट सदस्याबद्दल फीडबॅक घेण्याची प्रक्रिया हा कार्यक्रमाचा अविभाज्य भाग आहे.

८) गट विकासाचे टप्पे व कार्यक्रम (Stages of Group Development and Programmes)

कार्यक्रम म्हणजे अनेक कृतींची एक साखळी असते, जेणेकरून गटप्रक्रिया सुरू होते व चालू राहाते. गटविकासाच्या प्रत्येक टप्प्यावर कार्यक्रमांचे महत्त्व आहे पण प्रत्येक टप्प्याची काही वैशिष्ट्ये असतात आणि प्रत्येक टप्प्यावर सदस्यांच्या व गटाच्या काही विशिष्ट गरजा असतात. त्यानुसार कार्यक्रमांचे आयोजन करणे गरजेचे असते.

- ओळखीच्या टप्प्यात सदस्यांची एकमेकांशी ओळख होऊन विश्वासाचे नाते तयार होण्याची आवश्यकता असते. अशा वेळी ओळख होण्यास उत्तेजन देणारी कृती आयोजित करणे महत्त्वाचे असते. एखाद्या वेळी ओळख असते पण विश्वास नसतो. त्या वेळी वेगळी कृती घ्यावी लागेल.
- **गट कार्यरत होण्याचा टप्पा (वर्किंग स्टेज) :** प्रत्यक्ष बदलाची प्रक्रिया या टप्प्यात सुरू होते.

  जेव्हा गटसदस्य आपल्या कार्यावर किंवा समस्येवर लक्ष केंद्रित करून त्या दिशेने वाटचाल सुरू करतात तेव्हा सर्व कार्यक्रम समस्या सोडवणुकीशी संबंधित असणे गरजेचे असते. उदाहरणार्थ, लाजाळू मुलांचा गट घेत असताना या टप्प्यात मुलांना नाटुकले सादर करणे, नाच करणे किंवा गोष्ट सांगणे अशा कृती घेतल्यास त्यांना धिटाई वाढविण्यासाठी उपयोग होईल.
- गट समाप्ती/समारोपाच्या टप्प्यावर येतो तेव्हा आढावा घेणे/मूल्यमापन करणे, निरोप समारंभ या संदर्भात कृती आयोजित कराव्या लागतात. त्यामध्ये एकत्रित चहापान, मनोगत मांडणे, छोटेसे ग्रीटिंग कार्ड प्रत्येक सदस्याला देणे किंवा गटातून आम्हाला जे मिळाले त्याचा आम्ही पुढे काय उपयोग करू यावर एकत्रित चर्चा करून सारांशरूपाने लिहायला लावणे अशा कृती येऊ शकतात.

९) कार्यक्रम व गटाचा प्रकार (Types of Groups and Programmes)

काही कार्यक्रम किंवा कृती एका गटात उपयोगी पडल्या तरी त्याच प्रकारच्या दुसऱ्या गटात त्या उपयोगी ठरतीलच असे नाही. प्रत्येक गटाची वेगळी वैशिष्ट्ये असतात. परंतु, गटाच्या प्रकारावर आधारित काही कार्यक्रम विशिष्ट पद्धतींचा वापर करूनच आयोजित करावे लागतात. उदाहरणार्थ, लैंगिक शोषण झालेल्या मुलांचा उपचारात्मक गट घेत असताना, चित्र काढून घेताना रंगांचा वापर करण्यासाठी साहित्य देणे महत्त्वाचे ठरेल; व काहीही विषय न देता जे त्यांना काढायचे ते काढू देणे महत्त्वाचे ठरेल. सामाजिकीकरणासाठी

घेतलेल्या गटात मुलांना स्वच्छतेच्या सवयी लागाव्यात असा हेतू असेल तर स्वच्छतेवरचे गाणे, एखाद्या प्रार्थनेसारखे, प्रत्येक सत्रात घ्यावे लागेल.

उपचारात्मक गटांमध्ये काही कृती विशिष्ट नियमांचा वापर करून कराव्या लागतात, तर काही कृतींसाठी सदस्यांना संपूर्ण स्वातंत्र्य द्यावे लागते.

करमणूक, सृजनशीलता विकास अथवा वैकासिक गट घेताना सामाजिक भान निर्माण करणाऱ्या किंवा अधिक परिणाम साधण्यासाठी उपयोगी (रिझल्ट-ओरिएंटेड) कृतींवर भर द्यावा लागेल.

सदस्य विकास, गट विकास, वैयक्तिक उद्दिष्टे, गट ध्येय या सर्वांचा योग्य समतोल कार्यक्रम आखणीत साधावा लागतो. त्यामुळे, सदस्यांचा सहभाग सर्व प्रक्रियेत जरी महत्त्वाचा असला तरी गटकार्यकर्त्याला कार्यक्रम नियोजन, अंमलबजावणी व मूल्यमापनात अनेक जबाबदाऱ्या घ्याव्या लागतात.

१०) गटकार्यकर्त्याच्या जबाबदाऱ्या (Responsibilities of Group Worker)

- **कार्यक्रम निवडीसाठी मदत करणे :** एकाच कृती कार्यक्रमाचा अनेक प्रकारे उपयोग होऊ शकतो किंवा अनेक कृती सदस्यांना माहीतही नसतात. या दोन्ही बाबतीत मार्गदर्शन करावे लागते. उद्दिष्टपूर्तीसाठी कोणती कृती सर्वांत महत्त्वाची ठरेल हा निर्णय घेण्यास सदस्यांना समजावून सांगण्याची जबाबदारी कार्यकर्त्याची असते.
- **कृती नियोजनासाठी मदत करणे :** अनेक कृतींसाठी सदस्यांमध्ये जबाबदाऱ्यांचे वाटप करावे लागते. काही कृतींना विशिष्ट टप्पे असतात. कधी कधी संसाधनांची जमवाजमव करण्याची गरज असते. समाजातील संसाधने व गट यांमधील तो दुवा असतो. हे सगळे सर्व सदस्यांना समजावून सांगण्याची कार्यकर्त्याची जबाबदारी असते. नंतर नियोजन करता करताच परस्परसंबंधही दृढ करण्याची जबाबदारीदेखील कार्यकर्त्याला घ्यावी लागते.
- **कृती घडत असताना सदस्यांच्या आंतर्क्रियांना योग्य दिशा देणे :** जेव्हा सदस्य कृती करण्याचा अनुभव घेत असतात, तेव्हा अनपेक्षित असे काहीही घडू शकते, भावनांचा उद्रेक होऊ शकतो, एकमेकांवर कुरघोडी करण्याचे प्रयत्न होऊ शकतात. अशा वेळी कृतीमागील हेतूंवर सदस्यांचे लक्ष केंद्रित करून संघभावना निर्माण होण्यासाठी मार्गदर्शन करणे, ही कार्यकर्त्याची जबाबदारी असते.
- **गटामध्ये प्रेरणा निर्माण करणे :** अनेकदा सदस्यांमध्ये आत्मविश्वास कमी असतो. त्या वेळी, 'आम्ही हे करू शकतो' अशी त्यांच्यामध्ये खात्री निर्माण करण्यासाठी छोटे छोटे अनुभव त्यांना मिळण्याची संधी त्यांना देणे, हे कार्यकर्त्याला करावे लागते. असे करून, सदस्यांचा आत्मविश्वास वाढेल हे बघण्याची जबाबदारी कार्यकर्त्याची असते. एकमेकांकडून आधार मिळण्याविषयी कधी कधी गटसदस्यांमध्ये साशंकता निर्माण होते. तेव्हा काही कृतींतून गट बांधिलकी वाढविण्यासाठी प्रेरणा देण्याची जबाबदारी कार्यकर्त्याची असते.
- **गटकार्यकर्त्याने स्वत: रोल मॉडेल बनणे :** कार्यकर्त्याची कार्यक्रम-आखणीची पद्धत, गट प्रक्रियेतील समतोल साधण्याची हातोटी, गटाच्या किंवा सदस्यांच्या विकासासाठी मदत करण्याची पद्धत, हे सदस्यांना प्रत्यक्ष अनुभवायला मिळते. त्यातून त्यांसाठी आदर्श निर्माण होतो व त्याचे ते अनुकरण करतात. हे घडण्याची खातरजमा करणे ही जबाबदारी कार्यकर्त्याची असते.

- **लेखी नोंदी ठेवणे :** कार्यक्रमाचे स्वरूप, त्यातील एकात एक गुंफलेल्या कृती, त्यासाठी लागणारी संसाधने, त्याचप्रमाणे कृती करण्याच्या पायऱ्या, त्यासंबंधी सूचना व त्यानंतर घेण्याच्या चर्चेचे मुद्दे हे सर्व लेखी ठेवल्यास अंमलबजावणीत अडथळे येणार नाहीत. कार्यक्रम हे उद्दिष्टपूर्तीसाठी वापरायचे माध्यम असल्यामुळे नियोजनाचा आराखडा लेखी ठेवणे, ही गटकार्यकर्त्याची जबाबदारी आहे.
- **मूल्यमापन करणे :** उद्दिष्टपूर्ती झाली की नाही, हे समजण्यासाठी मूल्यमापन करणे ही महत्त्वाची जबाबदारी गटकार्यकर्त्याची असते. सदस्यांकडून संपूर्ण प्रक्रियेचे मूल्यमापन करवून घेण्यासाठी कधी कधी लेखी आराखडे तयार करून सदस्यांकडून लेखी फीडबॅक घेता येतो; तर कधी कधी काही प्रश्न विचारून व चर्चा करून मूल्यमापन करता येते. या मूल्यमापनाच्या आधारे पुढील नियोजन करण्याची जबाबदारी गटकार्यकर्त्याची असते.

> उदाहरणार्थ, विशेष गरजा असणाऱ्या मुलांसाठी शिक्षक होण्याचे प्रशिक्षण घेणाऱ्या बारा प्रशिक्षणार्थींचा गटकार्यकर्त्याने घेतला. हे प्रशिक्षणार्थी एक वर्ष वसतिगृहात राहातात. त्यामुळे त्यांच्यात एकीची भावना निर्माण व्हावी व स्वत:च्या शिक्षकी पेशाबद्दल बांधिलकी निर्माण व्हावी या हेतूने हा गट घेताना एक कृती 'पोस्टर तयार करण्याची' होती. सर्वसामान्य समाजात विकलांगता व विकलांग व्यक्तींबद्दल जाणीव-जागृती करण्यासाठी पोस्टर बनविणे अशी कृती होती. पोस्टर बनविताना समाजाच्या दृष्टिकोनावर चर्चा झाली व तो कसा असावा, त्यासाठी संदेश कशा प्रकारे दिला गेला पाहिजे, यावर सविस्तर चर्चा झाली. खूप विचारपूर्वक, दोन सदस्यांनी मिळून एक अशी एकूण सहा पोस्टर्स तयार केली.
>
> ही कृती इथेच थांबवली असती तर फारच थोडी उद्दिष्टे साध्य झाली असती. पुढील सत्रात कार्यकर्त्याने, सर्वांत उत्तम पोस्टर कोणी तयार केले, हे सदस्यांना ठरविण्यास सांगितले. सदस्य एकमेकांचे परीक्षक बनू शकतात, हे सदस्यांना मान्य झाले नाही. एकमेकांना दुखविण्याची शक्यता यात आहे, असे त्यांना वाटत होते. गटकार्यकर्त्याने निर्णय घ्यावा असा सर्वांनी आग्रह धरला. परंतु, कुठले निकष आपण लावू शकतो यावर गटकार्यकर्त्याने चर्चा घेतली; व त्या निकषांच्या आधारे, कुठले पोस्टर जाणीव-जागृतीसाठी जास्तीत जास्त उपयोगी पडू शकेल, अशी चर्चा घेता घेता सदस्यांकडूनच प्रत्येक पोस्टरचे परीक्षण करून घेतले. त्यामुळे 'उत्तम पोस्टर कोणते' हे सर्वानुमते ठरविले गेले.

या उदाहरणावरून, सर्व सदस्यांना अधिक जबाबदार, अधिक जागृत होण्यास मदत करणे व गट विकासासाठी महत्त्वाचा असलेला सर्वांचा वस्तुनिष्ठ सहभाग मिळविणे यासाठी गटाला अनुभवातून योग्य दिशा देता येते, ही गटकार्यकर्त्याची जबाबदारी आहे, हे स्पष्ट होते.

११) गटकार्यकर्त्याची कौशल्ये (Skills of Group Worker)

कधी कधी गटकार्यकर्त्याला प्रत्यक्ष कार्यक्रमामध्ये सहभाग घ्यावा लागतो; तर काही कृतींमध्ये तो केवळ निरीक्षण करतो. कृती करताना सूचना देणे, योग्य दिशेने कृती नेणे या जबाबदाऱ्या पार पाडत असताना गटकार्यकर्त्याला पुढील कौशल्ये सतत वापरावी लागतात.

- **सुसंवाद (Communication) :** सुसंवादासाठी अनेक कौशल्ये एकत्रित असणे आवश्यक असते. बोलणे-ऐकणे या दोन्ही कृतींचा समतोल या कौशल्यांमध्ये अपेक्षित आहे.

- **निरीक्षण (Observation) :** अतिशय बारीक पण योग्य तेच निरीक्षण करता यायला हवे. त्या निरीक्षणावर आधारित संवाद साधता येणे, हेदेखील कौशल्य आहे. गट वातावरण, सदस्य वर्तणूक, परस्पर संबंध या सर्वांचे निरीक्षण करता येणे हे या कौशल्यात अपेक्षित आहे.
- **विश्लेषण (Analysis) :** कृती होताना झालेल्या प्रक्रियेचा कार्यकारण संबंध कार्यकर्त्याला समजणे महत्त्वाचे आहे. विश्लेषण गरजेप्रमाणे सदस्यांपुढे योग्य रीतीने मांडणे हे एक कौशल्य आहे.
- **नियोजन (Planning) :** कार्यक्रमांच्या संदर्भात गटकार्याचे जे तत्त्व आहे तेच नियोजनाशी संबंधित आहे. त्यामुळे नियोजनासाठी लागणारी सारी कौशल्ये इथे आध्याहृत आहेत. योग्य विश्लेषण, क्षमतांचा अंदाज, उद्दिष्टांची स्पष्टता, वेळेचे व्यवस्थापन व गरजांची पूर्तता करणाऱ्या कृतींची निवड करण्याची क्षमता हे सर्व एकत्र करून नियोजनाचे कौशल्य होते.
- **परस्पर संबंध प्रस्थापित करण्याचे कौशल्य (Skill of Establishing Relationships) :** कार्यक्रमात सहभाग घेताना घडणाऱ्या आंतर्क्रियांमुळे सदस्यांमध्ये जवळीक निर्माण होते. त्याचबरोबर गटकार्यकर्त्याबरोबरदेखील सदस्यांचे विश्वासाचे व सहकार्याचे नाते निर्माण होते. गट प्रक्रियेमधून ध्येयपूर्ती होण्यासाठी नातेसंबंध हे महत्त्वाचे साधन आहे. त्यामुळे त्या नातेसंबंधांचा उपयोग व्यक्ती व गट विकासासाठी योग्य पद्धतीने करणे हे गटकार्यकर्त्याचे कौशल्य आहे.

सारांश

- गटकार्यात कार्यक्रम हे एक माध्यम आहे.
- कार्यक्रम ही अनेक कृतींची साखळी असते.
- एक कार्यक्रम अनेक सत्रांत विभागला जातो.
- या अनुभवामुळे सदस्यांमध्ये परस्पर संबंध व संवाद निर्माण होतात.
- सदस्यांच्या अनेक सामाजिक कौशल्यांची व मूल्यांची वृद्धी होण्यास चालना मिळते.
- कार्यक्रमांचे नियोजन विशिष्ट तत्त्वांवर आधारित आहे.
- प्रत्येक कार्यक्रमाला विशिष्ट उद्दिष्टे असतात.
- कार्यक्रमांची योग्य निवड केल्यास उद्दिष्टपूर्ती होऊ शकते. अनेक प्रकारचे कार्यक्रम व त्यासाठी लागणारी संसाधने यांची गटकार्यकर्त्याला माहिती असणे गरजेचे असते.
- 'कार्यक्रमासाठी कार्यक्रम' हे उद्दिष्ट न राहाता 'उद्दिष्टपूर्तीसाठी कार्यक्रम' हे तत्त्व सतत पाळल्यास गट व व्यक्तिविकास साधता येतो.

प्रकरण ६ | गट प्रक्रिया व गट चलनशक्ती

Group Process and Group Dynamics

प्रस्तावना

१) गट प्रक्रिया व गटाची गतिशीलता (चलनशक्ती) : संकल्पना व परस्पर संबंध (Group Process and Group Dynamics : Concept and Mutual Relationship)

२) गटाच्या गतिशीलतेचे घटक (Elements of Group Dynamics)

३) गटकार्यकर्त्याच्या जबाबदाऱ्या व तंत्रे (Responsibilities of Group Worker and Techniques Used)

४) सदस्य वर्तन व गटचलनशक्ती (Member Behaviour and Group Dynamics)

५) गट प्रकार, आणि गट प्रक्रिया व गट चलनशक्ती (Types of Groups, and Group Process and Dynamics)

सारांश

प्रस्तावना

गट कार्याची सुरुवात होण्यापासून ते गट समाप्तीपर्यंत (समारोप) गट आंतर्क्रिया गटप्रक्रियेला चालना देतात. हा गटसदस्यांचा प्रवास गटकार्यकर्त्याला समजून घ्यावा लागतो व त्या वेळी सदस्यांना योग्य मार्गदर्शन करण्याची जबाबदारी गटकार्यकर्त्यावर असते. त्यामुळे गट प्रक्रियेची संकल्पना, वैशिष्ट्ये व महत्त्व समजून घेणे महत्त्वाचे असते.

गट प्रक्रियेचे निरीक्षण केल्यास गटाचे बदलते चित्र गटकार्यकत्याला दिसू शकते. हे बदल सदस्य वर्तणूक, गट वातावरण, गट वर्तणूक, इ.तून दिसतात. एखाद्या चलत्चित्रफितीप्रमाणे गट जीवन गटकार्यकर्त्यापुढे प्रत्येक सत्रातून उलगडत असते. या बदलांचा परिणाम आंतर्संबंध, गटआकर्षण, गटातील वातावरण व ध्येयपूर्ती यांवर विविध प्रकारे होत असतो. या सर्व बदलांचा म्हणजे चलनशक्तीचा अभ्यास गटकार्यकर्त्याला

करावा लागतो. या चलनशक्तीची कारणे शोधणे, त्यांचे होणारे परिणाम समजून घेणे, त्यावरील उपाययोजना ठरविणे हे गटकार्यकर्त्याला करावे लागते. त्याप्रमाणे सदस्याचे वैयक्तिक वर्तनदेखील चलनशक्तीवर परिणाम करीत असते. हे वर्तन सकारात्मक आहे की अडथळे निर्माण करणारे आहे, त्यानुसार गटचलन बदलत असते. सकारात्मक वर्तनाचा योग्य उपयोग व अडथळे निर्माण करणाऱ्या वर्तनाचा अभ्यास करून योग्य उपाययोजना करणे हा गटकार्य प्रक्रियेचा अविभाज्य भाग आहे. गटसदस्यांचा विकास त्यातून होत असतो. जीवनात अनेक भूमिका करताना व्यक्तीला नेत्याची भूमिका करावी लागते किंवा अनेक भूमिका वठविताना नेतृत्वासाठी लागणाऱ्या कौशल्यांचा किंवा गुणांचा वापर करावा लागतो. त्यामुळे गट प्रक्रियेतून सदस्यांचे नेतृत्वगुण विकसित होण्याची संधी निर्माण करणे गरजेचे असते.

गट प्रक्रिया व गट चलनशक्ती हे दोन्ही घटक गटकार्याचा गाभा आहेत. त्यामुळे गट प्रक्रियेला चालना कशी देता येईल, गट चलनशक्तीचा सदुपयोग गट विकासासाठी कसा करता येईल यावर या प्रकरणात सविस्तर मांडणी केली आहे.

१) गट प्रक्रिया व गटाची गतिशीलता (चलनशक्ती) : संकल्पना व परस्पर संबंध (Group Process and Group Dynamics : Concept and Mutual Relationship)

१.१ गट प्रक्रिया संकल्पना (Group Process : Concept)

या संकल्पनेची व्याख्या करणे अवघड आहे व त्यामुळे आपल्याला ढोबळपणे असे म्हणता येईल की, गटामध्ये जे जे घडत असते त्याला 'गट प्रक्रिया' म्हणतात. जे दृश्यपणे दिसते व जे घडत आहे असे जाणवते त्या सगळ्याचा समावेश गट प्रक्रियेत आहे. ती पुढील गोष्टींवर अवलंबून असते-

- सर्व सदस्यांच्या आंतर्क्रिया व संवाद पद्धती.
- काही सदस्यांतील आंतर्क्रिया व संवाद पद्धती.
- सर्व सदस्य व गटकार्यकर्ता यांच्यातील आंतर्क्रिया व संवाद पद्धती.
- काही सदस्य व गटकार्यकर्ता यांच्यातील आंतर्क्रिया व संवाद पद्धती.
- या सर्व आंतर्क्रिया सामाजिक, भावनिक आणि बौद्धिक पातळीवर आधारित असतात.

याचा अर्थ असा की, प्रत्येक सदस्य त्याचे व्यक्तिमत्त्व, विचारपद्धती, भावना, तसेच कार्यपद्धतीची वैशिष्ट्ये घेऊन गटात सहभागी होतो. त्या प्रत्येक सदस्यामुळे गटप्रक्रियेवर परिणाम होतात. त्याचप्रमाणे सर्व सदस्य एकत्रितपणे एक वातावरण निर्माण करतात, त्यामुळे अनेक प्रकारच्या गट आंतर्क्रिया घडतात. या आंतर्क्रियांची, गटातील नातेसंबंधांची व कृतींची संरचना सतत बदलत असते. हा बदल म्हणजेच गट प्रक्रिया. यालोम यांनी गट प्रक्रियेची व्याख्या करताना सदस्यांमधील आंतर्क्रियांमुळे परस्पर संबंधात उमटणारे पडसाद म्हणजेच गट प्रक्रिया असे म्हटले आहे.

लुफ्त (Luft) (१९६३) यांच्या मताप्रमाणे गट प्रक्रिया हे गटातील वर्तणुकीचा ऊहापोह करून काढलेले अनुमान आहे. वर्तणूक शाब्दिक असू शकते. उदाहरणार्थ, गटचर्चा, संवाद किंवा देहबोली. उदाहरणार्थ, सदस्यांनी न बोलता शांत बसणे, किंवा दुसऱ्याचे म्हणणे विशिष्ट पद्धतीने ऐकणे किंवा काही कृती करणे.

व्हिटमन (Whitman) (१९६४) म्हणतो की, गट प्रक्रिया म्हणजे चलनशक्ती, भावनिक आंतर्क्रिया व गटाच्या मनोसामाजिक आकृतिबंधांचे उलगडणे होय.

समाजामध्ये जसे गटांत स्थित्यंतर दिसते तसेच गटकार्यातही गट सतत बदलत असतो. अंतर्गत वातावरण व गटाबाहेरील आजूबाजूच्या परिस्थितीचा परिणाम गटावर व गटाच्या कार्यक्षमतेवर होत असतो. त्यांवर गटकार्यकर्त्याचे नियंत्रण असेलच असे नाही. गटप्रक्रियेला दिशा देणे हे मात्र तो करू शकतो. गटप्रक्रिया ही सतत चालणारी बाब आहे. गटातील निरनिराळ्या अनुभवांसाठी लागणाऱ्या कृती किंवा गटाची कृती करण्याची रीत वा पद्धत एका विशिष्ट क्रमाने घडत असतात. त्याचप्रमाणे त्यात बदल होत असतात. हे सर्व गटातील आंतर्क्रियांमुळे निर्माण होते. यालाच 'गट प्रक्रिया' म्हणतात.

गट प्रक्रियेचा अभ्यास करताना लक्षात ठेवण्याच्या बाबी–

- आंतर्क्रियांचे अनेक घटक एकाचवेळी कार्यान्वित असतात. उपगट निर्मिती, दोघांमधील मैत्री, सदस्यांमध्ये युती होणे, संघर्ष, एकमेकांबद्दलचे आकर्षण, गट नियमन, निर्णय प्रक्रिया इत्यादी घटक गट विकासातील प्रत्येक टप्प्यावर दिसतात. या सर्व घटकांचा एकमेकांशी संबंध असतो. एकात एक घटक गुंतलेले असतात. त्याचप्रमाणे हे घटक एकमेकांवर परिणामदेखील करत असतात.
- गट प्रक्रियेचा विश्लेषणात्मक अभ्यास करताना, व्यक्ती व गट वर्तणूक या दोन्ही गोष्टी एकमेकांशी निगडित आहेत हे समजणे गरजेचे आहे. व्यक्तीची वर्तणूक ही प्रत्यक्ष व्यक्ती व गट यातील परस्परावलंबी संबंधांतून निर्माण होणारी आहे. संपूर्ण गटदेखील एकत्रितपणे विशिष्ट पद्धतीने कार्यरत असतो.
- गटातील वर्तणूक ही वर्तमानाशी अधिक जोडलेली असते. त्यामुळे गट प्रक्रियेत 'इथे व आता' या संदर्भात वर्तणूक तपासावी लागते. गटातील प्रसंगात त्या वेळी नेमके काय, कसे घडले हे बघणे महत्त्वाचे आहे.
- गट प्रक्रियेला योग्य दिशा देणे ही गटकार्यकर्त्याची महत्त्वाची जबाबदारी आहे. गटकार्याची सुरुवात करताना जो अलिखित करार ठरलेला असतो व ज्या उद्दिष्टांवर गटकार्य आधारित असते, त्यांचे सतत भान गटकार्यकर्त्याला असावे लागते.
- उद्दिष्टांची स्पष्टता व त्याविषयीची बांधिलकी गटकार्यकर्त्याला हवी आणि त्याची जाणीव त्याने सदस्यांना सतत द्यायला हवी.
- प्रक्रियेचे निरीक्षण व मूल्यमापन सतत करावे लागते. भरकटणाऱ्या आंतर्क्रियांवर नियंत्रण करून त्यांना पुनर्दिशा देण्याचे काम गटकार्यकर्त्याला करावे लागते.

१.२ गट चलन (गट चलनशक्ती किंवा गतिशीलता) संकल्पना (Group Dynamics : Concept)

गट जेव्हा ध्येयपूर्तीसाठी कार्यशील होतो, तेव्हा होणाऱ्या अनेक घडामोडी या सदस्य व गट यांच्या भावना, विचार वर्तन या दोन्हींच्यावर परिणाम करतात. गट पुढे नेणाऱ्या किंवा अडथळे आणणाऱ्या अशा कृती किंवा वर्तन गटात घडते. यातून गट चलन निर्माण होते. हे चलन गटात प्रवाही गती निर्माण करते. एखाद्या जलाशयात दगड फेकला गेल्यावर त्यावर अनेक तरंग उठतात, एकातून एक अशा लहरी निर्माण होतात. तेवढ्या वेळात पाणीदेखील ढवळून निघते. तळाशी स्थिरावलेले दगड किंवा मातीदेखील उसळून वर येते. चलनशक्ती किंवा गटगतिशीलता यांनीही तसेच होते. दगड म्हणजे वेगवेगळे कार्यक्रम व त्यातून निर्माण होणारे अनुभव, संवाद व बदल आणि गट ढवळून निघतो ते गट चलन. या चलनशक्तीचा अभ्यास करणे व त्याच्या

नोंदी ठेवणे महत्त्वाचे असते; कारण गटाचे वातावरण, सदस्य समाधान, गटाची कार्यक्षमता या सर्व गोष्टींचा गट चलनशक्तीशी संबंध आहे. गट चलन यावर अवलंबून असते; तर गट चलनशक्तीमुळे वातावरण, समाधान, कार्यक्षमता यांवर परिणाम होऊ शकतो. ही एक अखंड चालणारी घटनांची साखळी चक्राकार असते.

या सर्वांचा अभ्यास म्हणजे गटवातावरण, सदस्यर्वतन, इ.चे बारकाईचे निरीक्षण करणे, त्याचा गटकार्यक्षमतेवर होणारा परिणाम समजून घेणे व बदल करण्याची गरज असल्यास सदस्यांच्या मदतीने ते करणे किंवा सदस्यांना मार्गदर्शन करणे. हे सतत लक्षपूर्वक निरीक्षण केल्यास समजू शकते. ही जबाबदारी बरीच गटकार्यकर्त्याची असते.

त्यामुळे गटकार्यकर्त्याने, गट प्रक्रियेत कृती घडत असताना, त्या क्षणी गट चलनाचा अभ्यास करणे म्हणजे 'आता या घटकेला इथे काय घडले' याचे विश्लेषण करणे होय. महत्त्वाचा धागा जर गटकार्यकर्त्याला पडकता आला तर गतिशीलतेतील गुंता सोडविता येतो. उदाहरणार्थ, वर्तणूक समस्या असणाऱ्या शालेय वयोगटाबरोबर गटकार्यकर्ता गटकार्य घेत असताना दोन सदस्यांमध्ये अचानक वादविवाद निर्माण होऊ शकतो व तो इतका विकोपाला जाऊ शकतो की, इतर सदस्य घाबरून जाऊन, ''आम्हाला आता घरी जायचे आहे'' असे म्हणू शकतात. या दोन सदस्यांमधील वादविवादाचे नेमके कारण गटकार्यकर्त्याला लगेच शोधावे लागते; जर गटकार्यकर्त्याला असे जाणवले की, केवळ स्वत:चे वर्चस्व गाजविण्यासाठी हे दोन सदस्य वाद घालत आहेत व त्याचा परिणाम इतर सदस्य त्यांच्यापासून दूर जाण्यात होत आहे, तर ते त्याने वाद घालणारे सदस्य व इतर गटसदस्य या सर्वांना दाखवून दिले पाहिजे. त्यातून त्या सदस्यांना आवर घालणे शक्य होईल व गट प्रक्रिया सुरळीत चालू राहील.

किंवा गटात दोन तट पडू शकतात व आक्रमकता वाढून वातावरण तापू शकते. त्या क्षणी गटात काय घडत आहे यांचे गटकार्यकर्त्याला चटकन आकलन होणे गरजेचे आहे. दोन गट पडण्याची कारणे पुढीलप्रमाणे असू शकतील– 'आपण गटसदस्यांना आवडत नाही' किंवा 'काही सदस्यांना गटकार्यकर्ता अधिक महत्त्व देतो आहे.' यांपैकी किंवा इतर काही कारण जर गटकार्यकर्त्याला जाणवले, तर त्याने आक्रमक सदस्यांना, दोन तट पाडण्यामागील त्यांच्या भावना व्यक्त करण्यासाठी चालना देऊन योग्य उदाहरणांनी समजावून दिल्यास गटातील वातावरण सुधारू शकेल. या प्रसंगी गटकार्यकर्त्याने भावनांना वाट करून देऊन त्यांचा निचरा करणे व सामान्यीकरण ही दोन तंत्रे वापरली. हे केले नाही तर काही सदस्य पुढील सत्राला येण्याचे टाळतील किंवा गटाबाहेर या असमाधानाचे पडसाद उठू शकतील.

त्या त्या वेळी नेमके काय घडले, गटातील वातावरण नेमके कसे झाले, सदस्यांचे वर्तन नेमके कसे दिसले याचे बारकाईने निरीक्षण करणे व विश्लेषण करणे महत्त्वाचे ठरते. त्याच सत्रात काही उपाययोजना करण्याची गरज वाटल्यास गटकार्यकत्याने गटसदस्यांना मार्गदर्शन केले तर बदल होऊ शकतात.

याचा अर्थ, गट प्रक्रिया स्थिर करून त्याचे विश्लेषण करणे व त्याच्या आधारे कृती करणे म्हणजे गट गतिशीलता खऱ्या अर्थाने समजून घेणे.

१.३ गटप्रक्रिया व चलनशक्ती यांचा परस्पर संबंध (Relationship between Group Process and Dynamics)

गट जेव्हा एकत्रित किंवा संघटित व्हायला लागतो तेव्हा त्यात एक रचना तयार होते. प्रत्येक व्यक्तीला वेगळे स्थान प्राप्त होते. गटातील अनुभवांमुळे प्रत्येक सदस्याला समाधान मिळत असते. गट सत्राला सदस्य येणे ही गटकार्यकर्त्याची गरज राहात नाही व प्रत्येक सदस्याला या सदस्यत्वाची व गट अनुभवांची ओढ

वाटायला लागते. परस्पर संवाद व परस्पर संबंध निर्माण होतात तेव्हा एकमेकांच्या गरजेप्रमाणे आधार देणे, एकमेकांच्या दृष्टिकोनात बदल करण्याचा प्रयत्न करणे अशा अनेक गोष्टी गटातून घडत असतात. प्रत्येक सदस्य बदलत असतो. व्यक्तीचा व गटाचा विकास होत असतो. त्याने गट रचनाही बदलते. यामुळे गटाबद्दल सदस्यांना आकर्षण निर्माण होते व त्यातून गट स्थिर व्हायला सुरुवात होते.

गटाबद्दल सदस्यांना आकर्षण खऱ्या अर्थाने निर्माण झाल्यावर पुढील तीन महत्त्वाच्या गोष्टी गटात घडतात–

अ) गट नियमांचा स्वीकार व पालन (Acceptance of Group norms and Implementation)

जेव्हा सदस्यांचा नियमितपणा वाढतो व गट अनुभवांतून परस्पर संबंध दृढ व्हायला लागतात तेव्हा गटाचे नियम जाचक न वाटता आनंदाने सर्व जण स्वीकारतात. वेळा पाळणे, सर्वांनी जबाबदाऱ्या घेणे, एकमेकांचे ऐकून घेणे, एकमेकांना कशी व किती मदत करणे अपेक्षित आहे, नेमके कुठले कार्यक्रम सदस्यांना उपयोगी पडतील ते ठरविणे इत्यादी नियमांचा ते स्वीकार करतात. या गोष्टी गटाची वैशिष्ट्यपूर्ण ओळख निर्माण होण्यासाठी आवश्यक असतात. सुरुवातीला प्रत्येक सदस्यात गटाबद्दल बांधिलकी निर्माण होण्यास गटकार्यकर्त्याला खूप प्रयत्न करावे लागतात. गटातील नियमांमुळे सर्व प्रक्रियांत एक शिस्त निर्माण होते. इथे शिस्त याचा अर्थ बाहेरून नियंत्रण असा नसून, शिस्त म्हणजे सदस्यांना गटाबद्दल खरोखर आपुलकी वाटल्यामुळे ते स्वनियंत्रणातून एकत्रित काम करतात, गटाची बंधने स्वीकारतात, असा आहे. उदाहरणार्थ, बचतगटाचे फायदे जेव्हा सर्व महिला सदस्यांना पटतात तेव्हा त्याच नियम बनविण्यात सहभागी होतात. स्वत:ही नियम पाळतात आणि इतरांनाही ते पाळायला लावतात. गटसदस्य नियमांचे पालन करावयास लागल्यावर प्रत्येक सदस्याची विशिष्ट भूमिका ठरते व त्यातून त्यांचे गटातील स्थान निर्माण होते.

- **प्रत्येक सदस्याचे गटातील स्थान व त्याची इतर सदस्यांकडून स्वीकृती :** सदस्यांचे गटातील स्थान एकमताने स्वीकारले गेले की, त्या स्थानाला अनुसरून जबाबदाऱ्या घेण्याची प्रेरणा व गटआकर्षण वाढते. उदाहरणार्थ, मुलांमधील सृजनशीलता वाढविण्यासाठी गटकार्य घेताना त्यातील कलावंत सदस्यांचे स्थान जर स्वीकारले गेले तर गटप्रक्रियेला योग्य चालना मिळते.
- **उद्दिष्टपूर्तीची वाटचाल सदस्यांना कशी वाटते :** हा फायदा प्रत्यक्ष दिसणे कधीकधी गरजेचे असते तर कधीकधी उद्दिष्टपूर्तीसाठी प्रत्येक सदस्याला जबाबदाऱ्या घेण्याची संधी मिळाली तरी सदस्यांची बांधिलकी निर्माण होते. या वाटचालीत सर्वांना फायदा होत आहे, असे दिसल्यास आकर्षण वाढते.
- **गटकार्यातील अनेक अनुभवांबाबत वा कृतींबाबत सदस्यांना किती स्वातंत्र्य आहे :** यावर गट बांधिलकी व गट आकर्षण ठरू शकते. गटात नेमके कुठले कार्यक्रम घ्यायचे, जबाबदाऱ्या काय व कशा वाटून घ्यायच्या हे सदस्यांनी ठरविणे गरजेचे असते. सदस्यांना दबावाखाली कुठलीही गोष्ट करावी लागता कामा नये.

सदस्यत्व जर स्वयंप्रेरणेने घेतले गेले असेल तर समाधान अधिक असते व या समाधानामुळे गटनियमनांचा स्वेच्छेने स्वीकार होतो. अनेकदा गटसदस्यत्वदेखील लादले गेलेले असते. त्यामुळे सदस्य नाराज असतात. उदाहरणार्थ, मुलींच्या निवासी संस्थेमध्ये लालबत्ती भागातून सोडविलेल्या मुलींचा गट घेताना त्या मुलींवर गटसदस्यत्व लादले गेलेले असू शकते, व त्यामुळे गट प्रक्रियेवर परिणाम होतो.

प्रत्येक सदस्य आपले पूर्वीचे अनुभव, भावना किंवा मते यांसकट गटात प्रवेश करत असतो. त्याचप्रमाणे,

गटातून आपल्याला काय मिळाले पाहिजे याविषयी प्रत्येकाच्या काही अपेक्षा असतात. त्या बाबींचा गटातून स्वीकार झाल्यास गटसदस्यांकडून अपेक्षित असणारी वर्तणूक सर्वमान्य होते.

गटाची उद्दिष्टे व सदस्य उद्दिष्टे यांत साम्य असेल तर गट बांधिलकी अधिक होते. छुपे हेतू असल्यास अनेक घातक चलनशक्ती निर्माण होतात व गट विस्कळीत होण्याची शक्यता असते. गटप्रक्रिया प्रवाही असते त्यामुळे काही नियम बदलू शकतात. यात गटकार्यकर्त्याची भूमिका फार महत्त्वाची असते. गटाबरोबरची पहिली सभा हा सर्वांत महत्त्वाचा मैलाचा दगड आहे. यात गटकार्यकर्त्याने सामाजिक संस्थेची उद्दिष्टे, अपेक्षा, गटसदस्यांबद्दलचे गटकार्यकर्त्याचे निरीक्षण व त्याच्या मनातील हेतू, यांची मांडणी योग्य पद्धतीने केली तर उद्दिष्टपूर्तीसाठी आवश्यक असलेल्या वर्तणुकीचा अलिखित करारच निर्माण होतो व त्यातून गटाचे प्रमाणित नियम तयार होतात. असे नियम व त्यांचा स्वीकार गट प्रक्रिया प्रभावीपणे पुढे नेण्यात महत्त्वाचे आहेत.

आ) गटातील वातावरण (Group Climate)

गटात कशा प्रकारचे वातावरण आहे हे गट चलनशक्तीवर अवलंबून असते. गटसदस्यांमध्ये भावनिक संबंध तयार होतात. यातून सदस्याला इतर सदस्य आपला स्वीकार करीत आहेत की नाही, ते जाणवते. स्वीकारामुळे गटातील वातावरण सर्वांना हवेहवेसे वाटणारे होते. वातावरणात मोकळेपणा निर्माण होतो. एकमेकांचे ऐकून घेण्याची तयारी अशा गटात दिसते. आपण गटाचा अविभाज्य भाग आहोत असे प्रत्येक सदस्याला वाटत असल्याने गटाबद्दल आकर्षण निर्माण होते व प्रत्येक सदस्यामध्ये गट उद्दिष्टे साध्य करण्यासाठी प्रयत्न करण्याची, स्वत:चा वेळ देण्याची, स्वत:चे ज्ञान वापरण्याची इच्छा निर्माण होते.

गटातील वातावरण गढूळ होण्याला अनेक कारणे असतात. अनेकदा एकमेकांच्या हेतूंबद्दलच शंका गटात दिसून येते. त्यामुळे मोकळेपणाने चर्चा न होऊन सदस्य स्वत:च्या भावना, विचार, अनुभव व्यक्त करत नाहीत. सतत विरोधासाठी विरोध केला जातो किंवा निरर्थक चर्चेत वेळ घालवला जातो. गट प्रक्रिया पुढे सरकत नाही. अनेक गोष्टी थबकल्यासारख्या होतात. सदस्यांना गटात असण्याचा काही फायदा होत नाही असे वाटत राहाते. त्यामुळे गटातीला हजेरी अनियमित होत जाते. सहभाग नीट होत नाही.

असे वातावरण तयार झाल्यास त्यावर गटकार्यकत्याने शांतपणे चर्चा घडवून आणायला हवी व कुठल्या प्रकारचे वर्तन दिसत आहे याकडे सदस्यांचे लक्ष वेधणे गरजेचे असते. त्याचप्रमाणे सदस्यांचे एकमेकांबद्दल असलेले गैरसमज, उद्दिष्टांबद्दलची नाराजी किंवा गटकार्यकर्त्याबद्दल काही आक्षेप हे सर्व मोकळेपणाने बोलण्यास उत्तेजन देण्याची जबाबदारी गटकार्यकर्त्याची आहे.

गटातून सदस्यांच्या वर्तणुकीवर फार नियंत्रण निर्माण झाल्यासदेखील वातावरण तणावपूर्ण होऊ शकते. एकमेकांवर सतत टीका करणे, विशिष्ट वर्तनाचा अकारण आग्रह धरणे अशा वर्तणुकीतून असे गट नियंत्रण स्पष्ट दिसते. प्रत्येक सदस्याला दुसऱ्यात काहीतरी कमतरता आहे असे वाटत राहाते. गटकार्यकर्त्याने या भावनांवर चर्चा करणे गरजेचे असते; त्याशिवाय समानतेची भावना निर्माण होत नाही.

कधी कधी गटातील वातावरण दबाव निर्माण करणारे असले तर सदस्य एकमेकांशी फारसे बोलत नाहीत, किंवा काही सदस्य काहीच बोलत नाहीत किंवा एखाद्या मुद्यावर गटकार्यकर्ता चर्चा करीत असेल तर त्या विषयावर एकही सदस्य प्रतिसाद देत नाही. सर्व गप्प बसतात. उदाहरणार्थ, विधिसंघर्षग्रस्त किशोरवयीन मुलांच्या गटाबरोबर गटकार्यकर्ता काम करीत असेल तेव्हा त्याला असा अनुभव येऊ शकेल की, संस्थेत ठेवल्याबद्दलच मुलांच्या मनात एवढा राग आहे की, गटसदस्य तो राग गटात कुठलाही प्रतिसाद न देऊन व्यक्त करतात. गटातील नि:शब्दता खूप बोलकी असते. परंतु, तिचे अर्थ गटकार्यकर्त्याला नीट समजून घ्यावे

लागतात. निवासी संस्थेतील कडक नियम, दबावाचे वातावरण, त्यामुळे बोलण्याचा धोका पत्करण्यास मुले तयार नसतात. अशा वेळी वातावरण हलके करीत सदस्यांचा सहभाग मिळवावा लागतो.

मॅथ्यू फरेरा (Matthew Ferrara) (१९९१) या गट समुपदेशकाने अनेक वर्षे विधिसंघर्षग्रस्त किशोरवयीन मुलांबरोबर गटातून कार्य केले. त्याने गटातील शांतता (सायलेन्स) यावर बरेच निरीक्षण करून पुढील काही मुद्दे मांडले आहेत–

समाजमान्य नसणारी मूल्ये व वर्तणुकीमुळे सदस्यांमध्ये एकी व एकमेकांप्रती निष्ठा निर्माण झालेली असते. आपण व कार्यकर्ता असे दोन गट त्यांच्या मनात निर्माण होतात. कार्यकर्ता त्यांच्या गटाबाहेरील समजला जाऊ लागतो, व कुठल्याही प्रकारची मते बाहेरच्या माणसासमोर व्यक्त करण्याबद्दल त्यांच्या मनात भीतीयुक्त राग असतो.

हे मुद्दे अनेक प्रकारच्या समस्याग्रस्त व्यक्तींबरोबर गटकार्य करताना दिसून येतात. इतर अनेक प्रकारचे गटाबाहेरील दबाव गटातील शांततेला कारणीभूत असू शकतात.

गट वातावरण सकारात्मक करण्यात गटकार्यकर्त्याचे योगदान खूप महत्त्वाचे असते. काही विशिष्ट कार्यक्रमात गटसदस्यांना सहभागी करून किंवा नावीन्यपूर्ण कार्यक्रमांची संधी निर्माण करून गटातील वातावरण उत्साहवर्धक, खेळीमेळीचे परंतु त्याचबरोबर गट उद्दिष्टांबद्दल बांधिलकी असणारे करणे हे गटकार्यकर्त्यासमोर आव्हान असते. गटकार्यकर्त्याने विविध संसाधनांची उपलब्धता करून देणे, गरज वाटेल तेव्हा सदस्यांना आधार देणे तर कधी कधी समाजाचा किंवा सामाजिक संस्थेचा एक प्रतिनिधी म्हणून काही गोष्टी सविस्तर समजावून सांगणे ही कामे करणे गरजेचे असते.

इ) गटसदस्यांच्या परस्पर संबंधांचे जाळे (Sociometric Relationships)

जेकब मोरेनो (Jacob Moreno) (१९६४) व हेलेन जेनिंग्स (Helen Jennings) (१९७३) या शास्त्रज्ञांनी 'सोशिओमेट्री' या संकल्पनेवर सखोल अभ्यास केलेला आहे. त्यांच्या सिद्धान्तांप्रमाणे छोट्या गटात भावनिक संबंधांचे जाळे तयार होते. एखाद्या विशिष्ट प्रसंगात किंवा कामात सदस्य नेमकी कोणाची निवड करतात, कोणाबरोबर काम करताना सदस्य खूश असतात, कोणाचा स्वीकार करण्यास तयार असतात, कोणाकडून स्वीकार मिळविण्यास धडपडत असतात, याचे निरीक्षण गटकार्यकर्त्याने करणे गरजेचे असते. कारण एखाद्या सदस्याची कोणाशीच विशेष जवळीक नसल्यास त्याचा परिणाम त्याच्या सहभागावर तर होतोच; परंतु, त्या सदस्यामुळे गटातील वातावरणावरही परिणाम होतो.

एकमेकांबद्दल असलेले आकर्षण किंवा अनाकर्षण सतत बदलत असते. त्यामुळे गटरचना, गट समाधान यात बदल होत असतो. समस्या सोडविण्यासंबंधीच्या किंवा इतर काही बदलाच्या अपेक्षा गटात निर्माण झाल्या की, हे परस्पर संबंधांचे जाळे अधिक घट्ट होते किंवा त्यात बदल होतो. एकमेकांचे मतपरिवर्तन करणे किंवा एकमेकांसारखे वागण्याची प्रेरणा निर्माण होणे हे सर्व सदस्यांचे एकमेकांशी कशाप्रकारचे संबंध आहेत यांवर अवलंबून असते.

परस्पर संवादातून या गोष्टी स्पष्ट होतात. सदस्य फक्त स्वत:चाच विचार करणारे असतील, तर ते फक्त स्वत:च्या फायद्याचा विचार करूनच इतरांशी वागतील. सर्व सदस्यांच्या मनात गटाचा एकत्रित विचार करण्याची सवय निर्माण करणे ही गटकार्यकर्त्याची जबाबदारी असते.

या नातेसंबंधांचा अभ्यास करताना काही निकष लावणे गरजेचे असते. एका नाण्याच्या जशा दोन बाजू असतात, तशाच, नातेसंबंधांच्या सकारात्मक व नकारात्मक अशा दोन बाजू असतात. या दोन टोकांच्या भावनांना जोडणारी जी रेषा असते, तिच्यावर नातेसंबंधांचा आलेख मांडून त्यांचे मोजमाप करता येते.

नातेसंबंध	–नकारात्मक				सकारात्मक +
अस्वीकार ते स्वीकार	१	२	३	४	५
विचार, भावनांचा गोंधळ, द्विधा मन:स्थिती ते विचारांचा, भावनांचा ठामपणा, स्पष्टता	१	२	३	४	५
राग, द्वेष ते जवळीक, जिव्हाळा	१	२	३	४	५
स्वकेंद्रित, केवळ स्वत:चाच विचार ते एकमेकांना सामावून घेण्याची इच्छा	१	२	३	४	५
उद्दिष्टांबद्दल गोंधळ ते उद्दिष्टांची स्पष्टता	१	२	३	४	५

१: पूर्णपणे नकारात्मक / २ : काहीसे नकारात्मक / ३ : तटस्थ / ४ : काहीसे सकारात्मक / ५ : पूर्णपणे सकारात्मक

यारप्रमाणे गटकार्यकर्त्याला गटनिरीक्षणाचे निकष तयार करता येतील. हे निकष गट समजून घेण्यासाठी उपयोगी पडतात व त्यावरून गट प्रक्रियेला योग्य दिशा देण्यासाठी गटकार्यकर्त्याला मदत होते. उदाहरणार्थ, स्वीकार या मुद्यामध्ये गटकार्यकर्त्याचा सदस्यांकडून स्वीकार याचे विश्लेषण करायचे असेल तर हा तक्ता वापरता येईल. त्यासाठी सदस्यांचे निरीक्षण करून ते सकारात्मक आहेत असे वाटले तर तक्त्यातील ४ किंवा ५ या आकड्यावर खूण करेल. असे निरीक्षण गट प्रक्रियेच्या प्रत्येक टप्प्यावर केले तर कार्यकर्त्याला स्वीकारासंबंधीचा आलेख त्यातून मिळेल. त्याच्या विश्लेषणातून, सदस्य कार्यकर्त्याचा स्वीकार किती प्रमाणात करत आहेत, याचे निदान कार्यकर्त्याला करता येईल व गरज भासल्यास बदल करता येईल.

वरील विवेचनावरून गट प्रक्रिया व गट गतिशीलतेचा संबंध नेमका कसा आहे, हे सारांशरूपाने पुढीलप्रमाणे मांडता येईल–

- गट प्रक्रिया गट गतिशीलतेपासून वेगळी करता येणार नाही. गट गतिशीलता हा गट प्रक्रियेचा अविभाज्य भाग आहे.
- गटसदस्यांमध्ये सकारात्मक चलन निर्माण झाल्याशिवाय गट कृतिशील होऊ शकत नाही.
- गट स्थिरावून उद्दिष्टपूर्तीसाठी कार्यरत होण्यासाठी गटाबद्दल आकर्षण निर्माण होणे गरजेचे आहे.
- आकर्षण हा चलनशक्तीचा महत्त्वाचा घटक आहे.
- गट प्रक्रियेतून तीन मुद्दे प्रस्थापित झाले तर आकर्षण निर्माण होते. ते तीन मुद्दे म्हणजे गट नियमांचा स्वीकार व पालन, गटातील वातावरण व गटसदस्यांच्या परस्पर संबंधांचे जाळे.

आकर्षण निर्माण झाले की, गट कार्यरत होते व त्यातून अनेक गतिशील घटक निर्माण होतात. हे गतिशील घटक अडथळे निर्माण करणारे असतात किंवा गट प्रक्रिया पुढे नेणारे असतात. दोन्ही घटक कमी-अधिक प्रमाणात सर्व गट प्रक्रियेत गट विकासाच्या कुठला ना कुठल्या टप्प्यावर येतातच. अडथळे आणणारे घटकदेखील जर योग्य प्रकारे हाताळले तर गटसदस्यांची क्षमता वाढविण्यास मदत करतात.

२) गटाच्या गतिशीलतेचे (चलनशक्तीचे) घटक (Elements of Group Dynamics)

गट प्रक्रिया व गतिशीलता अनेक वेगवेगळ्या गोष्टींतून व्यक्त होते. परंतु, त्यातील काही घटक सर्वसाधारणपणे सर्वच गटात दिसतात. अशा घटकांचाच येथे विचार केलेला आहे. विशिष्ट घटकांचा जाणीवपूर्वक आढावा घेताना पुढील मुद्दे संदर्भ म्हणून वापरणे योग्य होईल-

अ. गट उद्दिष्टे वास्तववादी आहेत की आदर्शवादी?
उद्दिष्टपूर्ती किती प्रमाणात होत आहेत याचा प्रत्येक टप्प्यावर आढावा.

ब. आंतर्क्रियांचे विश्लेषण : शाब्दिक, अशाब्दिक, देहबोलीतून व्यक्त होणाऱ्या संवाद प्रक्रिया.

क. सदस्यांचे विश्लेषण : प्रत्येकाची वैशिष्ट्ये, क्षमता, व्यक्तिमत्त्व, वर्तणुकीची पद्धत, प्रेरणा, गटातील स्थान.

ड. गटाचे विश्लेषण : गटमूल्य विकास-स्वीकार
एकत्रितपणाची भावना, संवादप्रक्रिया.
कार्यक्षमता-केलेले काम व त्याची गुणवत्ता
सदस्य संख्या, कालावधी, आंतर्रचना.

इ. परस्पर संबंधांचे विश्लेषण : गटसदस्यांचे एकमेकांशी
गटकार्यकर्त्याबरोबर.
गटसदस्यांचे व गटाचे एकत्रितपणे बाहेरील समाजाशी असणारे संबंध.

ई. गटाची मनोसामाजिक रचना (सोशिओमेट्रिक कॉम्पोझिशन) :
नियम, अधिकार, सत्तेचे स्वरूप व सत्तासंबंध.
आकर्षण – एकमेकांबद्दलचे व गटाबद्दलचे,
सदस्यांच्या एकमेकांबद्दलच्या आवडी-निवडी/नावडण्याची संरचना.

गट प्रक्रियेतील गट चलनशक्तीचे निरीक्षण, विश्लेषण व हाताळणी यासाठी या सहा मुद्यांचा वेळोवेळी संदर्भ घ्यावा लागतो. काही प्रमुख गोष्टी गटचलन गट प्रक्रियेत सतत सामोऱ्या येतात. त्या मुद्यांचा विचार पुढील उपघटकात केला आहे.

२.१ उपगट निर्मिती (Sub Group Formation)

गटामध्ये उपगट निर्मिती होणे हे साहजिकच आहे. या चलनाचा सर्वांवर, म्हणजे सदस्य, गट व गटकार्यकर्ता यांच्यावर परिणाम होतो. सदस्य व गट हे दोन्ही घटक निर्मितीस कारणीभूत असतात. उपगट निर्माण होण्याची कारणे पुढीलप्रमाणे असतात-

- काही सदस्यांमध्ये साम्य असल्यास त्यांच्यात जवळीक निर्माण होते. हे साम्य व्यक्तिमत्त्वात, दृष्टिकोनात किंवा मूल्यातदेखील असू शकते.
- सदस्य संख्या वाढल्यास, गटाचा आकार जसा मोठा होईल तसे वेगळ्या उद्दिष्टांनी उपगट निर्माण होतात.
- कधी कधी सदस्यांनी स्वत:बद्दल खुल्या मनाने बोलणे अपेक्षित असते, त्यामुळे ताण निर्माण होतो. उपगटांमुळे हा ताण कमी होण्यास मदत होते.

- गटकार्याच्या सुरुवातीच्या टप्प्यात सदस्यांना गटामध्ये असुरक्षित वाटू शकते, त्यामुळे सदस्य ज्यांच्याबरोबर त्यांना सहज संवाद साधता येतो अशांशी जवळीक प्रस्थापित करतात; त्यातून उपगट निर्मिती होते.
- कधी कधी सदस्यांमध्ये असंतोष असतो. हा असंतोष संपूर्ण गटाबद्दल किंवा गटातील कार्यक्रमांबद्दल असू शकतो, किंवा गटकार्यकर्त्याबद्दल असू शकतो. गटकार्यकर्त्याच्या अपेक्षांमुळे किंवा सदस्यांनी वर्तणुकीत बदल करावा या अपेक्षेमुळे गटकार्यकर्त्याबद्दल राग असू शकतो. अशा समान भावना असणाऱ्यांचा उपगट निर्माण होऊ शकतो.
- समस्या सोडवणुकीच्या पर्यायांबाबत दुमत असल्यास उपगट निर्माण होतात.
- गट उद्दिष्टांबद्दल सदस्यांच्या मनात गोंधळ निर्माण झाल्यास किंवा त्यांना खात्री वाटेनाशी झाल्यास उपगट निर्मिती होऊ शकते.
- एकमेकांबद्दल आकस असल्यास उपगट निर्मिती होते.
- एखादा सदस्य खूपच दादागिरी करणारा किंवा सत्ता गाजविणारा असतो. तो सदस्यांना स्वतःच्या गटात ओढतो.
- गटकार्यकर्त्याच्या बांधिलकीबद्दल साशंकता निर्माण झाल्यास उपगट तयार होऊ शकतात.
- एखाद्या सदस्याला गटात महत्त्वाचे स्थान असते, त्यामुळे इतर सदस्य त्याच्याकडे आकर्षित होतात व उपगट निर्मिती होते.

अशा अनेक कारणांमुळे उपगट तयार होतात.

उपगटाचे गट प्रक्रियेवर होणारे परिणाम

- सदस्यांमध्ये असुरक्षितता निर्माण होते.
- काही सदस्य गटामधून गळण्याची शक्यता असते.
- निर्णय घेतले जाऊ शकत नाहीत/ठोस कृती करण्यात अडथळे येतात.
- स्पर्धा निर्माण होते/आक्रमकता वाढते.
- गटकार्यकर्त्याच्या अधिकाराला धक्का बसू शकतो.
- अवास्तव अपेक्षा निर्माण होऊ शकतात.
- गटाबद्दलचे असमाधान वाढू लागते, त्यामुळे आकर्षण कमी होते.
- अनियमितपणा वाढू शकतो.
- कंपूवृत्ती वाढू लागते-गट म्हणून गटाच्या अस्तित्वाला धोका निर्माण होतो.

उपगट निर्मिती कशी व्यक्त होते?

- काही सदस्य सतत विशिष्ट सदस्यांच्या जवळच बसतात.
- काही सदस्य सतत एकमेकांच्या मतांनाच फक्त दुजोरा देतात.
- जबाबदाऱ्या घेताना विशिष्ट सदस्यांबरोबर काम करण्याची इच्छा व्यक्त करतात.
- त्या उपगटातील सदस्य सतत इतरांच्या विरोधात दिसतात.
- उपगटात फक्त एकमेकांशीच चर्चा करण्याची किंवा संवाद साधण्याची वृत्ती दिसते.

उपगट जर अडथळे आणत असतील तरच त्याबद्दल गटकार्यकर्त्याला काही कृती करावी लागते; कारण गट म्हणून सर्व सदस्य उद्दिष्टपूर्तीसाठी सहभाग घेत असतील व काही सदस्यांची सलगी अधिक असेल परंतु गट प्रक्रियेत त्यामुळे बाधा येत नसेल तर त्याकडे सर्वांचे लक्ष वेधण्याची गरज नसते.

उपाययोजना

- काही वेगळे, सर्वांच्या सहभागावर अवलंबून असणारे कार्यक्रम गटात घेऊन उपगट रचना बदलता येईल. उदाहरणार्थ, एखादा समारंभ, सहल इ.
- त्याचप्रमाणे गटकार्यकर्त्याच्या तळमळीबद्दल खात्री झाल्यावर उपगट कमी होऊ शकतात. उदाहरणार्थ, गटकार्यकर्त्याने उपगटातील सदस्यांशी दोन सत्रांच्यामध्ये वैयक्तिक चर्चा करणे, गृहभेट देणे इ.
- काही उद्दिष्टांची पूर्ती झाल्यावर सदस्यांमध्ये समाधान निर्माण होऊन उपगट कमी होऊ शकतात.

२.२ संघर्ष (Conflict)

ज्या वेळी दोन किंवा अधिक व्यक्तींचा एकमेकांशी संबंध येतो व परस्परसंवाद काही काळ चालू राहातो, त्या वेळी त्या व्यक्तींमध्ये मतभेद होऊ शकतात. बऱ्याच वेळा हे भेद आहेत, हे स्वीकारले जात नाही किंवा ते लपविले जातात. संघर्ष व्यक्त न होण्याची अनेक कारणे असतात.

काही कारणे पुढीलप्रमाणे सांगता येतील

- दुसऱ्याच्या सत्तेला आव्हान दिल्यास होणाऱ्या परिणामांची भीती असल्यामुळे सदस्य गप्प बसतात.
- अनेकदा आपला मुद्दा बरोबर आहे का, याबद्दलच सदस्याना शंका असते.
- संघर्ष म्हणजे परस्पर संबंधांना तडा असे आपण गृहीत धरतो व त्यामुळे संघर्ष व्यक्त करत नाही.
- सामाजिकीकरणाच्या प्रक्रियेत तंटा किंवा विरोध करणे योग्य नाही असे आपल्याला शिकविलेले असते.
- समाजात संघर्षाकडे पाहण्याचा दृष्टिकोन नकारात्मक असतो. परस्पर सामंजस्याने राहावे असे अपेक्षित असते. या दडपणाखाली सदस्य गप्प बसतात.

'संघर्ष' या शब्दाचा अर्थ अनेक वेळा नकारात्मकच घेतला जातो. आक्रमकता म्हणजेच 'संघर्ष' असा गैरसमज आपल्या मनात रुजलेला असतो. परंतु, संघर्ष म्हणजे मतभेद, विचारकलह, तात्त्विक विरोध व त्यातून जनकल्याण साधण्याचा हेतू असाही सकारात्मक अर्थ त्याचा आहे.

संघर्ष हा अनेक पातळ्यांवर असतो

- वैयक्तिक-स्वतःशीच.
- दोन व्यक्तींमधील.
- गटातील किंवा गटागटांतील.

गटविकासाच्या प्रत्येक टप्प्यावर अशा प्रकारचे संघर्ष निर्माण होण्याची शक्यता असते. विशिष्ट हेतू साध्य करण्यासाठी गट एकत्र आलेला असतो त्यामुळे मतभेद हे वैचारिक, भावनिक व सामाजिक पातळीवर होऊ शकतात.

जे. सी. हेरिक (J.C.Herrick) (१९६६) यांनी संघर्षाचा आकृतिबंध दिलेला आहे, त्याप्रमाणे 'संघर्ष' ही एक चक्राकार प्रक्रिया आहे.

संघर्ष : एक चक्राकार प्रक्रिया

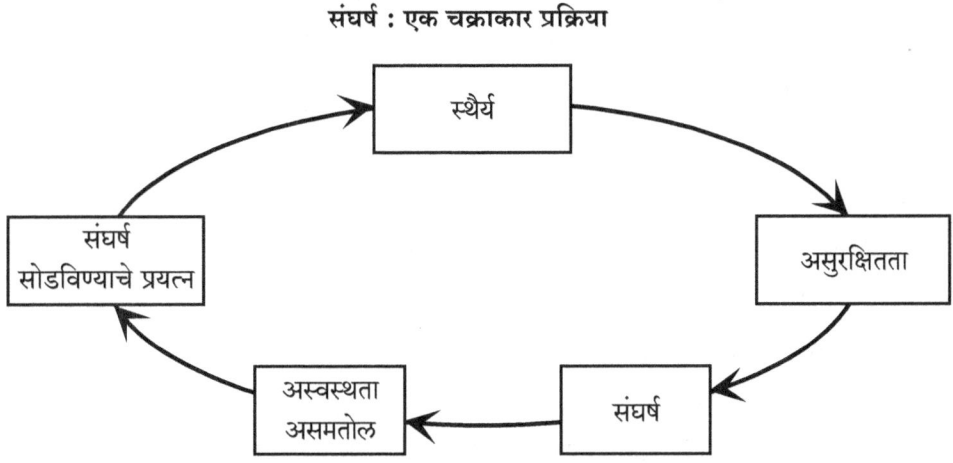

प्रत्येक पातळीवरील संघर्षाची सर्वसाधारण कारणे गटकार्यकर्त्याला समजल्यास विशिष्ट गटातील संघर्षाचे विश्लेषण करण्यास मदत होते.

- **वैयक्तिक-स्वतःशीच :** कधी कधी एखाद्या सदस्याच्या स्वतःच्या गरजांची पूर्ती होण्यात काही अडथळे येतात. हे अडथळे बाह्य म्हणजे बाहेरील परिस्थितीमुळे (संसाधनांचा अभाव किंवा वंचित परिस्थिती) येतात किंवा अंतर्गत म्हणजे सदस्याच्या व्यक्तिमत्त्वातून (क्षमता किंवा प्रेरणांचा अभाव) येतात. जेव्हा स्वतःच्या गरजांची पूर्ती होऊ शकत नाही तेव्हा वैफल्य निर्माण होते. अशा वेळी आत्मसंरक्षक यंत्रणा वापरली जाते. उदाहरणार्थ, वास्तव नाकारण्याची वृत्ती, पलायन, हिंसक वर्तन, ऑब्सेशन, रिॲक्शन फॉर्मेशन इ. या वर्तणुकीमुळे प्रत्यक्ष वास्तवाचा सामना केला जात नाही. वैफल्य दाबून ठेवले जाते व त्यातून आक्रमकता वाढते.

- **दोन व्यक्तींमधील संघर्ष :** अस्वीकार, व्यक्तिमत्त्वातील फरक, स्पर्धा, जीवनातील अनुभवांचा परिणाम, असुरक्षितता, अविश्वास, संवाद कौशल्यांमधील त्रुटी इ. कारणांमुळे दोन व्यक्तींमध्ये संघर्ष निर्माण होऊ शकतो.

- **गटातील किंवा गटागटांतील संघर्ष :** उद्दिष्टांबद्दल द्विधा स्थिती असल्यास गोंधळ निर्माण होऊन गट अस्थिर होतो, गटातील सदस्यांच्या भूमिकांबद्दल किंवा अपेक्षित वर्तनाबद्दल गटसदस्यांच्या मतांमध्ये तफावत निर्माण झाली तर संघर्ष होतो. प्रत्येकाने नेमके काय करणे अपेक्षित आहे याबद्दल दुमत झाल्यास किंवा गटसदस्यत्व लादले गेले असल्यास गटामध्ये अस्थिरता निर्माण होऊ शकते. दोन गटांमध्ये चढाओढ/ईर्षा निर्माण झाल्यामुळे एका गटाचे दुसऱ्या गटाशी वैर निर्माण होऊ शकते.

गटसदस्यांचा गटाबाहेर असणाऱ्या इतर सामाजिक संस्था किंवा सामाजिक गट यांच्याशी संघर्ष असू शकतो. या सर्वांचे पडसाद गट प्रक्रियेवर उमटतात. पूर्वग्रहदूषित दृष्टिकोन किंवा माहितीचा अभाव या कारणांमुळेही संघर्ष होऊ शकतात.

या तीनही पातळ्यांवर सदस्यांचे, परिस्थिती संबंधीचे किंवा अडथळ्यांसंबंधीचे आकलन वास्तवाला धरून किंवा काल्पनिक असू शकते. परंतु, गटकार्यकर्त्याने हे लक्षात ठेवले पाहिजे की–

- संघर्ष हा जीवनाचा किंवा गटजीवनाचा अटळ भाग आहे.
- बदलाच्या प्रक्रियेत संघर्ष नैसर्गिकरीत्या निर्माण होतो.
- संघर्ष काही प्रमाणात स्वविकास आणि/किंवा गट विकासासाठी उपयोगी पडणारा असतो.
- संघर्षाच्या मुळाशी तीव्र भावना असतात.

गट प्रक्रियेत संघर्ष कशा प्रकारे व्यक्त होतो?

- काही महत्त्वाच्या कार्यक्रमांना सदस्य गैरहजर राहातात.
- सदस्य शांतपणे बसून राहातात, बोलत नाहीत.
- सदस्य जबाबदाऱ्या घेण्यामध्ये टाळाटाळ करतात.
- सदस्य निर्णय पुढे ढकलण्याचा प्रयत्न करतात.

वरील वर्तणूक छुपा संघर्ष व्यक्त करते. देहबोलीचे बारीक निरीक्षण केल्यास गटकार्यकर्त्याला छुपा संघर्ष दिसू शकतो.

तसेच, संघर्ष गटातून उघडपणेदेखील खालीलप्रमाणे व्यक्त होतो–

- परस्परविरोधी मते सातत्याने मांडली जातात.
- एकमेकांवर आरोप-प्रत्यारोप केले जातात.
- उपरोधाचा वापर केला जातो.
- शारीरिक, शाब्दिक आक्रमकतेतून संघर्ष व्यक्त होतो.
- सतत कुरबुरी चालू राहातात.
- आपलेच मत मान्य होण्यासाठी उपगट अडून बसतात.
- गटकार्यकर्त्याच्या नेतृत्वाला आव्हान दिले जाऊ शकते.
- गटाच्या उपयोगितेबद्दलच शंका व्यक्त केली जाऊ शकते.

गट प्रक्रियेत ज्या ज्या वेळी संघर्षाची परिस्थिती निर्माण होते, तेव्हा त्यामागील कारणांचा शोध घेणे गरजेचे असते. काही कारणे पुढीलप्रमाणे–

- गटसदस्यत्व स्वयंप्रेरणेने घेतलेले नसेल किंवा सामाजिक संस्थेच्या अधिकारामुळे हे सदस्यत्व लादले गेले असेल तर त्याबद्दलची नाराजी किंवा राग संघर्षरूपाने व्यक्त होऊ शकतो.
- गटसदस्यांच्या मनात असुरक्षिततेची भावना निर्माण झाल्यास संघर्ष होतो. उदाहरणार्थ, व्यसनमुक्तीसाठी उपचारात्मक गट घेत असताना सदस्यांना जर गटातील गोपनीयतेबद्दल शंका निर्माण झाली किंवा त्यांनी गटात सांगितलेल्या गोष्टी त्यांच्या विरोधात वापरल्या जाऊ शकतील अशी शंका निर्माण झाली तरी संघर्ष होऊ शकतो.
- एकमेकांबद्दलचा अविश्वास किंवा उपगटनिर्मितीतून स्पर्धा निर्माण झाल्यास संघर्ष होऊ शकतो.

- गटाचे ध्येय आणि/किंवा गटाला महत्त्वाच्या वाटणाऱ्या गरजा यांपेक्षा सदस्यांचे वैयक्तिक ध्येय आणि/किंवा गरजा वेगळ्या असल्यास (सदस्यांचे छुपे हेतू) संघर्ष होऊ शकतो.

- गटकार्यकर्त्याकडून, सामाजिक संस्थेकडून किंवा गटसदस्यांकडून अवास्तव अपेक्षा असल्यास संघर्ष होऊ शकतो.

    ही नकारात्मक कारणे गटप्रक्रियेला घातक ठरू शकतात. गट कार्यक्षमता कमी होऊ शकते. परंतु, काही वेळा संघर्ष सकारात्मक गोष्टींमुळेदेखील निर्माण होऊ शकतो.

- गटाची उद्दिष्टपूर्ती व्हायलाच हवी असे जेव्हा सर्वांना तीव्रतेने वाटू लागते, उदाहरणार्थ, वस्ती पातळीवर 'वाया गेलेल्या' तरुण मुलांचा विकासात्मक गट जेव्हा गटकार्यकर्ता घेत असतो आणि वस्तीसमोर आपली प्रतिमा सकारात्मक होण्यासाठी जेव्हा सदस्य प्रेरित होऊन काही करून दाखविण्याचा ध्यास घेतात तेव्हा ताण निर्माण होतो, वादविवाद होऊ शकतात. परंतु, त्यामागील कारण सकारात्मक असते.

- गट विकासात जेव्हा गट समाप्तीचा टप्पा येतो तेव्हा अनेकदा उपचारात्मक गटातील सदस्यांमध्ये असुरक्षितता निर्माण होऊन संघर्ष होऊ शकतो.

    सकारात्मक कारणांनी निर्माण झालेला संघर्ष हाताळणे सोपे जाते. सदस्यांना त्याची थोडी जाणीव करून दिल्यास सदस्यांची वर्तणूक बदलू शकते व गट प्रक्रिया सुरळीत होते.

    परंतु, नकारात्मक गोष्टींनी निर्माण झालेला संघर्ष गटकार्यकर्त्याला काळजीपूर्वक व संवेदनशीलतेने हाताळावा लागतो; तरच त्यातून सदस्य बाहेर येऊ शकतात आणि गट प्रक्रिया सुरळीत होऊ शकते. या संघर्षातून कार्यात्मक व विधायक परिणाम साधता येतो; परंतु, सदस्य आणि कार्यकर्ता एकत्रितपणे संघर्षाचे निराकरण कसे करतात, यावर ते अवलंबून असते. संघर्ष नीट हाताळला गेला नाही तर गटाचे अस्तित्व संपुष्टात येऊ शकते. संघर्षामागील कारणांच्या विश्लेषणाबरोबरच, संघर्षाचे भावनिक परिणाम नेमके काय होत आहेत, याचाही विचार करावा लागतो. सर्वसाधारणपणे, संघर्षात्मक परिस्थिती निर्माण झाली की, पुढील भावनिक स्थित्यंतरे चलनशक्तीत प्रतिबिंबित होतात.

- द्विधा, गोंधळलेली मनस्थिती, भावनांचा उद्रेक (Ambivalence, Confusion, Explosion of emotions)

- वैफल्य (Frustration)

- राग (Anger)

- शत्रुत्वाची भावना (Hostility)

- तीव्र नाराजी (Resentment)

- संपूर्ण अस्वीकार (Rejection)

संघर्ष जर नीट हाताळला गेला नाही तर त्याचे परिणाम पुढीलप्रमाणे होऊ शकतात-

- संघर्ष नाहीच असा आभास निर्माण करण्याची वृत्ती (Denial).

- बळीचा बकरा बनविण्याचा प्रयत्न-स्वतःच्या चुका दुसऱ्यावर लादून त्याला दोषी ठरविण्याचा प्रयत्न करणे. (Scape goat)

- संघर्षाला सामोरे जाण्यात टाळाटाळ करण्याचा प्रयत्न.

- अपेक्षित बदलांना (वर्तणूक, विचार, मूल्ये इ.) विरोध करणे (Resistance).

- कार्यकर्त्याच्या विरोधात हालचाली, अविश्वास, त्याच्या बांधिलकीबद्दल शंका निर्माण होणे, व्यक्त करणे.
- सदस्यांनी सर्व कार्यक्रमांतून मन काढून घेणे, हजर असले तरी वरवरचा सहभाग.

कधी कधी गट वातावरण निरुत्साही असते. सदस्यांच्या मनावर मरगळ आलेली असते. अशा वेळी गट प्रक्रिया पुढे सरकत नाही. गटाची उत्पादकता कमी झाल्यामुळे असमाधान निर्माण होण्याची शक्यता असते. अशा वेळी गटकार्यकर्ता जाणीवपूर्वक गटात संघर्ष निर्माण करू शकतो. त्यामुळे गटात खळबळ निर्माण होते व सर्वांचा सहभाग वाढू शकतो. परंतु, हे तंत्र प्रत्येक गटात उपयोगी पडेलच असे नाही व हेच तंत्र गटात परत परत वापरता येत नाही.

संघर्ष सोडविण्याचे मार्ग

फोलेट या गटकार्य तज्ज्ञाच्या मते, संघर्ष सोडविण्याचे मार्ग पुढीलप्रमाणे आहेत. संघर्ष हा जीवनाचा अविभाज्य भाग आहे. आपण त्यापासून पळून जाऊ शकत नाही. त्यामुळे आपण त्याचा सकारात्मक वापर करायला हवा असे त्यांना वाटते. तीन प्रकारे आपण संघर्ष सोडवू शकतो-दादागिरी, समझोता किंवा एकत्रित ठराव करून.

- **दादागिरी/बळाचा वापर :** म्हणजे एकाचे किंवा एका उपगटाचे वर्चस्व, त्यामुळे त्यांची बाजू जिंकते. उदाहरणार्थ, ग्राम पाणी समितीचे काही सदस्य निर्णय प्रक्रियेमध्ये, शारीरिक, सामाजिक किंवा आर्थिक बळाचा उपयोग करून ग्राम पाणी समितीवर वर्चस्व निर्माण करतात व आपल्या स्वत:च्या फायद्याची योजना गावात आणतात.
- **समझोता :** म्हणजे प्रत्येकजण संघर्ष सोडविण्यासाठी आपले काही मुद्दे सोडून द्यायला तयार होतो. गटात शांतता प्रस्थापित होण्यासाठी किंवा कार्यक्रमात जो व्यत्यय आलेला असतो तो संपविण्यासाठी प्रत्येकजण स्वत:ला थोडी मुरड घालायला तयार होतो. 'थोडे तुझे थोडे माझे' अशी भूमिका असते.
- **एकत्रित ठराव करणे :** म्हणजे सर्वांची मते मांडली जातात, चर्चा होऊन नवीन उपाययोजना तयार केली जाते. अर्थात, प्रत्येकाचे मुद्दे विचारात घेतले जातात. सांगोपांग चर्चा करून खऱ्या अर्थाने संघर्ष सोडविला जातो. उदाहरणार्थ, समितीच्या बैठकीत प्रत्येकाला मत मांडण्याची संधी मिळून, चर्चा होणे व सार्वमताने निर्णय होणे. सहकार्याची भावना यात महत्त्वाची ठरते.

सर्वसाधारणपणे सामाजिक कार्य तत्त्वे व मूल्यांमध्ये परस्परांमधील संघर्ष, तंटा यांकडे नकारात्मकदृष्ट्या बघितले जाते. त्यामुळे अनेक वेळा गटकार्यातदेखील गटकार्यकर्ता संघर्ष होऊच नये म्हणून प्रयत्न करत राहातो किंवा त्याचे दमन करतो. त्यामुळे सदस्यांच्या मनातदेखील संघर्ष निर्माण झाल्यास अपराधीपणाची किंवा कमीपणाची भावना निर्माण होते.

हेलन नॉर्दन (Helen Northen) (१९६९) ही गटकार्य तज्ज्ञ म्हणते की, संघर्षाच्या मुळाशी एकमेकांमधील फरक, विरोध किंवा भेद असतो. त्यामुळे संघर्षावर विचार करताना तीन मुद्यांवर लक्ष केंद्रित करणे गरजेचे आहे. संघर्ष स्वीकारून त्यावर मार्ग काढण्यासाठी गटकार्यकर्त्याला खालील तीन मुद्यांवर चर्चा घडवून आणावी लागेल-

- गटात दोन किंवा अधिक विरोधी विचारप्रवाह आहेत का? (गटातील सत्ता, अधिकार व त्याचा वापर करण्याची पद्धत).

- हे विचार प्रवाह असणारे घटक एकमेकांशी न जुळणारे आहेत का? गरजा, उद्दिष्टे, मूल्ये, विचार, कल्पना या व अशा अनेक बाबींत त्यांच्यात फरक आहेत का?
- या फरकांच्या अनुषंगाने या घटकांमध्ये नकारात्मक आंतर्क्रिया आहेत का?

कनोप्का (Konopka 1972) व नॉर्दन (Northen 1969) यांनी संघर्ष निवारणाचे सहा मार्ग सुचविले आहेत-

- अधिकाराचा वापर करून जबरदस्तीने काढून टाकणे (Elimination)/सदस्यत्व रद्द करणे (Forced withdrawal).
- जोराच्या बळावर इतरांना ताब्यात ठेवणे (Subjugation).
- बहुमतातील लोकांचे वर्चस्व/अंमल (Majority Rule).
- तडजोड-समझोता (Compromise).
- बहुमतातील लोकांच्या वर्चस्वाला अल्पमतातील लोकांची संमती (Consent to majority rule by minority).
- एकात्मीकरण (Integration).

- **अधिकाराचा वापर करून सदस्यत्व रद्द करणे (Forced withdrawal)** : जबरदस्तीने काढून टाकणे. गटकार्यकर्ता किंवा सदस्यांमधील नेता किंवा स्वयंसेवी संस्थेच्या अधिकाराचा वापर करून एखाद्याचे सदस्यत्व रद्द करता येते. परंतु, हे गटकार्यात सहसा वापरू नये. वारंवार समजावूनही, एखादा सदस्य सर्वांच्या विरोधात सतत आक्रमक वागून संपूर्ण गट प्रक्रिया विस्कळीत करत असेल तरच हे तंत्र वापरावे. हे तंत्र मुळात गटकार्याच्या तत्त्वांच्या विरुद्ध आहे.

- **जोराच्या बळावर इतरांना ताब्यात ठेवणे (Subjugation)** : जोराच्या बळावर दुसऱ्यावर विजय मिळवून, सर्वांना ऐकायला भाग पाडणे (बळी तो कानपिळी). कधी कधी वादविवाद किंवा भांडण जोरात चालू झाल्यास गटकार्यकर्ता किंवा गटनेता स्वतःच्या बळाच्या जोरावर इतर सर्वांना गप्प करतो; व 'मी म्हणतो म्हणून सर्वांनी ऐकले पाहिजे, शांत व्हायला पाहिजे' अशा वाक्याचा उपयोग करतो. उपगटही अशा प्रकारे संघर्ष निराकरणास मदत करतात. हे दोन्ही मार्ग काही काळासाठी उपयोगी पडतात. परंतु, सदस्यांचे असमाधान धुमसत राहाते व त्याचा पुढे अकारण उद्रेक होऊ शकतो.

- **बहुमतातील लोकांचे वर्चस्व (Majority Rule)** : गटसदस्यांची मते घेऊन जे अधिक लोकांना मान्य आहे तेच होईल अशी भूमिका सदस्य घेऊ शकतात. अल्पमतातील सदस्यांना काय म्हणायचे आहे, यावर चर्चा होऊ न देता कलह सोडविला जातो.

- **तडजोड/समझोता (Compromise)** : जुळवून घेण्याचा, मधला मार्ग काढण्याचा प्रयत्न. सर्व सदस्य उद्दिष्टांना महत्त्व देऊन एकमेकांशी जुळवून घेतात.

- **बहुमतातील लोकांच्या वर्चस्वाला अल्पमतातील लोकांची संमती (Consent to majority rule by minority)** : सर्व सदस्यांची मते गोळा करून अधिक सदस्यांना काय वाटते हे लक्षात आल्यामुळे, ज्या सदस्यांचे मत वेगळे आहे ते निर्णयाला मान्यता देतात. परंतु, ही मान्यता खरोखर विचार पटल्यामुळे नाही तर बहुसंख्येच्या मताला महत्त्व देण्याच्या वृत्तीमुळे होते. त्यामुळे गट प्रक्रिया सुरळीत होते व सर्वांचा सहभाग टिकून राहातो.

- **एकात्मीकरण (Integration) :** हे तंत्र सर्वांत अवघड परंतु, संघर्ष परिस्थितीवर खऱ्या अर्थाने मात करण्यासाठी/मार्ग काढण्यासाठी महत्त्वाचे आहे. ही वेळखाऊ प्रक्रिया आहे. यात सर्वांची मते घेतली जातात. त्यावर सारासार विचार करून, योग्य वाटतील ती मते निवडली जातात. त्यामुळे सर्व मतांमधून योग्य पर्याय निवडला जाऊन निर्णय होतो. त्याने संघर्ष संपुष्टात येतो.

यातून नवीन उपाय किंवा मार्गदेखील पुढे येऊ शकतो व त्यामुळे सर्वांचे समाधान होऊ शकते. या तंत्रामुळे सदस्यांच्या समस्या सोडवणूक क्षमता व निर्णयक्षमता वाढीस लागतात.

संघर्ष नेहमी प्रतिकूल भावना निर्माण करतो. आक्रमकता ही संघर्षात व्यक्त होणारी भावना व कृती आहे. संघर्षाचे नेमके कारण काय आहे याचा गटकार्यकर्त्याला बारकाईने विचार करावा लागतो.

विल्सन व रेलंड (Wilson and Ryland) (१९४९) यांनी गटकार्य प्रक्रियेत झालेला संघर्ष सोडविण्यासाठी पुढील पर्याय मांडले आहेत-(सदस्याला) काढून टाकणे, जिंकणे किंवा वश करणे, तडजोड करणे, मित्रत्वाच्या तहाने बांधले जाणे, सर्वांनी विचार करून संघर्ष सोडविणे. शेवटचा मुद्दा संघर्ष सोडविण्याच्या मार्गातील सर्वांत योग्य मार्ग आहे.

सदस्य संघर्ष कसा हाताळतात हे देखील महत्त्वाचे आहे.

- कधी कधी सदस्य शक्तिप्रदर्शन करून दुसऱ्यांना नमवतात. विरोध करणाऱ्या व्यक्तीला एकटे पाडून, त्याचे हसे करून व शाब्दिक संवादातून त्या सदस्याला किंवा उपगटाला दुखवून संघर्ष सोडविला जातो.
- न्याय निवाडा करण्याची, कोण चुकले-कोण बरोबर हे सांगण्याची संपूर्ण जबाबदारी गटकार्यकर्त्यावर सोपविली जाते; व त्यातून संघर्ष सोडविण्याचा प्रयत्न केला जातो.
- कधी कधी मुख्य मुद्याला पूर्ण बगल दिली जाते व संघर्ष सोडविण्याची कृती लांबणीवर टाकली जाते.
- परंतु, अनेकदा सदस्य एकमेकांच्या मतांचा आदर करतात, दुसऱ्याची विचार करण्याची पद्धत समजूत घेतात व अधिक तर्कशुद्ध पद्धतीने संघर्ष सोडविण्याचा विचार करतात. हा पर्याय अधिक उपयुक्त आहे.

विविध गटकार्य तज्ज्ञांनी वेगवेगळ्या शब्दांत संघर्ष निराकरणाचे मुद्दे मांडले असले तरी शेवटी सर्वांनी एकत्रित प्रयत्नांतून संघर्ष सोडविण्यावर भर दिला आहे.

संघर्ष निराकरणात गटकार्यकर्त्याची भूमिका-

- गटातून जाणवणारा संघर्ष सकारात्मकरीत्या व्यक्त करण्यास सदस्यांना मदत करणे.
- या संघर्षाच्या मुळाशी असणाऱ्या कारणांचा शोध घेणे व त्या कारणांची सदस्यांना जाणीव करून देणे. परंतु, हे करत असताना कोणाला दोष देणे, हेत्वारोप करणे हे होणार नाही, याची काळजी घ्यावी लागते.
- एखादे वेळी संघर्ष जरी शेवटी गटाची उत्पादकता वाढविणारा असला तरी देखील तो सोडविण्याची योग्य दिशा न मिळाल्यास तो कुठल्याही क्षणी विघातक होऊ शकतो. त्यामुळे त्या प्रक्रियेला योग्य दिशा देण्याची जबाबदारी कार्यकर्त्याची आहे. त्याचप्रमाणे गट कार्यात पुनर्दिशादर्शन म्हणजे पुन्हा नवीन मार्ग दाखविणे (Redirection) हीदेखील जबाबदरी घ्यावी लागते.
- जर संघर्ष विघातक असेल तर सर्व सदस्यांना संघर्ष सोडविण्यासाठी सक्षम करणे, प्रेरणा देणे व कधी कधी पुढाकार घेऊन किंवा स्वत:चा अधिकार वापरून संघर्ष सोडविणे.

जेव्हा गटात संघर्ष निर्माण होतात, तेव्हा तत्काळ ते कसे हाताळायचे याची क्षमता व कौशल्ये गटकार्यकर्त्यामध्ये हवी.

एखाद्या सदस्यामुळे संघर्ष निर्माण होत असेल तर गट सत्रांच्या व्यतिरिक्त इतर वेळीही त्या सदस्याला भेटून त्याच्या वर्तनाबद्दल जाणीव देणे व वर्तन बदलासाठी त्याला प्रेरित करणे ही जबाबदारीसुद्धा गटकार्यकर्त्याची असते. संघर्ष काळात मने दुखावली जाण्याची शक्यता असते, ते होऊ नये याची काळजी गटकार्यकर्त्याला घ्यावी लागते.

लहान मुलांबरोबर काम करीत असताना संघर्ष निराकरणात गटकार्यकर्त्याला अधिक पुढाकार घ्यावा लागतो. परंतु, प्रौढांबरोबर किंवा वृद्धांबरोबर काम करीत असताना जर संघर्ष निर्माण झाला तर गट अनुभवांमध्ये थोडे बदल करून किंवा सर्व सदस्यांना या बाबतीत बोलते करून संघर्ष सोडवावाच लागतो. यासाठी गटकार्यकर्त्याने सर्वांना प्रेरित करणे गरजेचे असते. संघर्षातून गट खरोखरीच बाहेर आला आहे का, सदस्यांमध्ये परत विश्वासाचे संबंध प्रस्थापित झाले आहेत का, याची चाचपणी गटकार्यकर्त्याने करणे गरजेचे आहे. सर्व सदस्यांना समाधान वाटत आहे का, याकडेदेखील लक्ष द्यावे लागते.

२.३ गटातील औदासिन्य (Apathy)

गटाच्या कार्यक्षमतेवर परिणाम करणारे अनेक घटक असतात. त्यातला एक महत्त्वाचा घटक म्हणजे गटसदस्यांमधील औदासिन्य. याचा अर्थ सदस्यांमधील कृतिशीलता जवळजवळ लयाला गेलेली असते. उत्साह जाऊन मरगळ आलेली असते. औदासिन्य गटातून कसे व्यक्त होते ते आपण पाहू-

- न बोलता शांत बसून राहाणे.
- सदस्य गैरहजेरीचे प्रमाण वाढू लागणे.
- सदस्य येणे पण त्यांनी गटसत्र संपविण्याची घाई करणे.
- एकमेकांचे लक्षपूर्वक न ऐकणे.
- मुद्याचे सोडून इतर बाबींवरच प्रदीर्घ चर्चा करणे/चर्चा करण्याची तयारी नसणे.
- कुठल्याही जबाबदाऱ्या घेण्याची तयारी नसणे.
- प्रत्येक मुद्यावर फक्त अडचणींचाच विचार करणे.
- तोडगा काढण्याची तयारी नसणे.
- सकारात्मक विचार न करणे.
- ''कंटाळा आला आहे'', ''काय उपयोग आहे'', ''काय फायदा आहे'', ही वाक्ये गट उद्दिष्टे व गट कार्यक्रमांच्या संदर्भात सतत येणे.
- काय करायचे ते करा असा भाव व्यक्त होणे.

औदासिन्य निर्माण होण्याची कारणे

- सदस्यांना उद्दिष्टांबद्दल स्पष्टता नसणे.
- उद्दिष्टपूर्तीचा पल्ला खूप दूरचा असणे.
- अवास्तव अपेक्षा ठेवणे-त्यातून वैफल्य येणे.

- एकमेकांबद्दल अविश्वास किंवा स्पर्धा असणे.
- कार्यकर्त्याच्या हेतूंबद्दल शंका असणे.
- स्वत:च्या क्षमतांबद्दल किंवा गटातील एकीबद्दल खात्री नसणे.
- अपयशाची भीती असणे.
- स्वत:मध्ये कमतरता असण्याची, न्यूनगंडाची भावना.
- गटाबाहेरून दबाव किंवा असमानतेचे अनुभव. नवीन काही करण्याचा विचार सोडून दिलेला असतो.

केवळ गटातील वातावरणामुळेच औदासिन्य येते असे नाही. गटाबाहेरील अविश्वासाचे वातावरण, विशेषत:, जेव्हा निवासी संस्थांमध्ये गटकार्य घेतले जाते तेव्हा, पर्यवेक्षकाचे/केसवर्करचे सदस्यांशी असलेले संबंध, किंवा सदस्यांच्या संस्थेतील वास्तव्याबद्दल असणाऱ्या भावना, उदाहरणार्थ, लालबत्ती वस्तीतील स्त्रिया अथवा किशोरवयीन मुलींना आपण जेलमध्ये आहोत असे वाटणे, किंवा घर सोडून आलेल्या स्त्रियांची अपराधीपणाची भावना, इत्यादी गोष्टी सदस्यांच्या वर्तनावर परिणाम करतात. शरीरविक्रय करणाऱ्या स्त्रियांच्या गटाबरोबर किंवा त्यांच्या मुला-मुलींच्या गटांबरोबर काम करताना औदासिन्यामुळे येणारे अडथळे गटप्रक्रियेवर परिणाम करू शकतात; कारण या व्यक्तींमध्ये एक हतबलता निर्माण झालेली असते.

औदासिन्याचे परिणाम

- उद्दिष्टपूर्तीत अडथळे येतात.
- गटआकर्षण कमी होते.
- दुसऱ्यावर हेत्वारोप-चिडचिड केली जाते.
- समाधानाची पातळी कमी होते.
- निर्णय घेतले जात नाहीत.
- सहभागावर परिणाम होतो.
- गटाच्या या वातावरणाचा प्रत्येक सदस्यावर नकारात्मक परिणाम होतो.

औदासिन्य कमी करण्यासाठी उपाययोजना

गटकार्यकर्त्याने बारीक निरीक्षण करून, योग्य प्रसंगी गटात घडणाऱ्या या चलनशक्तीवर भाष्य करणे गरजेचे असते. सदस्य नेमके कसे वागत आहेत हे त्यांच्या निदर्शनास स्पष्टपणे आणून देण्याची गरज असते. त्यांच्या वर्तणुकीचा गटातील वातावरणावर व कार्यक्षमतेवर होणाऱ्या परिणामांवरदेखील चर्चा करणे गरजेचे असते. तसेच सदस्यांना या औदासिन्याची कारणे शोधायला लावून त्यांना बोलते करणे आवश्यक असते.

कार्यक्रम कंटाळवाणे होत असतील तर चर्चा करून, त्यांचे स्वरूप बदलावे लागेल किंवा सदस्यांना उद्दिष्टे खूप अवघड असतील तर अधिक स्पष्ट, सोपी व दृश्य स्वरूपात साध्य होणारी उद्दिष्टे तयार करावी लागतील. गट जर छोटी छोटी उद्दिष्टे साध्य करू शकला तर दूरगामी उद्दिष्टांकडे सकारात्मक दृष्टीने पाहण्याची वृत्ती वाढते.

कधी कधी आव्हानात्मक वातावरण निर्माण करणे गरजेचे असते तर कधी कधी निराशावादी किंवा नकारात्मक दृष्टिकोन बदलण्यासाठी यशस्वी व्यक्ती किंवा यशस्वी गटांबरोबर चर्चा घडवून आणावी

लागेल. अशा अनेक प्रयत्नांमुळे गटाचे औदासिन्य कमी होऊ शकते व गट परत कार्यरत होऊ शकतो. उदाहरणार्थ, ज्या स्त्रियांच्या पतीचे एड्सने अचानक निधन झाले आहे, अशा स्त्रियांचा वस्ती पातळीवर गट घेत असताना, आपल्या परिस्थितीवर ज्या महिलेने मात केली आहे, अशी एखादी व्यक्ती गटकार्यकर्त्याने अनुभव कथनासाठी बोलावली व तिने आपण हे कसे केले हे सांगितले, तर इतर सदस्यांच्या मनाला उभारी येऊ शकते.

२.४ सकारात्मक गट चलनशक्ती (Positive Group Dynamics)

गट प्रक्रिया अनेक अनुभवांमुळे व सदस्यांना विकासाची संधी मिळाल्यामुळे सकारात्मक चलनशक्ती निर्माण करत असते. या सकारात्मक चलनशक्ती गटात टिकून राहतील याचा प्रयत्न गटकार्यकर्त्याला जाणीवपूर्वक करावा लागतो.

- **गटातील एकीची भावना :** गटसदस्यांमध्ये स्नेहपूर्वक नातेसंबंध निर्माण झाल्यास विश्वास व आधार वाटायला लागतो. एकीचे फायदे व बळ याचे अनुभव आल्यास जवळीक अधिक घट्ट होते. एकमेकांबरोबर संवाद साधण्यात, अनुभव घेण्यात समाधान मिळते. भावनिक गुंतवणुकीमळे सहकार्याची भावना निर्माण होते. स्पर्धा असेल तरी ती निकोप राहाते.
- **गट संकेत (Norms) :** गटसदस्यांच्या जवळिकीतून एक महत्त्वाची गट चलनशक्ती निर्माण होते. ती म्हणजे गटाची अनोखी ओळख. त्यामुळे गटातील वर्तणूक, मूल्ये, परस्परसंवाद, या संदर्भात काही संकेत तयार होतात व ते मनापासून स्वीकारले जातात.
- **परस्पर संवादातील मोकळेपणा :** बोलण्याचे स्वातंत्र्य आणि विनाअट स्वीकार या दोन अनुभवांमुळे स्पष्टपणा व मनापासून संवाद साधण्याची प्रक्रिया सुरू होते. स्वत:बद्दल बोलण्यामधील किंवा स्वत:च्या अनुभवांबद्दल बोलण्यातील संकोच कमी होतो. सदस्यांच्या वर्तणुकीत सच्चेपणा येतो. आत एक बाहेर एक किंवा वरवरचे या दोन नकारात्मक चलनशक्ती कमी होतात.
- **एकत्रितपणे उद्दिष्टपूर्तीकडे वाटचाल :** 'मी'पणा कमी होतो. स्वयंकेंद्री वृत्ती कमी होऊन प्रथम गटकेंद्री व सरतेशेवटी समाजकेंद्री वृत्तीने गट कार्यरत होतो.

या सकारात्मक गतिशीलतेने गटविकास सुकर होतो व त्याचे परिणाम पुढीलप्रमाणे दिसू लागतात-

- गटाबद्दल आत्मीयता निर्माण होऊन जबाबदारी उचलण्याची तयारी दिसून येते.
- योग्य मुद्यांवर लक्ष केंद्रित होते, खोलात जाऊन विचार करण्याची तयारी होते.
- कळीच्या मुद्यांना बगल न देता त्यावर चर्चा करण्याची तयारी होते. एखाद्या गटात त्यांच्या समस्येला इतर व्यक्ती जबाबदार आहेत, हे विधान जोर धरते. त्या वेळी काहीही करायची तयारी नसते (उदासीनता). ज्या वेळी गटात विश्वास निर्माण होतो, मोकळेपणा निर्माण होतो, तेव्हा खरोखरच इतर परिस्थितीला किती जबाबदार आहेत, यावर खुलेपणाने चर्चा सुरू होऊ शकते.
- सदस्यांना एकमेकांबद्दल आपुलकी निर्माण झाल्यास निर्णय परस्पर सहमतीने होतात (Consensus)- एक प्रकारची लय साधली जाते.
- सर्व सदस्यांना आपला समावेश आहे असे वाटते, त्याचप्रमाणे गट नियंत्रण एकाच व्यक्तीच्या (गटकार्यकर्ता किंवा एखादा सदस्य) हातात राहात नाही.

- वैयक्तिक समाधान निर्माण झाल्यामुळे वैयक्तिक ध्येय व गट ध्येय एकमेकांच्या विरोधात राहात नाहीत.
- सदस्यांना आपण सर्वांना आवडण्यासारखे आहोत, ही भावना कधी कधी नव्यानेच अनुभवायला मिळते, त्यामुळे गटाचे नियम अंगीकारले जातात, भूमिकांची अदलाबदल स्वीकारली जाते.
- सर्वांचा सहभाग मनापासूनचा होतो.
- निर्णय प्रक्रिया योग्य दिशेने होऊन घेतलेल्या निर्णयाबद्दल बांधिलकी निर्माण होते.
- स्व-प्रेरणा, इतरांशी जमवून घेण्याची वृत्ती, जबाबदारीची जाणीव निर्माण होते.
- यशाचे श्रेय वाटून घेण्याची वृत्ती तयार होते.
- सदस्य स्वत:च्या जीवनात केलेले वर्तन बदल व त्याचे परिणाम कोणालाही दोष न देता सांगू शकतात.

गट चलनक्रिया व चलनशक्ती यांचा अभ्यास करताना खालील गोष्टींचे संदर्भ लक्षात ठेवणे आवश्यक आहे

- गटसदस्यांची गुणवैशिष्ट्ये : गुण, वैशिष्ट्ये, क्षमता, व्यक्तिमत्त्व, प्रेरणा, गटातील स्थान.
- गटाचे वैशिष्ट्य : एकमेकांबद्दलचे आकर्षण, मूल्ये, गटसदस्य संख्या, संवाद पद्धती, गट रचना, कालावधी, अंतर्गत रचना व क्षमता.
- समस्येचे स्वरूप, गांभीर्य.
- गटाने जे कार्य हाती घेतले आहे त्याचे वैशिष्ट्य, काठिण्य पातळी, कार्यक्रमांची विविधता किंवा तोचतोपणा, इ.
- गटसदस्यांची गटाबाहेर इतरांशी असलेल्या संबंधांची वैशिष्ट्ये/त्यांचे पूर्वानुभव/इतर सामाजिक आधार-अडथळे.
- गटाची मानसिक रचना : परस्पर संबंधांचे जाळे, जवळीक, नियम व त्यांचा स्वीकार, सत्ता व सत्तेतून निर्माण झालेले संबंध.

या प्रत्येक संदर्भाचा उपयोग गट चलनक्रिया नेमकी काय व का घडली, तिचा नेमका कोणावर काय परिणाम होत आहे, हे समजण्यासाठी होतो. गट उद्दिष्टांवरून गटकार्यकर्त्याचे लक्ष ढळता कामा नये.

एका व्यक्तीच्या वर्तणुकीमुळे सर्व वातावरण बदलू शकते व त्या व्यक्तीवर लक्ष केंद्रित करताना बाकी गटाचे महत्त्व कमी होऊ शकते. त्याने गट विस्कळीत होऊ शकतो, याचे भान ठेवावे लागते.

चलनक्रिया गटात चलनशक्ती निर्माण करतात. ही चलनशक्ती सकारात्मक किंवा नकारात्मक असते. याचा अर्थ असा की, परस्पर संबंध सुधारणे किंवा बिघडविणे, कार्यक्रमातून सदस्य समाधान निर्माण होणे किंवा असमाधान निर्माण होणे, या व अशा अनेक घटना घडतात. गटात उलथापालथ होऊ शकते किंवा सदस्यांचे मनोधैर्य ढासळू शकते किंवा गट उद्दिष्टपूर्तीकडे यशस्वी वाटचाल करू लागतो.

गटचलन/गतिशीलता अभ्यासताना लक्षात ठेवायच्या बाबी

- गट प्रक्रियेत एकाच वेळी अनेक चलन (डायनॅमिक्स) सुरू असते.
- हे सर्व डायनॅमिक्स सतत बदलत असतात.

- या चलनशक्ती दोन टोकांमध्ये कुठेतरी असतात. उदाहरणार्थ,

  संघर्ष ---१--/ ---२--/ ---३---/ ---४--/ सहकार्य.

  अनेक उपगट --१--/ --२--/ --३--/ --४--/ एकीचीभावना.

  उदासीनता --१--/ --२--/ --३--/ --४--/ उत्तेजित/ उत्साही वातावरण.
- कारणमीमांसा करून प्रश्न संपत नाही तर त्यावर ठोस उपाययोजना करावी लागते.
- केवळ गटकार्यकर्त्याला हे समजून चालत नाही तर सदस्यांना त्याची जाणीव होणे महत्त्वाचे असते.
- प्रत्यक्ष वर्तन बदल करून त्याबद्दल बांधिलकी सदस्यांमध्ये निर्माण व्हावी लागते.
- अनेकदा गट चलनामागील कारणे एकमेकांत गुंतलेली असू शकतात. एकाच परिणामामागे अनेक कारणे असू शकतात किंवा एकाच कारणाचे वेगवेगळे परिणाम दिसू शकतात.

वरील विवेचनावरून थोडक्यात असे म्हणता येईल की, गटातील चलनशक्तीचा उपयोग गट प्रक्रिया पुढे नेण्यासाठी व उद्दिष्टपूर्ती वाटचाल करण्यासाठी होतो.

३) गटकार्यकर्त्यांच्या जबाबदाऱ्या व तंत्रे (Responsibilities of Group Worker and Techniques Used)

३.१ जबाबदाऱ्या (Responsibilities)

गटकार्यकर्त्याला चलनशक्ती योग्य प्रकारे हाताळताना घ्याव्या लागणाऱ्या जबाबदाऱ्या योग्य प्रकारे पार पाडता यायला हव्यात.

चलनशक्तीचा अभ्यास करून प्रक्रियेला दिशा देणे ही गटकार्यकर्त्याची प्रमुख जबाबदारी आहे. ती पार पाडण्यासाठी गटकार्यकर्त्याने करावयाच्या कामांची यादी आपल्याला पुढीलप्रमाणे करता येईल–

- सदस्याच्या एखाद्या वाक्यावर इतरांचा प्रतिसाद कसा आहे, ते तपासणे. इतरांवर त्याचा काय परिणाम होतो, त्याचे निरीक्षण करणे.
- कधी कधी त्या साद-प्रतिसादातील भावना स्पष्ट व्यक्त करण्यास मदत करणे : शब्द, सूर, भाव या सर्वांचे निरीक्षण करणे.
- सदस्यांना एकमेकांचे ऐकण्यास प्रवृत्त करणे.
- सदस्यांना बोलते करणे तर कधी कधी गरज भासल्यास त्यांच्या बोलण्यावर नियंत्रण ठेवणे.
- संवादाच्या किंवा घटनांच्या साखळीक्रमावर सर्वांचे लक्ष केंद्रित करणे. नेमके काय व कसे कसे घडत गेले, त्यातून आता काय घडले, यावर भाष्य करणे किंवा सदस्यांमध्ये चर्चा घडवून आणणे.
- कधी कधी देहबोलीतून निर्माण झालेल्या परिणामांवरही चर्चा घेण्याची गरज भासल्यास ती घेणे.
- सदस्यांना त्यांचे दृष्टिकोन तपासण्यास मदत करणे. हे त्यांचे दृष्टिकोन स्वत:बद्दल असू शकतील, एकमेकांविषयी किंवा गटकार्यकर्त्याबद्दल असू शकतील.
- सदस्यांच्या वर्तणुकीतून परस्पर संबंधांचे प्रतिबिंबच दृश्यमान होते याची जाणीव सदस्यांना करून देणे.
- वर्तणुकीमागील कारणे समजून घेणे, सदस्यांना समजून घेण्यास मदत करणे व गटासमोर सकारात्मक पर्याय ठेवणे.

- स्वत:ची किंवा गटाची वर्तणूक स्वीकारण्याची क्षमता सर्व सदस्यांमध्ये निर्माण करणे.
- योग्य बदल होण्यासाठी विविध संसाधने उपलब्ध करून देणे. योग्य, अचूक माहिती पोहोचविणे.
- वास्तवाची जाणीव करून देणे, त्याचप्रमाणे सदस्य खरोखरच काही करू शकतील याबद्दल विश्वास निर्माण करणे.

३.२ चलनशक्ती हाताळताना वापरण्याची तंत्रे (Techniques Used in Handling Group Dynamics)

चलनशक्तीवर नियंत्रण ठेवण्यासाठी किंवा योग्य दिशा देण्यासाठी काही तंत्रे वापरता येतात. गटात गट चलन घडतच नाही (नाकारण्याची वृत्ती) अशी भावना गट प्रक्रियेला अडथळे करणारी आहे. त्याचप्रमाणे, गटातील गट चलनशीलता आपोआप बदलेल, असा खोटा आशावादही ठेवून चालत नाही. गटसदस्यांना मदत करण्यासाठी गटकार्यकर्त्याला मध्यस्थी करावीच लागते.

सर्वांत महत्त्वाचे मध्यस्थी तंत्र (Intervention) म्हणजे विशिष्ट मर्यादा घालणे (Setting Limits). लक्ष्मणरेषा ठरविणे असेही म्हणता येईल.

मर्यादा ठरविताना गटकार्यकर्त्याने तीन पथ्ये पाळणे आवश्यक आहे–

- सुस्पष्ट मांडणी. ठामपणा महत्त्वाचा आहे.
- भूमिकेतील सातत्य/विचारांचा ठामपणा हवा.
- न्याय्य विचारांचा आधार, कुठल्याही प्रकारचा दुजाभाव त्यातून व्यक्त होता कामा नये.

मर्यादा या गटाच्या सर्वसाधारण वागण्याच्या पद्धतीवर व/किंवा सदस्याच्या विशिष्ट वर्तनावर घालाव्या लागतात.

'मर्यादा घालणे' ही एक उपचारात्मक नियोजित कृती आहे. या मर्यादांमुळे गट प्रक्रियेला पुनर्दिशा देता येते. ही पुनर्दिशा देताना सकारात्मक बदलाच्या हेतूने फीडबॅक द्यावा लागतो. तो योग्य वेळ साधून वेळात देणे गरजेचे असते. उदाहरणार्थ, रस्त्यावर राहणाऱ्या किशोरवयीन मुलांचा गट घेताना गट चलनशक्ती विघातक होऊ नये म्हणून मर्यादा घालत असताना नेमकी कुठली वर्तणूक अपेक्षित आहे किंवा कुठली चालणार नाही हे स्पष्ट करणे आवश्यक आहे. शारीरिक इजा सदस्यांनी कुठल्याही परिस्थितीत करता कामा नये. या मर्यादा म्हणजे नेमके काय व कां हे स्पष्ट व्हायला हवे.

अनेकदा मर्यादा घालताना हे करू नये किंवा ते करू नये अशा नकारात्मक अपेक्षा ठरविण्यापेक्षा सकारात्मक, म्हणजे काय करायला हवे हे स्पष्ट मांडावे लागते. उदाहरणार्थ, शिव्या देऊन राग व्यक्त करू नये, असे सांगण्यापेक्षा राग व्यक्त करताना कुठले शब्द वापरता येतील याविषयी सूचना देणे महत्त्वाचे असते.

कधी कधी प्रोत्साहन किंवा चालना देणे हे तंत्रही उपयोगी पडते. अनेकदा कौतुक करून सकारात्मक चलनशक्तींना चालना द्यावी लागते किंवा विघातक चलनशक्तींमधून सदस्यांना बाहेर काढण्यासाठी त्यांची क्षमतावृद्धी करावी लागते. या वेळी स्पष्टीकरण, सल्ला, सार्वत्रीकरण, आधार अशा अनेक तंत्रांचा उपयोग करावा लागतो. व्यक्तिकार्य पद्धतीतील सर्व तंत्रांचा गटप्रक्रियेत उपयोग होतो.

परंतु, सर्वांत महत्त्वाचे व त्यामुळेच अवघड असे तंत्र आहे ते म्हणजे Confrontation (आमना-सामना

करणे, प्रश्नाला/वर्तणूक/वृत्तीला सामोरे जाण्यास मदत करणे.) यामध्ये सदस्यांना त्यांच्या वर्तणुकीविषयी आणि तिच्या परिणामांविषयी स्पष्ट शब्दांत जाणीव करून दिली जाते.

आक्रमक, नकारात्मक व/किंवा विध्वंसक गट चलन होत असल्यास Confrontation वापरणे महत्त्वाचे ठरते. या तंत्राचा वापर करताना गटकार्यकर्त्याची संवादकौशल्ये महत्त्वाची असतात. ठामपणा आणि संवेदनशीलता यांचा योग्य मेळ गटकार्यात घालावा लागतो. परंतु, न्यायाधीशाची भूमिका न घेता, एकाच सदस्यावर आरोप न लादता, संवाद साधावा लागतो. गटकार्यकर्त्याची निरीक्षणे ही वास्तव–'आता इथे, यावेळी काय घडत आहे' यावर केंद्रित असावी लागतात. यासाठी योग्य वेळ कुठली याचे निदान गटकार्यकर्त्याला करता यायला हवे. Confrontation करताना जर वस्तुनिष्ठता पाळली तर सदस्य ऐकण्याची शक्यता अधिक असते.

हे तंत्र गट प्रक्रिया सुरळीत करण्यासाठी आहे याची जाणीव सदस्यांना झाल्यास स्वीकारण्याची तयारी होते; कारण नकारात्मक वर्तणुकीबाबत झालेले Confrontation बचावात्मक भावना निर्माण करू शकते.

३.३ गटकार्यकर्त्याच्या क्षमता (Abilities of Group Worker)

- सदस्यांची बलस्थाने व कमतरता ओळखता येण्याची क्षमता.
- गट प्रक्रियेला दिशा/पुनर्दिशा देण्याची क्षमता.
- नेतृत्व करण्याची क्षमता.
- संवाद प्रक्रियेतील कच्चे दुवे/दुर्लक्षित मुद्दे एकत्र बांधता येण्याची क्षमता–या जोडणीत नेमकेपणा हवा.
- विविध संसाधनांचा स्रोत गटाच्या विकासासाठी वापरण्याची क्षमता.
- रोल मॉडेल होण्याची क्षमता (इतरांना आदर्श वाटेल किंवा अनुकरण करावेसे वाटेल असे वागणे.)

गटकार्यकर्त्याला स्वत:ची बलस्थाने व कमतरता नीट समजणे गरजेचे असते. या क्षमता कशा, कुठे वापरायच्या याचे भान त्याला हवे. सदस्य वर्तणूक व गट वर्तणूक या दोन्हींचा समतोल त्याला साधता यायला हवा. शक्यतो संपूर्ण गट प्रक्रियेवर अधिक लक्ष केंद्रित करण्याची गरज असते. गट चलनशक्तीचा उपयोग/नियंत्रण करताना महत्त्वाचे असते.

४) सदस्य वर्तन व गट चलनशक्ती (Member Behaviour and Group Dynamics)

आतापर्यंत आपण चलनशक्तींचा गटाच्या संदर्भात विचार केला. सदस्यांची व्यक्तिगत वर्तणूकसुद्धा गटाच्या चलनशक्तीवर परिणाम करते. एका व्यक्तीच्या वर्तणुकीमुळे संपूर्ण गटातील वातावरण बदलू शकते. तसेच चलनशक्तीचा परिणाम प्रत्येक सदस्याच्या वर्तनावर होतो; म्हणून चलनक्रियांच्या विचारात सदस्य वर्तणुकीचा अभ्यास महत्त्वाचा आहे.

४.१ सदस्य वर्तन वर्गीकरण (Classification of Member Behaviour)

चलनक्रिया व चलनशक्तींचा अभ्यास करताना एक महत्त्वाचा घटक म्हणजे सदस्य वर्तणूक. गट प्रक्रियेत प्रत्येक सदस्याचे काही वैशिष्ट्य निदर्शनास येते. सातत्याने सर्व प्रसंगांमध्ये त्या सदस्यांची वर्तणूक विशिष्ट पद्धतीची दिसते. ही वर्तणूक दोन निकषांवर तपासणे गरजेचे असते.

गट प्रक्रिया पुढे नेण्यास मदत करणारी वर्तणूक आणि गट प्रक्रियेत अडथळे आणणारी वर्तणूक. गट प्रक्रिया पुढे नेणाऱ्या वर्तणुकीचेदेखील दोन प्रकार आहेत. पहिला प्रकार म्हणजे उद्दिष्टपूर्तीसाठी आग्रह धरणारी

सर्व प्रकारची वर्तणूक तर दुसरा प्रकार म्हणजे परस्पर संबंध दृढ, निकोप राहाण्यासाठी आवश्यक असणारे सर्व प्रकारचे वर्तन.

दोन्ही प्रकारचे वर्तन करणारे सदस्य गट प्रक्रियेत आवश्यक आहेत. त्यांचे वर्गीकरण पुढीलप्रमाणे करता येईल—

कार्यकेंद्री सदस्य Task centred Member	स्नेहलक्षकेंद्री सदस्य Maintenance centred Member
अनेक कल्पना सांगणारा/योग्य माहिती पुरविणारा	सामोपचाराने वागणारा
सर्वांच्या कार्यक्षमतेला उत्तेजन देणारा	सदस्यांना हसविणारा
कामावर सर्वांचे लक्ष राहावे म्हणून प्रयत्न करणारा	सकारात्मक भावनांना उत्तेजन देणारा
तंत्रकौशल्य असणारा, ज्याचा गट उद्दिष्टपूर्तीसाठी उपयोग होऊ शकतो.	सर्वांचे समाधान जपणारा
निर्णय, समस्या सोडवणूक यांवर भर देणारा	इतरांचा मान राखणारा
गरजेप्रमाणे सर्वांच्या वतीने गटाचे प्रतिनिधित्व करणारा	गट विस्कळीत होऊ नये याविषयी जागरूक असणारा
गट उद्दिष्टपूर्तीला महत्त्व देणारा	प्रक्रियेला महत्त्व देणारा

याखेरीज इतरही अनेक प्रकारची वर्तने या वर्गीकरणात येऊ शकतील.

- कार्यकेंद्री सदस्यांमुळे उद्दिष्टपूर्तीसाठी कृती होते. सदस्यांचा वेळ वाया जात नाही. प्रत्येक सदस्याच्या क्षमतांना संधी मिळते. परंतु, काम पूर्ण झाल्याशिवाय हे सदस्य इतरांना सोडत नाहीत.

- कार्यकेंद्री सदस्य विशिष्ट कार्यपूर्तीसाठी एकत्र आलेल्या (टास्क ओरिएंटेड) गटात उपयोगी पडतात. ते गटाचे नेतृत्व करू शकतात, प्रत्येक सत्राचा आढावा, मूल्यमापन करण्यासाठी मदत करतात, सतत वेळेचे भान ठेवतात. ध्येयपूर्ती होण्यावर त्यांचा भर असतो, प्रत्येकाचा सहभाग असलाच पाहिजे, असा आग्रह नसतो.

- स्नेहलक्षकेंद्री सदस्यांना परस्पर संबंध महत्त्वाचे वाटतात. ते सलोख्याचे राखण्यासाठी ते प्रयत्नशील असतात. कामापेक्षा भावनांना ते अधिक महत्त्व देतात. त्यामुळे गटातील समाधान वाढते.

- स्नेहलक्षकेंद्री सदस्य गटातील नातेसंबंध व संवाद सकारात्मक होण्यावर भर देतात. त्यांना ध्येयपूर्तीपेक्षा गटप्रक्रियेतून सदस्यांना मिळणारे समाधान महत्त्वाचे वाटते.

अशा प्रकारचे सदस्य सर्वच प्रकारच्या गटांसाठी महत्त्वाचे असतात परंतु त्यांचे योगदान उपचारात्मक गटांसाठी अधिक मोलाचे असते; कारण समस्याग्रस्त सदस्यांना आधार, प्रोत्साहन व स्वीकाराची गरज असते. त्या गरजा पूर्ण होणे उपचार प्रक्रियेची पहिली पायरी असते. स्नेहलक्षकेंद्री सदस्य ही गरज पूर्ण करतात.

दोन्ही प्रकारचे सदस्य गटप्रक्रियेला जास्तीत जास्त प्राधान्य देतील यावर भर देऊन दोन्ही प्रकारच्या वर्तणुकीचा गटात समतोल राहील याकडे गटकार्यकर्त्याने सतत लक्ष देणे गरजेचे असते.

गट प्रक्रियेत गटांतर्गत संरचना बदलत असते. प्रत्येक सदस्य स्वत:चे स्थान निर्माण करतो. व्यक्तिमत्त्वातील वैशिष्ट्यांवर किंवा इतर सदस्यांच्या अपेक्षांवर सदस्य वर्तणूक अवलंबून असते. उदाहरणार्थ, विधिसंघर्षग्रस्त किशोरवयीन मुलांचा गट घेत असताना एखाद्या सदस्यावर सर्वांचा विश्वास असतो. त्यामुळे नेत्याची भूमिका त्याच्याकडे येते.

गटाची अंतर्रचना कशी आहे यावरदेखील सदस्य वर्तन अवलंबून असते. उदाहरणार्थ, कार्यकेंद्री बचत गटामध्ये काही औपचारिक भूमिका अपेक्षित आहेत. सदस्य त्या भूमिका वठविताना अपेक्षित वर्तन करतात.

४.२ गट प्रक्रियेत अडथळे निर्माण करणारे सदस्य वर्तन (Member Behaviour Which Creates Obstacles in Group Process)

सर्व सदस्य कधी कधी असे वागतात की, त्यामुळे इतर सदस्यांना त्रास होतो किंवा गट प्रक्रियेत अडथळे निर्माण होतात. परंतु, गटामध्ये काही सदस्य असे असतात की, त्यांच्या सततच्या नकारात्मक वागण्याने गटातील वातावरण दूषित होते किंवा त्यामुळे गट प्रक्रियेवर विपरीत परिणाम होतो.

हे वर्तन पुढील प्रकारचे असते

- दादागिरी करणे.
- दुसऱ्यांचे म्हणणे सतत खोडून काढणे.
- दुसऱ्यांची टिंगल-टवाळी करणे.
- प्रत्येक गोष्टीवर टीका करणे.
- आक्रमक वागणे.
- दुसऱ्याला बोलू न देणे.
- सतत स्वत:कडे लक्ष वेधून घेणे.
- दुसऱ्याला बळीचाबकरा बनविणे.
- प्रत्येक गोष्ट हसण्यावारी नेणे.
- कुठलीही जबाबदारी न घेणे.
- सतत तक्रारी करणे.
- कुठल्याही प्रकारे स्वत:चे मत व्यक्त करण्यास नकार देणे.

याची कारणे वेगवेगळी असू शकतात

- न्यूनगंड असणे.
- गटकार्यकर्त्याबरोबर आपली स्पर्धा आहे असे वाटणे.
- गटाबाहेरील जीवन असमाधानकारक असणे.
- दुसऱ्यांबद्दल असूया वाटणे.

- गटसदस्यत्व लादलेले असणे.
- स्वत:च्या भूमिकेबद्दल गोंधळ असणे.
- गटाच्या उद्दिष्टांबद्दल साशंकता असणे.
- कार्यकर्त्याबद्दल राग असणे.

या व्यतिरिक्त अनेक प्रकारचे वर्तन अनुभवातून गटकार्यकर्त्याला दिसू शकते. कारणांचा नीट विचार करूनच उपाययोजना कराव्यात. खालील काही पर्याय सदस्य वर्तन बदलासाठी वापरता येतील–

- गट प्रक्रियेत अडथळे आणणाऱ्या सदस्याकडे दुर्लक्ष केल्यावरदेखील ती व्यक्ती बदलू शकते.
- कधी कधी गटकार्यकर्ता वैयक्तिकीकरणाचे तत्त्व वापरून त्या सदस्याशी गटाबाहेर वैयक्तिक संपर्क साधू शकतो. त्याच्या वर्तणुकीचे इतरांवर होणारे परिणाम व त्याने बदलण्याची गरज यावर चर्चा होणे आवश्यक असते.
- हा सदस्य खूपच आक्रमक झाल्यास त्याला सोडण्याचा सल्लादेखील वेळप्रंसगी गटकार्यकर्त्याने दिला पाहिजे.
- कधी कधी सदस्याला भावनिक आधाराची गरज असते. तो आधार योग्य प्रकारे दिला पाहिजे.
- अडथळा निर्माण करणाऱ्या सदस्याच्या वर्तणुकीवर, इतर सदस्यांची मदत घेऊन गटातच चर्चा करता येते. हे करताना सदस्याच्या व्यक्तिमत्त्वावर चर्चा न करता, ती वर्तणुकीवरच करायला हवी. त्यामध्ये त्या सदस्यामध्ये आपल्याला एकटे पाडल्याची किंवा आपल्याला बळीचा बकरा केला जात असल्याची भावना निर्माण होता कामा नये. या सर्वांमध्ये सांगोपांग विचार करून गटकार्यकर्त्याला सहकार्याची भावना जागृत राहील याची काळजी घ्यावी लागते.
- गट विकासाच्या सुरुवातीच्या टप्प्यामध्ये नकारात्मक चलनशक्ती किंवा सदस्य वर्तणूक हाताळण्याची जबाबदारी गटकार्यकर्त्यावर अधिक असते. परंतु, हळूहळू यासाठी सदस्यांची क्षमतावृद्धी त्याने केली पाहिजे.

४.३ गटसदस्यांमधील नेतृत्व विकास (Leadrship Development among Group Members)

गटकार्य ही लोकशाही तत्त्वांवर आधारित सामाजिक कार्य पद्धती आहे. व्यक्तींना, गटांना किंवा समुदायांना स्वत:च्या समस्या सोडविण्यासाठी आणि स्वविकासासाठी सक्षम करणे हे सामाजिक कार्याचे उद्दिष्ट आहे. ते साध्य करण्यासाठी त्यांची स्व-निर्णयक्षमता तसेच निर्णय प्रक्रियेतील सहभाग वाढविणे हा गट कार्याचा गाभा आहे. गटकार्यकर्त्याचे सारे प्रयत्न या दृष्टीने चाललेले असतात. त्यामुळे सहभाग व निर्णयक्षमतावृद्धीचाच एक भाग म्हणजे गटसदस्यांमधूनच गट नेतृत्व निर्माण होणे. गटांतर्गत नेतृत्वाचा विकास हा गट टिकाऊ बनविण्याचा व गटकार्यकर्ता गटप्रक्रियेतून बाहेर पडल्यानंतर गट चालू राहण्याचा मार्ग आहे. उदाहरणार्थ, बचतगट किंवा आधारगटात जर नेतृत्व विकास झाला तर हे गट अनेक वर्षे कार्यरत राहू शकतील.

याचबरोबर, गटसदस्यांचा व्यक्तिगत विकास साधण्यासाठी त्यांच्या व्यक्तिमत्त्वाचा म्हणजेच गुण, कौशल्यांचा विकास आवश्यक असतो. त्यांच्यामध्ये आत्मविश्वास, प्रेरणा, इतरांबद्दल बांधिलकी, जिव्हाळा, लोकशाही निर्णय पद्धतीवरील विश्वास व तिचा स्वीकार इ. गोष्टींचा विकास होणे आवश्यक असते. या गोष्टी केवळ गटात असेपर्यंतच नाही तर व्यक्तीला रोजच्या आयुष्यात पुढे नेणाऱ्या आहेत. जीवनातील अनेक

प्रसंगात उपयोगी पडणाऱ्या आहेत. हे सर्व गुण, कौशल्ये नेतृत्वविकासाचेच एक अंग आहे. यासाठी गटसदस्यांच्या गुण, कौशल्यांचा विकास होऊन प्रत्येकामध्ये नेतृत्व गुण वाढीस लागतील यासाठी गटकार्यकर्त्याला प्रयत्न करावे लागतात.

यातील काही गुण सर्व सदस्यांमध्ये किंवा सर्व गुण काही सदस्यांमध्ये सुप्तावस्थेत किंवा प्रकटपणे असतात. गटकार्यकर्ता जेव्हा स्वत: सदस्यांशी व्यक्तिश: किवा एकत्रित आंतर्क्रिया करतो, तेव्हा तो याचा शोध घेत असतो. निरीक्षणातून त्याला हे समजू शकते. जेव्हा गट चलन प्रखर होते तेव्हा गटकार्यकर्त्याला सदस्य क्षमता अधिक स्पष्टपणे जाणवू शकतात.

सदस्यांमधील नेतृत्वगुण खऱ्या अर्थाने विकसित करण्यासाठी गटकार्यकर्ता स्वत: लोकशाही कार्य पद्धतीने काम करणारा असावा लागतो. एकाधिकारशाही किंवा हुकूमशाही नेतृत्व शैलीचा गटकार्यकर्ता विशिष्ट सदस्यांना मर्यादित नेतृत्व करण्यास किंवा त्याच्या आदेशाचे पालन करण्यात पुढाकार घेण्यास प्रोत्साहित करतो. परंतु, गट आपल्यावर अवलंबून असावा व त्याने आपले आदेश मानत राहावे, हे या नेतृत्व शैलीचे वैशिष्ट्य असते. त्यामुळे गट स्वावलंबी व्हावा यादृष्टीने नेतृत्व गुण विकासाचे प्रयत्न केले जात नाहीत व तसे प्रोत्साहनही दिले जात नाही. त्यामुळे सदस्यांचा विकास खुंटतो व गटप्रक्रियेत कुठलाही अडथळा निर्माण झाला तर तो दूर करण्याची जबाबदारी सदस्य गटकार्यकर्त्यावर टाकत राहातात.

लोकशाही कार्यपद्धतीत गट प्रक्रिया व गटाची निर्णय प्रक्रिया सर्व सदस्यांच्या सहभागातून चालते. त्यामुळे प्रत्येक सदस्याला नेतृत्व विकासाची संधी मिळते. गटसदस्यांतील नेतृत्वगुण विकसित करण्यासाठी गटकार्यकर्ता पुढील गोष्टी करतो–

सदस्यांमधील नेमके गुण हेरून : त्यांना गटातील असंतुलित परिस्थितीत पुढाकार घेण्यास उद्युक्त करणे. काही सदस्यांमध्ये सगळ्यांना सांभाळून घेण्याची क्षमता असते, मतभेदांवर सर्वमान्य तोडगा काढण्याची हातोटी असते. असे सदस्य गट एकत्र ठेवण्यात पुढाकार घेऊ शकतात. काही सदस्यांमध्ये नियोजन कौशल्य असते, काही संसाधने जमविण्यात, शोधून काढण्यात, निर्माण करण्यात ते कुशल असतात. काहींचे व्यक्तिमत्त्व मुळातच अनुयायी जमा करणारे असते. हे सारे गुण हेरून व त्यांना योग्य दिशेने वळवून गटकार्यकर्ता नेतृत्वविकास करू शकतो.

गटप्रक्रियेच्या प्रत्येक टप्प्यात सदस्यांचा सहभाग सजगपणे मिळविणे : पुष्कळदा सर्व सदस्य उपस्थित असले तरी काही सक्रिय नसतात. त्यांना त्यांचे मत विचारणे, त्याची दखल घेणे, प्रोत्साहित करणे यातून सहभाग वाढीला लागतो. त्याचप्रमाणे पुढाकार घेणारे कोण, अनुयायित्व उत्स्फूर्त आहे का, याचा अंदाज घेऊन नेतृत्वविकासाला दिशा देता येते. गटाच्या प्रत्येक विकास टप्प्यात वेगवेगळ्या सदस्यांना नेतृत्व करण्याची संधी मिळू शकते.

ज्या सदस्यांमध्ये हे गुण आहेत, त्यांना प्रोत्साहन देऊन त्यांचे गुण दृढ करता येतात. काही सदस्यांमध्ये गुण असतात, परंतु, आत्मविश्वास कमी पडतो. त्यांना आधार देऊन, संधी देऊन, यशाचे अनुभव गटकार्यकर्त्याने दिल्यास नेतृत्व गुणांना चालना मिळू शकते.

त्याचप्रमाणे काही सदस्यांना मार्गदर्शन करून त्यांच्यामध्ये क्षमता निर्माण कराव्या लागतात. उदाहरणार्थ, वस्ती पातळीवर युवकांचा वस्ती विकास सहभाग वाढविण्यासाठी गटकार्यकर्ता काम करत असताना महानगरपालिकेच्या स्वच्छता अभियानाचे नियोजन करताना काही पोस्टर्स युवकांनी तयार केली. त्यातली नेमकी कुठली वापरायची यावर जोरात वाद सुरू झाला. गटकार्यकर्त्याने पोस्टर स्पर्धांमध्ये कुठले निकष वापरले

जातात त्यातील तीन-चार मुद्दे सदस्यांपुढे मांडले. या निकषांच्या आधाराने गटकार्यकर्त्यानेच निर्णय घ्यावा म्हणजे वाद नको, असे सदस्यांना वाटले. गटकार्यकर्त्याने निकषांचा अर्थ सर्वांना नीट समजावून सांगितला व प्रत्येक सदस्याला त्यानुसार पोस्टर्सना गुण द्यायला सांगितले. सर्वांनी दिलेल्या गुणांची सरासरी काढून पोस्टर्सची निवड पूर्ण झाली. या सत्रात प्रत्येक सदस्याला निर्णय घेण्याची संधी मिळाली व वस्तुनिष्ठ निर्णय कसे घ्यावेत यादृष्टीने सर्वांची क्षमतावृद्धी होऊन संघर्षाचे निराकरण झाले.

५) गट प्रकार, आणि गट प्रक्रिया व गट चलनशक्ती (Types of Groups, and Groups Process and Dynamics)

गटकार्यामध्ये सर्व गटकार्य प्रकारांचे वर्गीकरण दोन मुख्य प्रकारांमध्ये करता येते.

- कार्यकेंद्री गटकार्य (Task-oriented Group Work)
- सामाजिक उन्नतीकेंद्री गटकार्य (Enhancement–oriented Group Work)

दोन्ही प्रकारच्या गट कार्यात सर्व चलनशक्ती व्यक्त होतातच. परंतु, त्यांची कारणे तसेच परिणाम वेगळे होऊ शकतात. त्यामुळे गटकार्यकर्त्याला त्यावर वेगवेगळे उपाय/तोडगे काढावे लागतात.

- कार्यकेंद्री गटातील सदस्य अनेकदा स्वयंप्रेरणेने गटात आलेले असतात. गटाचे हेतू संपूर्ण गटावर भर देणारे असतात. उदाहरणार्थ, बचतगट किंवा स्वयंसाहाय्यता गट किंवा युवकांचा विकास गट. अशा गटात असण्याचे सदस्यांना वैयक्तिक फायदे असतात. त्याचप्रमाणे अशा प्रकारच्या गटांना समाजाकडून काही प्रमाणात अधिक मान्यता असते.

  परंतु, त्याचबरोबर सदस्यांमध्ये चढाओढ, स्पर्धादेखील अधिक असू शकते. कार्यकेंद्री गट जेव्हा एखाद्या विशिष्ट कार्यासाठी एकत्र येतात, तेव्हा सर्वांचे लक्ष ध्येयावर असते. ध्येयपूर्ती झाल्यावर गट समाप्त होतात. अशा गटांमध्ये गट वर्तणुकीमुळे निर्माण होणाऱ्या चलनशक्ती कमी प्रमाणात दिसतात. उदाहरणार्थ, वस्तीमध्ये लागलेल्या आगीमुळे बेघर झालेल्या कुटुंबांची तातडीने व्यवस्था करण्यासाठी युवकांचा गट गटकार्यकर्त्याच्या मदतीने कार्यरत होतो. सर्वांचे लक्ष संकटाच्या परिस्थितीवर असल्यामुळे सर्व जण मनापासून सहभागी होतात व गटहेतू साध्य होतो.

  परंतु, कार्यकेंद्री स्वयंसाहाय्यता गट किंवा बचतगट दीर्घ कालावधीचे असतात व विशिष्ट कालावधीनंतर गटकार्यकर्ता गटातून अंग काढून घेणार असतो. त्याचप्रमाणे नवीन सदस्यदेखील गटात येऊ शकतात. अशा गटांमध्ये गटकार्यकर्त्याला चलनशक्तीचा व सदस्य वर्तणुकीचा सखोल विचार करावा लागतो व त्या दृष्टीने भविष्यकाळात समस्या निराकरणासाठी सदस्यांची क्षमतावृद्धी करण्यावर भर द्यावा लागतो.

- **सामाजिक उन्नतीकेंद्री गटकार्य (Enhancement Oriented) :** यामध्ये करमणूकप्रधान, सामाजिकीकरणाचे व उपचारात्मक गटप्रकार येतात. यातील सामाजिक उपचारात्मक गटाचे अस्तित्व प्रत्येक सदस्याच्या समस्या सोडवणुकीच्या क्षमतावृद्धीवर अवलंबून असते. सर्व सदस्यांच्या समस्यांमध्ये जरी साम्य असले तरी प्रत्येकाचा दृष्टिकोन वेगळा असतो, अपेक्षा वेगळ्या असतात. कधी कधी समान समस्येमुळे सदस्यांमध्ये प्रखर एकीची भावना निर्माण होऊन गट प्रक्रिया अपेक्षित बदलांच्या विरोधात जाऊ शकते. उदाहरणार्थ, विधिसंघर्षग्रस्त किशोरवयीन मुलांचा/मुलींचा गट घेत असताना गुन्हेगारी

हेच महत्त्वाचे मूल्य बनते व या मूल्याला चिकटून राहाणे हेच एकमेकांबद्दलच्या बांधिलकीचे व निष्ठेचे लक्षण बनते किंवा आपल्यावर सर्व समाजाने/जगाने अन्याय केलेला आहे त्यामुळे त्या समाजाच्या अपेक्षांचा आम्ही विचार कां करावा अशी भावना ज्वलंत होते, व त्यातून घातक चलनशक्ती निर्माण होते.

कुठल्याही प्रकारचा वर्तन बदल या सदस्यांच्या मनात राग किंवा चिंता निर्माण करतो. अपेक्षित बदलाच्या विरोधात प्रतिकार करण्याची वृत्ती बळावते.

समस्या सोडवणुकीसाठी ठाम निर्णय व ठोस बदल या प्रक्रिया सर्व सामाजिक उपचारात्मक गटात अपेक्षित आहेत व यामुळेच नकारात्मक प्रतिकाराची चलनशक्ती गटात निर्माण होते. गटकार्यकर्त्याकडे नकारात्मक दृष्टिकोनातून बघितले जाते किंवा त्याने शिक्षा करावी/कडक वागावे यादृष्टीने सदस्यांचे आंतर्चलन सुरू होते.

सतत दुसऱ्यांना दोष देण्याची वृत्ती बऱ्याचदा समस्याग्रस्त किंवा वैफल्यग्रस्त व्यक्तींमध्ये असते. त्यामुळे या सदस्यांमध्ये दबलेली आक्रमकता अधिक दिसते. स्वत:च्या वर्तणुकीवर चर्चा करताना ते कसे योग्यच होते (समर्थन) अशी भावना असल्याने गटामध्ये उदासीनतेची भावना निर्माण होऊ शकते. सदस्याची असुरक्षिततेची भावना, समस्या खरोखरच सुटू शकेल का, याबद्दल साशंकता किंवा इतर पर्यायांच्या विचाराने निर्माण होणारी दोलायमान स्थिती या सर्वांमुळे सामाजिक उपचार गटात उपगट निर्मिती व संघर्ष हे अनेकदा दिसतात. त्याचप्रमाणे सदस्यांच्या आत्मकेंद्रित वृत्तीमुळेदेखील गटप्रक्रियेत अनेक अडथळे येऊ शकतात.

सारांश

- गटात सदस्य एकत्रितपणे कार्यरत होतात तेव्हा ज्या आंतर्क्रिया घडतात त्यामुळे गटातील नातेसंबंध सतत बदलत असतात त्याला 'गट प्रक्रिया' म्हणतात.
- गट जेव्हा ध्येयपूर्तीसाठी कार्यशील होतो, तेव्हा होणाऱ्या अनेक घडामोडी या सदस्य व गट यांच्या भावना, विचार वर्तन या दोन्हींवर परिणाम करतात. यातून गटचलन निर्माण होते.
- गतिशीलता ही सकारात्मक व/किंवा नकारात्मक असते.
- नकारात्मक घटकांमुळे उपगट निर्मिती, संघर्ष किंवा गटसदस्यांचे औदासिन्य या गोष्टी होतात.
- गटप्रक्रिया अनेक अनुभवांमुळे व सदस्यांना विकासाची संधी मिळाल्यामुळे सकारात्मक चलनशक्ती निर्माण करत असते.
- चलनशक्तीचा अभ्यास करताना गटसदस्यांची गुणवैशिष्ट्ये : गुण, वैशिष्ट्ये, क्षमता, व्यक्तिमत्त्व, प्रेरणा, गटातील स्थान हे संदर्भ महत्त्वाचे असतात.
- चलनशक्तीचा अभ्यास करून प्रक्रियेला दिशा देणे ही गटकार्यकर्त्याची प्रमुख जबाबदारी आहे.
- गटसदस्यांना मदत करण्यासाठी गटकार्यकर्त्याला मध्यस्थी करावीच लागते. मध्यस्थीची काही विशिष्ट तंत्रे आहेत.
- यासाठी, ही मध्यस्थी करताना सदस्य वर्तणूक व गट वर्तणूक या दोन्हींचा समतोल त्याला साधता यायला लागतो व संपूर्ण गट प्रक्रियेवर अधिक लक्ष केंद्रित करण्याची गरज असते.

- सदस्यांची व्यक्तिगत वर्तणूकसुद्धा गटाच्या चलनशक्तीवर परिणाम करते.
- गट प्रक्रिया पुढे नेणाऱ्या वर्तणुकीचेदेखील दोन प्रकार आहेत. पहिला प्रकार म्हणजे उद्दिष्टपूर्तीसाठी आग्रह धरणारी सर्व प्रकारची वर्तणूक.
- दुसरा प्रकार म्हणजे परस्पर संबंध दृढ, निकोप राहाण्यासाठी आवश्यक असणारे सर्व प्रकारचे वर्तन.
- नेतृत्व विकास हा गटातून सदस्य सक्षमीकरणासाठीचा अविभाज्य भाग असतो.
- गटातून झालेली कौशल्यवृद्धी सदस्यांना रोजच्या जीवनात उपयोगी पडणारी असते.

गटकार्यामध्ये सर्व गटकार्य प्रकारांचे वर्गीकरण दोन मुख्य प्रकारांमध्ये करता येते–

- कार्यकेंद्री गटकार्य.
- सामाजिक उन्नतीकेंद्री गटकार्य (Enhancement Oriented).

वरील दोन्ही प्रकारातील गटांमध्ये घडणाऱ्या चलनशक्ती वरवर सारख्या वाटल्या तरी त्यांची तीव्रता व कारणे वेगवेगळी असतात कारण दोन्ही प्रकारच्या गटांचे हेतू वेगवेगळे असतात, तसेच त्यामुळे त्याबाबतीतील कार्यवाहीही वेगवेगळी होईल. याचे भान कार्यकर्त्याने ठेवायला हवे.

<table>
<tr><td>प्रकरण
७</td><td>गटकार्यातील नोंदी व गट मूल्यमापन
Group Work Recording and Evaluation</td></tr>
</table>

प्रस्तावना

१) गटकार्यातील नोंदींचे महत्त्व व हेतू (Importance and Purpose of Group Work Recording)

२) गटकार्यातील नोंदींचे प्रकार (Types of Group Work Recording)

३) गटविकासाचे टप्पे व नोंदी (Stages of Group Development and Recording)

४) सारांशस्वरूप नोंदी (Summary Recording)

५) गटकार्यातील नोंदींची तंत्रे (Techniques Used in Group Work Recording)

६) गटकार्याच्या मूल्यमापनासाठी नोंदींचा उपयोग (Use of Recording in Group Work Evaluation)
सारांश

प्रस्तावना

गटकार्यातील नोंदी म्हणजे गट प्रक्रियेचे कायमस्वरूपी स्मरण ठेवण्याचा प्रयत्न असतो. ही गटकार्यकर्त्याची संस्थेच्या बाबतीतील बांधिलकी असते. नोंदींचा उपयोग संस्थेला, गटकार्यकर्त्याला आणि गटसदस्यांना होतो.

कोणतेही काम करताना त्याविषयी नोंद ठेवणे, काम जसे जसे पुढे जाईल तसतशा नोंदी ठेवत जाणे महत्त्वाचे असते; कारण नोंदींमधून काम कसे केले जात आहे, ज्या उद्दिष्टांनी काम सुरू केले, त्या दिशेने ते पुढे जाते आहे का, प्रक्रिया योग्य प्रकारे होत आहे का हे तर उलगडत जातेच; पण नंतर या नोंदींचा उपयोग इतरांनाही होतो. गटकार्याचे मूल्यमापन करताना नोंदींचा उपयोग होतो. त्या प्रकारचे काम पुन्हा करायचे असेल तर त्यासाठी पायाभूत मुद्दे नोंदींमधून मिळतात. कामाच्या योग्य पद्धती ठरविण्यासाठी, नवीन पद्धती रुळविण्यासाठी नोंदींचा उपयोग होतो.

सदस्यांविषयीच्या नोंदींतून सदस्यांमधून नेतृत्व विकासाच्या संभाव्यता लक्षात येतील. याचा संस्थेला स्थानिक नेतृत्व विकास करून खऱ्या अर्थाने लोक सहभाग मिळविण्यासाठी उपयोग होईल. गटाची बलस्थाने व उणिवा यांच्या नोंदींमधून, गटाच्या माध्यमातून आपले काम अधिक परिणामकारक व प्रभावी करण्यासाठी काय, कशा प्रकारचे सक्षमीकरण आवश्यक आहे, हे जाणून त्या दृष्टीने नियोजन करता येईल.

इतर कुठल्याही सामाजिक कार्य पद्धतींमध्ये ज्याप्रमाणे प्रक्रिया, आंतर्क्रिया, कार्यक्रम इ.ची नोंद असावी लागते, त्याचप्रमाणे, गटकार्य पद्धतीमध्ये गट प्रक्रिया, गटसदस्यांमधील आंतर्क्रिया, गटसदस्यांची वर्तणूक, गटकार्याच्या विविध टप्प्यातील कार्यक्रम व प्रगती या सर्व गोष्टींविषयीच्या नोंदी सविस्तर ठेवणे आवश्यक असते. या प्रकरणात गटकार्याच्या विविध प्रकारच्या नोंदींविषयी समग्र चर्चा केलेली आहे.

१) गटकार्यातील नोंदींचे महत्त्व व हेतू (Importance and Purpose of Group Work Recording)

गटकार्याचे प्रमुख सर्वमान्य उद्दिष्ट म्हणजे गटकार्याच्या प्रक्रियेतून सदस्यांचा व गटाचा विकास हे होय. यासाठी गटकार्याच्या प्रक्रियेच्या तसेच गटसदस्यांविषयीच्या नोंदी करणे अत्यावश्यक असते; कारण या विकासाचा आलेख, गटविकासाचे टप्पे, त्यातून वेळोवेळी गटाने गाठलेल्या प्रगतीच्या पायऱ्या, तसेच त्यांत आलेले अडथळे किंवा विकासाला चालना देणाऱ्या गोष्टी, सदस्यांमधील आंतर्क्रिया, वर्तणूक इ. विषयीचे आकलन या सर्वांच्या सतत ठेवलेल्या नोंदींतूनच होते. गटाची उद्दिष्टे पूर्ण होत आहेत की नाहीत व किती प्रमाणात होत आहेत याचे मूल्यमापन करता येते. या नोंदींमुळे पुढील नियोजन करण्यास मदत होते.

गटकार्यासाठी आपल्याला अभिप्रेत असतो तो विशिष्ट हेतूने एकत्र आलेल्या किंवा आणल्या गेलेल्या व्यक्तींचा छोटा/लहान गट. गट प्रक्रियेतून समस्या सोडवणूक करणे व गटाच्या विकासातून सदस्यांचाही विकास साधणे हे त्याचे प्रमुख उद्दिष्ट असते. गटाची उद्दिष्टे साध्य होण्यासाठी गटातील सदस्यांमध्ये सतत आंतर्क्रिया घडत राहाणे अपेक्षित असते. त्यासाठी सदस्यांचे आपापसांतील नातेसंबंध, व गटकार्याकर्त्याचे सदस्यांशी असलेले व्यक्तिगत तसेच संपूर्ण गटाशी असलेले सामूहिक नातेसंबंध यांच्या आधारावरच गटाची संपूर्ण प्रक्रिया उभी राहाते.

ही सर्व प्रक्रिया योग्य रीतीने व गतीने होत आहे की नाही व त्यातून सदस्यांची व्यक्तिगत तशीच सामूहिक उद्दिष्टपूर्ती कशी होत आहे, हे नोंदीतून स्पष्ट होत जाते. हे नोंदींचे महत्त्व आहे.

प्रत्येक संस्थेची ध्येये व उद्दिष्टे यातून कामाची दिशा, व्याप्ती व मर्यादा ठरत असते. या सगळ्यामधून कामाची चौकट ठरत असते व संस्था या चौकटीत काम करते. संस्थेने वापरलेल्या सगळ्या कार्यपद्धतींतून हे काम पुढे जाते. गटकार्य करताना याचे भान ठेवावे लागते. गट उद्दिष्टे ठरविताना ती संस्थेच्या उद्दिष्टांना पूरक आहेत व गट उद्दिष्टे साध्य झाल्याने संस्थेची उद्दिष्टे साध्य होण्यास मदत होणार आहे याची खातरजमा करावी लागते.

नोंदींचा उपयोग हे पडताळून पाहण्यासाठी होतो. कधी कधी गटाच्या गरजा संस्थेच्या ठरलेल्या उद्दिष्टांच्या थोड्या पलीकडे आहेत असे दिसते, परंतु या गरजांची दखल घेण्याने संस्थेच्या मूळ कामात मदत मिळेल असेही होऊ शकते. उदाहरणार्थ, बचत गटांतून स्त्रियांच्या आर्थिक व सामाजिक सबळीकरणासाठी काम करताना, कौटुंबिक हिंसाचार पीडित स्त्रियांसाठी आधार गटांचे, कायद्याचा सल्ला देण्याच्या कामाने सबळीकरणाच्या कामात मदतच होईल. त्यामुळे अशा तऱ्हेच्या कामाचा गटकार्यात समावेश होऊ शकेल.

गटकार्यातील नोंदींमधून संस्थेला अशा कामांची गरज कळू शकेल व यामध्ये संस्थेच्या कामाची व्याप्ती वाढविण्याचे मार्ग शोधता येतील; किंवा असे काम करू शकणाऱ्या इतर संस्थांशी नेटवर्किंग करता येईल.

प्रत्येक सत्राचे स्वतंत्र रेकॉर्डिंग करणे अपेक्षित आहे. त्याचप्रमाणे संपूर्ण प्रक्रियेतून उद्दिष्टपूर्ती कशी व किती झाली याचे मूल्यमापनही नोंदीद्वारे केले गेले पाहिजे. गटकार्याच्या नोंदींचे हेतू पुढीलप्रमाणे सांगता येतील–

अ) प्रत्येक सत्रामध्ये नेमके काय घडत आहे, याचे वर्णन करणे (जणूकाही सत्राचे चलत्‌चित्र काढत आहोत असे). यामध्ये गटसदस्यांचे व्यक्तिशः व सामूहिक वर्तन, परस्पर संबंध, आंतर्क्रिया, यांचे वर्णन करणे.

ब) अनेक सत्रांतील नोंदींच्या आधारे गटातील सदस्य व संपूर्ण गट यांची प्रगती मापणे व बदलाची नोंद ठेवणे. गट उद्दिष्टपूर्तीच्या दिशेने कसा व किती वाटचाल करत आहे, हे पाहाणे.

क) गट व गटसदस्य यांच्यावर होणाऱ्या गटातील कार्यक्रमांच्या परिणामांचे मूल्यमापन करणे. गटसदस्यांचा एकमेकांवरील परिणाम तसेच, गटप्रक्रियेचा सदस्यांवर होणारा परिणाम यांचे परिशीलन करणे.

ड) गटाच्या प्रगतीचा आढावा घेऊन पुढील कार्यक्रमांचे नियोजन करणे. कार्यक्रम प्रगतिशील आहेत की नाही, हे पाहाणे. आधीच्या सत्रांच्या व सदस्यांच्या फीडबॅकच्या नोंदींमधून नियोजनाची दिशा ठरविता येते.

आधी म्हटल्याप्रमाणे येथे एक महत्त्वाची गोष्ट लक्षात ठेवायची ती म्हणजे नोंदी व नोंदणी यातील फरक. नोंदणी म्हणजे रजिस्ट्रेशन किंवा पंजीकरण, जसे, नाव नोंदणी, संस्थेची नोंदणी इ. उदाहरणार्थ, सातबारा उताऱ्यावर जमिनीच्या मालकाच्या नावाची नोंदणी, जन्म-मृत्यू-विवाह नोंदणी, इ.

गटकार्याच्या नोंदी म्हणजे रेकॉर्डिंग. याचा अर्थ एखादी गोष्ट जशी घडत जाते तसे पुढील उपयोगासाठी वर्णन करत जाणे. उदाहरणार्थ, गटकार्याच्या पहिल्या टप्प्यात सदस्यांविषयीची माहिती, गट उद्दिष्टे नोंदवून ठेवणे. याचा उपयोग पुढील टप्प्यातील नोंदींशी ताडून पाहण्यासाठी, गटसदस्यांच्या वर्तनबदलाचा, बदलत्या आंतर्क्रियांचा, उद्दिष्टपूर्तीकडील वाटचालीचा आढावा घेण्यासाठी होतो.

नोंदींसाठी बारकाईने व पद्धतशीरपणे निरीक्षण करावे लागते. निरीक्षणातून निदर्शनास आलेल्या बाबी- परस्पर संबंध, वर्तणूक, चलनशक्ती, मनोवृत्ती इ. योग्य रीतीने लेखी स्वरूपात नोंदवून ठेवल्याने घडलेल्या घटना, त्यांचे परिणाम, गटप्रक्रियेत आलेले अडथळे व ते दूर करण्यासाठी केलेले प्रयत्न इत्यादी गोष्टी गट प्रक्रियेसाठी तसेच, उद्दिष्टपूर्तीच्या संदर्भात कशा महत्त्वाच्या आहेत हे स्पष्ट होते.

२) गटकार्यातील नोंदीचे प्रकार (Types of Group Work Recording)

नोंदींचा पाया निरीक्षणातून तयार होतो. निरीक्षण हा गटाला जाणण्याचा व समजण्याचा प्राथमिक व सर्वांत प्रभावी मार्ग आहे. गटकार्यकर्ता गटसदस्यांचे नेतृत्व गटामधूनच करतो; म्हणजेच तो एकाच वेळी गटात व गटाबाहेर असतो. गटकार्यकर्ता स्वतः गटाचा सदस्य म्हणून गटाच्या आंतर्क्रियेत भाग घेतो, व हे करता करता तो एक त्रयस्थ म्हणूनही गटसदस्यांच्या वर्तणुकीचे, सदस्यांच्या आपापसांतील नातेसंबंधांचे तसेच आंतर्क्रियांचे व गटाच्या प्रक्रियांचे निरीक्षण करतो. याचवेळी तो या नातेसंबंधांचा, आंतर्क्रियांचा व प्रक्रियांचा आढावा घेत असतो. त्यामुळे कार्यकर्त्याच्या सहभागाचे हे दोन पैलू असतात. सक्रिय सहभाग आणि वस्तुनिष्ठ (त्रयस्थपणे) सहभाग.

गटसदस्य म्हणून गटकार्यकर्ता सहभागी पद्धतीने गटांतर्गत आंतर्क्रियांमध्ये भाग घेतो. त्याचबरोबर गटकार्यकर्ता म्हणून तो परस्थही असतो व सर्व आंतर्क्रिया-प्रक्रियांच्या वेगवेगळ्या अंगांचे तो बारकाईने तटस्थ, वस्तुनिष्ठ निरीक्षणदेखील करतो.

एखाद्या गटाचा सदस्य असणे, गटामध्ये वावर असणे, गटातील सदस्यांची वर्तणूक हे आपल्याला आयुष्यात सतत येणारे अनुभव आहेत; पण जाणीवपूर्वक त्यांचे निरीक्षण करण्याची वेळ आपल्यावर कमी येते. लोक कसे व का वागतात याविषयी आपण फार थोडा विचार करतो. काही वेळा फार चौकसपणे याकडे पाहाणे अशिष्टपणाचे समजले जाते. रोजच्या जीवनातील अनुभवांकडे बारीक निरीक्षण याला फाजील चौकसपणा असेही म्हटले जाईल. परंतु, व्यावसायिक गटकार्यकर्त्याने चौकसपणे निरीक्षण करणे हे अपेक्षित कार्य आहे. निरीक्षण करताना लक्षात ठेवण्याची महत्त्वाची गोष्ट म्हणजे गटातील आंतर्क्रियांचा आशय व प्रक्रिया या दोन वेगवेगळ्या गोष्टी आहेत हे समजून घेणे.

त्यांमधील फरक खालीलप्रमाणे आहे

२.१ आंतर्क्रियांचा आशय

गटातील आंतर्क्रिया विशिष्ट हेतू व मुद्द्यांना धरून चालतात. उदाहरणार्थ, खेळासाठी एकत्र आलेल्या मुलांच्या गटातील आंतर्क्रिया या खेळामध्ये प्रावीण्य मिळविणे, व्यक्तिगत कौशल्यांचा विकास करणे, आपापसांतील स्पर्धेतून प्रगती करणे, खेळाविषयी अधिक ज्ञान मिळविणे, सांघिक प्रयत्न करणे, इत्यादींच्या संदर्भात होतील. त्या आंतर्क्रियांच्या हेतूमधून निर्माण झालेला हा आशय असतो. थोडक्यात, आशय म्हणजे गटातील सदस्य काय बोलतात, काय करतात वगैरे. आशय म्हणजे 'काय' या प्रश्नाचे उत्तर. काय बोलले गेले, घडले व घडत आहे ते पाहाणे म्हणजे आशयाचे निरीक्षण. आशयाचे निरीक्षण करताना सदस्यांची वर्तणूक, देहबोली, संभाषण, आपापसांतील व इतरांशी नातेसंबंध-आंतर्क्रिया, त्यांनी व्यक्त केलेल्या गरजा त्यांचा गटामधील सहभाग, योगदान, गटामधील वातावरण, सदस्यांमधील कलह/संघर्ष या सर्वांचे निरीक्षण करावे लागते. उदाहरणार्थ, मुले खेळातील कौशल्य वाढविण्यात एकत्रितपणे सराव करतात की एकेकटा, स्वत:च्या यशासाठी प्रयत्न करताना गट उद्दिष्टेही समोर ठेवतात का, नियम पाळतात का, एकमेकांना मदत करतात की मागे टाकून स्वत: पुढे जाण्यासाठी धडपडतात, इ.

सत्र अहवालांतील आशयलेखन करताना पुढील काळजी घ्यायला हवी-

- आशय थोडक्यांत परंतु सर्व मुद्द्यांना धरून लिहावा.
- प्रत्येक सदस्याबद्दलचे निरीक्षण प्रत्येक सत्रात लिहिले गेलेच पाहिजे असा दुराग्रह नसावा. परंतु, महत्त्वाची निरीक्षणे सदस्यांची नावे घालून लिहावीत.
- परस्पर संबंध, गटबाजी, कार्यकर्त्याशी सदस्यांचे संवाद/संबंध याविषयी लिहावे.
- पुढील नियोजनात पुढील सत्र कसे घेणार, तसेच, दोन सत्रांच्या मध्ये कराव्या लागणाऱ्या काही बाबी लिहिणे गरजेचे असते.

आशयलेखनाचे उदाहरण–

गटकार्यकर्ता शालेय वयोगटातील अभ्यासात मागे पडणाऱ्या मुलांचा उपचारात्मक गट घेत आहे. त्यातील एका सत्राची आशय नोंद पुढीलप्रमाणे होईल–

– आज सर्व मुले उपस्थित होती व सदस्यांमध्ये उत्साह दिसत होता. गेल्या सत्रांत जशी गोष्ट सांगितली तशीच आजही सांगा, असा जवळजवळ सर्व मुलांचा आग्रह होता. गटकार्यकर्ता म्हणाला, ''मी तुम्हाला गोष्ट सांगण्याऐवजी आपण सर्वांनी मिळून एक गोष्ट तयार करायची का?''

– हा प्रश्न ऐकून सर्व मुले बुचकळ्यात पडली. त्यांना नीटसे समजेना. 'नको, नको'च्या घोषणा झाल्या. कार्यकर्त्याने ही कृती कशी करायची हे सविस्तर सांगितल्याबरोबर राजूने एकदम उत्साहाने 'हो' म्हटले. परंतु, स्वरूप व संपत नकारात्मक बोलत म्हणाले, ''आम्ही नाही करणार...''

या आशय नोंदीत प्रक्रिया नोंदीची जोड देताना निरीक्षणे लिहावी लागतील. उदाहरणार्थ, वरील सत्रांत, प्रत्येक सदस्याने एक एक वाक्य सांगून गोष्ट पूर्ण करण्याची कृती गटकार्यकर्त्याने घेतली, तेव्हा प्रत्येक सदस्याने कशा प्रकारचे वाक्य तयार केले, आधीच्या वाक्याचा अर्थ लक्षात घेऊन वाक्य तयार केले का–अशा नोंदी घेतल्यास कृती आशयाची नोंद होईल. त्यातून सदस्य एकमेकांकडे लक्ष देत होते का, दखल देत होते का, दुसऱ्याच्या वाक्याला उघडपणे पसंती दाखवत होते की नापसंती दाखविण्यासाठी वेगळेच काही बोलत होते, कोणाच्या वाक्याला कोणाची पसंती होती, त्यातून गोष्ट पूर्ण करण्याचे उद्दिष्ट पूर्ण झाले का, इ. नोंदी कराव्या लागतील.

प्रक्रिया आधारित नोंद म्हणजे त्या सदस्याने उत्साहपूर्वक सहभाग घेतला का, सदस्य एकमेकांचे लक्षपूर्वक ऐकत होते का, गोष्ट पूर्ण झाल्यावर त्यांची प्रतिक्रिया काय होती, इतरांवर टीका करणारी होती की आपण सर्वांनी मिळून कृती केली याबद्दल आनंद व्यक्त करणारी होती, इत्यादी.

विश्लेषणात्मक लेखन करताना, या सदस्याचे इतरांशी संबंध कसे आहेत, सर्वच मुलांशी त्याचे पटत नसल्यास नेमके काय कारण असावे, किंवा, या विशिष्ट सदस्याचे इतरांशी संबंध सुधारण्यामध्ये इतर सदस्यांचा सहभाग कसा घेता येईल, इ.चा विचार करून त्याप्रमाणे लिहावे.

गटाच्या प्रक्रियेत सदस्यांच्या वर्तणुकीमुळे तीन प्रकारचे अडथळे किंवा समस्या येऊ शकतात

१) **कलह/संघर्ष (Conflict) :** एकमेकांशी बोलताना चिडचिड होणे, कशावरच एकमत न होणे, परस्परविरोधी उपगट बनणे, तडजोडीला अजिबात तयारी नसणे, दुसऱ्याचे म्हणणे ऐकून न घेणे, स्वमताबद्दल दुराग्रह धरणे, व्यक्तिगत शेरे–तोशेरे मारणे, एखाद्याचे योगदान फुगवून सांगणे किंवा त्याकडे पूर्ण दुर्लक्ष करणे, इत्यादी. या सर्व गोष्टींचे बारीक निरीक्षण करून गटातील नातेसंबंधांविषयीच्या नोंदी कराव्या लागतील.

२) **औदासिन्य (Apathy) :** चर्चेत भाग न घेणे, नाइलाजाने आल्यासारखे दाखविणे, चर्चेत मधेमधे खंड पाडणे, डुलक्या काढणे, सतत जांभया देणे, सतत उशिरा येणे, किंवा न येणे, निर्णयाची अंमलबजावणी न करणे, बैठकांची तयारी न करणे, इत्यादी. याच्या निरीक्षणातून गट उद्दिष्टांकडे होणाऱ्या वाटचालीत काय अडथळे येत आहेत, याविषयी नोंदी कराव्या लागतील.

काही सदस्य पूर्णपणे नैराश्यवादीही असतात. काहींना, कधीही चांगले होणार नाही असे त्यांना वाटत असते व ते तसे गटात सतत बोलत राहातात. इतरांच्या उत्साहावर विरजण टाकत राहातात. याचीही दखल गटप्रक्रियेच्यादृष्टीने घ्यावी लागेल.

३) उपगट व उपगटातील नेतृत्व स्पर्धा (Sub-Groups and Leadership Conflict among Sub-Groups) : उपगट व त्यांचे नेते गटावर प्रभुत्व गाजविण्यासाठी प्रयत्न करीत राहातात. यातून नकारात्मक स्पर्धा निर्माण होऊन गट फुटण्याचीही भीती असते. या वेळी वेळोवेळी नोंदी ठेवून त्याविषयी गटसदस्यांशी चर्चा करता येईल व गटाला नकारात्मक स्पर्धेतील धोके समजावून सांगता येतील. उद्दिष्टपूर्तीसाठी मन:पूर्वक परस्पर सहकार्य कसे आवश्यक असणार आहे, हे समजावता येईल.

कलह, उदासीनता, उपगटातील स्पर्धा या साऱ्या गोष्टी गटातील आंतर्क्रिया व प्रक्रिया या दोन्हींसाठी अपायकारक आहेत. त्यांचे वेळीच निराकरण करण्यासाठी सजगपणे नोंदी ठेवल्या पाहिजेत.

या सर्व गोष्टींच्या नोंदी ठेवल्याने गटसदस्यांच्या वर्तणुकीचा वेळोवेळी आढावा घेता येतो. त्यामुळे गट प्रक्रियेवर सदस्यांच्या वर्तणुकीचा काय परिणाम होत आहे, हे लगेच कळते. एखाद्या सदस्याची कलह-संघर्ष किंवा असंतोषातून मार्ग काढण्यास मदत होत असते. त्याच्या वर्तणुकीतून इतरांना सकारात्मक दिशा मिळते. कधी कधी याच्या उलटही घडते. यातील कोणत्या गोष्टीमुळे काय घडते आहे याची नोंद केल्यास पुढील नियोजनाचे मुद्दे लगेच लिहून ठेवता येतील-कोणत्या सकारात्मक गोष्टींना प्रोत्साहन देणे गरजेचे आहे किंवा नकारात्मक गोष्टी कशा दूर करता येतील ते ठरविता येईल.

२.२ आंतर्क्रियांची प्रक्रिया (Process of Interaction)

गट आपले हेतू व उद्दिष्टे साध्य करण्यासाठी कशा रीतीने पुढे जातो, कोणत्या पद्धती अनुसरतो, गटसदस्यांची वैयक्तिक वागणूक, त्यातून झालेली गटाची वाटचाल, हे सारे कसे घडत जाते, या सर्वांना 'आंतर्क्रियांची प्रक्रिया' म्हणतात. उद्दिष्टे साध्य करताना ही जी प्रक्रिया होते तिचे निरीक्षण वेगळे करावे लागते. उदाहरणार्थ, गट एकत्र कसा आला, नेतृत्व कसे निर्माण झाले, गटबांधणी लोकशाही तत्त्वांना अनुसरून झाली का, नियोजन व निर्णय प्रक्रिया कशी होती, सर्व सदस्यांच्या मताला मान दिला जात होता का, सदस्यांचे स्वत:चे वागणे गटाच्या बांधणीला व प्रगतीला पथ्यकर होते की विघ्ने आणणारे होते, समस्या निवारणाची पद्धत काय होती, वगैरेचे निरीक्षण म्हणजे प्रक्रियेचे निरीक्षण होय. उदाहरणार्थ, खेळासाठी एकत्र आलेल्या मुलांच्या गटात सदस्य एकत्र कसे आले, खेळाविषयीचा निर्णय लोकशाही पद्धतीने किंवा सार्वमताने झाला का, नियम कसे तयार झाले, सरावाचे नियोजन, व्यवस्थापन सहभागी पद्धतीने झाले का, इ. चे निरीक्षण.

थोडक्यात, प्रक्रिया म्हणजे कशा तऱ्हेने चर्चा झाली, कृती झाली, कसे कसे घडत गेले याचे म्हणजेच, 'कसे' या प्रश्नाचे उत्तर.

गट तयार होताना त्यामध्ये उदय पावणारे नेतृत्व गटाच्या वाटचालीच्या दृष्टीने अतिशय महत्त्वाचे असते. पुष्कळदा गटाची प्रक्रिया नेतृत्वाच्या शैलीमुळे विशिष्ट प्रकारची होते. उदाहरणार्थ, नेत्याची नेतृत्व शैली लोकशाही पद्धतीची असेल तर निर्णय प्रक्रियाही लोकशाही मार्गाने होईल. सर्वानुमते निर्णय घेतले जातील; तेच नेत्याची नेतृत्व शैली एकाधिकारशाही पद्धतीची असेल तर नेताच सारे निर्णय घेईल, व इतरांना ते पाळावे लागतील. इतरांचे मत विचारात घेतले जाणार नाही.

प्रक्रियेचे निरीक्षण करताना याचा विचार करावा लागतो. तसेच, सदस्य नियोजन कसे करतात, निर्णय कसे घेतात, कामाचे वाटप कसे केले जाते, समस्या कशा सोडविल्या जातात, गटात उपगट किती व कसे आहेत, त्यांचे आपापसांतील नातेसंबंध कसे आहेत, इत्यादींचे निरीक्षण करावे लागते. आशय व प्रक्रिया या दोन्हींचे निरीक्षण गटकार्यकर्त्याला गटाची प्रक्रिया चालू असतानाच करावे लागते.

गटकार्यकर्ता प्रक्रियेत सक्रियपणे सहभागी असतो. निरीक्षण करता करता त्याविषयी नोंदीही ठेवणे महत्त्वाचे असल्याने त्यामध्ये त्याला सावधानता बाळगावी लागते. निरीक्षण करता करता फार गुंगून गेल्यास नोंद करणे राहाते व घडलेली घटना नंतर जशीच्या तशी लक्षात राहीलच याची खात्री नसते. त्याचप्रमाणे नोंदी करण्यातच वेळ घालवला तर निरीक्षणातून महत्त्वाच्या गोष्टी निसटण्यची शक्यता असते. त्यामुळे प्रक्रिया-आंतर्क्रियांचे निरीक्षण करत असताना थोडक्यात मुद्दे नोंदवणे व नंतर सत्र संपल्यावर लगेच, त्यांच्या आधारे सविस्तर रेकॉर्डिंग करणे महत्त्वाचे असते. हा समतोल ठेवणे अत्यावश्यक आहे.

त्यामुळे सत्र संपल्याबरोबर नोंद करणे महत्त्वाचे असते. ती काळजी गटकार्यकर्त्याने घ्यायला हवी. गटकार्याचे सत्र चालू असता, सहभाग घेता घेता नोंदी केल्या तर काही निरीक्षण करण्याची संधी सुटू शकते. यासाठी पाश्चात्त्य देशात दोन कार्यकर्ते एकत्र गट घेतात, किंवा दृक्‌श्राव्य माध्यमांद्वारे सत्राची नोंद ठेवली जाते.

थोडक्यात, मुद्दे नोंदवायची काही तंत्रे आहेत, त्यावर या प्रकरणात पुढे सविस्तर चर्चा आली आहे. परंतु, सत्र संपल्याबरोबर लगेच सविस्तर नोंदी केल्यास आठवण ताजी असल्यामुळे त्या अर्थपूर्ण होतात. त्याचप्रमाणे, निरीक्षण नेमके कशाचे करायचे याविषयीचे मुद्दे जर गटकार्यकर्त्याने सत्र सुरू व्हायच्या आधीच तयार करून ठेवले तर सत्र घेताना त्याविषयी सजगता बाळगणे सोपे जाईल. वस्तुनिष्ठता ठेवणे हे महत्त्वाचे मूल्य असल्याकारणाने नोंदीचा एक पूर्वनियोजित आराखडा तयार करणे आवश्यक असते.

गटामध्ये व्यक्तीचा विकास व त्याचबरोबर गटाचा विकास अशा दोन्ही गोष्टी एकाच वेळी होत असतात. त्यामुळे नोंदीही सदस्यांच्या संदर्भात तसेच संपूर्ण गटाच्या आंतर्क्रियांच्या संदर्भात असाव्या लागतात. आशयावर लक्ष केंद्रित केल्यानेही अनेकदा प्रक्रियेची कल्पना येते. उदाहरणार्थ, सदस्य एखाद्याबद्दल किंवा गटनेत्याबद्दल तक्रारवजा चर्चा करीत असले किंवा असंतोष व्यक्त करीत असले तर त्यातून आंतर्क्रियेचा आशय कळतोच परंतु गटाचे नेतृत्व कशा प्रकारचे आहे, निर्णय प्रक्रिया कशी होते, याची कल्पना येऊ शकते.

३) गट विकासाचे टप्पे व नोंदी (Stages of Group Development and Recording)

३.१ गट बांधणीपूर्व नियोजन टप्प्यातील नोंदी (Recording in Pregroup formation Stage)

नियोजनाच्या टप्प्यापासून सुरू होतात. या टप्प्याला 'गट बांधणीपूर्व टप्पा' असे म्हणतात. झोपडपट्ट्या, ग्रामीण वस्त्या, शाळा वगैरे ठिकाणी जेथे विशिष्ट उद्दिष्टांनी गटकार्य केले जाते तेथे अनेकदा गटसदस्य निश्चित करून त्यांना गटात येण्यासाठी प्रेरित करावे लागते. गटाची उद्दिष्टे ठरवावी लागतात. गट एकत्र कसा आला, उद्दिष्टे कशी ठरली, गट बांधणी कशी झाली, या सर्वांचे निरीक्षण करत गटाच्या सध्याच्या स्थिती-परिस्थितीबद्दलच्या नोंदी सलगपणे ठेवाव्या लागतात. उदाहरणार्थ, बचतगटाचे काम सुरू करायचे असेल तर गटात येणाऱ्या स्त्रियांची किंवा बाह्यरुग्ण विभागात एच.आय.व्ही./एड्स रुग्णांसाठी आधार गट तयार करताना सदस्यांची सामाजिक-आर्थिक पार्श्वभूमी, मानसिकता, स्वेच्छा, प्रेरणा इ.ची नोंद केल्यास पुढील नियोजन योग्य रीतीने होईल.

सामाजिक कार्यात बऱ्याच वेळा कार्यकर्त्याला, काही कारणाने विशिष्ट अपेक्षेने एकत्र आलेल्या किंवा आणल्या गेलेल्या व्यक्तींच्या समूहाबरोबर काम सुरू करावे लागते. उदाहरणार्थ, वसतिगृहे, निरीक्षणगृहे, औद्योगिक शाळा, तुरुंग यांत दाखल झालेल्या व्यक्ती, रुग्णालयातील व बाह्यरुग्ण विभागातील रुग्ण, विशेष शाळांतील मुले (मूकबधिर, अंध इ.), अशा समूहात सदस्य निवडून गट बांधणी करावी लागते; व त्यासाठी गटपूर्व स्थितीचे निरीक्षण करून गटाच्या गरजा जाणून घेऊन त्यांच्या नोंदी ठेवाव्या लागतात. त्याचप्रमाणे गट म्हणून कार्यरत असलेल्या मंडळाबरोबरही गटकार्यकर्ता कार्य करतो. त्या वेळी त्या गटाचा पूर्वेतिहास जाणून घेऊन काही नोंदी ठेवाव्या लागतील.

नियोजन टप्प्यात गटात सामील होणाऱ्या सर्व सदस्यांची माहिती, त्यांच्या गरजांचा केलेला अभ्यास, सदस्यांशी झालेली चर्चा व गटसदस्यांच्या वैयक्तिक, तसेच एकमेकांबरोबरच्या वर्तणुकी त्याचप्रमाणे देहबोलीच्या निरीक्षणातून, सदस्यांच्या वैयक्तिक व गटाच्या सामूहिक गरजा ओळखून केलेले विश्लेषण, गरजांचा प्राधान्यक्रम, अंदाजे उद्दिष्टे व कृती आराखडा यांच्या नोंदी करणे आवश्यक आहे. तसेच काही वेळा काही सदस्यांच्या वैयक्तिक गरजा गटाच्या सामूहिक गरजांपेक्षा व हेतूंपेक्षा बऱ्याच वेगळ्या आहेत, असे लक्ष्यात येते. त्या वेळी सदस्यांशी बोलून त्यांचा मेळ घालण्यासाठी जी पावले उचलली जातील त्यांच्याही नोंदी करणे आवश्यक आहे. उदाहरणार्थ, शाळेमध्ये गटकार्य घेताना केवळ वर्गातून सुटका या दृष्टिकोनातून एखादा सदस्य गटात येण्यास उत्सुक आहे, हे लक्षात आल्यावर त्या संदर्भातील निरीक्षणांची नोंद केल्यास, त्या सदस्याचा दृष्टिकोन गटानुभवातून खरोखरच बदलला का, हे पुढील नोंदी करताना लिहिले जाईल किंवा कारखान्यातील व्यसनमुक्ती गटात येणारा कामगार फक्त शिस्तभंगाची कारवाई टाळण्यासाठी गटाचा उपयोग करू पाहात असेल, तर त्याची दखल घेऊन नोंद करावी लागेल व खरोखर व्यसनातून सुटण्याचा प्रयत्न करणाऱ्या कामगारांच्या व त्याच्या आंतर्क्रियांवर याचे काय परिणाम होत आहेत, याचे जाणीवपूर्वक निरीक्षण करून नोंदी केल्यास त्या कामगाराचे वैयक्तीकरण करण्याची गरज गटकार्यकर्त्याच्या लक्षात येईल.

३.२ गटाचा सुरुवातीचा/ओळखीचा टप्पा (Initial Stage)

गटकार्यात गट स्थापन होतो व उद्दिष्टांचा स्वीकार होतो. गटसदस्यांमध्ये नातेसंबंध निर्माण होऊ लागतात. तेव्हा संवाद वेगवेगळ्या प्रकारे होत असतो. अशा वेळी कोण कोणाशी कशाबद्दल बोलतो, किती बोलतो किंवा बोलत नाही किंवा टाळतो, कोण कोणाचे समर्थक आहेत, कोण कोणाला दुजोरा देतो किंवा अडवितो, कोण नेत्याचे अनुकरण करतो, गटाची उद्दिष्टे कोणाला कितपत मान्य आहेत व ती गाठण्याच्यादृष्टीने गटाचे नियम कसे तयार होतात, प्रत्येकाचे स्वीकार-अस्वीकार कसे येतात, या सर्वांचे निरीक्षण करून नोंदी ठेवायला हव्यात. संभाषणाबरोबरच चेहऱ्यावरील भाव, हावभाव व इतर देहबोलीकडेही लक्ष हवे व त्याचीही नोंद व्हायला हवी. उदाहरणार्थ, बचतगटात येणाऱ्या स्त्रियांच्या आंतर्क्रिया पाहताना सामाजिक-आर्थिक स्थिती, वैयक्तिक मैत्री, हेवेदावे, नेतृत्व स्पर्धा, एकमेकींना आधार कोण कोण देतात, विरोध कोण करतात, इ.चे निरीक्षण करून नोंदी व्हायला हव्यात.

गटामध्ये पहिल्या गरजा ओळखण्याच्या टप्प्यात, गरजांची यादी तयार झाल्यावर सत्रांचा नियोजन आराखडा बनविता येईल. त्यामध्ये प्रथम सर्व सदस्यांची यादी करून, गटकार्यकर्त्याला त्यांच्याविषयीच्या प्राथमिक माहितीची खालीलप्रमाणे नोंद करावी लागेल.

क्र.	नाव	वय	क्षेत्राप्रमाणे इतर माहिती: शिक्षण, व्यवसाय इ.	कुटुंबीय आई/ वडील/भावंडे	विशेष माहिती

विशेष माहितीमध्ये सदस्याच्या खास आवडीनिवडी, कुटुंबात असलेल्या समस्या, इ. माहिती भरावी. यात पुढे बदल होऊ शकतात. या नोंदींवरून गटकार्यकर्त्याला, गटसदस्यांची परिस्थिती समजण्यास मदत होते. त्यातून गटाची उद्दिष्टे ठरविताना वास्तवाचे भान राहाते व सर्वसाधारण आराखडा तयार करण्यास मदत होते. आराखड्यात खालील गोष्टी असतात–

गटाचा प्रस्तावित कालावधी : यावरून गटाच्या संकल्पित परिणामाची मर्यादा ठरविता येते.

सदस्यांची संख्या : वयोगट : --- ते ---

गटाची उद्दिष्टे :

प्रस्तावित सत्रांची संख्या व नियोजन

सत्र क्र.	उद्दिष्ट	कार्यक्रम	अपेक्षित परिणाम
१)			
२)			
३)			
४)			

याप्रमाणे जेवढी सत्रे घ्यावयाची असतील त्यांचे नियोजन करावे.

पहिल्या सत्रात सदस्यांच्या एकमेकांशी ओळखी होणे हे महत्त्वाचे असते. जेथे गट तयारच असतो किंवा सदस्य एकमेकांना ओळखत असतात, तेव्हा त्यांच्यात समज-गैरसमज, पूर्वग्रह, वितुष्टे वगैरे असण्याची शक्यता असते. अशा गटांमध्ये पहिल्या सत्रात याचा अंदाज घ्यावा लागतो. त्यासाठी सामाजिक आलेखाचा उपयोग केला जातो. प्रत्येक सत्राचा सामाजिक आलेख ठेवल्याने गटातील नातेसंबंधात कसा कसा बदल होत गेला, ते कळते.

पुढील सत्रांमध्ये सभासदांचे योगदान, आंतर्क्रियांचे प्रमाण व स्वरूप इ. नोंदी आधी सांगितल्याप्रमाणे ठेवायच्या असतात. गटाचे व गटप्रक्रियेचे सतत मूल्यमापन करण्यासाठी व जरूर पडल्यास गटाच्या उद्दिष्टांचा फेरविचार करण्यासाठी त्याचा उपयोग होतो. आराखडा तयार करतानाच अंतिम सत्र कधी येणार, याचा विचार करून त्याचेही नियोजन केले जाते.

३.३ गट कार्यरत असण्याचा टप्पा (Working Stage)

या टप्प्यात अनेक सत्रे असतात. प्रत्येक सत्राच्या नोंदींचा आराखडा पुढीलप्रमाणे होऊ शकेल–

सत्र क्रमांक/दिनांक	
उपस्थित सदस्यांची संख्या	
अनुपस्थित सदस्यांची नावे	
सत्र उद्दिष्ट	
सत्रासाठी नियोजित कार्यक्रम/कृती	
प्रत्येक सत्राची नोंद/आशय/ प्रक्रियानोंद–काय घडले, कसे घडले (सविस्तर) निरीक्षण, विश्लेषण व पुढील नियोजन	

वैयक्तिक उद्दिष्टे जेव्हा गटाच्या उद्दिष्टांना आधारभूत होतात, तेव्हा गट भराभर पुढे जातो. गटप्रक्रिया सुरळीत चालते; पण काही वेळा वैयक्तिक उद्दिष्टे गटाच्या उद्दिष्टांच्या आड येतात. उदाहरणार्थ, एखादा सदस्य स्वतःच्या फायद्यासाठी गटाची संसाधने स्वतःच अधिक वापरतो व इतरांना संधी न मिळेल असे बघतो. उपगट बनवून पूर्ण गटातील ऐक्य भंग करतो. प्रगतीत अडथळे आणतो. अशा वेळी सदस्यांमध्ये किंवा उपगटांमध्ये कलह किंवा संघर्षदेखील निर्माण होऊ शकतो. गटप्रक्रिया मंदावते, थांबते. कधी कधी गट फुटण्याचीही वेळ येते, या संदर्भातील सर्व आंतर्क्रियांची व प्रक्रियांची निरीक्षणे नोंदवून ठेवायला लागतात व त्या आधारे सदस्यांशी चर्चाही करायला लागते, व त्याच्याही नोंदी ठेवाव्या लागतात.

गटसदस्यांमध्ये नातेसंबंध निर्माण होताना त्यातील काही सकारात्मक, गटातील ऐक्य व सामंजस्य वाढविणारे तर काही नकारात्मक, गटात असंतोष किंवा कलह निर्माण करणारेही असू शकतात (उदाहरणार्थ, गावातील पाणीसमितीचे सदस्य सर्वांना गरजेप्रमाणे पाणी मिळावे म्हणून प्रयत्न करत असतील तर काम सुरळीत होईल. परंतु, काही सदस्य स्वतःच्या वस्तीला जास्त पाणी मिळविण्यासाठी प्रयत्न करू लागले तर कलह होऊन कामात अडथळे निर्माण होतील.) गटाची वाटचाल सुरू झाल्यावर याविषयी निरीक्षण करीत प्रत्येक सत्राच्या, घटनेच्या व प्रक्रियेच्या लेखी नोंदी ठेवल्याने गटाचा संपूर्ण आलेख गटकार्यकर्त्यासमोर उभा राहातो व त्याला, सदस्यांशी याविषयी योग्य वेळी योग्य तितकी चर्चा करून नातेसंबंध व प्रक्रिया सुधारण्यास मदत मिळते.

नातेसंबंधांतून गटसदस्य एकमेकांजवळ आले तर गटाची उद्दिष्टांकडची वाटचाल सुरळीत होते. गटाच्या उद्दिष्टांना प्राधान्य देऊन ती उद्दिष्टे गाठण्याच्या हेतूने गटातील आंतर्क्रिया व्हायला हव्यात. परंतु, असे झाले नाही तर गटाचे नुकसान होत आहे का व त्याचे गट प्रक्रियेवर काय परिणाम होणार याची नोंद झाली पाहिजे.

काही सदस्यांना भावनिकदृष्ट्याही अडचणी असू शकतात. उदाहरणार्थ, इतर सदस्य मला आपल्यातला समजतील का, स्वीकारतील का, मी गटामध्ये सामावून जाण्यासारखा आहे का, इ. स्वतःबद्दलच्या तसेच इतरांबद्दलच्या शंका सदस्यांना भेडसावू शकतात. त्यामुळे गट प्रक्रियेत अडथळे येऊ शकतात; म्हणून त्यांच्या

सविस्तर नोंदी ठेवाव्या लागतात. गटसदस्यांच्या वर्तणुकीचे व्यक्तिश: निरीक्षण, त्यांच्या नातेसंबंधांचे निरीक्षण, वर्तणुकीतील बदल, वर्तणुकीतून व्यक्त होणारे अंत:स्थ हेतू, इ.चे विश्लेषण करून नोंदी ठेवल्या तर गट उद्दिष्टांपर्यंत पोहोचताना काय होत आहे, हे प्रत्येक टप्प्यावर कळत राहाते व गरजेप्रमाणे कलह निवारण किंवा समस्यांचे निराकरण करण्यास मदत होते.

गटाला याविषयी जाणीव करून द्यायची झाल्यास किंवा गटासमोर सारी परिस्थिती स्पष्टपणे मांडायची झाल्यास या नोंदीचा उपयोग होतो. नेमक्या कोणत्या वेळेपासून गटाची वाटचाल वेगळ्या दिशेने होऊ लागली आहे, हे नक्की सांगता येते. त्याची कारणमीमांसा करण्यास मदत मिळते.

गटकार्यकर्ता संपूर्ण गटाबरोबर तसेच प्रत्येक सदस्याबरोबर व्यक्तिश: आंतर्क्रिया करीत असतो. प्रत्येक सदस्याचे बल तसेच कमजोरी या साऱ्याचा आलेख गटकार्यकर्त्याला मांडता येणे गरजेचे आहे. त्यामुळे सदस्यांमध्ये कसे व काय बदल झाले, हे स्पष्ट होते. सदस्यांनाही ते अधिक समजते.

प्रत्येक सत्रात जे घडते त्याच्या नोंदीबरोबरच प्रत्येक सत्रात प्रत्येक सदस्याची विशिष्ट वर्तणूक, मतप्रदर्शन, बोलण्याची पद्धत, विशिष्ट देहबोली, यांचे निरीक्षण करून, आधीच्यापेक्षा या सत्रात काही वेगळे आढळल्यास त्याच्या कारणांपर्यंत पोहोचणे गरजेचे असते. हे प्रत्येक सत्रात व्हायला हवे. कधी कधी सत्र संपल्यावर एखाद्या सदस्याशी व्यक्तिश: बोलणे, चर्चा करणे, धीर देणे, प्रोत्साहन देणे, नापसंती दर्शविणे-बदलासाठी आवाहन करणे, हेही करावे लागते. त्यामुळे गटकार्यकर्त्याला प्रत्येक सदस्याचे निरीक्षण करून, त्याविषयी लेखी नोंदी ठेवणे आवश्यक असते. व्यक्तीचे व्यक्तिगत वर्तन, इतर सदस्यांच्या वर्तनाच्या संदर्भात कसे दिसत आहे, याचीही नोंद ठेवायला हवी. उदाहरणार्थ, बहुमताने निर्णय घेतल्यावर सदस्य समाधानी असताना एक-दोघांच्या नाराजीमुळे, त्यांचे वर्तन उघडपणे इतरांच्या समाधानात बाधा आणत आहे का, याची नोंद ठेवल्यास वर्तन बदलासाठी काय करता येईल, याचे नियोजन करणे सोपे जाईल.

गटातील निर्णय प्रक्रियाही याच वेळी सुरू झालेल्या असतात. निर्णय प्रक्रिया सर्व सहभागाने व्हायला हव्यात, त्या सर्वांना सहज समजण्यासारख्या असायला हव्यात. यासाठी निर्णय प्रक्रियांचे बारकाईने निरीक्षण करून लोकशाही पद्धतीचा वापर, मतदान, सदस्यांच्या मतांचा आढावा इ.च्या नोंदी कराव्या लागतात.

३.४ गट समाप्तीचा/समारोपाचा टप्पा (Group Termination Stage)

या टप्प्यातील नोंदी उद्दिष्टपूर्तीवर अधिक केंद्रित असाव्या लागतात. म्हणजे, उद्दिष्टपूर्ती झाली का, कुठली उद्दिष्टे बदलावी लागली, वैयक्तिक व गट विकासाचे फलित (आउटकम) यावर अधिक भर द्यावा लागतो. उदाहरणार्थ, स्वच्छतेच्या सवयी लावण्याच्या उद्दिष्टाने लालबत्ती वस्तीतील मुलांचा गट घेत असताना गट आंतर्क्रियेतून मुलांच्या व्यसनाचा प्रश्न पुढे आल्यामुळे उद्दिष्टात जे बदल झाले त्यांच्या अनुषंगाने काय काय केले गेले आणि त्याचा नेमका काय परिणाम सदस्यांना दिसत आहे, इत्यादी गोष्टींची या टप्प्यात नोंद होणे आवश्यक आहे.

त्यामुळे आपोआपच गटकार्यकर्त्याच्या स्वत:च्या योगदानाचे मूल्यमापनदेखील, गट व सदस्य विकासाच्या बरोबरीने होऊ शकते.

सामाजिक संस्थांमध्ये दोन प्रकारच्या नोंदी ठेवल्या जातात. आशय व प्रक्रिया आधारित नोंदींचा गट विकास टप्प्यांच्या संदर्भात सविस्तर मांडणी केली आहे. दुसऱ्या प्रकारच्या नोंदी या प्रशासकीयदृष्ट्या महत्त्वाच्या असतात.

४) सारांशस्वरूप नोंदी (Summary Recording)

एखाद्या गटाबरोबरचे गटकार्य समाप्त झाल्यानंतर गटकार्यकर्त्याने गटाच्या संपूर्ण कालावधीतील कार्याचा आढावा घेणारी सारांशस्वरूप नोंद किंवा समरी रेकॉर्डिंग तयार करून नीट संस्थेत ठेवणे आवश्यक असते. या सारांशातून गटांतील आंतर्क्रिया, प्रक्रिया, गट व सदस्यांच्या विकासातील लक्षणीय मुद्दे तसेच उद्दिष्टपूर्ती याविषयीची कायमस्वरूपी नोंद थोडक्यात मिळते. तिचा उपयोग पुढील गटांसाठी, संस्थेच्या पुढील कार्यक्रमांसाठी मार्गदर्शक म्हणून होऊ शकतो.

सारांशस्वरूप नोंदी (समरी रेकॉर्डिंग) दोन प्रकारच्या असतात, संख्यात्मक व गुणात्मक.

४.१ संख्यात्मक सारांश (Quantitative Summary)

संख्यात्मक नोंदींचा उपयोग संस्थेला त्यांच्या वार्षिक किंवा इतर अहवालांसाठी करता येतो. यामुळे या नोंदी बहुतांश संस्थेसाठी असतात. खालीलप्रमाणे एखाद्या तक्त्यामध्ये या नोंदी केल्या जातात.

गटाचे नाव	प्रमुख उद्दिष्टे	सदस्य संख्या स्त्री/पुरुष	वयोगट	गटाचा प्रकार	सत्रांची संख्या	घेतलेले कार्यक्रम

या सत्रांसाठी जर गटाबाहेरील संसाधनांचा वापर केला असेल तर ती नोंद महत्त्वाची असते. संसाधन व्यक्तींची नावे/त्यांनी घेतलेली सत्रे/वापरलेली साधनसामुग्री यांचा उल्लेख संख्यात्मक सारांश नोंदींमध्ये करता येतो.

प्रत्येक सत्राची नोंद खालीलप्रमाणे करता येते–

सत्र क्रमांक	सत्राचे विशिष्ट उद्दिष्ट	घेतलेली कृती	वापरलेली संसाधने	फलित

याला सत्रवार उपस्थितीचा तक्ता जोडल्यास गटामधील सदस्यांच्या सहभागातील चढ–उतारही कळू शकतील. कधी कधी उपस्थितीसाठी हजेरी नोंदवही ठेवावी लागते.

सदस्य नाव	सत्र दिनांक								

शाळेत ज्याप्रमाणे हजेरी पुस्तक असते, त्याप्रमाणे नोंद ठेवता येईल.

अशा वर्षभरातील अनेक गटांची माहिती संकलित करून संस्था गटकार्याचा वर्षभराचा अहवाल तयार करू शकते.

४.२ गुणात्मक सारांश (Qualitative Summary)

गुणात्मक सारांश हा प्रामुख्याने गटकार्यकर्त्याच्या उपयोगासाठी असतो. त्यात गटाच्या संपूर्ण कालावधीतील आंतर्क्रिया व प्रक्रियांची थोडक्यात नोंद असते. गटाच्या प्रत्येक टप्प्याविषयी त्यात नोंद असायला हवी व टप्प्यातील सकारात्मक व नकारात्मक मुद्यांचा उल्लेख हवा. गटात घडलेल्या लक्षणीय घटना, उद्दिष्टपूर्तीतील यश-अपयश, त्याची कारणे, सदस्यांचा व्यक्तिविकास तसेच गटातील नेतृत्वविकास इ. प्रमुख मुद्यांचा थोडक्यात पण नेमका उल्लेख हवा.

खालील मुद्यांच्या अनुषंगाने हा सारांश लिहिता येईल-

- गटाचे नाव
- सदस्य संख्या : स्त्री/पुरुष
- वयोगट
- प्रमुख उद्दिष्टे : संस्थेची :
  गटाची :
- गट आधीपासूनचा होता की नवीन
- गटाचा प्रकार : खुला/बंदिस्त
  विकासप्रधान/कृतीप्रधान
  करमणूक गट/उपचारात्मक
- गटबांधणीचे प्रयत्न
- गट विकासाचे टप्पे : प्रत्येक टप्प्यात काय कृती घेतल्या व गट कसा पुढे गेला-आंतर्संबंध.
- सदस्यांचे वैयक्तिक निरीक्षण व झालेले बदल
- उद्दिष्टपूर्तीचे निकष व परीक्षण
- गटाचा कालावधी
- उद्दिष्टपूर्ती कशी व किती झाली
- झाली नसल्यास कारणे
- गट समाप्तीनंतर फॉलोअप नियोजन

४.३ प्रशासकीय नोंदी (Adminstrative Recording)

गटासंबंधीच्या नोंदींमध्ये आंतर्क्रिया व प्रक्रियांच्या नोंदींबरोबरच, गटकार्यकर्त्याला काही प्रशासकीय नोंदीही ठेवाव्या लागतात. त्याही अशाच प्रकारे करता येतात.

५) गटकार्यातील नोंदींची तंत्रे (Techniques used in Group Work Recording)

नोंदी करण्याची काही विशिष्ट तंत्रे आहेत. त्यामुळे हे काम सहज साध्य होते. आधी चर्चा केल्याप्रमाणे, वेगवेगळ्या टप्प्यांमध्ये व वेगवेगळ्या बाजूंनी निरीक्षण करता करता नोंदी करण्याची तंत्रे विकसित केलेली

आहेत. ही तंत्रे एकेकटी वापरायची नसून, एकमेकांबरोबर (Combination) वापरायची आहेत. जेणेकरून गटाचा आशय व प्रक्रिया यांचे एकत्रित बहुरंगी चित्र उभे करता येईल. आशय व प्रक्रियांचे सलग लेखन करताना ही नोंदी तंत्रे वापरल्यास अहवाल अधिक स्पष्ट होण्यास मदत होते. त्याचप्रमाणे ही तंत्रे गटकार्यकर्ता सत्र चालू असतानाही नोंदी करण्यासाठी सहज वापरू शकतो.

५.१ सामाजिक आकृतिबंध (Sociogram)

सदस्य कशा तऱ्हेने व कोणाशी नातेसंबंध प्रस्थापित करू पाहतात याचे चित्रण करणारे हे तंत्र आहे. यामध्ये मुख्य मुद्दे असतात, ते असे-

अ) कोणाला कोणाजवळ बसायचे असते?

ब) कोणाला कोणाबरोबर आंतर्क्रिया करायच्या असतात?

क) कोण कोणाबरोबर बोलतो? किती वेळा?

सदस्यांना हे स्वातंत्र्य असते व त्याचप्रमाणे ते वागतात. त्यामधून जे चित्र तयार होते त्याला 'सामाजिक आकृतिबंध' म्हणतात. वरील गोष्टींची नोंद सामाजिक आकृतिबंधात होते. हा आकृतिबंध संपूर्ण सत्राचा काढता येत नाही. प्रक्रियेतील काही भागांची अशी नोंद करता येते. त्याचप्रमाणे एक आकृतिबंध विशिष्ट सत्रापुरताच मर्यादित असतो व सत्रागणिक तो बदलत जाऊ शकतो. त्यामुळे अनेक सत्रांत काढलेल्या सामाजिक आकृतिबंधांचे एकत्रित संकलन केल्यास बदलत्या संबंधांचे व संवादांचे चित्र स्पष्ट होते.

सामाजिक आकृतिबंध

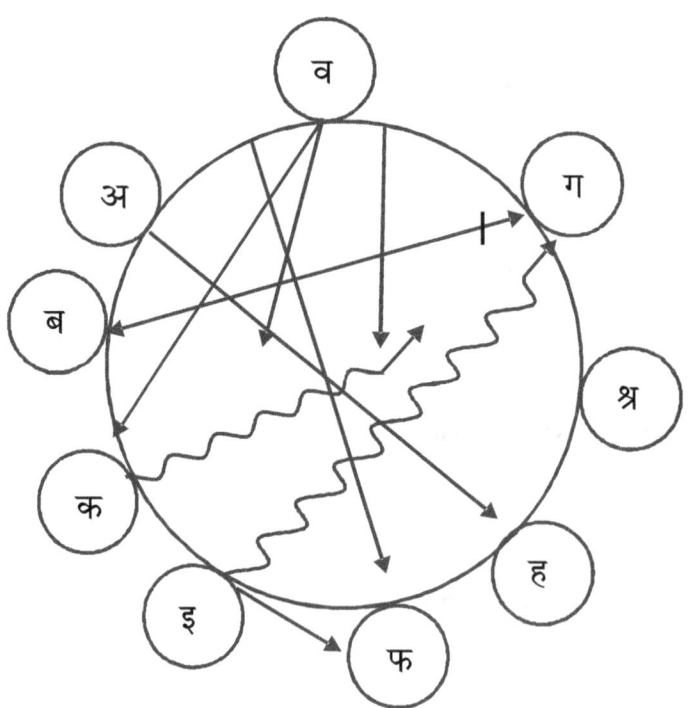

संकेत सूची

अक्षरे	सदस्य
'व' अक्षर	गटकार्यकर्ता (वर्कर)
सरळ रेषा	साधा संवाद
वेडीवाकडी रेषा	नकारात्मक संवाद
एका बाजूला बाण	एकतर्फी संवाद
दोन्ही बाजूला बाण	परस्पर संवाद

या आकृतीमध्ये निरीक्षणकर्त्याने बाणासारख्या काढलेल्या रेषांच्या संख्येवरून १० ते १५ मिनिटांत किती महत्त्वाची (Significant) विधाने केली गेली, ते कळते. बाणाच्या वरच्या बाजूची आडवी रेघ चर्चा कोणी सुरू केली ते दर्शविते. रेषेच्या दोन्ही बाजूंना बाण असण्याचा अर्थ, केलेल्या विधानाला प्रतिसाद दिला गेलेला आहे, असा आहे. कोणाला उद्देशून किती विधाने केली गेली हे बाणांवरून कळते. वेडीवाकडी रेषा नकारात्मक संवादाच्या निदर्शक आहेत. त्याचप्रमाणे मध्यावर संपणाऱ्या बाण रेषा सदस्य सर्वांना उद्देशून बोलत होते, असे दर्शवितात.

या आकृतिबंधावरून खालील गोष्टी स्पष्ट होतात–

अ) सदस्य कसे (कोणाजवळ कोण) बसले आहेत.

ब) संवाद सुरू करणारे सदस्य कोण आहेत.

क) एकटा पडलेला सदस्य कोण आहे/इतर सदस्य कोणाकडे दुर्लक्ष करतात.

ड) आक्रमक किंवा विरोधी भूमिका घेणारे सदस्य कुठले आहेत.

ई) उपगट/जोड्या दिसतात का?

फ) सहभागाचे प्रमाण किती आहे?

ग) कोण अजिबात बोलत नाही?

हे तंत्र प्रत्यक्ष गट सत्र चालू असताना वापरल्यास नोंद अधिक वास्तवाला धरून होईल. गटकार्यकर्त्याला या जागी बारकाईने निरीक्षण करून मिळालेली माहिती चटकन नोंदून ठेवावी लागते. संवादाचे विश्लेषण करून आकृतिबंधात स्पष्टपणे मांडता येण्याची क्षमता गटकार्यकर्त्यामध्ये असावी लागते. या आकृतिबंधामुळे कोणाचे कोणाशी घनिष्ठ संबंध आहेत ते कळण्यास चांगली मदत होते. कारणमीमांसा करण्यासाठी हे तंत्र उपयोगी पडत नाही. परंतु, नेमके कोणाच्या वर्तणुकीचे विश्लेषण करण्याची गरज आहे, हे ठरविण्यासाठी ते उपयोगी पडते.

गटकार्यकर्ता सामाजिक आकृतिबंध (Sociogram) अधिक कल्पकता वापरूनही काढू शकतो. तुटक व सरळ रेषांच्याप्रमाणेच रंगीत पेन्सिली वापरूनही अधिक स्पष्ट चित्र तयार करता येईल.

अशा प्रकारची नोंद फक्त गटकार्यकर्त्यासाठीच नसून, सदस्यांना फीडबॅक देण्यासाठीही त्याचा वापर करता येईल. कधी कधी सदस्यांना सोशिओग्राम काढायला सांगूनही विश्लेषण करता येईल. त्यामुळे त्यांच्या क्षमतांची वृद्धी होते.

५.२ सहभागाचे प्रमाण (Extent of Participation)

एका सत्रात प्रत्येक सदस्य किती वेळा बोलला हे या आकृतीवरून कळते.

सदस्य योगदानाचे प्रमाण

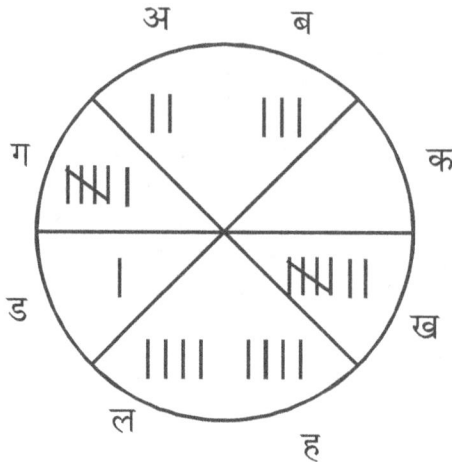

गोलाचा एकेक भाग एकेका सदस्यासाठी आहे. प्रत्येक वेळी एखादा सदस्य काही महत्त्वाचे किंवा विशेष उपयोगी असे बोलल्यावर गटकार्यकर्ता त्याच्या भागात खूण करतो. यामध्ये सदस्य काय व कोणाशी बोलला याची नोंद होत नाही; पण कोण जास्त वेळा बोलला, कोण बोललाच नाही हे कळते. प्रत्येक सत्राची नोंद या प्रकारे ठेवल्याने बोलण्यामध्ये कोण पुढाकार घेतो, कोण मागे राहातो ते कळते. तसेच सदस्यांच्या सहभागात समतोल आहे की नाही, एखाददुसराच सदस्य सारखा बोलतो आहे का, हे कळते. त्यातून संवाद प्रक्रियेत सगळ्यांना समान संधी देण्यासाठी काही प्रयत्न करण्याची गरज आहे का, हे स्पष्ट होते.

५.३ कोण कशा प्रकारचे योगदान देते (Nature of Participation)

एका कागदावर दोन रकाने करून एकामध्ये वर्तणुकीचे प्रकार लिहावेत व दुसऱ्यामध्ये सदस्यांची नावे लिहावीत. सत्र चालू असताना सदस्यांच्या वर्तणुकीप्रमाणे वर्तणुकीच्या प्रकारामध्ये बरोबरची खूण करावी. यावरून सदस्यांच्या सकारात्मक किंवा नकारात्मक योगदानाची कल्पना येते, आणि वर्तणुकीत बदल होण्याची गरज आहे का ते कळते. हा तक्ता तीन-चार सत्रांच्या निरीक्षणांवरूनही लिहिता येतो. सातत्याने दिसणारी वर्तणूकच नोंदवली पाहिजे.

सदस्य योगदानाचा तक्ता (Bale's Chart)

वर्तणूक	सदस्यांची नावे (यात आद्याक्षरे लिहिली तरी चालतील)									
	अ	ब	क	स	ध	न	ज	स	ल	प
मान्य करतो, स्वीकारतो										
मध्यस्थी करतो										
कृती सुचवितो										
इतरांकडून सूचना मागतो										
मत देतो										
मत विचारतो										
माहिती विचारतो, समस्या पुढे करतो										
समस्या पुढे करतो										
गटाची परिस्थिती स्पष्ट करतो										
गटाची परिस्थिती कशी आहे ते विचारतो										
सर्वसाधारण सूचना देतो										
स्वत:कडे कमीपणा घेतो										
एकाधिकारशाही गाजवितो										
दुसऱ्याचे मत मानत नाही										
स्वमताबद्दल आग्रही										
उघडपणे आक्रमक										
आक्रमक पण आडून आडून										

(संदर्भ : आर.एफ. बेल यांच्या इन्टरॲक्शन प्रोसेस ॲनालिसिस, (१९५०) या पुस्तकांतील निरीक्षणवर्गवारीवर आधारित)

या तंत्राने विशिष्ट सदस्याच्या सर्वसाधारण वर्तणुकीची व दृष्टिकोनाची कल्पना येते. त्यासाठी या तक्त्याचा चांगला उपयोग होतो. परंतु, त्याबद्दलची कारणमीमांसा, त्यांच्या वर्तणुकीचा इतरांवरील व गटप्रक्रियेवरील परिणाम हे यांतून दिसणार नाही. त्यासाठी वेगळे विश्लेषण करावे लागेल.

एखादा सदस्य एखाद्या सत्रात नेहमीपेक्षा खूपच वेगळा वागत असेल, तर त्याचीही नोंद ठेवावी व गरज पडल्यास नंतर त्याच्याशी कारणांविषयी चर्चा करावी. असे अनेकवेळा झाल्यास या वर्तनबदलाची नोंद ठेवून त्याविषयी सदस्याशी वैयक्तिकरीत्या व आवश्यकता वाटल्यास सर्वांबरोबर गटातून चर्चा करावी लागेल.

५.४ गटात काय घडले त्याची नोंद (Recording of Group Interaction)

खाली दिलेल्या नमुन्याप्रमाणे, तपशीलवार फॉर्ममधून गटांत काय काय कसे कसे घडले ते कळते. हा फॉर्म एखाद्या सत्रासाठी वापरण्याऐवजी गट विकासाच्या प्रत्येक टप्प्याच्या शेवटी वापरता येईल, जेणेकरून पुढील टप्प्याने नियोजन व विश्लेषण करता येईल. उदाहरणार्थ, कारखान्यातील क्वालिटी सर्कल गट, पाणी समिती, वस्ती स्वच्छता समिती किंवा कोणतीही कृती समिती. सदस्यांच्या सहभागातून कार्यक्षमता वाढवून काम करणे हे येथे ध्येय असते. हे गट जेव्हा बैठका घेतात, तेव्हा खालील नोंदी गटाची प्रगती व वातावरण यावर प्रकाश टाकतात. या नोंदी केल्यामुळे गटाबरोबर नेमके काय करणे गरजेचे आहे ते गटकार्यकर्त्याला स्पष्ट होते.

दिनांक   सत्र क्रमांक

अ) गटातील वातावरण कसे होते?

औपचारिक/अनौपचारिक.
आपसात स्पर्धा होती/आपसात सहकार्य होते.
एकमेकांना विरोध/एकमेकांना आधार.
वातावरणात दबाव/वातावरणात मोकळेपणा.
गटकार्यकर्त्याचा शेरा.

ब) गटात कसे व किती काम झाले?

उद्दिष्टपूर्ती : पूर्ण/काही प्रमाणात/खूप कमी.
उद्दिष्टांची स्पष्टता : होती/नव्हती.
उद्दिष्टपूर्तीच्या पद्धती : सुकर/संदिग्ध.
गुणवत्ता : उच्च/मध्यम/कमी.
गटकार्यकर्त्याचा शेरा.

क) नेत्याची वर्तणूक

गटाच्या गरजांकडे लक्ष व त्याप्रमाणे प्रतिसाद देण्याकडे कल.
इतरांना आधार देण्याची वृत्ती.
फक्त अजेंड्यावर लक्ष केंद्रित करण्याची वृत्ती.
गटावर प्रभुत्व गाजविण्याची वृत्ती.
पक्षपात करण्याची वृत्ती.
गटाला मदत.
गटकार्यकर्त्याचा शेरा.

ड) सदस्यांचा सहभाग

बहुतेक सदस्य बोलले/फक्त काही बोलले.
सदस्य गटप्रक्रियेत गुंतलेले होते/सदस्य उदासीन होते.
गटात एकी होती/गटात दुही होती.
गटकार्यकर्त्याचा शेरा.

प्रत्येक घटकांत गटकार्यकर्त्याने योग्य जागी बरोबरची खूण (✓) करणे अपेक्षित आहे. शेऱ्यामध्ये थोडे सविस्तर लिहिणे अपेक्षित असते.

गटाचे सदस्य आपापल्या भूमिका व कार्ये कशी पार पाडीत आहेत त्याचे निरीक्षण व नोंदी :

गटांतील सदस्यांमध्ये तीन प्रकारचे वर्तन दिसून येऊ शकते-

- **गटाचा हेतू व उद्दिष्टे गाठण्यासाठी आवश्यक असलेल्या कृती व वर्तणूक (Task Oriented Behaviour) :** उदाहरणार्थ, सार्वजनिक स्वच्छतेबद्दल काम करणारा गट असेल तर हेतूची एकवाक्यता, संसाधने उपलब्ध होण्यासाठी केलेल्या कृती, जनजागृतीचे प्रयत्न, गटसदस्यांच्या व्यक्तिश: सवयी व स्वच्छतेसंबंधी वर्तणूक.
- **गटामध्ये नातेसंबंध जुळून ते दृढ व्हावेत यासाठी आवश्यक असलेली वर्तणूक (Maintenance Oriented Behaviour) :** एकमेकांबरोबरच्या आंतर्क्रिया, परस्पर सहभागासाठी प्रयत्न, दुसऱ्याच्या मताविषयी आदर दर्शविणे, इ.
- **काही सदस्य फक्त स्वत:चा विचार करणारे असतात (Self Centered Behaviour) :** हे स्वत:चे विशिष्ट हेतू घेऊन गटात आलेले असतात. कधी कधी हे हेतू गटाला हानिकारक असतात, व त्यामुळे यांची वर्तणूक गटप्रक्रियेत अडथळे निर्माण करणारी होते. कोणते सदस्य कशा प्रकारची वर्तणूक करीत आहेत, याची नोंद ठेवावी. त्यामुळे गटाचा आशय व प्रक्रिया या दोन्हींकडे लक्ष राहाते.

कुठलेही एक तंत्र परिपूर्ण नाही, त्यामुळे ही तंत्रे गरजेप्रमाणे एकमेकांबरोबर किंवा एकत्रितपणे वापरल्यास त्यातून गटाचे सर्वांगीण निरीक्षण होऊन नोंदी ठेवल्या जातात व प्रत्येक टप्प्यात सर्व सत्रांच्या नोंदी ठेवल्याने त्यांचा उपयोग गटाच्या प्रगतीचा आढावा घेण्यासाठी व मूल्यमापनासाठी होतो.

गटकार्यकर्त्याने या साऱ्या नोंदी ठेवणे अपेक्षित आहे. अर्थातच, या नोंदींचा त्याला विश्लेषणासाठी व नियोजनासाठी उपयोग होतोच. परंतु, नोंदींचा उपयोग त्याच्या कामापुरता मर्यादित नाही तर सदस्यांना अंतर्दृष्टी देण्यासाठी व नियोजनात सहभागी करून घेण्यासाठी या नोंदींच्या काही भागांचा उपयोग करावा लागतो. त्यामुळे प्रत्येक सत्राच्या सुरुवातीला आधीच्या सत्राच्या नोंदींतून तयार झालेला सारांश गटसदस्यांपुढे मांडून त्यांच्याशी चर्चा केल्यास गटात काय घडले, काय करायचे राहिले, किती राहिले, कशामुळे काय झाले, याची स्पष्टता सदस्यांना देऊन गटातील वर्तणुकीतील बदलांचे किंवा पुढील कार्यक्रमांचे नियोजन सदस्यांच्या मदतीने करता येते.

फ) गटाबाहेरील सदस्य संपर्क

गटकार्यकर्ता गटसदस्यांना दोन सत्रांच्यामध्येही भेटू शकतो. या भेटी औपचारिक किंवा अनौपचारिक असू शकतात व त्यांमध्येही गटाच्या संदर्भात महत्त्वाच्या आंतर्क्रिया होऊ शकतात. या वेळी गटसदस्य त्यांच्या गटसदस्य या भूमिकेत नसतात, तर इतर सामाजिक प्रसंगांत, इतर सामाजिक भूमिकांमध्ये असतात. त्या वेळी त्यांच्या व्यक्तिमत्त्वांचे व आंतर्क्रियांचे-नातेसंबंधांचे इतर पैलू गटकार्यकर्त्याच्या निदर्शनाला येतात.

एखाद्या सदस्याचे गटातील वर्तन व इतर वेळचे वर्तन यात फार अंतर असू शकते. उदाहरणार्थ, गटातील व्यसनमुक्ती जाणीव-जागृती कार्यक्रमात सक्रिय सहभाग घेऊन गटामध्ये काम करणारा सदस्य बाहेर व्यसनाचा आधार घेत असलेला दिसू शकतो. या सदस्याला वैयक्तिकीकरणाची गरज आहे, हे या नोंदी व गटाबाहेरील निरीक्षणाच्या आधारे गटकार्यकर्ता ठरवू शकतो. दोन सदस्यांच्या गटाबाहेरील परस्पर संबंधांमध्ये फरक दिसू

शकतो. गटात नेतृत्वासाठी तीव्र स्पर्धा करणारे सदस्य शेजारी म्हणून अत्यंत सहकार्याने वागताना दिसतात. थोडक्यात, व्यक्तीचे गटातील वर्तन व गटाबाहेर, सदस्यांशी किंवा इतरांशी वर्तन यात विसंगती आढळू शकते. उदाहरणार्थ, गटामध्ये संकोचाने वावरणारा मितभाषी सदस्य वैयक्तिक आयुष्यातील कौटुंबिक जबाबदाऱ्या आत्मविश्वासाने पार पाडताना दिसतो. गटामध्ये संकोचाने वागणारा अशी जर सदस्याबद्दल गटकार्यकर्त्याने नोंद केली असेल व कौटुंबिक जबाबदाऱ्या पार पाडताना त्याच्यामध्ये आत्मविश्वास आहे, हे जाणवले तर त्याच्या संकोचाची कारणे शोधण्यावर गटकार्यकर्ता भर देऊ शकतो, व त्याचा गटातील सहभाग वाढविण्याच्या दृष्टीने प्रयत्न करू शकतो.

गटाच्या विकासाच्यादृष्टीने हे महत्त्वाचे असते; कारण गट हा अवकाश पोकळीत एकाकी नसतो. तो एका विशाल सामाजिक प्रणालीचा भाग असतो. त्यामुळे सदस्यांच्या गटातील वागणुकीचा, आंतर्क्रियांचा, नातेसंबंधांचा गटबाह्य वागणूक, आंतर्क्रिया, नातेसंबंध यांच्याशी अतूट संबंध असतो. त्याच व्यक्तिमत्त्वांचे हे वेगळे पैलू असतात. त्यामुळे या दोन्हींचा एकमेकांवर परिणाम होतो.

त्यामुळे हेतुपूर्वक केलेल्या गटबाह्य भेटींच्या नोंदी गटकार्य प्रक्रियेला व वैयक्तिक सहभागाला चालना देऊ शकतात.

६) गटकार्याच्या मूल्यमापनासाठी नोंदींचा उपयोग (Use of Recording in Group Work Evaluation)

गटकार्याच्या प्रत्येक टप्प्यावर मूल्यमापन करणे अपेक्षित असते. सतत मूल्यमापन हे गटकार्य पद्धतीचे महत्त्वाचे तत्त्व आहे.

गटाचे मूल्यमापन कशासाठी?

- मूल्यमापनामुळे, ठरविलेली उद्दिष्टे पूर्ण झाली की नाही, हे सदस्यांना ठरविता येते.
- गटकार्यकर्त्याला गटसदस्यांच्या प्रगतीचा आढावा घेता येतो.
- गटसदस्यांना गटातून जे काही अनुभव आलेले असतात, त्यांच्या अनुषंगाने गटाबद्दलचे समाधान किंवा असमाधान व्यक्त करण्याची संधी मिळते.
- नेतृत्वगुण वाढविण्याची गरज कुठे व कशी आहे ते, मूल्यमापनातून मिळालेल्या माहितीतून कळते.
- गटामधून जे विविध कार्यक्रम घेतले जातात, त्यातील नेमके कुठले व किती उपयोगी होते, हे ठरविता येते.

६.१ गटकार्याच्या नोंदी व मूल्यमापन (Group Recording and Evaluation)

गटकार्यातील नोंदी हे गटाच्या आशयाचे व प्रक्रियेचे वेळोवेळी प्रत्येक टप्प्यात मूल्यमापन करण्याचे एक प्रमुख व प्रभावी साधन आहे. याविषयी गटाच्या विकास टप्प्यांनुसार चर्चा केल्यास 'नोंदी' हे मूल्यमापनाचे साधन आहे, हे अधिक स्पष्ट होईल.

अ) गट बांधणीपूर्व/गटाच्या गरजा ओळखण्याचा टप्पा

गटाच्या गरजा समजण्यासाठी परिस्थितीचे अवलोकन–विश्लेषण यांमध्ये प्रामुख्याने गट तयार होण्यापूर्वीची परिस्थिती पाहिली जाते. गट तयार होण्यापूर्वीची सारी तयारी या टप्प्यामध्ये केली जाते. लक्ष्यगट कोण असणार

आहे, सदस्य कुठल्या कारणाने एकत्र येणार आहेत, त्यांची सामाजिक-आर्थिक पार्श्वभूमी काय आहे, गटाचा प्रकार कोणता असणार आहे, इ. गोष्टींची प्राथमिक माहिती घेऊन गटकार्यकर्ता गटकार्याची तयारी करतो. गटातील सदस्य कोणत्या सामाजिक-आर्थिक, शैक्षणिक स्तरातील आहेत, त्यांच्यामध्ये या बाबतीत किती साधर्म्य किंवा फरक आहे, इ.चे निरीक्षण गटकार्यकर्ता करतो.

उदाहरणार्थ, वस्ती पातळीवर किशोरवयीन मुलींचा, जीवनकौशल्ये वृद्धिंगत करण्याच्या हेतूने गटकार्यकर्ता गट घेणार असला तर सर्व मुलींचा सामाजिक-आर्थिक स्तर एकच असला तरी त्यांच्यामध्ये शैक्षणिक-सांस्कृतिकदृष्ट्या फरक असू शकतो.

ही सगळी माहिती योग्य प्रकारे नोंदविली जाणे आवश्यक असते. उदाहरणार्थ, समुदाय केंद्रातील तरुणांचा गट व्यसनांविषयी जाणीव-जागृती करण्याच्या हेतूने घ्यायचा असेल तर समुदायाची सामाजिक-आर्थिक स्थिती, व्यसनाधीनतेचे प्रमाण, व्यसनाधीन व्यक्तींचे वयोगट, व्यवसाय इ.ची माहिती घ्यावी लागेल. विशेष क्षमता असलेल्या शालेय मुलांच्या क्षमतावृद्धीसाठी घ्यायच्या गटासाठी मुलांच्या विद्यमान क्षमता, कौटुंबिक आधार, आर्थिक परिस्थिती इ. माहिती घ्यावी लागेल. कारखान्यात गैरहजेरीचे प्रमाण जास्त असलेल्या कामगारांचा गट गैरहजेरी कमी करण्याच्या दृष्टीने घ्यायचा असेल तर गैरहजेरीची कारणे, कामगारांची वेतनश्रेणी, कौटुंबिक माहितीची नोंद करावी लागेल.

सदस्य गटात येत असताना त्यांच्याविषयीच्या इतर माहितीबरोबरच व्यक्तिमत्त्व, सामाजिक कौशल्ये, नातेसंबंध इ.ची माहिती सविस्तरपणे नोंदविणे गरजेचे असते. या नोंदींमधून त्यांच्यामध्ये सहकार्यासाठी समायोजन कशा प्रकारे करावे लागेल, ते कळते. जेव्हा गट आधीच अस्तित्वात असतो तेव्हाही प्रत्येक विद्यमान सदस्याविषयीची माहिती आणि त्यांचे एकमेकांतील नातेसंबंध यांची नोंद या घडीला करून ठेवल्याने नियोजन सुकर होते. उदाहरणार्थ, कामगारांच्या वसाहतीत कुटुंबीयांचे गट तयार करताना त्या त्या कामगाराचे युनियन/कारखान्यातील नातेसंबंध यांचीही माहिती घेऊन नोंद ठेवणे महत्त्वाचे असते; कारण या नातेसंबंधांचे पडसाद कुटुंबीयांच्या भावना, मते किंवा दृष्टिकोनांवर पडतात.

या माहितीची योग्य नोंद केल्यावर त्यातून गटाच्या गरजा पुढे येतील. त्याचप्रमाणे सदस्यांशी बोलूनही गरजांची चाचपणी करता येईल. या साऱ्या गरजांची मुद्देसूद व स्पष्ट नोंद करणे महत्त्वाचे असते; यातूनच गटाची उद्दिष्टे ठरविता येतील व अखेरीस मूल्यमापन करताना उद्दिष्टपूर्ती किती झाली याचे मोजमाप करता येईल.

झोपडपट्ट्यांतील गट सांस्कृतिकदृष्ट्या वेगवेगळ्या लोकांचे असू शकतात. त्यामुळे मुख्य गट एकत्र यायला काहीतरी सूत्र एक असायला लागते. ते सूत्र गटाच्या गरजांचे असते. त्यामुळे गटसदस्य व संबंधित परिस्थितीबद्दल एकत्रित विचार करून गरजांची नोंद करावी लागते. गटसदस्यांशी बोलून केलेल्या नोंदी (प्रकट केलेल्या गरजा, सदस्यांचे व्यक्तिगत हेतू, इ.) व गटकार्यकर्त्याने निरीक्षण करून केलेल्या नोंदी या गटाच्या गरजा, त्यांचे विश्लेषण व गरजांचा प्राधान्यक्रम दर्शविणाऱ्या असतात.

त्याचप्रमाणे कोणत्या गरजा पूर्ण करणे गटाच्या हेतूंच्या मर्यादेमध्ये शक्य आहे हेही ठरवावे लागते. उदाहरणार्थ, स्त्रियांच्या बचत गटाची बांधणी करताना स्त्रियांच्या स्वयंप्रेरणेविषयीच्या, क्षमताबांधणीविषयीच्या, बचतगटाचे व्यवस्थापन याविषयीच्या गरजांची दखल घेता येईल. परंतु, घरगुती अत्याचार, आजारांवरील उपचार, मुलांची शैक्षणिक प्रगती, व्यसनाधीनतेच्या समस्या इ. गरजा बचतगटाच्या व्याप्तीत न बसण्याची शक्यता असते. सर्वांशी चर्चा करून गटाची उद्दिष्टे एकमताने ठरवून, गटाचे नियम मान्य करून, त्याच्या नोंदी केल्या जातात. या नोंदींचा संदर्भ घेऊन पुढील टप्प्यात मूल्यमापन करणे सोपे जाते. उदाहरणार्थ, गटाच्या

पहिल्या टप्प्यात सदस्य वर्तणुकीचे काही नियम ठरविलेले असतात. त्यांची योग्य नोंद केलेली असेल तर गटाच्या तिसऱ्या टप्प्यात सदस्य परत त्यांच्या वेगळ्याच अपेक्षांबद्दल बोलू लागले तर त्या नोंदींचा संदर्भ घेऊन सदस्यांच्या अवास्तव अपेक्षांवर चर्चा करता येते.

गट कार्यक्रम हे गटकार्याचे साधन असल्याने, गरजांची स्पष्ट नोंद झाल्यावर उद्दिष्टपूर्तीसाठी योग्य असे कार्यक्रम ठरविता येतात व नंतर कार्यक्रमांचा उपयोग गट विकासासाठी व सदस्यांच्या स्वविकासासाठी कसा केला गेला आणि ते उद्दिष्टपूर्तीसाठी किती उपयोगी पडले ते पडताळता येते.

पुढील सत्राच्या नोंदी ठेवल्या जातील तेव्हाही सदस्यांबद्दलची निरीक्षणे नोंदवून क्रमाक्रमाने होणारे वर्तनबदल, नातेसंबंधातील बदल तसेच व्यक्तिमत्त्व विकास व गट विकास यांचे विश्लेषण करता येते. या विश्लेषणाला गटबांधणीपूर्व टप्प्यातील नोंदींचा संदर्भ मिळाल्याने हे विश्लेषण अधिक मार्मिक होते. गट चालू असताना अनेक आंतर्क्रिया एकत्रितपणे होत असतात त्यामुळे व गटाची चलनशक्ती कार्यान्वित होत असते. अशा वेळी सुरुवातीचे आधारभूत संदर्भ विकास प्रक्रिया पडताळून पाहण्यासाठी वस्तुनिष्ठ बैठक देतात.

प्रत्येक टप्प्यातील सत्रांच्या नोंदींचे पुनर्परीक्षण त्या त्या टप्प्याच्या शेवटी केल्यास, गट पुढील टप्प्यात जाण्यासाठी तयार आहे की नाही, हे ठरविण्यासाठी ते उपयोगी पडते; जर त्यामधून गट कार्यरत होण्याच्या टप्प्यासाठी अजून तयार नाही, असे लक्षात आले तर गट बांधणीपूर्व टप्प्यातील नोंदींमधून आणखी काही कृती-कार्यक्रम आयोजित करण्यास गटकार्यकर्त्याला मदत मिळते.

ब) ओळखीचा टप्पा

गटसदस्य एकत्र येऊन सत्रांना सुरुवात झाली की, पहिला ओळखीचा टप्पा सुरू होतो. यात सदस्यांच्या एकमेकांशी ओळखी होतात व नातेसंबंध प्रस्थापित होऊ लागतात. आधी चर्चा केल्याप्रमाणे, गटातील नातेसंबंध प्रस्थापित होत असतानाच, काही सदस्य एकमेकांशी अधिक आंतर्क्रिया करताना, काही बाजूला पडताना दिसतात तर काही आक्रमक होऊन आपले म्हणणे दुसऱ्यांवर लादताना दिसतात. अशी नकारात्मक वर्तणूक ही त्यामागे असलेल्या आग्रही भूमिकेमुळे पुष्कळदा अधिक प्रभाव पाडणारी असते; असे करणाऱ्या सदस्यांचे व्यक्तिमत्त्वही बहुधा इतरांपेक्षा अधिक प्रभावशाली असते. परंतु, त्यामुळे गटाचा समतोल बिघडून उपगट निर्मितीही पुढील टप्प्यात होऊ शकते.

जर पहिल्याच टप्प्यात दुही पडली तर गट पुढील टप्प्यात जाऊनही विस्कळीत होईल. त्यामुळे या नोंदींचा मूल्यमापनात उपयोग करून वैयक्तीकरण करणे किंवा या टप्प्यासाठी नातेसंबंध दृढ करण्यासाठी अधिक कार्यक्रम घेण्यासाठी नियोजन करावे लागेल. गट उद्दिष्टांना पुढे नेणारी वर्तणूक, नातेसंबंधात दुरावे आणणारी वर्तणूक, नातेसंबंध दृढ करणारी वर्तणूक इ. गटसदस्यांच्या वर्तणुकीविषयी या टप्प्यात नोंदी कराव्या लागतात. त्यामुळे ओळखीच्या टप्प्यात सदस्य वर्तणूक तसेच आंतर्क्रिया यांचा उद्दिष्टपूर्तीवर काय परिणाम होऊ शकेल, याचा अंदाज येऊ शकतो व गटसदस्य सुरुवातीपासूनच सकारात्मक दिशेने वाटचाल करतील यासाठी गटकार्यकर्त्याला प्रयत्न करता येतात. गट पुढे कार्यरत होण्याच्या टप्प्यात गटाचे हेतू साध्य होण्यात विघ्ने येऊ लागली किंवा गट प्रक्रियेत अडथळे आले तर या नोंदींमुळे त्यांची नेमकी कारणे शोधण्यास मदत होते व योग्य समायोजन करता येते व गटाची पुढील वाटचाल सुकर होते.

उपचारात्मक गटाचा ओळखीचा टप्पा विशेष कळीचा असतो; कारण येथे विश्वासाचे नाते निर्माण झाले नाही तर सदस्यांनी स्वत:च्या समस्यागटातून एकत्रितपणे सोडविण्याच्या प्रक्रियेत खंड पडेल. उदाहरणार्थ, तीव्र

कौटुंबिक हिंसाचारामुळे अती दबलेले व्यक्तिमत्त्व असलेली स्त्री, काही सदस्य अती आक्रमक असले तर अधिकच बावरेल व गटात येण्यास नकार देऊ शकेल. त्याचप्रमाणे सदस्यांच्या मनात अढी निर्माण होऊन नातेसंबंध बिघडतील. गट प्रक्रिया ही आंतर्संबंधांवर आधारित असल्यामुळे या नोंदींचा उपयोग गटकार्यकर्ता सदस्यांच्या आंतर्संबंधांचे मूल्यमापन करण्यासाठी करू शकतो व सदस्यांनादेखील स्व-वर्तनाबद्दल अंतर्दृष्टी देण्यासाठी या नोंदींचा उपयोग होऊ शकतो.

यासाठी या टप्प्यातील नोंदी, प्रत्येक सदस्याच्या वृत्तीचा, स्वभावाचा, दृष्टिकोनांचा, हेतूंचा आलेख मांडून नातेसंबंधांतील गुण-दोष तपासण्यासाठी उपयोगी ठरतात व अशी नकारात्मक वर्तणूक किंवा नातेसंबंध पक्के होण्याच्या आतच सुधारण्याला वाव मिळतो.

क) गट कार्यरत असण्याचा टप्पा

या टप्प्यात गटाच्या उद्दिष्टपूर्तीसाठी काम चालते. गटाचे अंतिम उद्दिष्ट काहीही असले तरी ते पूर्ण करण्याच्या वाटचालीत प्रत्येक सत्राची विशिष्ट उद्दिष्टेही ठरवावी लागतात. या मर्यादित उद्दिष्टांतूनच अंतिम उद्दिष्ट गाठता येते. त्यासाठी छोट्या छोट्या कृती कार्यक्रमांची जबाबदारी सदस्यांमध्ये वाटलेली असते. प्रत्येकाने आपली जबाबदारी पार पाडली तरच त्या सत्राचे उद्दिष्ट पूर्ण होते.

आधीच्या सत्राच्या नोंदीतून गटाच्या वाटचालीचे जे चित्र तयार झालेले असते ते गटापुढे मांडून त्यातून, त्या त्या सत्राचे विशिष्ट उद्दिष्ट किती प्रमाणात पूर्ण झाले, किती राहिले, का राहिले, जबाबदारी कोणाची होती, पार पाडणे शक्य झाले नसल्यास का, इ. गोष्टींचे विश्लेषण करता येते. हे महत्त्वाचे आहे कारण प्रत्येक सत्रामध्ये झालेल्या वाटचालीचे मोजमाप केल्यानेच गटाच्या प्रगतीचे वास्तववादी चित्र सदस्यांसमोर येते. सारे सुरळीत चालले असल्यास गटाचे मनोधैर्य वाढते किंवा अडथळे असल्यास ते वेळीच दूर करण्याचा प्रयत्न करता येतो. उदाहरणार्थ, अडथळ्यांचे स्वरूप परिस्थितिजन्य, म्हणजे वेळ किंवा जागेची गैरसोय, कार्यक्रमांसाठीची संसाधने पुरेशी नसणे इ. असेल तर सर्वांनी मिळून त्यावर उपाय शोधता येतो. वृत्तिजन्य अडथळे असतील, म्हणजे एखाद्या सदस्याचा हटवादीपणा, इतरांबरोबर काम करण्याची तयारी नसणे, उदाहरणार्थ, कारखान्यामध्ये क्वालिटी सर्कल गटात कामाच्या गुणवत्तेत वाढ करण्यासाठी लोकशाही मार्गाने सर्वांनी योगदान द्यावे व त्यायोगे स्वकौशल्य विकासही व्हावा असे उद्दिष्ट असते. परंतु, गटाचा सदस्य असलेला कामगार संघटनेचा पदाधिकारी स्व-मताचा दुराग्रह धरून इतरांवर दबाव आणण्याचा प्रयत्न करत आहे, इ. वर्तन दिसले, तर त्याविषयी संबंधितांना जाणीव देताना नोंदींचा उपयोग होतो.

आधी चर्चा केल्याप्रमाणे गटामधील सदस्य हे गटाच्या उद्दिष्टांमुळे एकत्र आलेले असले तरी प्रत्येकाचे वेगळे हेतूही असू शकतात व सदस्य आपापले हेतू साध्य करण्यासाठी प्रयत्न करीत असतात. काही वेळा आपले अंतःस्थ हेतू साध्य करण्यासाठी सदस्य गटाचा उपयोग करतात. गटाची संसाधने वापरून स्वतःचा व्यक्तिगत फायदा करून घेण्याचा प्रयत्न होऊ शकतो. हे गटकार्यकर्त्याच्या लक्षात आल्यावर त्याविषयीच्या नोंदी ठेवून वर्तन व वृत्तिबदलासाठी प्रयत्न करता येतो. वेळप्रसंगी गटाकडून दबाव आणता येतो व वृत्तिबदलासाठी प्रयत्न करता येतात. त्यामुळे गट कार्यरत असण्याच्या टप्प्यामध्ये वेळोवेळी गट प्रक्रियेचे व उद्दिष्टपूर्तीचे मूल्यमापन करण्यासाठी नोंदी उपयोगी पडतात.

ड) गटकार्य समाप्ती किंवा अंतिम टप्पा

कोणताही गट उद्दिष्टपूर्तीनंतर अंतिम अवस्थेत येतो व प्रक्रिया संपते. सदस्य पांगतात. खुल्या गटांमध्ये सदस्य बदलत राहातात पण गट ठरलेल्या स्वरूपात चालू राहातो. परंतु, तेथेही विशिष्ट सदस्यांपुरती उद्दिष्टपूर्ती

झालेली असते. उदाहरणार्थ, कृत्रिम अवयव केंद्रात कृत्रिम अवयव वापरण्याचे प्रशिक्षण घेणाऱ्या रुग्णांचा गट असतो. कृत्रिम अवयव वापरण्याचे कौशल्य आले की, ते ते रुग्ण गटाबाहेर पडतात. त्यांना प्रेरित करण्याच्या हेतूने गटकार्यकर्ता गट घेत असतो. विशिष्ट कालावधीसाठी हे रुग्ण विशिष्ट उद्दिष्टांनी एकत्र आलेले असतात. या वेळी गटसदस्यांना एकमेकांचा आधार असतो. आलेल्या परिस्थितीतून वाट काढण्यासाठी एकमेकांच्या उदाहरणांतून उभारी मिळते. कृत्रिम अवयव वापरण्याच्या कौशल्याबरोबरच, गटात असल्यामुळे या रुग्णांना हरवलेला आत्मविश्वास परत मिळणे, व्यवसायातील पुनर्वसनासाठी प्रयत्न करण्याची प्रेरणा मिळणे, आयुष्याला सकारात्मक दिशा मिळणे, इ. गोष्टी गटातून साधता येतात. एकाच्या प्रगतीतून दुसऱ्याला आशा मिळते. एकमेकांचे अनुभव वाटून घेतल्याने एकटेपणाची भावना कमी होते. हे गट विशिष्ट उद्दिष्टांनीच तयार झालेले असतात, ते उद्दिष्टपूर्तीनंतर बंद होतात.

गटकार्यकर्ता गटाचे व सदस्यांचे व्यक्तिश: निरीक्षण करत असतो. त्याच्या नोंदीतून त्याला सर्व आंतर्क्रियांमधील सहभागातून सदस्यांना त्यांच्या निराशेतून बाहेर यायला कशी मदत होत आहे, विशेष आधाराची गरज कोणाला, किती व कशी आहे, तो कसा देता येईल, सदस्याच्या प्रगतीसाठी काय महत्त्वाचे आहे, याविषयी माहिती मिळत जाते. क्षयरोगासाठी डॉट पद्धतीचे उपचार घेणाऱ्या रुग्णांचा गट असतो. डॉट उपचारांची मुदत संपल्यावर त्यांची उद्दिष्टपूर्ती होते. त्या वेळी सुरुवातीपासून रुग्णाच्या शारीरिक-मानसिक अवस्थेचे निरीक्षण करून नोंदी केल्याने नंतर झालेले बदल त्याच्या आधारे मापता येतात. त्यामुळे सदस्यांच्या व गटाच्या उद्दिष्टपूर्तीचे तसेच प्रक्रियेचे मूल्यमापन करता येते. नोंदींमुळे, गटाच्या व सदस्य व्यक्तींची बलस्थाने, उणिवा, उपचारांना पुढे नेणाऱ्या आंतर्क्रिया, घडून आलेले वर्तनबदल व वृत्तिबदल या सर्वांचे मूल्यमापन करण्यास मदत होते. व्यक्तीकरणाची कुठे गरज आहे हेही कळते व एकूण गटप्रक्रियेला योग्य दिशा देता येते.

गटकार्यामध्ये गटकार्यकर्त्याला गट बांधणीपूर्व तयारीच्या टप्पातच गटाच्या अंतिम टप्प्याची स्पष्ट कल्पना असावी लागते. 'गट बंद होणे' हा प्रक्रियेचा अविभाज्य भाग आहे. याची जाणीव घेऊनच गटकार्यकर्ता गट बांधणीला सुरुवात करतो, हे महत्त्वाचे असते. त्यामुळे गटाच्या सुरुवातीपासून उद्दिष्टपूर्ती होईपर्यंत सतत ठेवलेल्या नोंदीच गटकार्यकर्त्याला गटाच्या अंतिम मूल्यमापनाविषयी सदस्यांशी चर्चा करण्यासाठी उपयोगी पडतात. गट सुरू केला तेव्हा सदस्य कसे होते व अंतिम टप्प्यात काय बदल-विकास झाले, हे नोंदींच्या साहाय्याने तपासता येते. शेवटच्या टप्प्यांत लेखी मूल्यमापन सदस्यांकडून लिहून घेऊन आधीच्या नोंदींशी जोडून गटकार्यकर्ता संपूर्ण गट प्रक्रियेचे मूल्यमापन करू शकतो किंवा गटकार्यकर्त्याने नोंद केलेल्या महत्त्वपूर्ण घटनांचा उल्लेख करून सदस्यांना फीडबॅक व भविष्यकालीन नियोजनासाठी मार्गदर्शन करता येते.

६.२ गटसदस्यांनी केलेल्या नोंदी व त्यांचा मूल्यमापनासाठी उपयोग (Recording by Group-members and its use of for Evaluation)

गटकार्य ही सदस्य सहकार व एकमेकांना मदत करीत उद्दिष्टपूर्ती या तत्त्वावर आधारित प्रक्रिया आहे. त्यामुळे मूल्यमापन हे केवळ गटकार्यकर्त्यानेच नव्हे, तर सदस्यांनीही करायला हवे. सदस्यांनी आपापल्या आंतर्क्रिया व गटाची प्रक्रिया तपासून पाहायला हव्यात. यासाठी गटकार्यामध्ये सदस्यांनीही नोंदी ठेवणे आवश्यक असते. गटसदस्य स्वत:च्या व इतरांच्याही वर्तणुकीचे, आंतर्क्रियांचे निरीक्षण कळत नकळत करीत असतातच. हे निरीक्षण जाणीवपूर्वक करून नोंदी ठेवण्यासाठी गटकार्यकर्त्याने त्यांना मार्गदर्शन केल्यास थोडे

शिकलेले सदस्य लेखी नोंदी ठेवू शकतील. नोंदींतून गटाच्या प्रगतीबरोबरच सदस्यांची वृत्ती, वर्तणूक, भावना, इत्यादींमधील बदलाची कारणे सदस्यांना स्वत:च शोधता येतील. गटप्रक्रियेचे तसेच, उद्दिष्टपूर्तीचे स्वत:च मूल्यमापन करण्यासाठी यातून त्यांना अंतर्दृष्टी विकसित करता येते. अशिक्षित किंवा निरक्षर सदस्य असतील त्यांना गटकार्यकर्त्याने निरीक्षणासाठी मुद्दे द्यावेत. नंतर त्या मुद्यांवरची त्यांची निरीक्षणे नोंदवून ठेवावीत. त्यांवरून नंतर गटात चर्चा घेता येते.

गट प्रक्रियेबद्दल सदस्यांना खालील प्रकारच्या नोंदी ठेवता येतील–

१) **विशिष्ट कार्यक्रमात :** सहभागी झाल्यावर त्या कार्यक्रमातील नेमका कुठला घटक त्यांना आवडला, व्यक्तिश: कोणती जाणीव/कौशल्ये मिळाली, या अनुभवांचा गटाबाहेर त्यांना नेमका काय उपयोग होऊ शकेल याविषयी तसेच, कार्यक्रमाच्या आयोजन–नियोजन प्रक्रियेबद्दलही त्यांचा फीडबॅक घेता येईल. उदाहरणार्थ, महिला सबळीकरण गटामध्ये 'स्त्रिया व कायदे' या विषयावर चर्चा झाल्यावर 'या माहितीचा मी काय उपयोग करीन' असा फीडबॅक लिहून घेता येईल.

२) **आशयाचे व प्रक्रियेचे विश्लेषण :** यामध्ये गटात घडलेल्या विशिष्ट गोष्टी किंवा ज्यांचे मोजमाप शक्य आहे अशा प्रक्रिया याविषयी सदस्यांना नोंदी करून आपले मत लिहायला सांगावे. यासाठी गटकार्यकर्ता छोटासा मार्गदर्शक तक्ता तयार करू शकतो व तो गटसदस्यांकडून भरून घेऊ शकतो. वैयक्तिक फीडबॅक एकत्रित करून मग त्यावर चर्चा घडवून आणली तर व्यक्ती व गट विकासाची प्रक्रिया सदस्यांना समजण्यास मदत होते.

३) **नातेसंबंधांचे विश्लेषण :** सदस्यांना जोडणाऱ्या नातेसंबंधांचे मोजमाप करण्यासाठी सदस्यांना आंतर्क्रियांचे निरीक्षण करण्यास सांगावे. गटाने कोणत्या सदस्याला किती प्रमाणात स्वीकारले आहे, कोण इतरांमध्ये कसा मिसळतो, सदस्यांच्या एकमेकांना भावनिक प्रतिक्रिया काय आहेत, वगैरे. त्यामुळे गटातील भावनिक वातावरण, नातेसंबंधांची दृढता इ. विषयी सदस्यांचे मत कळू शकेल. एखादा तक्ता तयार करता येईल व त्यावर खूण करून किंवा रंगांचा वापर करून सत्रवार नोंद प्रत्येक सदस्याकडून करून घेता येईल. सचित्र निकष तयार करून त्यात वापरले तर निरक्षर सदस्यांनादेखील हा तक्ता वापरता येईल.

४) **गटकार्यकर्त्यासंबंधी फीडबॅक :** खालीलप्रमाणे एक छोटासा निरीक्षण तक्ता तयार करून त्यात सदस्यांना नोंद करण्यास सांगता येईल–

- **गटकार्यकर्त्याची वर्तणूक :** समजावण्याची पद्धत/समस्या सोडविण्यास मदत करण्याची तयारी/प्रोत्साहन देण्याची पद्धत/इतर.
- **गटकार्यकर्त्याच्या कामाची पद्धत :** गटाचाच एक भाग होऊन काम करणे/लोकशाही मार्गाने काम/मतभेद मिटविण्यासाठी वापरलेली पद्धत–प्रयत्न/समस्या निवारणासाठी सदस्यांची क्षमतावृद्धी–कौशल्यवृद्धी करण्याचा प्रयत्न, इ.

सर्व सदस्यांनी एकत्रित चर्चा करून ही नोंद करण्याची पद्धत अवलंबली तर सर्व सदस्यांना स्पष्ट मते मांडण्यास आधार मिळतो किंवा सुरक्षित वाटते. या नोंदींचा उपयोग गटकार्यकर्ता स्वत:च्या गटात उपयोगी पडतील अशा क्षमता वाढविण्यासाठीदेखील करू शकतो.

५) **सदस्यांनी स्वत:बद्दल केलेल्या नोंदी व त्यांचा मूल्यमापनासाठी उपयोग :** सदस्यांनी गटातील स्वत:च्या सहभागाचे व वर्तणुकीचे स्व-मूल्यमापन करणेही आवश्यक असते. स्वत:चे वर्तन जाणीवपूर्वक तपासण्याने दुसऱ्याच्या वर्तनाकडे बघण्याची वृत्तीही बदलते व नातेसंबंध सुधारण्यास मदत होते. उदाहरणार्थ, सामाजिक-आर्थिकदृष्ट्या किंवा अधिकार-दर्जा या दृष्टीने मिश्र गटात सदस्यांनी त्यांची स्वत:कडे तसेच इतरांकडे पाहण्याची दृष्टी व त्यामुळे निर्माण झालेल्या क्रिया-प्रतिक्रिया या जाणीवपूर्वक तपासण्याने आवश्यकतेप्रमाणे वर्तन बदल घडवून आणण्यास व नातेसंबंध सुधारण्यास मदत होते. उदाहरणार्थ, गावातील शिक्षणसमितीत सुशिक्षित, सधन, गरीब, अशिक्षित, पंचायत सदस्य, ग्रामसेवक, वगैरे संमिश्र स्तरातील सदस्य आहेत. प्रत्येकाचा सामाजिक-आर्थिक किंवा अधिकार स्तर-दर्जा वेगवेगळा आहे. त्यांचा स्वत:कडे तसेच इतरांकडे पाहण्याचा दृष्टिकोन त्यातून वेगवेगळा बनलेला आहे. अशा वेळी स्वत:चे वर्तन तपासण्याने त्याचा गट प्रक्रियेवर काय परिणाम होतो आहे व त्यावर इतर सदस्यांची प्रतिक्रिया-प्रतिसाद काय आहे याची प्रत्येकाला जाणीव होते व वर्तन-वृत्तीबदल घडवून आणण्याची गरज आहे, हे लक्ष्यात येते.

यासाठी एक विहित नमुना खाली दिला आहे. असे वेगवेगळ्या प्रकारचे विहित नमुने गटकार्यकर्ता तयार करू शकतो. सत्रातील सहभागाचे मोजमाप १ ते ३ अशा गुणतक्त्यावर करायला सांगितल्यास सदस्यांना मूल्यमापन करणे सोपे जाते.

उदाहरणार्थ, मी प्रत्येक सत्रात...

१ : कधीही नाही / २ : कधी कधी / ३ : नेहमी

खालील विधानावली प्रत्येक सत्राला वापरावी. प्रत्येक विधानापुढे १ ते ३ मधील योग्य जागी (✓) खूण करावी.

अ.क्र.	विधान	१	२	३
१)	मी या सत्रात सक्रिय होतो/ते. गटाला माझे योगदान होते.			
२)	दुसऱ्यांशी मिळून मिसळून वागायला मी तयार होतो/ते.			
३)	माझेच म्हणणे महत्त्वाचे कसे आहे हे सगळ्यांना पटवून देण्याचा मी प्रयत्न करीत होतो/ते.			
४)	गटात मी नवीन गोष्टी करायला तयार होतो/ते.			
५)	माझ्या भावना व्यक्त करायचा मी प्रयत्न केला.			
६)	माझ्या प्रतिक्रिया परखडपणे इतरांना सांगण्याचा मी प्रयत्न केला.			
७)	इतरांबद्दलचे माझे मत मी त्यांना सांगितले.			
८)	दुसऱ्यांचे म्हणणे मी लक्ष्यपूर्वक ऐकले व प्रतिसाद दिला.			
९)	मी सत्राला स्वेच्छेने उपस्थित होतो/ते.			
१०)	मला मिळालेला फीडबॅक मी सबबी न सांगता स्वीकारला.			
११)	गटामुळे मला जी जाण आली तिचा मी बाहेर उपयोग करतो.			
१२)	माझे वर्तन कसे बरोबरच आहे हे मी इतरांना पटवून देण्याचा प्रयत्न करतो.			

प्रत्येक सत्रासाठी खालील मुद्यांवर तक्ता तयार करता येईल–

दिनांक ....वेळ .... सत्राचा अवधी ......

सत्राची ठरविलेली उद्दिष्टे–

- **आशय :** गटसदस्यांची वर्तणूक, एकूण गटाची परिस्थिती, नियोजन, वगैरे. गटसदस्य एकमेकांशी कसे वागत होते, नातेसंबंध कसे होते, एकूण गट एकत्रितपणे विचार करू शकत होता का, मतभेद मिटवता येत होते का, नियोजनात उद्दिष्टे व संसाधनांचा विचार होत होता का, नियोजनात सर्वांचा सहभाग होता का, वगैरे.
- **गटाची प्रक्रिया :** चर्चा, सादरीकरण, समस्यानिवारण, वगैरे. प्रक्रिया कशी होत होती, चर्चेने प्रश्न सोडवून निर्णय घेतले जात होते का, खेळांचा उपयोग काय झाला, सादरीकरणात सगळ्यांना संधी मिळत होती का, वगैरे.

  प्रमुख अडथळे (असल्यास) :

  चर्चेचा गोषवारा :

  पुढील सत्राचे नियोजन :

- **गटाचे सर्वसाधारण मूल्यमापन :**

  गटकार्याच्या शेवटी मूल्यमापन प्रत्येक उद्दिष्टाला धरून घेता येईल.

उद्दिष्टपूर्ती	किती सदस्यांच्या मते		
	सगळे	काहींच्या मते	कोणाच्याच मते नाही
पूर्णपणे			
काही प्रमाणात			
मुळीच नाही			

गटविकासाच्या प्रत्येक टप्प्यावर गटकार्यकर्त्याच्या व सदस्याच्या नोंदींची व्याप्ती सतत मूल्यमापन व नियोजनास उपयोगी पडते.

गटकार्यातील नोंदी किती प्रकारच्या असू शकतात व नोंदींचे गटकार्यातील महत्त्व हे वरील सर्व विवेचनावरून स्पष्ट होते. गटकार्यकर्त्याने निरीक्षणातून नोंदी करून त्यांचे विश्लेषण करताना गटसदस्यांना बरोबर घेऊन चर्चा करावी. त्यामुळे गटसदस्यांनाही गटाची परिस्थिती, प्रक्रिया, गटसदस्यांचे हेतू, विविध कार्यक्रमांचा उद्दिष्टपूर्तीसाठी उपयोग, गटाचा त्यांच्यासाठी उपयोग व गटाला त्यांचे झालेले योगदान हे स्पष्ट होऊन सदस्य सहभाग व बांधिलकी वाढते आणि गटकार्य समाप्त झाल्यावरही वरचेवर केलेल्या नोंदींमुळे सदस्यांना अनेक गोष्टी लक्षात राहातात व त्याचा दूरगामी परिणाम होतो.

गटकार्याच्या समाप्तीनंतर पाठपुरावा ही गटकार्यकर्त्याची महत्त्वाची जबाबदारी त्यामुळे त्याचे नियोजन करून, सदस्यांशी चर्चा करून, काही महिने पाठपुरावा करणे गरजेचे असते. सदस्यांना वैयक्तिकरीत्या भेटणे किंवा गटसदस्यांना सहा महिन्यांनंतर एकत्र आणणे हादेखील पाठपुराव्याचा भाग होऊ शकतो. त्याच्या नोंदीही गटकार्यकर्त्याने ठेवणे आवश्यक असते.

सारांश

- गटकार्याच्या नोंदी
    - महत्त्व : गटकार्याच्या नोंदी संस्थेसाठी प्रशासकीय दृष्टीने व कामाच्यादृष्टीने महत्त्वाच्या असतात. गटकार्याच्या नोंदींमुळे गटाच्या प्रक्रियेचा व प्रगतीचा आढावा घेता येतो.
- नोंदींचे प्रकार : आंतर्क्रियांच्या आशयाच्या नोंदी. आशय म्हणजे गटातील सदस्य काय बोलतात, काय करतात, वगैरे. आशय म्हणजे 'काय' या प्रश्नाचे उत्तर.
    - आंतर्क्रियांच्या प्रक्रियेच्या नोंदी. गट आपले हेतू व उद्दिष्टे साध्य करण्यासाठी कशा रीतीने पुढे जातो, कोणत्या पद्धती अनुसरतो, गटसदस्यांची वैयक्तिक वागणूक, त्यातून झालेली गटाची वाटचाल, हे सारे कसे घडत जाते, या सर्वाला 'आंतर्क्रियांची प्रक्रिया' म्हणतात. म्हणजे कसे या प्रश्नाचे उत्तर.
    - सारांशस्वरूप नोंदी (समरी रेकॉर्डिंग) : या सारांशातून गटांतील आंतर्क्रिया, प्रक्रिया, गट व सदस्यांच्या विकासातील लक्षणीय मुद्दे तसेच उद्दिष्टपूर्ती याविषयीची कायमस्वरूपी नोंद थोडक्यात मिळते. तिचा उपयोग पुढील गटांसाठी, संस्थेच्या पुढील कार्यक्रमांसाठी मार्गदर्शक म्हणून होऊ शकतो.
- नोंदींची तंत्रे :
    - सामाजिक आकृतिबंध : सदस्य कशा तऱ्हेने व कोणाशी नातेसंबंध प्रस्थापित करू पाहतात याचे चित्रण करणारे हे तंत्र आहे.
    - सहभागाचे प्रमाण : एका सत्रात प्रत्येक सदस्य किती वेळा बोलला हे यावरून कळते.
    - कोण कशा प्रकारचे योगदान देते : यावरून सदस्यांच्या सकारात्मक किंवा नकारात्मक योगदानाची कल्पना येते, आणि वर्तणुकीत बदल होण्याची गरज आहे कां, ते कळते.
    - गटांत काय घडले त्याची नोंद : सदस्यांच्या सहभागातून कार्यक्षमता वाढवून काम करणे हे येथे ध्येय असते. या नोंदी केल्यामुळे गटाबरोबर नेमके काय करणे गरजेचे आहे ते गटकार्यकर्त्याला स्पष्ट होते.
- गटकार्याच्या मूल्यमापनासाठी नोंदींचा उपयोग गटकार्याच्या प्रत्येक टप्प्यावर मूल्यमापन करणे अपेक्षित असते. सतत मूल्यमापन हे गटकार्य पद्धतीचे महत्त्वाचे तत्त्व आहे.
    - गटकार्यातील नोंदी हे गटाच्या आशयाचे व प्रक्रियेचे वेळोवेळी प्रत्येक टप्प्यात मूल्यमापन करण्याचे एक प्रमुख व प्रभावी साधन आहे. नोंदींचा वापर जेव्हा फीडबॅक व बदलाच्या चर्चेसाठी केला जातो तेव्हा गटसदस्य वर्तणूक, गटाची चलनशक्ती व गटकार्यकर्त्याचे योगदान या सर्वांचे मूल्यमापन होत असते. गट विकासाच्या प्रत्येक टप्प्यावर नोंदींचा उपयोग मूल्यमापनासाठी होऊ शकतो.
- गटकार्यकर्त्याच्या जबाबदाऱ्या :
    - गटकार्याची योग्य नोंद ही फार महत्त्वाची जबाबदारी गटकार्यकर्त्याला पार पाडावी लागते. गटकार्यकर्ता हा एका सामाजिक संस्थेचा प्रतिनिधी म्हणून गटाबाहेर काम करत असतो. त्यामुळे गटविकासाचा किंवा व्यक्तिविकासाचा आलेख समजतो.

- हेतूपूर्ण ऐकणे व काळजीपूर्वक निरीक्षण ही दोन महत्त्वाची कौशल्ये गटकार्यकर्त्याला नोंदी करताना उपयोगी पडतात.
- गटसदस्यांना नोंदी ठेवण्यास उद्युक्त करणे.
- गटसदस्यांकडून वेळोवेळी फीडबॅक घेणे व त्याविषयी गटात चर्चा करणे.

• गटसदस्यांच्या जबाबदाऱ्या :
  - गटकार्य ही सदस्य सहकार व एकमेकांना मदत करीत उद्दिष्टपूर्ती या तत्त्वावर आधारित प्रक्रिया आहे. त्यामुळे मूल्यमापन हे केवळ गटकार्यकर्त्यानेच नव्हे, तर सदस्यांनीही करणे, ही त्यांची जबाबदारी आहे.
  - सदस्यांनी आपापल्या आंतर्क्रिया व गटाची प्रक्रिया तपासून पाहाणे ही त्यांची जबाबदारी आहे.
  - सदस्यांनी गटातील स्वतःच्या सहभागाचे व वर्तणुकीचे स्व-मूल्यमापन करणे. स्वतःचे वर्तन जाणीवपूर्वक तपासण्याने दुसऱ्याच्या वर्तनाकडे बघण्याची वृत्तीही बदलते व नातेसंबंध सुधारण्यास मदत होते.
  - गटकार्यकर्त्यासंबंधी फीडबॅक देणे.

• गटकार्यातील सततच्या मूल्यमापनाच्या तत्त्वाशी गटकार्यातील नोंदींचे फार जवळचे नाते आहे. परंतु, सर्वांत अधिक उपयोग गट समाप्तीच्या टप्प्यात होतो; कारण सर्व नोंदींमुळे गटकार्याचे सखोल मूल्यमापन करता येते.

• नोंद ही गटाची स्मरणशक्ती आहे, तसेच एक साधन आहे. त्यामुळे गटकार्यकर्त्याची व सदस्यांची गटाबद्दलची बांधिलकी वाढते.

परिशिष्ट १ | स्वाध्याय प्रश्न

Question Set

प्रकरण पहिले

१) गटकार्याचे तीन पायाभूत घटक सांगून त्यावर चर्चा करा.
२) गटकार्याचे महत्त्व व व्याप्ती स्पष्ट करा.
३) गटकार्याची सर्वसाधारण उद्दिष्टे स्पष्ट करा.
४) गटानुभवांचे व्यक्तीच्या जीवनातील महत्त्व विशद करा.
५) सर्वसाधारण गटाची वैशिष्ट्ये स्पष्ट करा.
६) गटकार्य पद्धतीची विशिष्ट मूल्ये यावर सविस्तर विवेचन करा.
७) गटकार्याची व्याख्या विस्ताराने लिहा.

प्रकरण दुसरे

१) गटाची विशिष्ट उद्दिष्टे असण्याचे तत्त्व गटाच्या सर्वसाधारण उद्दिष्टांशी कसे जोडलेले आहे, हे उदाहरणासहित स्पष्ट करा.
२) नियोजनबद्ध गट बांधणी करण्याचे मूल्य/महत्त्व स्पष्ट करा.
३) गटकार्यकर्ता व गटसदस्य यांच्यातील हेतुपूर्ण नातेसंबंधांचे उद्दिष्टपूर्तीसाठी असणारे महत्त्व विशद करा.
४) 'सतत मूल्यमापन केल्यास गटकार्यातून व्यक्तिविकास व गटविकास साधणे सुकर होईल' या विधानाचे स्पष्टीकरण करा.
५) गटकार्याच्या तीन प्रारूपांची तत्त्वे मांडून प्रत्येक प्रारूपावर आधारित गटप्रकार सांगा.
६) विकासकेंद्री गटकार्याची गरज स्पष्ट करून, शालेय वयोगट, किशोरवयीन वयोगट व तारुण्याचा वयोगट या तिन्हींसाठी विकासकेंद्री गटकार्याच्या उद्दिष्टांची मांडणी करा.
७) सामाजिक उपचार गट ही संकल्पना स्पष्ट करून, अशा गटासाठी गटकार्याची उद्दिष्टे सांगा.
८) खुला गट व बंदिस्त गट या संकल्पना स्पष्ट करून त्यातील फायदे-तोटे सोदाहरण लिहा.

प्रकरण तिसरे

१) गट विकासाच्या प्रत्येक टप्प्याची खालील मुद्द्यांच्याआधारे चर्चा करा-
- प्रत्येक टप्प्याची वैशिष्ट्ये.
- प्रत्येक टप्प्यातील सदस्य वर्तणूक व त्यामागील कारणे.
- प्रत्येक टप्प्यातील अडथळे किंवा अडचणी व त्या निवारण्यात गटकार्यकर्त्याची भूमिका व जबाबदाऱ्या.

२) गटबांधणीपूर्व टप्प्याचे महत्त्व स्पष्ट करा.

३) गटनियोजनाच्या पायऱ्या सविस्तर लिहा.

४) गटकार्याचा आराखडा तयार करण्यासाठी आवश्यक असलेले मुद्दे सांगून त्याचे गटकार्यातील महत्त्व सोदाहरण स्पष्ट करा.

५) गट विकासाचे टप्पे यशस्वी होण्यासाठी गटकार्यकर्त्याला घ्याव्या लागणाऱ्या जबाबदाऱ्या स्पष्ट करा.

६) गट समाप्तीच्या टप्प्यात मूल्यमापनाचे महत्त्व सांगून, त्याचे निकष सविस्तर सांगा.

७) सामाजिक गटकार्यकर्त्याच्या विविध नेतृत्व शैली मांडून, योग्य शैली कुठली व त्याचे गट विकासासाठी होणारे फायदे सोदाहरण लिहा.

८) गटकार्यकर्त्याला आवश्यक असणाऱ्या कौशल्यांचे वर्गीकरण सांगून त्या कौशल्यांचे गट बांधणी व गट उद्दिष्टपूर्तीसाठी असणारे महत्त्व विशद करा.

प्रकरण चौथे

१) विविध क्षेत्रांचा विचार करता, सर्व क्षेत्रांवर खालीलप्रमाणे स्वाध्याय करा-
- प्रत्येक क्षेत्राची वैशिष्ट्ये व विविध गटांच्या गरजा व त्यातून गटकार्याची गरज स्पष्ट करा.
- प्रत्येक क्षेत्रात गटबांधणी करताना घ्यायची काळजी व येणाऱ्या अडचणी यांवर चर्चा करा.

२) प्रत्येक क्षेत्रातील एक गट निवडून त्या गटाच्या गरजा, त्यावर आधारित गट प्रकार व गटाची उद्दिष्टे विशद करा.
उदाहरणार्थ, शहरी भागातील समुदायकेंद्रात अभ्यासवर्गासाठी येणाऱ्या दहावीच्या मुलांसाठी गट घ्यायचा असेल तर गटाच्या गरजा सांगून गटाचा प्रकार व गटाची उद्दिष्टे लिहा.

प्रकरण पाचवे

१) 'कार्यक्रम हे गट विकासाचे साधन आहे' हे विधान सोदाहरण स्पष्ट करा.

२) कार्यक्रम ही संकल्पना स्पष्ट करून गटकार्यातील कार्यक्रमाचे महत्त्व सांगा.

३) कार्यक्रम नियोजनाची तत्त्वे उदाहरणांनी स्पष्ट करा.

४) कार्यक्रम निवडीचे निकष सविस्तर लिहा.

५) भूमिकानाट्य म्हणजे काय, हे सांगून उपचारात्मक गटासाठी या माध्यमाचा उपयोग उदाहरणांनी स्पष्ट करा.

६) मुलांसाठी घेतलेल्या सर्व प्रकारच्या गटकार्यात खेळ या माध्यमाचा उपयोग सोदाहरण स्पष्ट करा.

७) कार्यक्रम नियोजनातील गटकार्यकर्त्याच्या जबाबदाऱ्या व अंमलबजावणीसाठी लागणारी कौशल्ये सविस्तर लिहा.

प्रकरण सहावे

१) गट प्रक्रिया व गट चलनशक्ती या संकल्पना स्पष्ट करून त्यांच्यातील संबंध सोदाहरण विशद करा.
२) सदस्यांना गटाबद्दल आकर्षण निर्माण होण्यासाठी आवश्यक असणाऱ्या तीन गोष्टी (घटक) सविस्तर लिहा.
३) प्रत्येक नकारात्मक चलनशक्तीवर खालीलप्रमाणे स्वाध्याय करा–
   – नकारात्मक चलनशक्ती संकल्पना स्पष्ट करून सदस्य वर्तणुकीतून कशी व्यक्त होते ते लिहा.
   – त्या चलनशक्तीचे गट प्रक्रियेवर होणारे परिणाम सांगून त्यावरील उपाययोजना सविस्तर सांगा. उदाहरणार्थ, गटप्रक्रिया सुरळीत होण्यासाठी संघर्ष निवारणाची तंत्रे सविस्तर लिहा.
४) सकारात्मक चलनशक्ती व्यक्त करणाऱ्या वर्तणुकीचे वर्णन करून त्याचे गट प्रक्रियेवर होणारे परिणाम सांगा.
५) गट चलनशक्तीला योग्य दिशा देण्यासाठी गटकार्यकर्त्याला घ्याव्या लागणाऱ्या जबाबदाऱ्या लिहा.
६) सकारात्मक सदस्य वर्तणुकीचे वर्गीकरण देऊन त्याचे उद्दिष्टपूर्तीसाठी असणारे महत्त्व स्पष्ट करा.
७) नकारात्मक सदस्य वर्तणुकीचे गट प्रक्रियेवर होणारे परिणाम व उपाययोजना सांगा.

प्रकरण सातवे

१) गटकार्य प्रक्रिया व गट आशय नोंदींची वैशिष्ट्ये व महत्त्व सोदाहरण लिहा.
२) गटकार्य नोंदींची तत्त्वे सांगून नोंदींचे विविध प्रकार सांगा.
३) गट सहभागाचे विश्लेषण करता येण्यासाठी नोंदीची विविध तंत्रे उदाहरणे देऊन लिहा.
४) आंतर्क्रिया व आंतर्संबंध यांचे विश्लेषण करण्यासाठी वापरण्याची नोंदींची तंत्रे उदाहरणासहित स्पष्ट करा.
५) गट मूल्यमापनाचे महत्त्व सांगून, गटविकासाच्या प्रत्येक टप्प्यावर उपयोगी पडणारे मूल्यमापनाचे निकष सांगा.
६) गट मूल्यमापनासाठी नोंदींचा उपयोग स्पष्ट करा.
७) सदस्यांनी मूल्यमापन करण्याचे महत्त्व सांगून, त्यांनी करण्याच्या मूल्यमापनाचे निकष सविस्तर लिहा.

गटकार्य पद्धतीवरील सर्वसाधारण स्वाध्याय

१) 'गट हा जीवनाचा अविभाज्य भाग आहे' या विधानावर गटकार्य आधारलेले आहे, हे विधान सोदाहरण स्पष्ट करा.
२) 'गटकार्याची मूल्ये, तत्त्वे व पायाभूत घटक या सर्वांचा गटकार्यकर्त्याबरोबरच सदस्यांना अर्थ समजणे व त्याचा त्यांनी स्वीकार करणे यावर गटकार्याचे यश अवलंबून आहे' या विधानावर सविस्तर चर्चा करा.
३) 'गटकार्य ही लोकशाही तत्त्वांवर आधारित सामाजिक कार्यपद्धती आहे' हे विधान सोदाहरण स्पष्ट करा.
४) 'गटकार्याची सर्व तत्त्वे परस्परावलंबी असून ही तत्त्वे संपूर्ण प्रक्रियेचा अविभाज्य भाग असतात' हे विधान सोदाहरण स्पष्ट करा.
५) 'प्रत्येक प्रकारच्या गटकार्याची उद्दिष्टे वेगळी असली तरीही गटकार्यात सर्व प्रकारांचे एकत्रीकरण थोड्याफार फरकाने होतेच' या विधानाचे स्पष्टीकरण करा.
६) गट आंतर्क्रियेमध्ये निर्माण होणारे अडथळे सांगून, त्याचे गटप्रक्रियेवर होणारे परिणाम सोदाहरण सांगा.
७) 'गटकार्य प्रक्रिया उद्दिष्टपूर्तीस चालना देणारी होण्यास गटातील कार्यकर्ता–सदस्य व सदस्य–सदस्य नातेसंबंध एक साधन व त्याचबरोबर एक तंत्र आहे' हे सोदाहरण स्पष्ट करा.

परिशिष्ट २ | पारिभाषिक शब्दावली

(Glossary of Terms)

अलिखित करारनामा : व्यावसायिक सामाजिक कार्याची सुरुवातच याने होते. सामाजिक कार्याची उद्दिष्टे काय व कशी असावीत हे कार्यकर्ता व अशील यांनी एकत्रितपणे विचार करून ठरविणे व मान्य करणे, त्यातून सदस्यांच्या जबाबदाऱ्या व गटाचे नियम तपशीलवार ठरवून त्यांचा स्वीकार करणे म्हणजे सामाजिक कार्यातील करारनामा. यात सदस्य वर्तणुकीचा तसेच उपचार किंवा बदलाच्या अपेक्षांचा करार असतो. हा लेखी नसला तरी प्रक्रियेतील सर्वांची त्याला बांधिलकी असावी लागते.

आंतर्क्रिया : गटसदस्यांचे सहभागातून परस्परांशी निर्माण झालेले संवाद, शाब्दिक/अशाब्दिक सहभाव, भावनिक देवाणघेवाण व प्रत्यक्ष वर्तणूक किंवा कृती इ. चलनवलन.

आंतर्संबंध : गटसदस्यांचे परस्परांशी असणारे संबंध. हे भावना व विचार या दोन्ही घटकांच्या परिणामाने निर्माण होतात.

आभासी खेळ : सामाजिक वास्तवाच्या सगळ्या पैलूंची आणि स्ववर्तणुकीची जाणीव निर्माण करण्यासाठी रूपकात्मक असलेले खेळ म्हणजे आभासी खेळ. हे सदस्यांच्या गरजांचा विचार करून ठरवायचे असतात.

इथे व आता : हे गटकार्याचे प्रमुख वैशिष्ट्य आहे. त्या त्या क्षणी गटात जे घडत असते त्याचा ध्येयपूर्तीसाठी सकारात्मक उपयोग करून घ्यायचा असतो.

उपगट : गट जेव्हा कार्यरत होतो तेव्हा गटातील दोनपेक्षा अधिक व्यक्तींमध्ये अधिक जवळीक निर्माण होते व त्या आपल्याला सर्व सदस्यांपासून थोड्या वेगळ्या समजायला लागतात, त्यांना उपगट म्हणतात.

औदासिन्य : जेव्हा गटसदस्य उद्दिष्टपूर्तीसाठी कुठलाही पुढाकार न घेता काहीही न करण्याची भूमिका घेतात, त्या परिस्थितीला औदासिन्य म्हणतात.

कौशल्य : कुठलीही कृती परत परत केल्याने ती प्रभावीपणे व नैपुण्याने करता येण्याची क्षमता.

गट : दोनपेक्षा अधिक व्यक्ती विशिष्ट हेतूने एकत्र येतात व सहसंबंधातून सहजीवनाचा आनंद काही काळ किंवा दीर्घ काळ घेतात.

गट आकर्षण : जेव्हा गटसदस्यांना गटउद्दिष्टे मान्य असतात, गटात परस्पर संवाद निर्माण होतो व सदस्यांची गट कार्यक्रमांना येण्याची किंवा इतर सदस्यांना भेटण्याची तयारी होते, तेव्हा त्याला गट आकर्षण निर्माण झाले असे म्हणता येते.

गट चलनशक्ती/गतिशीलता : गटसदस्यांच्या आंतर्क्रिया व परस्पर संबंधात सतत बदल होत असतात, त्यातून गटाला एक प्रवाही गती प्राप्त होते. गटातील वातावरण, उत्पादकता यावर परिणाम होतो. सकारात्मक किंवा नकारात्मक शक्ती निर्माण होतात, ज्यातून गट प्रक्रिया पुढे जाते किंवा तिच्यात अडथळे निर्माण होतात.

गट निरीक्षण : गटासंबंधीची सर्व परिस्थिती पाहाणे, समजावून घेणे व आकलन करणे.

गट प्रक्रिया : गटामध्ये सतत घडणाऱ्या घडामोडी, कृती, चलनवलन, होणारे बदल. हे बदल व्यक्तीमुळे किंवा सहसंबंधांतून होत असतात व त्यातून उद्दिष्टपूर्ती करीत नेणारी अनुभवांची गुंफण/उद्दिष्टपूर्तीमध्ये अडथळे निर्माण करणारी अनुभवांची साखळी.

गट बांधणी : अनेक व्यक्तींशी संपर्क साधून त्यांच्या गरजांवर आधारित विशिष्ट हेतू ठरवून सदस्यांना एकत्र करून गट कार्यरत होणे.

गट मूल्यमापन : गटाचे काम किती व कसे झाले आहे, झाले आहे की नाही, याचा आढावा. यांत गटकार्यकर्त्याने करावयाचे मूल्यमापन व सदस्यांनी करावयाचे मूल्यमापन या दोन्हींचा समावेश होतो. हे मूल्यमापन गट प्रक्रियेचे, सदस्याचे किंवा एका सत्राचे देखील असू शकते.

गटकार्य : गटकार्यकर्त्याने विशिष्ट हेतूने काही व्यक्तींना एकत्र आणून, काही कार्यक्रमांतून परस्पर संबंध प्रस्थापित करून, त्या सदस्यांच्या आंतर्क्रियांचा योग्य उपयोग करून, व्यक्तिविकास व गटविकास ही उद्दिष्टपूर्ती करणे.

गटकार्य पद्धती : गटातून शास्त्रशुद्धपणे विशिष्ट ज्ञान, कौशल्ये व मूल्यांवर आधारित व्यक्तिविकासाला व गटविकासाला चालना देणारी सामाजिक कार्याची एक पद्धत.

गटकार्यकर्ता : प्रशिक्षित सामाजिक कार्यकर्ता गट हे माध्यम वापरून सामाजिक कार्य करत असतो तेव्हा त्याला गटकार्यकर्ता म्हणता येईल.

गटकार्यकर्त्याची भूमिका : गटकार्यकर्ता विशिष्ट प्रसंगात किंवा गटविकासाच्या टप्प्यात गटप्रक्रियेला चालना देण्यासाठी काही विशिष्ट जबाबदाऱ्या घेतो. या त्याच्या भूमिका. त्यामुळे त्याला गटात स्थान प्राप्त होते.

गटकार्याचा आराखडा : उद्दिष्टांशी निगडित कामाचा नियोजन आराखडा.

गटकार्याच्या पायऱ्या किंवा टप्पे : गटकार्य करताना गट बांधणी करण्यापासून ते गट समाप्तीपर्यंत गट प्रक्रियेचा जो प्रवास होतो त्यात वेगवेगळे टप्पे येतात. प्रक्रियेच्या एकाच साखळीचे ते भाग असतात. ते एकमेकांत गुंफलेले असतात.

गटकार्यातील कार्यक्रम : कार्यक्रम म्हणजे ताबडतोबीची जी छोटी छोटी उद्दिष्टे आहेत ती साध्य करण्यासाठी अनेक छोट्या छोट्या कृती किंवा अनुभवांची सुयोग्य गुंफण, क्रमश: केलेल्या अनेक कृती. अशा अनेक कार्यक्रमांतून प्रमुख उद्दिष्ट साध्य केले जाते.

गटकार्यातील नोंदी : गटकार्याच्या प्रत्येक घटकाविषयी लिखित नोंद करणे.

गटसदस्यांच्या परस्पर संबंधांचे जाळे : एकमेकांचा विचार, भावनिक आंतर्क्रिया, देवाणघेवाण व परस्परांवर अवलंबून असणाऱ्या भूमिका व जबाबदाऱ्या यांचा एकत्रित परिणाम.

गटाची संरचना : गटातील सदस्यांच्या गरजा, भूमिका, जबाबदाऱ्या, स्थान तयार झालेली गटाची अंतर्गत रचना.

गटातून घेतलेले उपक्रम : गटाच्या तात्कालिक व दीर्घकालीन ध्येयांशी जोडलेल्या कृतींची मालिका म्हणजे गटातून घेतलेले उपक्रम.

गृहभेट : गटकार्यकर्त्याने अशिलाच्या/सदस्याच्या घरी हेतुपूर्वक दिलेली भेट. सदस्यांबद्दल अधिक माहिती घेणे किंवा गरज भासल्यास सल्लामसलत करणे हा गृहभेटीचा हेतू असतो.

गोपनीयता : गोपनीयता म्हणजे गोष्टी लपविणे नव्हे. गटकार्यामध्ये सदस्यांमध्ये जी देवाणघेवाण होते त्याची बाहेर वाच्यता न करणे म्हणजे गोपनीयता राखणे.

तंत्र : विशिष्ट हेतूने प्रत्यक्ष कृती करण्याची पद्धत म्हणजे तंत्रे.

तत्त्व : ही पूर्वानुभव, विशिष्ट ज्ञान व मूल्यांवर आधारित मार्गदर्शक विधाने असतात. या विधानांचा आधार विशिष्ट सामाजिक कार्यपद्धती विकसित करण्यासाठी घेतला जातो.

दीर्घकालीन ध्येय : गटसदस्यांच्या गरजांची पूर्ती किंवा समस्या सोडवणूक यांवर आधारित गटकार्यक्रमांच्या माध्यमातून गटकार्य पूर्ण होईपर्यंत सर्व सदस्यांना व गटाला नेमके काय मिळवता येईल हे ठरविले जाणे, म्हणजे दीर्घकालीन ध्येये होत. ही विस्तृत व सर्वसमावेशक असतात. त्यांसाठी निकष ठरवावे लागतात.

दुय्यम गट : सामाजिक, आर्थिक, राजकीय इत्यादी प्रकारचे गट. सामाजिक जीवनात शिस्त तसेच पद्धतशीरपणा येण्यासाठी हे गट तयार केले जातात. यात सदस्यांचे संबंध औपचारिक असतात.

नेता : एखादी व्यक्ती सातत्याने स्वत:च्या गुणांच्या बळावर किंवा दिल्या गेलेल्या अधिकारामुळे अनेक लोकांवर नियंत्रण ठेवते किंवा त्यांच्यावर प्रभाव टाकू शकते. अशी व्यक्ती म्हणजे नेता.

नेतृत्व शैली : नेता आपल्या नेतृत्वाच्या अधिकाराचा सदस्यांच्या व गटाच्या विकास प्रक्रियेसाठी कशा रीतीने उपयोग करतो त्याला नेतृत्व शैली म्हटले जाते.

परस्पर सहयोग : सदस्यांनी एकमेकांना मदत करून गट प्रक्रिया व सदस्य विकास यांना चालना देत सक्रिय सहभाग देणे म्हणजे परस्पर सहयोग.

प्राथमिक गट : निसर्गत: किंवा सामाजिकदृष्ट्या तयार झालेला छोटा गट. यामध्ये सदस्यांच्या परस्पर संबंधांमध्ये जवळीक असते.

प्रारूप : गटाची उद्दिष्टे व दिशा ठरविणारी व त्यातून गटाची ओळख पटविणारी गटकार्यप्रणाली.

फीडबॅक : या शब्दाला पुनर्भरण असा प्रतिशब्द वापरला जातो. परंतु, या पुस्तकात आम्ही फीडबॅक हाच शब्द वापरला आहे. फीडबॅक कार्यकर्त्याकडून सदस्यांना दिला जातो तसाच सदस्यांकडूनही कार्यकर्त्याला दिला जातो. फीडबॅक म्हणजे एखाद्या गोष्टीला दिलेला प्रतिसाद किंवा प्रतिक्रिया. हा सकारात्मक किंवा नकारात्मक असतो.

भूमिकानाट्य : जीवनात व्यक्तीला ज्या विविध भूमिका कराव्या लागतात व ज्या बजावताना परस्पर संबंधांमध्ये समस्या निर्माण होतात, त्यांच्या निराकरणासाठी लागणारी कौशल्ये विकसित करण्यासाठी भूमिकानाट्य वापरले जाते.

मध्यस्थी : हा शब्द या पुस्तकात, 'दोन व्यक्तींमधील वादात मध्यस्थी करणे' या अर्थी वापरलेला नाही. येथे मध्यस्थी म्हणजे 'समस्या निर्माण करणाऱ्या गोष्टींना कार्यकर्त्याने आळा घालण्याचा प्रयत्न करणे' हा अर्थ आहे.

माध्यम : जे काही बदलावे असे वाटत असते त्याचा विचार करून अतिशय जाणीवपूर्वक एखाद्या कृतीचा उपयोग करणे.

विशिष्ट उद्दिष्ट : गटकार्य अनेक सत्रात विभागले जाते. दीर्घकालीन ध्येयांचे छोटे छोटे घटक केले जातात. गटाच्या किंवा सदस्यांच्या तत्कालीन गरजा लक्षात घेऊन विशिष्ट उद्दिष्टे ठरविली जातात. ती एक-दोन सत्रांत पूर्ण होऊ शकतात. यांचेदेखील काही दृश्य निकष ठरवावे लागतात.

वेगवेगळी क्षेत्रे : वेगवेगळी कामे चालणारी सामाजिक कार्याची क्षेत्रे, समुदायकेंद्रे, रुग्णालये, निवासी संस्था, इ.

वैकासिक टप्पे : जन्मापासून मृत्यूपर्यंत व्यक्तिजीवन ज्या टप्प्यांमधून जात असते त्याला मानवी वैकासिक टप्पे म्हणतात.

संघर्ष : गटसदस्यांमध्ये जेव्हा मतभेद होतात व उघडपणे विरोध, आक्रमक वर्तन किंवा वादावादी होऊ लागते, तेव्हा त्याला संघर्ष म्हणतात.

सदस्यांचे गट तादात्म्य : गटाची उद्दिष्टे व इतर सदस्यांशी एकरूपता म्हणजे सदस्यांचे गट तादात्म्य.

समायोजन : एकमेकांच्या गरजांचा विचार करून वर्तनात केलेले बदल म्हणजे समायोजन.

सहभाग : सर्व सदस्यांनी जागरूकपणे संपूर्ण गटप्रक्रियेत घेतलेल्या जबाबदाऱ्या या पार पाडण्याचा प्रयत्न व स्वविकास व गटविकासाशी ते प्रयत्न जोडणे म्हणजे सहभाग होय.

साध्य : कार्यक्रमातील अनेक प्रयत्नांचा एकत्रित अपेक्षित परिणाम ठरविणे व तो परिणाम सुस्पष्टपणे मांडून त्याचे निकष ठरविणे म्हणजे साध्य होय.

सामाजिक कार्य पद्धती : व्यावसायिक सामाजिक कार्य करताना समाजाबरोबर काम करण्याच्या काही शास्त्रशुद्ध, तत्त्व-मूल्याधिष्ठित पद्धती विकसित केलेल्या आहेत, त्यांना सामाजिक कार्य पद्धती म्हणतात. ही सामाजिक कार्याची विशेष ताकद आहे. सामाजिक व्यक्तिकार्य, सामाजिक गटकार्य, समुदाय संघटन, सामाजिक कार्य संशोधन, सामाजिक कृती व सामाजिक कार्य व्यवस्थापन या सहा पद्धती प्रमुख आहेत.

सामाजिक संस्था : सामाजिक कार्य हा हेतू असणाऱ्या कायदेशीररीत्या नोंदणीकृत अशा स्वयंसेवी किंवा शासकीय संस्था. या निवासी किंवा अनिवासी असू शकतात. या सामाजिक कार्याच्या विविध क्षेत्रात कार्यरत असतात.

स्व-व्यक्तीकरण : स्वतःच्या भावना/विचार/अनुभव यांचे सच्चेपणाने व स्वतःचे व्यक्तिमत्त्व उघड होईल अशा तऱ्हेने व्यक्तीकरण म्हणजे स्व-व्यक्तीकरण.

परिशिष्ट ३ मराठी संज्ञांच्या मूळ इंग्रजी शब्दांची सूची

या पुस्तकामध्ये दिलेल्या मराठी संज्ञा, गटकार्यात नेहमी वापरल्या जाणाऱ्या ज्या इंग्रजी संज्ञांवरून घेतल्या आहेत, त्या इंग्रजी संज्ञांची सूची खाली दिली आहे–

अंगीकारणे/आत्मसात करणे : Internalization

अलिखित करारनामा : Unwritten Contract

असमतोल : Disequilibrium

आंतर्किया : Interaction

आंतर्क्रियांचा आशय : Interactional Content

आंतर्क्रियांची प्रक्रिया : Interactional Process

आंतर्संबंध : Interpersonal Relationship

आदर्श वर्तनाचे अनुकरण करण्यास मदत करणे : Role-Modeling

आधार देणे : Giving Support

आभासी खेळ : Simulation Games

आमनेसामने/समोरासमोर भाष्य करणे : Confrontation

इथे व आता : Here and Now

उपगट : Sub-Groups

उपचारात्मक दृष्टिकोन : Clinical Approach

एकमेकांना/परस्पर मदत : Mutual aid

एकवाक्यता : Consensus

एकात्मीकरण : Group Integration

औदासिन्य : Apathy

कार्य पद्धतीची कौशल्ये : Procedural Skills

कार्यकेंद्री/कृतीप्रधान/कृतीकेंद्री गट : Task-Oriented Group

खुला गट : Open Group

गट कार्यक्रम : Group Programme

गट कृती/उपक्रम : Group Activity

गट तादात्म्य : Group Cohesion

गट प्रक्रिया : Group Process

गट रचना : Group Composition

गट संकेत : Group Norms

गट संरचना : Group Structure

गटकार्यकर्त्याचे वर्तन सदस्यांसाठी आदर्श होणे : Role-Model

गटकार्याचा आराखडा : Group Work Plan

गटकार्यातील मूलभूत घटक : Group Work Perspective

गटचलन/गतिशीलता/चलनशक्ती : Group Dynamics

गटसदस्यांचे परस्परसंबंध सकारात्मकरीत्या टिकून राहाण्यासाठी कार्य करणारा सदस्य/नेता : Maintenance-Oriented Member / Leader

गरजांची चाचपणी : Need Assessment

गोपनीयता : Confidentiality

जबरदस्तीने काढून टाकणे/सदस्यत्व रद्द करणे : Elimination/Forced Withdrawal

जोराच्या बळावर इतरांना ताब्यात ठेवणे : Subjugation

ठाम मनोवृत्ती : Assertiveness

तडजोड : Compromise

तत्कालीन उद्दिष्टे : Short-Term Objectives

दीर्घकालीन ध्येय : Long-Term Goal

परस्पर संबंधांचा योग्य उपयोग : Use of Relationships

पुनर्दिशादर्शन : पुन्हा नवीन मार्ग दाखविणे : Redirection

प्रगमनशील कार्यक्रम नियोजन : Progressive Programme Planning

प्रारूप : Model

फलित : Outcome

बंदिस्त गट : Closed Group

बहुमतातील लोकांचे वर्चस्व : Majority Rule

बोधात्मक कौशल्य : Cognitive Skills

मध्यस्थी : Intervention

मर्यादा घालणे : Setting Limits

व्यक्तींना संस्थेतच ठेवून त्यांची सुरक्षितता इ.चा विचार करून काळजी घेणे : Custodial Care

वस्तुनिष्ठ सहभाग : Objective Participation

वैयक्तीकरण : Individualization

संघर्ष : Conflict

सक्रिय सहभाग : Active Participation

सखोल शोध घेणे : Exploration

सच्चेपणा : Genuineness

समझोता/समायोजन : Adjustment

सहकार्य/सहयोग : Co-Operation

सहानुभाव : Empathy

सामाजिक उन्नतीकेंद्री/सामाजिक वर्धनकेंद्री/सामाजिक विकासकेंद्री गट : Social/Growth Enhancement-Oriented Group

सामाजिक कार्य : Social Work

सामान्यीकरण : Generalization

सारांश करणे : सार सांगणे : Summarization

सार्वत्रीकरण : Universalization

सुलभकर्ता : Facilitator

स्पष्टीकरण : Explanation

स्व–व्यक्तीकरण : Self-Expression/Self-Disclosure

परिशिष्ट ४ | संदर्भसूची
(References)

- Bales, R. (1950) Interaction Process Analysis: A Method : The Study of Small Groups, Reading, Addison, Wesley Publishing Company.

- Balgopal, Pallassana and Vasil, Thomas (1983) Groups in Social Work: An Ecological Perspective, McMillan Publishing Co. Inc. New York, Howarth Press.

- Baron, Robert and Byrne, Don (1999) Social Psychology (8th Edition), Prentice Hall of India Pvt. Ltd., New Delhi-110001

- Bernard Davis (1975) The Use of Groups in Social Work Practice, Routledge and Kegan Paul, London, Boston (U.S.A.)

- Coyle, Grace (1930) Social Process in Organized Groups, Rinehart and Co., U.S.A.

- Coyle, Grace (1947) Group Experience and Democratic Values, New York Women's Press.

- Coyle, Grace (1948) Group Work in American Youth: A Guide to the Practice of Leadership, Harper and Row, New York.

- Doel, Mark (2006) Using Group Work, Routledge and Kegan Paul, London, Boston (U.S.A.)

- Doel, Mark and Sawdon, Catherin (1999), The Essential Group Worker : Teaching and Learning Creative Group Work, Jessica Kingsley Publishers, London and New York.

- Douglas Tom (1976) Group Process in Social Work: A Theoretical Synthesis, New York John Wiley and Sons.

- Douglas Tom (1977) Group Work Practice, London, Tavistock Publications Ltd.

- Douglas Tom (1978) Basic Group Work, London, Tavistock Publications Ltd.

- Ferrarra, Mathew. L., (1991) Group Counseling with Juvenile Delinquents: The Limit and Lead Approach, Sage Publications, California, U.S.A.

- Friedlander W. A. (1978) Conepts and Methods in Social Work, Englewood Cliffs, New Jersey, Prentice Hall International Inc.

- Garvin Charles D. (1981) Contemporary Group Work, New Jersey Prentice Hall Inc.

- Garvin Charles D., Lorriae M. Gulier (Edited) (2007) A HandBook of Social Work with Groups, New Delhi, Rawat Publications.

- Herrick, J.C. (1966) The Perception of Crisis in Modified Therapeutic Community (Unpublished) D. S. W. Disseration in Tom Douglas 'Basic Assumptions of Group Work', London, Tavistock Publications Ltd.

- Jennings (1973) Remedial Drama, London Pitman Publishing in Tom Douglas 'Basic Assumptions of Group Work', London, Tavistock Publications Ltd.

- Klein Josephine (1967) A Study of Groups, London Routledge and Kegan Paul Ltd.

- Konopka Gisela (1954) Group Work in Institutions: A Modern Challenge, New York Association Press.

- Konopka Gisela (1983) (3rd Edition) Social Group Work: A Helping Process, New Jersey Prentice Hall Inc.

- Luft, J. (1963) Group Process, Palo Alto National Press.

- McCaughan, Nano (1978) Group Work: Learning and Practice, George Allen and Unwin, London.

- Moreno, J.L. (1964), Psychodrama (Revised ed.) Beacon NewYork, Becon House Inc. in Tom Douglas 'Basic Assumptions of Group Work', London, Tavistock Publications Ltd.

- Northen Helen (1969) Social Work with Groups, New York Columbia University Press.

- Northen Helen and Roberts (Ed.) (1976) Theory of Social Work with Groups, New York, Columbia University Press.

- Paulus P. B. (Ed.)(1989) Psychology of Group Influence (2nd Edition), Erlbaum, Hillside, N.J.

- Phillips Helen (1962) Essentials of Social Group Work Skills, New York Association Press.

- Reid E. Kenneth (1996) (2nd Edition) Social Work Practice with Groups: A Clinical Perspective, U.S.A. Brook/Cole Publishing Company.

- Robinson, Virginia (1942), Training for Skills in Social Work, Philadelphia, University of Pensylvannia Press.

- Ryland and Wilson (1949) Social Group Work Practice: A Creative Use of Social Process, U.S.A. Houghton Mifflin Co.

- Swaminath, Mina (1998) Play Activities of Young Children, New Delhi, Unicef Publication.

- Trecker H. B. (1970) Social Group Work: Principles and Practices, New York Association Press.

- Trecker H. B. (Edited) (1955) Group Work: Foundations and Frontiers, New York, Whiteside, William Marrow and Co.

- Vinter Robert (Ed.) (1967) Readings in Group Work, Michigan Campus Press.

- Yalom, I. D., (4th ed.), (1995) The Theory and Practice of Group Psychotherapy, New York Basic Books.

www.ingramcontent.com/pod-product-compliance
Lightning Source LLC
Chambersburg PA
CBHW080727020726
47503CB00010B/2828
* 9 7 8 8 1 8 4 8 3 6 6 0 8 *